தாத்தாவின் வீடு

நோயல் நடேசன்

வேரல்
புக்ஸ்

வேரல்
புக்ஸ்

வேரல் புக்ஸ் வெளியீட்டு எண்: 54

தாத்தாவின் வீடு * நோயல் நடேசன் © * நாவல் * முதல் பதிப்பு: பிப்ரவரி 2023 * பக்கங்கள்: 256 * வேரல் புக்ஸ் * 6, இரண்டாவது தளம், காவேரி தெரு, சாலிகிராமம், சென்னை – 600093 * மின்னஞ்சல்: veralbooks2021@gmail.com * தொலைபேசி: 9578764322 * அட்டைவடிமைப்பு: லார்க் பாஸ்கரன் * லேஅவுட்: சந்தோஷ் கொளஞ்சி

Thattavin Veedu * Noyal Nadesan© * Novel * First Editon: February 2023 * Pages: 256 * Veral Books * No: 6, 2nd Floor, Kaveri Street, Saligramam, Chennai – 600093 * Email ID: veralbooks2021@gmail.com * Phone: 9578764322 * Wrapper Designed by: Lark Bhaskaran * Layout Designed by: Santhosh kolanji

Rs. 275

ISBN: 978-81-960620-0-2

எழுத்தாளர் ஜெயமோகனுக்கு

முன்னுரை

அனுபவங்களையும் அறிந்த தகவல்களையும் வைத்து எழுதுவது ஒரு வகை. இது எளிதானது. அனுபவங்களை எவ்வளவுதான் சிறப்பாக எழுதினாலும் அவை வெறும் பதிவுகளாகச் சுருங்கிவிடக்கூடிய வாய்ப்புகளே அதிகமுண்டு. அனுபவங்களையும் நுண்ணிய அவதானிப்புகளையும் சரியாகக் கலந்து புதிய சிந்தனையோடு எழுதும்போது சிறந்த படைப்புகள் உருவாகின்றன. இதற்கொரு கலைப் பயிற்சி வேண்டும். அப்படித்தான் தகவல்களைத் திரட்டி அதையே மையப்படுத்தி எழுதினால் அது தகவற் திரட்டாகி விடக்கூடிய நிலையே அதிகம். இந்த மாதிரி எழுத்துகள் தினம் தினம் வந்து குவிந்து கொண்டிருக்கின்றன. வந்து குவிகின்ற வேகத்திலேயே அவை மறந்தும் மறைந்தும் போகின்றன. இவற்றிற்கான பெறுமதி அநேகமாக ஊடகச் சேதிகள் அல்லது செவி வழித் தகவல்களுக்கு நிகரானவை. மாறாக அனுபவங்களோடு நுண்ணிய அவதானிப்புகளைச் சரியாகக் கலந்து புதிய சிந்தனையோடு எழுதும்போது அது வேறொன்றாக - வித்தியாசமான ஒன்றாக வெளிப்படுத்துகின்றது. இது இன்னொரு வகை. இங்கேதான் எழுத்தாளரின் பார்வையை - தரிசனத்தை - நாம் உணர முடியும். அந்தப் பார்வையில்தான் அவருடைய அரசியலையும் அல்லது அவர் முன்வைக்கும் அரசியலையும் பண்பாட்டுப் புரிதலையும் வரலாற்று நோக்கையும் சமூகத்தைக் காணும் விதத்தையும் புரிந்து கொள்ள முடியும். இதற்கே பெறுமதி அதிகம்.

நடேசனின் இந்த நாவல், அனுபவங்களோடு நுண்ணிய அவதானிப்புகளைச் சரியாகக் கலந்து புதிய சிந்தனையோடு எழுதப்பட்டுள்ளது. இந்த வகையிலான ஐந்து நாவல்களை நடேசன் ஏற்கனவே எழுதியுள்ளார். முதல்நாவல் 'வண்ணாத்திகுளம்'. இது நடேசன் வேலைசெய்த வடமத்திய இலங்கையின் மதவாச்சிப் பிரதேசத்தைக் களமாகக் கொண்டது. அங்கே விலங்கு வைத்தியராகச் சென்று வேலை செய்த அனுபவத்தையும் அங்குள்ள சமூக அரசியல் நிலவரத்தையும் மனித உறவுகளையும் சாராம்சப்படுத்தியதாக இருந்தது. அடுத்து எழுதிய 'உனையே மயல்கொண்டு', 'அசோகனின் வைத்தியசாலை' ஆகிய இரண்டு நாவல்களும் நடேசன் புலம்பெயர்ந்து வாழும் அவுஸ்திரேலியவைப் பின்னணியாகக் கொண்டவை. இவற்றிலும் தன்னுடைய மிருக வைத்தியத்துறை அனுபவங்களையும் அவதானிப்புகளையும் இணைத்திருக்கிறார் நடேசன். நான்காவது நாவல் 'கானல் தேசம்'. இதுவே நடேசனின் முழுமையான புனைவின் வெளிப்பாடு எனலாம். நடேசனுடைய அனுபவப் பிராந்தியத்துக்கு அப்பாலான களம் இதில் உருவாக்கப்பட்டுள்ளது. ஐந்தாவது நாவலான 'பண்ணையில் ஒரு மிருகம்' ஈழப்போராட்டப் பணியின் நிமித்தமாக நடேசன் தமிழ்நாட்டில் வாழ்ந்த அனுபவத்தையும் அந்தக் காலப்பகுதியையும் பின்னணியாகக் கொண்டது. இது ஆறாவது நாவல். இதிலே தான் பிறந்து வளர்ந்த எழுவைதீவையும் தன்னுடைய இளமைக்கால நிகழ்ச்சிகளையும் முன்வைக்கிறார் நடேசன்.

யாழ்ப்பாணத் தீவுகளில் மிகச் சிறியது எழுவைதீவு. இரண்டு மணி நேரத்தில் முழுத்தீவையுமே சுற்றி நடந்து வந்து விடலாம். அங்கே உள்ள மக்களை விட பல மடங்கு அதிகமாக இருப்பது பனை மரங்கள். (இப்பொழுது இந்தப் பனை மரங்களை அழிக்கும் அளவில் வளர்ந்து கொண்டிருக்கின்றன உடைமரங்கள். எழுவைதீவை விட்டுப் பலரும் புலம்பெயர்ந்து சென்று விட்டதால் அவர்களுடைய காணிகளில் உடைமரம் காடாக வளர்ந்து பனைகளைப் பட்டுப்போக வைக்கிறது என்று சொல்லப்படுகிறது. பட்டுப்போன பனைமரங்களை எழுவைதீவு எங்கும் காணலாம்). அதைப் பனைத்தீவு என்றே சொல்ல வேண்டும். பனையும் சுற்றி வரக் கடலும் தீவுக்குப் பேரழகைக் கொடுக்கின்றன. இந்த அழகிய தீவில் இப்பொழுது (2023 இல்) 195 குடும்பங்கள் வரையில்தான் வசிக்கின்றன. ஆனால் இந்த நாவல் நிகழும் காலம் கடந்த நூற்றாண்டின் 1960-70 காலப்பகுதி. ஏறத்தாழ அறுபது ஆண்டுகளுக்கு முந்திய காலம். அப்பொழுது இன்னும் குறைவான குடும்பங்களே அங்கிருந்திருக்கக் கூடும். இந்தச் சிறிய தீவில் வாழ்கின்ற மனிதர்கள், அவர்களுடைய நடத்தைக் கோலங்கள், உறவு நிலை, அங்கே நிகழ்கின்ற

சம்பவங்கள், வரலாற்று ஓட்டத்தில் நிகழ்த்தப்படுகின்ற நடவடிக்கைகள், அவற்றின் பின்னணி, அந்தக் காலகட்ட அரச நிர்வாக நடைமுறைகள் போன்றவற்றை மையப்படுத்தி விரிகிறது நாவல். ஏறக்குறைய அவருடைய சுய சரிதையைப் போல ஆரம்பிக்கும் நாவல் பின்னர் வேறு விதமாக மாறிச் செல்கிறது. இப்படி மாறிச் செல்வதால்தான் அது நாவலாகிறது.

அறுபது ஆண்டுகளுக்கு முந்திய எழுவைதீவைக் காட்சிப்படுத்தினாலும் அதற்கு முன் பின்னரான சூழ்நிலைகளும் நிகழ் அரசியலும் சமூக நிலவரங்களும் நாவலில் உள்ளன. அந்த நாட்களில் இந்தியாவிலிருந்து (தமிழகத்திலிருந்து) இலங்கைக்கு (தமிழ்ப்பகுதிகளுக்கு) பல காரணங்களாலும் காரியமாகவும் வந்து போவோருண்டு. சாதாரண மக்கள் மற்றும் தொழிலாளிகளிலிருந்து அரசியற் தலைவர்கள் வரையில் அப்படி வந்து போவார்கள். தமிழ்நாட்டில் ஏற்படுகின்ற சமூகப் பிரச்சினை, சாதிப்பிரச்சினை, தொழில்வாய்ப்புப் பிரச்சினை காரணமாக பலர் வந்திருக்கிறார்கள். கம்யூனிஸ்கட்சியின் தலைவர்களில் ஒருவரான ப. ஜீவானந்தம் போன்ற அரசியற் தலைவர்கள் கடல்வழியாக வந்து யாழ்ப்பாணத்தில் நின்றிருக்கிறார்கள். இது பின்னர் 1970, 80 களில் இலங்கையிலிருந்து இந்தியாவுக்குப் பாதுகாப்புத் தேடியும் அரசியற் காரணங்களுக்காகச் செல்வோராகவும் மாறியது. வரலாற்றின் ஓட்டம் எப்பொழுதும் விசித்திரமானதல்லவா! அது கடல் நீரோட்டத்தைப்போல சில வேளை திசை மாறி ஓடும். இதில் வருகின்ற ராமலிங்கம் தமிழ்நாட்டில் சாதிய ஒடுக்குமுறையினால் ஏற்பட்ட பிரச்சினையின் காரணமாக எழுவைதீவுக்கு வருகிறார். எழுவைதீவில் அவர் ஒரு சட்டவிரோதக் குடியேறி. ஆனாலும் அதை மறைத்து மனிதாபிமான அடிப்படையில் அவருக்குப் பாதுகாப்பளிக்கிறார் எழுவைதீவிலுள்ள சிவசாமி வாத்தியார். இதற்கு சிவசாமி வாத்தியாரும் ஊரவர்களும் அதிகாரிகளும் பயன்படுத்துகின்ற உத்தி, ராமலிங்கம், இலங்கையின் மலையகப் பகுதியிலிருந்து வந்தவர் என்று காட்டுவதாகும்.

இன்னொரு நிகழ்வு தமிழ்நாட்டிலிருந்து கட்டாக்காலி நாய்களைக் கொண்டு வந்து எழுவைதீவில் விட்டு விடுகிறார்கள். ஏன், எதற்காக இப்படிச் செய்கிறார்கள்? யாரிடம் இதைப்பற்றி முறையிடுவது? இந்த மக்கள் என்ன பழியைச் செய்தனர், இப்படிப் பழிவாங்குவதற்கு? என்ற கேள்விகளுக்கெல்லாம் பதிலே இல்லை. இதை ஒரு வாசிப்பில் இலங்கைக் கடற்பிராந்தியத்தில் இந்திய மீனவர்களின் அத்துமீறல் அதிகமாக உள்ளது என்ற இன்றைய ஆக்கிரமிப்பை அல்லது தலையீட்டை, இங்கே குறியீடாக்கப்பட்டுள்ளதாகக் கொள்ள முடியும். அதற்கப்பாலான சேதியும் உண்டு. இந்தியாவிலிருந்து கொண்டு வந்து விடப்படும் நாய்கள் எழுவைதீவைக்குழப்புகின்றன, கலவரப்படுத்துகின்றன. இதைத்

தடுப்பதற்காக இலங்கைக் கடற்படையைக் கோருகின்றனர் மக்களில் ஒரு சாரார். கடற்படை வந்து அந்தச் சிறிய தீவில் குடியேறுகிறது. இதை இன்னொரு தரப்பினர் எதிர்க்கிறார்கள். ஆதரவும் எதிர்ப்பும் என்ற இரு நிலைப்பட்ட நிலைப்பாடு - அபிப்பிராயம் எப்போதும் எங்கும் இருப்பதுண்டு. சமூகத்தில் எப்பொழுதும் பல விதமான நிலைப்பாடுகள் இருக்கும். ஏன் தமிழர் அரசியலில் இவ்விதமான ஆதரவு - எதிர் என்ற இரு நிலைப்பட்ட அரசியல் நிலைப்பாடுகள் தொடர்ந்தும் உள்ளதே. அதைப் பிரதிபலிப்பதாக இந்தச் சம்பவங்கள் இங்கே நிகழ்த்தப்படுகின்றன.

ஒரு நாவலுக்கு முக்கியமானது அதில் நிகழ்த்தப்படும் சம்பவங்களும் (நிகழ்வுகளும்) அவற்றோடு தொடர்புறும் மனிதர்களும் அவர்களின் காலமும் சூழலும் சூழலில் உள்ளவையும் இவற்றை நிர்வகிக்கும் அல்லது இவற்றில் ஊடுருவி நிற்கும் அதிகார அடுக்குகளுமாகும். இதற்குள் ஊடாட்டமாக நிகழ்த்தப்படும் உணர்ச்சிகரமான சம்பவங்கள் நாவலைச் செழுமையாக்குகின்றன. இவற்றை நாடகமாக நிகழ்த்திக் காட்டுவதன் வழியே உணர வைக்கும் தரிசனமே நாவலின் வெற்றியாகிறது.

அவுஸ்திரேலியாவிலிருந்து தன்னுடைய சொந்த ஊரான எழுவைதீவுக்கு மனைவியுடன் வருகின்றான் நட்சத்திரன். எழுவைதீவில் ஓரிரவு தங்கும் நட்சத்திரனுடைய கனவும் நினைவுமாக விரிகின்றது நாவல். இந்த நினைவும் கனவும் தொடர்ந்து ஒரு சிறுவனின் பார்வையில் சொல்லப்படுகின்றது. சிறுவனின் மனதில் பதிகின்ற, பாதிப்பை ஏற்படுத்துகின்ற சம்பவங்கள், மனிதர்கள், அவர்களுடைய குணவியல்கள் குறித்தெல்லாம் பேசுகிறது. இது முக்கியமானது. ஒவ்வொரு மனிதருடைய செயல்களும் ஒவ்வொரு நிகழ்வும் எப்படியான தாக்கத்தை சிறுவர்களின் மனதில் உண்டாக்குகிறது? குடும்பங்களில் நிலவுகின்ற வன்முறை அவர்களை எப்படிப் பாதிக்கிறது? சிறுவர்களைக் குறித்து பெரியோர்களிடம் காணப்படுகின்ற அபிப்பிராயம் என்ன? அவர்கள் எப்படிச் சிறுவர்களுடன் - பிள்ளைகளுடன் நடந்து கொள்கின்றனர்? போன்ற பல விடயங்கள் மெல்லச் சித்திரிக்கப்படுகிறது. அனைத்தையும் சம்பவங்களுக்கூடாகவே நிகழ்த்தி விடுகிறார் நடேசன். தனியே நின்று எதைப்பற்றியும் வியாக்கியானப்படுத்த அவர் முயற்சிக்கவில்லை. இங்கேதான் நடேசனுடைய இலக்கியப் பரிச்சியமும் எழுத்துப்பரிச்சியமும் புலப்படுகிறது. கலையமைதி கூடி வருகின்ற இடம் இது.

ஒரு சின்னஞ்சிறிய தீவில் இத்தனை பெரிய கதைகளெல்லாம் இருந்திருக்கிறதே என்ற எண்ணம் நமக்கு எழுகிறது. தீவில் மட்டுமல்ல, மனிதர்களிடத்திலும் அப்படித்தான். மனிதர்கள் என்றாலே அப்படித்தான். ஒவ்வொருரிடத்திலும் பல ஆயிரம் கதைகள் இருக்கும்.

அவர்கள் எங்கெல்லாம் இருக்கிறார்களோ அவர்களின் வாழ்க்கையும் அது நிகழ்கின்ற களமும் கதைகளை உற்பத்தி செய்து கொண்டேயிருக்கும். அப்படி உற்பத்தி செய்யப்படும் கதைகளின் வழியாக எழுவைதீவிற்கு ஒரு அடையாளத்தைக் கொண்டு வந்துள்ளார் நடேசன். கரிசல் நிலத்திற்கு கி.ராஜநாராயணன், மு.சுயம்புலிங்கம் பா.செயப்பிரகாசம் போன்றோர் உருவாக்கிய அடையாளத்தைப்போல, பரந்தன் - குமரபுரத்தின் வரலாற்றுச் சித்திரத்தை தாமரைச்செல்வி உருவாக்கியதைப்போல எழுவைதீவுக்கான அடையாளத்தை நடேசன் உருவாக்கியுள்ளார்.

ஏற்கனவே எழுவைதீவில் ஒரு மருத்துவமனையை நிறுவியிருக்கிறார் நடேசன். முன்பு, அந்தத் தீவில் காய்ச்சலால் ஒருவர் பாதிக்கப்பட்டாலும் கடல் கடந்து ஊர்காவற்றுறைக்குப் போய்த்தான் மருந்து எடுக்க வேண்டும். மழையோ வெயிலோ இரவோ பகலோ இதுதான் நிலை. இந்த நிலையை மாற்ற வேண்டும் என்று நடேசன் சிந்தித்ததன் விளைவே அந்த மருத்துவமனை. இப்பொழுது இன்னொரு சிந்தனையின் உருவாக்கமாக இந்த நாவல். இது ஒரு வரலாறு. ஒரு அடையாளம். ஒரு வழி. ஒரு முகம்.

மனம் செயலாகும் போது உருக்கொள்ளும் எதுவும் ஏதோ ஒரு வகையில் காலத்தில் நிற்கும். காலம் அதற்குரிய பரிசைக் கொடுக்கும்.

கருணாகரன்

என்னுரை

நாடுகள், இனக்குழுக்கள் மத்தியில் நடக்கும் மோதல்கள் ஒரு கட்டத்தில் முடிவிற்கு வரும். அந்த மோதல்கள் உச்சமடைந்து பிரபலமாகி மூன்றாம் நபர்களின் தலையீட்டுக்கு உட்படும்போது சமாதான ஒப்பந்தங்கள் மூலம் அமைதியும் ஏற்படும். போரின் விளைவுகள், அழிவுகள் கண்களுக்குத் தெரியும் என்பதால் அவைகளை நிவர்த்திக்க பலரும் பாடுபடுவார்கள்.

முப்பது வருடங்கள் போர் நடந்த இலங்கையில் பிறந்து வளர்ந்து, பின்பு புலம் பெயர்ந்த வாழ்க்கையிலிருந்து போர் கடந்த எனது தாயக பூமியை புறக்கண்ணால் பார்த்தேன். அதனையடுத்து அங்கு நடந்த நிவாரணம் — மீள் கட்டமைப்பு முதலானவற்றையும் என்னால் காணமுடிந்தது. போரையும் அதன் விளைவுகளையும் பற்றிய கட்டுரைகள், நாவல், சிறுகதைகள் என பலவற்றை எழுதிவிட்டேன். இனி அதிலிருந்து விலகிவிட விரும்புகிறேன். எனினும் எனது இந்த புதிய நாவல் பேசுவதும் வன்முறையே. இந்த வன்முறை காலம் காலமாக நடப்பது — குடும்பம் என்ற கட்டமைப்பு உருவாகிய காலத்திலிருந்தே நிழலாகத் தொடருவது.

மனிதனது பயிற்செய்கை நதிக்கரைகளில் தொடங்கிய காலத்தில் உருவாகிய சமமற்ற ஆண் —பெண் உறவு முறையுடன் ஆணின் ஹோர மோன் — ரெஸ்தஸ்ரோனும் (Testosterone)சேர்ந்து உருவாகிய வன்முறை எல்லா குடும்பங்களிலும் சிறிதும் பெரிதுமாகத் தொடர்கிறது.

பல குடும்பங்களில் குடும்ப உறவு நிலைப்பதற்காக இவை மறைக்கப்பட்டு பேசாப்பொருளாகிறது. இந்த வன்முறைகள் பெரும்பாலும் நான்கு சுவர்களிடையே நடப்பதால் வெளியே தெரிவதில்லை. தெரிந்தாலும், 'அது குடும்பப் பிரச்சினை— நாம் எதுவும் செய்வதற்கில்லை' எனத் தலையிடாது ஒதுங்குகிறார்கள். ஆனால், குடும்ப வன்முறை. பூமியின் உள்ளே கொதித்தபடி இருக்கும் எரிமலைபோன்று குமுறிக்கொண்டிருந்து சந்தர்ப்பங்களில் வெடித்துச் சிதறுகிறது.

மதங்களும் கலாச்சாரமும் இவற்றைக் கம்பளிப் போர்வை போட்டு மூடுகின்றன. ஆனால் அவற்றால் இதை அணைக்க முடியாது. ஒரு விதத்தில், இரண்டாம் உலக மகாயுத்தத்தை தொடர்ந்து போரைத் தவிர்க்க ஐக்கிய நாடுகள் சபை எவ்வாறு உருவானதோ அதைப்போன்று இந்த மதங்கள்கூட பெண்களை அடக்கி, குடும்பத்தில் உங்களது கடமை இனப்பெருக்கம் மாத்திரமே எனச் சொல்லி அமைதியாக வைத்திருப்பதற்கான கருவிகளோ என நான் சில தடவைகள் நினைப்பதுண்டு.

பொருளாதப்பலம் இல்லாத பெண்ணாக இருந்தால் வன்முறையைச் சகித்துப்போக வேண்டியுள்ளது. மேலும் பிள்ளைகள் நலம் பாதிக்கும் என வன்முறை பொறுக்கப்படுகிறது. ஆனால், விளைவுகள் உண்மையில் எதிர்மாறானவை. குடும்ப வன்முறையில் பெண்கள் மட்டும் பாதிக்கப்படுவதில்லை. குழந்தைகளும் பெரிதும் பாதிப்படைகிறார்கள். அவர்களின் எதிர்காலம் அழிக்கப்படுகிறது. குழந்தைகளது மனங்களில் ஏற்படும் பாதிப்பு நமக்கு வெளியே தெரிவதில்லை. மூன்றாம் உலக நாடுகளில் அவைகளை எவரும் கணக்கெடுப்பதில்லை. பிற்காலத்தில் பலர் சமூக விரோதிகளாகவும் வன்முறையாளர்களாகவும் குற்றவாளிகளாகவும் உருவாகிறார்கள். பலரது குடும்பப் பின்னணியை பார்க்கும்போது, அத்தகைய குடும்பங்களில் வளர்ந்தவர்களாக இருப்பார்களோ என நான் சிந்தித்திருக்கின்றேன்.

மேற்கு நாடுகளில் இவற்றை ஆரம்பத்திலேயே ஓரளவு கண்டறிவதற்கு பாடசாலைகளுடன் மருத்துவர்கள், குழந்தை நல அதிகாரிகள் இருக்கிறார்கள். ஆனாலும் எனக்குத் தெரிய அவுஸ்திரேலியாவில் மூன்று பெண் குழந்தைகளைப் பாலியல் வன்முறைக்கு உட்படுத்திய ஒருவர் எந்த நிலையிலும் கண்டுகொள்ளப்படாது அமைதியாகத் தூக்கத்தில் மரணத்தைத் தழுவினார்.

"தாத்தாவின் வீடு" என்ற இந்த நாவல் எனது இளவயது சம்பவங்கள் சிலவற்றை வைத்துப் பின்னப்பட்டது. இந்த நாவலின் காலம் 1965 —1970

வரையிலான போரற்ற காலத்தைப் பின்னணியாக்கியிருந்தபோதிலும் போருக்கு முன்பு சமூகம் முற்றிலும் சமாதானமானதல்ல. குடும்ப வன்முறை, சாதிய அடக்குமுறை உறைந்து உரமாகிக் கிடந்த இடத்தில் பிற்கால இன வன்முறை இலகுவாக வேர்விட்டது என்பதையே இங்கு நான் காண்பிக்க விரும்பியது.

நாவல் ஒன்று உண்மையை மட்டும் பேசும்போது அங்கு அழகியல் இல்லை. ஒருவித கண்காணிப்பு கெமரா போலாகிறது. அதற்கப்பால் நான் எடுத்த பொருளோடு அழகியலும் கலந்து வரும்போது நல்ல நாவலாகிறது. அத்துடன் சில உண்மைகள் தத்துவரீதியாக மனித மனதின் உள்ளே எட்டிப் பார்க்கும்போது சிறப்பான நாவலாகிறது. 'தாத்தாவின் வீடு' என்ற புனைவு நாவலுக்குரிய கட்டுக்கோப்போடு செல்கிறதா என்ற கேள்வியை வாசகர்களே தீர்மானிப்பார்கள் .

தமிழே அதிகம் எழுதத் தெரியாத எனக்கு இதுவரை கைபிடித்து உதவியவர்கள் எழுத்தாளர்கள். எஸ். பொ, மாவை நித்தியானந்தன், முருகபூபதி, கருணாகரன் ஆகியோருக்கு நான் எழுதிய நாவல்கள் சிறுகதைத் தொகுப்புகளை சமர்ப்பணமாக்கினேன்.

ஆங்கிலத்தில் ஓரளவு இலக்கியம் படித்த நான் அதன் பிறகு தொடர்ந்து பல காலம் படித்து வந்தது ஜெயமோகனது இணையத்தளம். இங்கிருந்து தமிழ் மற்றும் தென் இந்திய இலக்கியங்களை கற்கமுடிந்தது. அதற்கப்பால் எனது நாவலான அசோகனின் வைத்தியசாலைக்கு முன்னுரை எழுதியதுடன் எனது பல கட்டுரைகளைத் தனது தளத்தில் பிரசுரித்து தமிழக வாசகர்களிடையே அறிமுகப்படுத்திய நண்பர், எழுத்தாளர் ஜெயமோகனுக்கு இந்த நாவல் சமர்ப்பணமாகிறது.

வாசகர்களே, இந்த நாவலில் வரும் பாத்திரங்கள், எனது மற்றைய நாவல்களில் வருவதுபோல் மற்றைய நாடு, வேறு இனம் அல்லது புலம்பெயர்ந்தவர்களோ அல்ல. இவர்கள் இரத்தமும் தசையுமாக வாழ்ந்த யாழ்ப்பாணத்தவர்கள். குறிப்பாக தீவுப்பகுதியினர் என்பதால் உங்களுக்கு அன்னியமாகத் தெரியாது. இவர்கள் உங்கள் வாழ்விலும் நீங்கள் சந்தித்தவர்களாக இருப்பார்கள் என்ற நம்பிக்கையில் எனது இந்த ஆறாவது நாவல் வெளிவருகிறது.

இதனைப் படிக்கும் வாசகர்களுக்கும் இதனை வெளியிடும் வேரல் புக்ஸ் அம்பிகா குமரன் மற்றும் செம்மையாக்கம் செய்து கொடுத்த சி.ரமேஸ் ஆகியோருக்கும் எனது நன்றி.

அன்புடன்
நோயல் நடேசன்

பாகம் ஒன்று

1

உயர்ந்து மெலிந்து தலைமயிர் நரைத்த, கறுத்த வயதானவர் இரு பனை மரங்களில் மீன்வலையைக் கட்டி, அதைச் சீராக்கியபடியிருந்தார். அவருடைய தொடை தெரியக் கூடிய அளவுக்கு வெள்ளை வேட்டி உயர்த்திக் கட்டப்பட்டிருந்தது. இடையில் தனது வேலையை நிறுத்திவிட்டு கால்கள் கடற்கரை மணலில் புதைய எங்களை நோக்கி வந்தார். என்னுடைய முகத்தை ஆவலோடு பார்த்தார். பின்பு தனது கையை கண்ணருகே வைத்து கூர்மையாக நோக்கினார். முகத்தில் சிறிது சிரிப்புடன்

'தம்பி, நீங்கள் வாத்தியாருடைய மகனா?'

நான் தலையை ஆட்டியதும் 'வாத்தியாரிடம் எனது மனைவியின் சங்கிலியை அவசரத்துக்கு அடைவு வைத்தேன். ஏதாவது தெரியுமா?'

'வாத்தியார் கனடாவில் இறந்து கால் நூற்றாண்டுகளாகிவிட்டது 'என்றேன்.

அந்த வயதாகிய மனிதர் என்னுடைய பதிலைக் கேட்டதும் முகத்தில் ஏமாற்றத்தைச் சுமந்தபடி, மெலிந்த கால்கள் பின்னலிட்டு மணலில் புதைய மீண்டும் தனது வலை சுத்தப்படுத்தும் வேலைக்குச் சென்றார்.

மாலை நான்கு மணியளவில் ஊர்காவல்துறையிலிருந்து மோட்டார் லாஞ்சி எழுவைதீவை அடைந்தது. பாலத்தில் இறங்கிய நான் மனைவி சியாமளாவோடு கற்பாறைகளாலமைந்த நீண்ட பாதையில் நடந்து சென்றேன். கடலோரத்து மணலில் இறங்கி, கால்கள் புதையச் சிறிது தூரம் வடக்கு நோக்கி நடந்தபோதே இந்தச் சம்பவம் நடந்தது.

அப்பு மீது ஆத்திரம் புகைந்தது. அவமானம் உடலெங்கும் சுணையாகப் பரவியது. பலமுறை 'அம்மா அடைவு நகை வாங்காதே.

அதிலும் பணம் இல்லையென்று சொல்வது புண்ணியம். பிற்காலத்தில் நகையை மீட்க முடியாதவர்கள் உங்களைத் திட்டும் பாவம் என்ரை பிள்ளைகளுக்குத்தான் சேரும்' எனச் சொல்லி தலையில் அடிப்பார் .

'என்னுடைய அப்பன் சேர்த்து வைத்த முதுசங்களில் இதுவும் ஒன்று' என்றேன் சியாமளாவிடம். ஆத்திரம் கொப்பளித்தது.

o0o

1970 ல் எழுவைதீவுடனான தொப்புள் தொடர்பு எனக்கு அறுந்தது. இந்து சமுத்திரத்தில் இலங்கை அமைதியான நாடு. அக்காலத்தில் போரில்லை. அமைதிப் புறாக்கள் வானத்தில் சிறகடித்த காலமது.

யாழ்ப்பாண நகரத்தில் விடுதியில் தங்கி பத்தாவது தரம் படித்துக்கொண்டிருந்த என்னோடு எனது குடும்பத்தினர் யாழ்ப்பாணத்தை நோக்கி இடம் பெயர்ந்து வந்தார்கள். கல்வி கற்பதற்காக நான் மூன்று வருடங்கள் முன்பாக வெளியேறினேன். ஆனால் தங்கை, தம்பிகள் என அனுமனது வாலாக நீண்டதால் தனித் தனியாக கல்விக்கு அனுப்ப முடியாது என்பதால் குடும்பமாக வெளியேறினோம். அதன் பின்பு எனது பயணங்கள் தொடர்ந்து விரிந்துகொண்டே சென்று, இறுதியில் பல ஆண்டுகள் ஆஸ்திரேலியாவில் கழித்துவிட்டேன்.

அரைநூற்றாண்டு அதாவது வாழ்வின் பெரும்பகுதியைப் பிறந்த இடத்திற்கு வெளியே கரைத்துவிட்டேன். உறவினர்கள், நண்பர்கள், அறிந்தவர்கள் என மிகுதியாக ஊரில் இருந்தவர்களைக் கைவிரலில் எண்ணமுடியும். ஆனால் எனது நினைவுகள், வானத்தில் உள்ள விண்மீன்கள் போல் பெரிதும் சிறிதுமாக எண்ணற்று இருந்தன. வழியில் நடந்த சம்பவம் எண்ணக் குவியலை ஆழமாக உழுதுவிட்டது.

மனைவியுடன் சென்று இம்முறை ஒரு இரவு எழுவைதீவில் தங்கினேன். இடைப்பட்ட காலத்தில் சில தடவைகள் போனாலும் இரவு அங்கே தங்கியதில்லை. கடல் கடந்த பயணம், உணவு மற்றும் தங்கும் வசதிகள் குறைவானதால் காலையில் போய் மாலையில் திரும்பிவிடுவேன்..

வெறுமையாக இருந்த எனது ஒன்று விட்ட அக்காவின் வீட்டில் இரவு தங்குவதற்கான ஒழுங்கு செய்யப்பட்டது. அவர்களது பழைய வீட்டிற்குப் பக்கத்தில் வசதியாக புதிய இரண்டறை வீடு உள்ளது. கோயில் திருவிழாவிற்க்காகப் போவோர் தங்குவதற்காக அண்மையில் கட்டுப்பட்டது. கிளுவைக் கதியாலால் அடைத்த வேலி, நான் பிறந்து வளர்ந்த வீட்டையும் இந்த வீட்டையும் பிரிக்கிறது.

வீடுகள் காலத்தினால் சிதைந்தபோதிலும் முட்கிழுவையால்

உருவாக்கப்பட்ட உயிர்வேலியாகக் காலத்தை எதிர்த்துப் போராடிக்கொண்டிருந்தது. வாழ்வில் போராட்டம் மனிதர்களுக்கு மட்டுமே என நினைத்து வாய் கிழியக் கத்தியபடி நாம் சுயநலமாக நடந்து கொண்டாலும் மிருகங்கள் தாவரங்கள், ஏன் ஒரு நாணல்கூட ஆற்றோடும் காற்றோடும் மவுனமாக தம் வாழ்விற்காகப் போராடுகின்றன.

மாலையில் எழுவைதீவு சென்றதால் சிதிலமான வீட்டை உள்ளே சென்று பார்க்க மனதில் தைரியம் வரவில்லை. பதைபதைப்புடன் கூடிய வெறுமை நெஞ்சில் நிறைந்திருந்தது. குணமாக்க முடியாத புற்றுநோயாளியான உறவினர் ஒருவருக்கு இறப்பு நிச்சயம் என்று தெரிந்து கொண்டே அவரை வைத்தியசாலையில் சென்று பார்க்கும் மன நிலையில், நான் வளர்ந்த வீட்டைத் தெருவில் நின்று இரும்பு கதவு ஊடாக எட்டிப் பார்த்து விட்டு அடுத்த வீட்டை நோக்கி நகர்ந்தேன்.

கையில் கொண்டு சென்ற பொதிகளைத் தங்கும் வீட்டில் வைத்துவிட்டு, கிழக்கு பக்கமாக நடந்து கடற்கரைக்குச் சென்றேன். சிறு வயதில் அம்மாவோடும் நண்பர்களோடும் பல முறை கால்கள் புதைய நடந்த மணற் பிரதேசம். கற்களற்ற கடற்கரையில் தற்போது கரையெங்கும் குடிசைகள். ஆங்காங்கே மீன்பிடி வள்ளங்கள். நீரின் மேலே சில வள்ளங்கள் தண்ணீரின் அசைவுக்கேற்ற மாதிரி அசைந்து கொண்டிருந்தன. சில கரையில் ஏற்றி விடப்பட்டுக் கிடந்தன.

வள்ளமொன்றில் வைத்து வலைகளைப் பழுது பார்த்துக் கொண்டு நின்ற இரு இளம் மீனவர்களோடு சில நிமிடங்கள் பேசினேன். அவர்களுக்கு என்னைத் தெரியாது. சாதாரணமான பயணியின் மீன்பிடியைப் பற்றிய பேச்சாக இருந்தது. மாலைச் சூரியன் மேற்கே கடலில் குதித்து நீராடும் நேரமானதால் அங்கிருந்து கடற்கரை வழியாக தெற்கு நோக்கி நடந்து போய், தென்மேற்கு கடற்கரையின் நின்று சூரியன் மறையும் காட்சியைப் பார்த்தேன். அங்கே, அந்தக் காட்சியில் நேரம் போனதே தெரியவில்லை. அங்கிருந்து திரும்பி வீட்டுக்கு வர இரவாகி விட்டது. ஏற்கனவே ஒழுங்கு படுத்தியதற்கு அமைய இரவு உணவு தங்கியிருந்த இடத்திற்கு வந்தது.

உணவை உண்டபின் சிறிது நேரம் மனைவியோடு பேசினேன். நான் பிறந்த ஊர், எனக்குத் தெரிந்த மனிதர்கள் குறைவாக வாழும் இடமாகிப் போய்விட்டது என்று அங்கலாய்த்தபடி படுக்கைக்குச் சென்றேன். ஒரு அறையும் சமையலறையுடன் சேர்ந்து ஹோலும் உள்ள அந்த விடுதியில் நான் ஹோலில் உள்ள கட்டிலில் விளக்கைப் போட்டுப் படுத்தபடி படித்துக்கொண்டிருந்தேன். அப்படியே தூங்கிவிட்டேன். மனைவி உள்ளறையில் படுத்திருந்தார்.

திடீரென, ஏதோ திருவிழாவிற்கு அழைத்து வந்த நட்டுவனார் மேளத்தைச் சரி பார்க்க ஆரம்பத்தில் தட்டுவதுபோல் அந்தச் சத்தம் விட்டு விட்டு ஒலித்தது. நான் படிப்பதற்காகப் போட்ட விளக்கு ஹோலில் எரிந்த கொண்டிருந்தது. படித்துக் கொண்டிருந்த புத்தகம், கட்டிலின் கீழே தரையில் விரிந்து, படித்த பக்கம் மாறாது கவிழ்ந்து கிடந்தது. பாதி சாத்தப்பட்டிருந்த உள்ளறையில் மனைவியிடமிருந்து மெதுவான குறட்டை ஒலி சமச்சீராக ஒலித்து ஆழ்ந்த உறக்கத்தை அறிவித்தது. கட்டிலில் எழுந்து சுற்றிப் பார்த்தபோது அதைவிட வீட்டுக்குள் எந்த விதமான ஒலியும் வருவதற்கான சாத்தியமிருக்கவில்லை.

எனக்கு அருகில் இருந்த மோபைல் தொலைபேசியைக் கையில் எடுத்துப் பார்த்தபோது இரவு ஒரு மணியாக ஒளிர்ந்தது. கதவைத் திறந்து வெளியே வந்து, வாசலில் தாழ்வாரத்தில் உள்ள விளக்கைப் போட்டு காதைக் கூர்மையாக்கினேன். அந்த சத்தம் பலமாக வடக்குத் திசையிலிருந்து அதிர்ந்தது.

மேற்குக் கடற்கரை அரைக் கிலோ மீட்டர் தொலைவில் இருப்பதால் அலைமோதும் ஓசை காற்றில் மிதந்து காதில் இரைந்தது. வாயில் உப்புக்கரித்தது. நீல ஆகாயம் பல இடங்களில் தென்னோலைகளால் மறைந்து கருநீல ஆகாயமாகத் தெரிந்தது. பௌர்ணமிக்கு ஒரு வாரம் இருப்பதால் வானத்தில் மங்கிய நிலவு இருந்தது. வெண் மேகங்களும் நட்சத்திரங்களும் தெளிவாகத் தெரிந்து வானிற்கு மெருகூட்டின.

மெல்பேன் போன்ற நகரில் வசிப்பதால் அடிக்கடி ஆகாயத்தைப் பார்க்க முடிவதில்லை. குளிர்காலத்தில் குளிருக்கும் கோடைக்காலத்தில் வெப்பத்திற்கும் வீட்டுக்குள் ஒதுங்குவதே பழக்கமாகிவிட்டது. அப்படி வெளியே சென்றாலும் வேலையை முடித்துவிட்டு அவசரமாக மீண்டும் குகைவாழ் மிருகமாக ஒதுங்கிவிடுகிறோம்.இயற்கையிலிருந்து தப்பி வாழ்வதற்காக மின்சார விளக்கு ஏர்கொண்டிசன் மற்றும் ஹீட்டர் என்பவற்றை உருவாக்கிவிடுவதால் இயற்கை ஒன்று வெளியே இருப்பதையே மறந்துவிடுகிறோம் - புறக்கணிக்கிறோம். இக்கால மனிதன் இயற்கையை மதிப்பதில்லை என்பதால் இயற்கையும் புயல், வெள்ளம், சுனாமி என்று பெரிதாகக் காட்டி தன் இருப்பை அவ்வப்போது சொல்லி விடுகிறது.

தை மாதமானதால் மெதுவான குளிர்காற்று உடலை வருடி மேற்சட்டை இல்லாத உடலில் மயிர்க்கூச்செறிய வைத்தது. காலில் செருப்பைக் கொழுவியபடி இடுப்பிலிருந்த சரத்தை மடித்துக் முழங்காலளவில் கட்டிக்கொண்டேன். தற்போது அந்த மேள ஒலி கேட்கவில்லை. மேற்கு கடற்கரையில் பாறைகளில் மோதும் அலைகளின்

ஓசையை மீறி தென்னை ஓலைகள் காற்றில் சலசலத்தன. காதைக் கூர்மையாக்கியபடி வடக்கு வேலியை நோக்கிச் சென்றேன்

அந்த வேலிக்கு அடுத்த பக்கத்தில் நான் பிறந்த வீடிருந்தது. அங்கிருந்தே அந்த ஓசை வந்தது என்பது எனது அனுமானம். தொலைபேசியில் உள்ள விளக்கைப் போட்டுக்கொண்டு, கிளுவை வேலியில் உள்ள நீக்கலைத் தேடினேன். இரண்டு பெரிய கதியால்களை கைகளால் பிரித்து அந்த இடைவெளியை கடந்து காலை வைத்தேன். கால் வைத்த தரை எங்கும் காரைப்பத்தைகள் முழங்கால் உயரத்திற்கு வளர்ந்திருந்தன.

மார்கழி மழையில் செழித்து வளர்ந்த காரைப் புதர்களின் முட்கள் செருப்பை மீறி காலில் குத்தாமல் கவனமாகப் பத்தைகளின் இடைவெளிகளில் பாதங்களை வைத்தெடுத்தேன். காரைப் பத்தைகளுக்கு அடியில் சுருட்டைப்பாம்பும் கிடக்கலாம் என்ற பயம் இருந்ததால் ஒவ்வொரு அடி வைக்கும்போது விளக்கை அடித்து மெதுவாகக் கவனித்து வைத்தேன்.

அந்தக்காலத்தில் எங்களிடம் நின்ற வெள்ளைச்சி மாடு காரைப்பத்தைகளை அழகாக மேயும். விரல்களால் தேயிலைக் கொழுந்தெடுக்கும் மலையகப் பெண்போல் மிகவும் சுத்தமாக வாயால் இழுத்து நாக்கால் மடித்து, வெற்றிலையைப்போல அழகாக வாய்க்குள் வைக்கும். நான் பிறக்கும் முன்பே வீட்டில் ஒரே பசுவாக வளர்ந்து பால் தந்து வெள்ளைச்சி எங்களை வளர்த்தது. வெள்ளைச்சி எனக்கு அம்மா மாதிரி. அம்மாவிலும் அதிக காலம் பால் தந்தது. முதிர்ந்து வயதாகி எலும்பு - தோலாக பதினைந்து வயதில் இறந்தபோது ஆறடி ஆழமும் அகலமுமான பெரிய குழி வெட்டி அதில் தாத்தாவின் வெள்ளை வேட்டியை விரித்து மண் போட்டு மூடினாலும் ஒரு வாரம் வீட்டில் துக்கம் நிரம்பி வழிந்தது.

தென்னை மரங்களையும் கீழே விழுந்து கிடந்த தென்னோலைகளையும் கடந்தபோது பச்சையிலையால் கல்யாணப் பந்தலைப் போட்டு நின்ற அந்த வயதான கறுத்தக்கொழும்பான் மாமரத்தின் கீழ் மெதுவாக நடந்து சென்றேன். ஆறடி உயரம் வளர்ந்து அதன் பின்பு நான்காகப் பிரிந்து கிளைகளை வீசி ஆகாயத்தை மறைத்து குடையாக நின்றது அது. அடிமரத்தின் சொரசொரப்பான பட்டையைத் தொட்டபோது பலகாலம் பிரிந்திருந்த உறவினரைத் தழுவிய சிலிர்ப்பு தேகத்தில் மின்சாரமாகப் பாய்ந்தது. வெள்ளச்சிக்குப் பின்பாக, காலம் காலமாக மாம்பழத்தைத் தந்து எங்களது குடும்பத்தை ஊட்டி வளர்த்தது இந்தக் கறுத்தக்கொழும்பான் மாமரமே. மற்றவர்களுக்குக் கொடுத்து வாழ்ந்த வீடு எங்களது. ஆனால் நாங்கள் வாங்கிக் கடமைப்பட்டது

வெள்ளைச்சியிடமும் மாமரத்திடமுமே. எத்தனை மாம்பழங்களைத் தின்றிருப்பேன் ? நான் மட்டுமா? எனது குடும்பம், உறவினர், நண்பர்கள் ஊருக்கு வந்தவர்கள் மட்டுமா? காகங்கள் அணில்கள் என ஊருக்கே பந்தி விரித்து உணவு படைத்த சீமாட்டி. எத்தனை வயதிருக்கும்?

நூற்றாண்டுகளுக்கு முன் பின்னாக இருக்கலாம். தாத்தா திருமணம் முடித்த காலத்தில் இந்த கறுத்தக் கொழும்பானையும் கதவருகே மல்கோவாவையும் வைத்ததாகச் சொன்னது நினைவுள்ளது. மல்கோவா எனக்கு சிறு வயதான காலத்தில் ஊரில் தொடர்ந்து நான்கு நாட்கள் மழையுடன் கூடிய புயலில் சரிந்து விழுந்தது.சில நாட்கள் பின்பாக அனலைதீவில் இருந்து ஆசாரியை வரவழைத்து அந்த அந்த அடிமரத்தில் மூன்று மர வாங்கில்கள் செய்து கொட்டகையில் போட்டோம்.

மாமரத்தின் கீழ் வந்ததும் எனது தொலைபேசி விளக்கை என்னைக் காட்டிக் கொடுக்காது இருக்க அணைத்துவிட்டேன். நிலவை மறைத்து இருளாக இருந்த மாமரத்தின் கீழ் நின்று பார்த்தபோது எதுவும் தெரியவில்லை. மாமரத்து நிழலைக் கடந்தபோது பெரிதும் சிறிதுமான குட்டிச்சுவர்களுடன் கற்குவியலாக இருந்த வீடு, இடதுபுற நிலவின் ஒளியில் தெரிந்தது.

வீட்டில் இரு அறைகளிருந்தன. நான் படுத்த தெற்கு அறையில் உடைந்த கற்குவியல்களிடையே ஏதோ சில மரங்கள் வளர்ந்து புதராக ஆளுயரத்திற்குத் தெரிந்தது. வீட்டின் கதவின் இரு பக்கமும் ஒரு காலத்தில் கம்பீரமாக இருந்த இரு கல் யானைகள் முற்றத்தில் அநாதரவாகக் கிடந்தன. அந்தக்காலத்தில் கருமையான வண்ணத்துடன் இருந்தவை. தற்பொழுது வெள்ளையாக நிலவில் தெரிந்தது.

வீட்டின் முற்றத்தில் நின்று பார்த்தபோது எதுவும் வித்தியாசமாகத் தெரியவில்லை. தட்டிக் கேட்ட சத்தமும் நின்றிருந்தது. அமைதி தனது கரங்களை நாலுபக்கமும் வீசி இறுக அணைத்துக்கொண்டது .

ஓசையின்றிஅந்த இடத்திலிருந்து கால்களை இழுத்தெடுத்து சிறிது வடக்கே நோக்கி வைத்தபோது, வீட்டின் வடக்குச் சுவர் இருந்த இடத்தில் பெரிதாகவும் சிறிதாகவும் இரு நிழல்களாக உருவங்கள் தெரிந்தன. அதில் ஒரு சிறுவனும் அருகில் நிற்பதுபோல் இருந்தது. பயத்தில் விதிர்த்துத் திரும்பி ஓடுவோமோ என்று பட்டது. ஆனால் கால்கள் என்னை விட்டு தனியே கழன்றதைப் போல உடல் பலமற்று தளர்ந்துவிட்டது. அந்த நிலையில் என்னால் அந்த இடத்தை விட்டு உடன் விலக முடியாது என்ற எண்ணம் வந்தது. ஆனாலும் அச்சத்தில் நெஞ்சுக்குள் தாலி கட்டும் நேரத்தில் அடிக்கும் கல்யாண மேளம் அதிர்ந்தது. இதயம் நெஞ்சாங் கூட்டைவிட்டு வெளிவர சிறையுடைப்பிற்குத் தயாராக

இருந்தது. வாயில் எச்சிலின் ஈரம் காய்ந்துவிட்டது. உதடுகள் இரண்டும் கோடையில் உதிர்ந்து காய்ந்த இலைகளாகின. குடல் துவைத்த துணியினை வெயிலில் உலர்த்த முன் நீரெடுப்பதுபோல் வயிற்றுக்குள் முறுக்கப்பட்டது.

சில நிமிட அச்சத்தால் உறைந்திருந்த என்னிடம் திடீரென அசாத்தியக் குரல் எங்கிருந்தோ சுத்தியலாகத் தட்டி சூழ்ந்திருந்த பனிக்கட்டிகளை உதிரவைத்தது.

‘இது நீ பிறந்து வளர்ந்து பத்து வருடங்கள் உனது பாதங்கள் அளைந்த மண். இங்கே யாருக்குப் பயப்படவேண்டும்? துணிந்து நில் தொடர்ந்து செல் ‘என வாத்தியாரது பாடல்போல் ஊக்க மருந்தை சர சரவென இரத்தத்தில் ஏற்றியது.

நெஞ்சில் துணிவைத் துணைக்கு அழைத்துக்கொண்டு அருகில் சென்ற போது, ஒருவர் தலையில் வெள்ளையாகத் தலைப்பா கட்டி குனிந்தபடி கல்லை எடுத்து, இளனியை சுண்டி பதம் பார்ப்பதுபோல் பார்த்துவிட்டு கல்லின் கூர் முனைகளைச் சுத்தியலால் தட்டி சீரமைத்தபடியிருந்தார்.

அப்போது நான் முன்பு கேட்ட ஒலி மீண்டும் கேட்டது. அவருக்கு இரு பக்கத்திலும் கல்லுக்குவியல்கள் இடுப்பளவில் இருந்தன. ஒரு குவியலில் கரடு முரடான கற்கள். மற்றைய பக்கத்தில் முனைகள் தட்டி சீரமைக்கப்பட்ட கற்கள். இரண்டிற்கும் முன்பாக வெண் சுண்ணம் ஒரு கருமையான தார்ப்பீப்பாவின் இரும்புத்தட்டின் மேல் குழைத்துக் குவிந்திருந்தது.அந்த சிறுவன் தனது கையில் கரடு முரடான கல்லைக் கையில் வைத்துக்கொண்டிருந்தான். நெடிது வளர்ந்த அவன் அரைக் கால்சட்டை போட்டிருந்தான்.மேலே வெறும் உடம்போடு அவருக்கு உதவியாக நிற்கிறான். அவனுக்கு பத்து வயது இருக்குமா?

ஆச்சரியமாக இருந்தது.

யார் இவர்கள்? இந்த நேரத்தில் வீட்டில் கட்டிட வேலை செய்கிறார்களே!

இரவில் என்ன வேலை?

வீட்டின் சொந்தக்காரர் எனது சீனியம்மாவின் மகன். ஜேர்மனியில் இருக்கிறார். அவர் நிகழ்காலத்திலோ எதிர்காலத்திலோ எதுவும் செய்விப்பதற்கான சாத்தியங்களில்லை. நான் ஒரு முறை வீட்டை விலைக்குக் கேட்டபோது மனைவிக்கு தரவிருப்பமில்லை என மறுத்துவிட்டார். அப்படியிருக்கத் திருத்த வேலையை யார் செய்வார்கள்?

அப்படிச் செய்வதென்றாலும் இரவில் எவர் செய்வார்கள்? ஊரில்

கட்டிட வேலை செய்வதற்கே எவருமில்லை! வெளியூரிலிருந்தே கொண்டு வருவார்கள் ! இது வினோதமாக இருக்கிறதே?

அருகில் செல்வதற்கு நெஞ்சில் உரமில்லை என்பதால், அங்கு நின்றவரை சிறிது தூரத்தில் நின்று எச்சரிக்கையுடன் கூர்ந்து பார்த்தேன். ஒவ்வொரு கல்லாகத் தூக்கி வைத்து அந்த கற்களுக்கிடையே குவித்திருந்த சுண்ணக் குளம்பை சாந்தகப்பையால்அள்ளி வைத்து கல்லை நிறுத்தினார். அப்படியே தொடர்ந்து கற்களை ஒன்றின் பின் ஒன்றாக அடுக்கியபடியிருந்தார்.

பக்கத்தில் நின்ற சிறுவன் கைகளை ஆட்டியபடியும் கால்களை வீசியபடியும் தலையை ஆட்டியபடியும் நின்றான். அவனுக்கு அந்த நேரத்தில் இந்த வேலை பிடிக்கவில்லை. வலுக் கட்டாயமாக உதவியாளாகக் கொண்டுவரப்பட்டுள்ளான் என அவனது உடல்மொழி நினைக்கத் தோன்றியது.

அந்த இரண்டறை வீட்டைத் தவிர முன்பகுதியில் உள்ள தபால் கந்தோர், தலைவாசல் கொட்டகை, மற்றும் இடது பக்கத்திலுள்ள சமையலறையின் கட்டிடங்கள் எல்லாம் பிற்காலத்தில் சீமந்தால் கட்டப்பட்டவை.அவை இன்னமும் உறுதியாக நிற்கின்றன.

இந்த இரண்டறை வீடு மட்டும் எழுவைதீவில் சீமந்து கிடைக்காத காலத்தில் கடற்கரையில் கிடைத்த சுண்ணாம்புப்பாறைகளை வைத்துக் கட்டியது. கடற்சிப்பியைக் கொழுத்தி பெற்ற சுண்ணத்தால் அரை அடி அகலத்தில் சுவர்கள் வைத்துக் கட்டப்பட்டவை. பனை மரத்து வளைகள் வைத்து பனைச் சிலாகைகளின் மேல் கோழிக்கோட்டிலிருந்து கொண்டு வரப்பட்ட ஓட்டால் வேயப்பட்டது.

எழுவைதீவின் முதல் ஓட்டு வீடாக இருக்கவேண்டும். இரண்டாம் உலகப்போரின் பின்பாகவே எழுவைதீவிற்கு சீமந்து வந்தது. அதற்கு முன்பு சீமந்து இலங்கையில் கிடைத்தாலும் கொண்டு வருவதற்குப் பெரிய வள்ளங்கள் இருக்கவில்லை. இரண்டாம் உலகப் போரின் பின்பு சில வீடுகள் சீமந்தால் கட்டப்பட்டன.

வாயு மூலையில் கற்கள் அடுக்கப்பட்டு சுண்ணம்பு பூசிக் கிட்டத்தட்டச் சுவர் இரு அடிக்கு உயர்ந்துவிட்டது. அவருக்கு முன்னால் இருந்த சுண்ணாம்பும் முடிந்துவிட்டது. எழுந்து வானத்தைப்பார்த்தார்.

பக்கத்தில் நின்றவன் அவரது கையைப் பிடித்து ‘போவம் தாத்தா ‘என்றான்.

அப்பொழுது கருமேகங்களால் நிலவு மறைந்தது. கனத்த அமைதி அந்த

இடத்தில் உறைபனியாக உருவாகி, முழு இடத்தையும் ஆக்கிரமித்தது. கரும் திரையூடாக எதுவும் தெரியவில்லை. இறுக்கமாக அமைந்த இருட்டில் அசையாது நின்றேன்.

சில நிமிட நேரத்தில் கருமேகம் விலகி, நிலவு தெரிந்ததும் இதுவரை நிலவிய அமைதி கல்லெறிந்த கண்ணடியாகச் சிதறியது. அந்தச் சிறுவன் முதுகைக் காட்டியபடி மேற்கு நோக்கி எதிர்த்திசையில் பார்த்தபடி இரண்டு கால்களையும் நீட்டி ஒரு கல்லில் குந்தியிருந்தான்.

அவன் களைத்துவிட்டானா? இல்லை அவனுக்குச் சலிப்பாகிவிட்டதா?

அவன் வேலைநிறுத்தம் செய்தாலும் அந்தப் பெரியவர் குனிந்து கரடு முரடான கற்களைக் கையில் எடுத்து ஒவ்வொரு கல்லாக அவற்றின் முனைகளைத் தட்டி ஒழுங்காக்கி அடுத்த கும்பலில் குவித்தார். கிட்டத்தட்ட ஐந்து நிமிடங்கள் அந்த வேலையைச் செய்துவிட்டுப் பின்வாங்கி பக்கத்தில் போட்டிருந்த ஒரு மரக்குத்தியில் கால்களைக் கீழே போட்டபடி அமர்ந்து, காதிலிருந்து சுருட்டை எடுத்து வாயில் வைத்தார். மடியிலிருந்து எடுத்த தீக்குச்சியால் சுருட்டைப் பற்றவைத்தார்.

அந்தச் சுருட்டுப் பற்றவைத்த நெருப்பில் தெரிந்த அவரது முகம் என்னை நிலை குலைய வைத்தது. முற்றாக முகச்சவரம் செய்து, முன் நெற்றி வழுக்கலும் கூரிய நாசியும் பொதுநிறமாக நான் அரைநூற்றாண்டுகள் முன்பாகவே கண்ட தாத்தாவின் முகம் தெரிந்தது. அவரது கழுத்தும் அதன்கீழ் நெஞ்சின் இருமருங்கும் அடர்த்தியாகி பின் வயிற்றில் வேட்டிவரை நரைமயிர்கள் கொண்ட தேகம் நெருப்பின் வெளிச்சத்தில் காட்சியாகி மறைந்தது. ஆனால் சிறிது முன் கூனல் கொண்ட அவர், வெள்ளை நான்கு முழ வேட்டியைக் கணுக்காலுக்கு மேல் அணிந்திருந்தார். காலில் தோற் செருப்பிருந்தது.

எப்படி தாத்தா இந்த நேரத்தில் உலவுகிறார் ?

அவர் வாழ்ந்த காலம், இறந்த காலமல்லவோ!

இன்னமும் தனது வீட்டைச் சுற்றியபடிதான் திரிகிறாரா? அவரது எச்சங்கள் எவருமில்லை என்பது அவருக்குத் தெரியுமா? போர் நடந்த நாடு என்றபோதிலும் போருக்கு முன்பே அவரது பிள்ளைகள் ஒவ்வொருவராக ஊரை விட்டு, உலகத்தை விட்டே சென்றுவிட்டார்கள். அவரது பேரப்பிள்ளைகள் கடல் கடந்து மட்டுமல்ல கண்டங்கள் கடந்து வாழுகிறார்கள் என்பதை அவர் அறியவில்லையா?

நான் எட்டாம் தரத்தில் யாழ்ப்பாணம் இந்துக்கல்லூரியில்

படிக்கும்போது தாத்தா இறந்தார். அவரது மரண வீட்டிற்கு நான் விடுதியிலிருந்து வந்தேன். அந்த மரண வீட்டு நிகழ்வுகள் இன்னமும் இன்று போலிருக்கிறது .நான் இருக்கும் வரையும் எங்கள் வீட்டில் இருந்த தாத்தா நான் வெளியேறிய வருடத்தில் சீனியம்மாவின் வீட்டிற்குச் சென்று அங்கே இறந்தபோது, அம்மா எனது அப்புவைத் திட்டி அந்த மரண வீட்டில் அழுதார். அம்மாவின் குற்ற உணர்வு வாயில் அழுகையாகவும் கண்ணில் நீராகவும் வெளிவந்தது. எனக்கு அக்காலத்தில் அர்த்தங்கள் புரியவில்லை. புரிந்த காலத்தில் அவை தொழுவத்திலிருந்து வெளியேறிய குதிரைகளாகிவிட்டன. அவைகளை மீண்டும் கொண்டு வருவதோ கட்டுவதோ வானத்தை வளைத்து வில்லாக்குவது போன்றது. ஆனால் இன்னமும் பருத்தித் துணியில் அகலாத கறையாக மனதில் படிந்திருக்கிறது.

சுருட்டை வாயில் வைத்து, புகையை வெளியே விட்டு விட்டு 'இந்த வீட்டை எப்படிக் கட்டி முடிக்கப்போகிறேனோ தெரியவில்லை. முழு வீடும் இடிந்து கிடக்கிறது. சீமந்தோ கூலியாட்களோ கிடைக்காத ஊரில் இந்தச் சுண்ணாம்புக்கற்களையும் சுண்ணத்தையும் வைத்து வேலை செய்ய வேண்டியிருக்கிறது.வேலைக்கு வருவதாக சொன்னவர்களும் வரவில்லை. எவ்வளவு காலம் செல்லப்போகிறதோ' என்று மெதுவான தொனியில் கூறிவிட்டு, குனிந்து இடது பக்கத்தில் எச்சிலைத் துப்பிய பின் மீண்டும் சுருட்டை வாயில் வைத்தார் .

அவரது வாயசைப்பு வார்த்தைகளாகக் காற்றில் மிதந்து மீண்டும் என் காதில் தந்தியாகியது. 'அவள் ராணிக்கென்று வீட்டைக் கொடுத்தேன். அவங்களுக்கும் அதில அக்கறையில்லை. இப்ப வீட்டின் உரிமையாளர்களுக்கும் அக்கறையில்லை. வாழ்ந்த வீட்டை அழியவிட்டால் குடும்பங்களுக்கு நல்லதில்லை என்பார்கள்.இது யாருக்கு புரியப் போகிறது ? படிச்சு என்ன பிரயோசனம் !

புத்தகங்களைப் படித்து பாடமாக்கியவர்களுக்கு வாழ்க்கையின் பாடங்கள் புரிவதில்லை. எடுத்துச் சொல்லவும் வழியில்லாமல் பரதேசத்தில் இருக்கிறதால் நான் என்ன செய்ய முடியும்?' என்ற வார்த்தைகள் வரும்போது அவரது தொண்டையின் கரகரப்பு நீறுபூத்த தணலைக் கவனிக்காது மிதித்ததாக என்னை சுட்டது.

இது உண்மையா ? எனது கற்பனையா ?

தாத்தா இறக்கவில்லையா ? எப்படி வந்தார் ? இது அவரது ஆவிதான் .

தாத்தாவின் ஆவிதான் இந்த வீட்டில் சுற்றுகிறது. கல்யாணம் முடித்ததோடு தாத்தா இரண்டறையில் இந்த வீடு கட்டி, ஆச்சியோடு

பத்து பிள்ளைகளைப் பெற்றது இங்கேதான். அதில் ஐந்து குழந்தைகள் சிறுபிராயத்திலேயே இறந்து விட்டன. அதன் பிறகு பெரியம்மா நயினாதீவில் திருமணம் முடித்தார். இரண்டு பிள்ளைகளைப் பெற்று விட்டு, வாழவேண்டிய வயதில் இறந்தார். அதேபோல் மாமா ஒருவர் மன்னாரில் ஐந்து பிள்ளைகளை பெற்றுவிட்டு மத்திய வயதில் இறந்தார். இவர்களது உடல்கள் பெற்றோர் உயிருடன் இருக்கும்போதே தகனமாக்கப்பட்டது. தாய் தந்தையர்க்கு வளர்ந்த பிள்ளைகளின் இறப்பை விடத் துயரமானது வேறொன்றுமில்லை. பாரதப் போரில் திருதராட்டினன் காந்தாரியினதும் புத்திரசோக நிலையில் இருவரும் வாழ்ந்தனர்.

போர் இல்லாதபோதும் ஏழு பிள்ளைகளை தங்களது வாழ்வுக் காலத்திலே காலசக்கரத்தின் அடியில் பறிகொடுத்த அவர்களின் துயரத்தை இப்பொழுது தந்தையாக என்னால் உணரமுடிகிறது. ஆனால் அவர்களது சோகங்களைப் பிள்ளைகளால் புரிந்து கொள்ள முடிந்ததா? அவரது மருமக்களால் உணர முடிந்ததா? அதற்குப் பதில்? விடையற்ற வினாவாகவே இருந்தது.

தாத்தா மட்டுமல்ல, எல்லா முதியவர்களது நிலைமையும் இப்படியாக முடிந்திருக்கலாம். அடுத்த சந்ததியினர் பலமான கால்களுடன் ஓடும் ரயிலில் தாங்கள் மட்டும் ஓடி ஏற, தங்களுக்குப் பின்னால் ஓடிவர முடியாதவர்களைத் திரும்பிப் பார்க்காது செல்வது காலம் காலமாகத் தொடர்கிறது.

தாத்தாவிற்கு உறவினர் எவரும் இங்கில்லையே? அப்பொழுது இந்த சிறுவன் யார்? ஏன் இவரோடு சுற்றுகிறான்?

எதற்கும் அருகில் செல்வோம் என நினைத்தபோது மீண்டும் நிலவு மேகத்தில் மறைந்து இருளாகியது. சுருட்டுப் புகைத்தபடியிருந்த தாத்தாவை இருளில் நெருங்கி அவரை அதிர்ச்சியடையவைக்க விரும்பவில்லை. அத்துடன் தொலைபேசியின் விளக்கைப் போட்டு தாத்தாவை அதிர்ச்சிக்குள்ளாக்க விரும்பாமல் காத்திருந்தேன்.

முக்கால் வாசிக்குமேல் முடிந்திருந்த சுருட்டை வாயிலிருந்து வலது கையின் இரண்டு விரலால் எடுத்து சாம்பலைத் தட்டிவிட்டு, அதன் எரியும் தணல் இருந்த பகுதியை அழுத்தி பக்கத்தில் குவிந்திருந்த கல்லில் அழுத்தியபோது தணல் உடைந்து கீழே விழுந்தது. மீண்டும் சுருட்டை எடுத்து தணல் இல்லை என்பதை உறுதியாகப் பார்த்து விட்டு சிறிது தூரத்தில் அந்தச் சுருட்டை எறிந்து விட்டு நின்றார்.

மீண்டும் நிலவு, ஊர்க்குளத்தில் மூழ்கி எழுந்து, முகம் காட்டிய அழகிய மடந்தையாகியபோது தாத்தாவை நெருங்கினேன்.

தாத்தா அந்த மரக்குற்றியில் நேராக நிமிர்ந்து அமர்ந்தபடி 'தம்பி யார்? என்ன வேணும்?" என்றார் கம்பீரமான குரலில்.

அப்பொழுது அந்தச் சிறுவனும் எழுந்து தலையைத் திருப்பிப் பார்த்துவிட்டு உடனே எழுந்து 'ஏய் தம்பி 'என்றான் .

அந்தக்குரல் சீனியம்மாவின் இறந்த மகன். என்னிலும் ஒரு வயது மூத்தவன், சமரசத்தின் குரலாகத் தோன்றியது.

'சமரசம் தானே? 'என்று கேட்டுவிட்டு 'தாத்தா என்னைத் தெரியவில்லையா?' எனக்கூறியபடி கால்களை முன்வைத்து அவரருகே சென்று எனது தொலைபேசி விளக்கை எனது முகத்தருகே பிடித்தேன்.

'இல்லையே. எனக்குக் கண் வெள்ளெழுத்து வந்துவிட்டது. கண்ணாடியில்லை. அதுதான் என்ர பேரன் உடைத்து விட்டானே!" அரை நூற்றாண்டுகள் முன்னிருந்த அதே கம்பீரமான குரல்.

அப்பொழுது தைக்கும்போது தையல் ஊசியின் முனைபட்டதுபோல் தேகம் விறைத்துச் சிலிர்த்தது.

1964 ம் ஆண்டு நடந்த அந்த நிகழ்வு மனத்தில் காட்சியாக விரிந்தது.

o0o

அது ஒரு காலை நேரம். எனக்குப் பத்து வயதிருக்கும். ஐந்தாம் வகுப்பில் படித்துக்கொண்டிருந்தேன். ஏற்கனவே பரீட்சை முடிந்திருந்தது. மழை பெய்யும் மார்கழி; மெதுவான தூறலை கார்மேகங்கள் தொடர்ச்சியாக நிலத்தில் துப்பியபடியிருந்தன.

மழையால் நிலத்தின் புழுதி மணத்துடன் கிளம்பியபோது ஆஸ்மா நோய் வருவதென்பதால் பாடசாலைக்குப் போகாமல் வீட்டில் தடுத்து வைக்கப்பட்டிருந்தேன். தமிழகத்திலிருந்து வரும் சஞ்சிகைகள் எனது நேரத்தை கொல்லும் போர்க் கருவிகளாக இருந்தன.

அம்மா தபால் அதிபர் என்பதால் ஊர்காவற்றுறையிலிருந்து எங்கள் வீட்டுக்குத் தபால் வரும். மோட்டார் வள்ளத்தில் வீரகேசரி தினப்பத்திரிகையும் கிழமைக்கொருமுறை கல்கி வாரப்பத்திரிகையும் வரும். தபால்காரரான செல்வரத்தினம் அன்று காலை பத்து மணியளவில் வெள்ளை சேட்டும் காக்கி அரைக் காற்சட்டையுடன் இரும்புக்கேட்டைத் திறந்தபடி கையில் இரண்டு பொதிகளைக் கொண்டு வந்தார். அவரது செருப்பு டிக் டிக் கென கடிகாரமாக அடிக்க, முகத்தில் வேர்வை வழிந்தது. ஆள் கறுப்பான தேகம்; ஹிட்லர் மீசையுடன் ஐந்தடிக்கு கொஞ்சம் கூட. தலைமயிரும் ஹிட்லர் போல் ஒரு பக்கம் சரிய வாரியிருப்பார். உயரக் குறைவை மறைக்க வேகமாக நடப்பவர் என நான் நினைப்பதுண்டு.

அன்று அவரிடம் ஒரு வெள்ளைப் பொதியும் ஒரு சிவப்புப் பொதியும் இருந்தது. வெள்ளைப்பொதியில் சாதாரண தபால்கள்; சிவப்பு பொதியில் பதிவுத்தபால் இருக்கும். இரண்டு பொதிகள் ஒரு கையிலும் மறு கையில் பத்திரிகையும் இருந்தது.

இடது கையில் இருந்த வீரகேசரி பத்திரிகையை 'இந்தா உனக்கு' எனத்தந்தார். பத்திரிகை ஏற்கனவே கசங்கி இருந்தது. வள்ளத்தில் வருபவர்களும் எங்கள் பத்திரிகையை இலவசமாகப் படித்திருப்பார்கள். அக்காலத்தில் இலங்கையில் முக்கிய நிகழ்வாக சிறிமாவோ— சாஸ்திரி ஒப்பந்தம் உருவாகி அதன் மூலம் ஏராளமான இந்திய வம்சாவளி மக்கள் நாடு கடத்தப்படுவதும் அதற்குத் தமிழ்த் தலைவர் செல்வநாயகம் எதிர்ப்பு அறிக்கை விடுவதும் பத்திரிகையில் வந்த விடயங்கள்.

செல்வநாயகத்தின் அறிக்கைகளை வார்த்தைகள் தவறாது விடாமல் படிக்கச் சொல்லி தாத்தா கேட்பார். நான் அவருக்குப் படித்த செய்தி சந்தோசமாக இருந்தால் எனக்குப் பணம் தருவார்.

தனது சாய்வு நாற்காலியில் சாய்ந்து இருந்தபடி கண்ணாடியை எடுத்து அந்த கதிரையின் கைச்சட்டத்தில் வைத்துவிட்டு 'தம்பி இன்றைய புதினத்தை வாசியடா 'என்றார்.

தாத்தா கண்ணாடி போட்டு பத்திரிகைச் செய்திகளை வாசிப்பார். ஆனால் அவருக்கு கல்கியை நான் வாசிக்க வேண்டும்.

தாத்தா சாய்வு நாற்காலியில் இருக்க நான் தரையிலிருந்து வீரகேசரியை வாசித்துக் கொண்டிருந்தபோது முற்பக்கத்தில் உள்ள செய்தியை உரத்து வாசித்துவிட்டு உள்ளே மிகுதியை வாசிக்க, இரண்டாம் பக்கத்தை விரித்தேன். அப்போது தபால் கந்தோரின் உள்ளே இருந்து செல்வரத்தினம் 'இந்தா கல்கி 'என நீட்டினார். எழுந்து கையில் வைத்திருந்த பத்திரிகையை நிலத்தில் போட்டு விட்டு ஓடினேன். ஓடியபோது என் கை, சாய்வு நாற்காலியின் கையில் இருந்த தாத்தாவின் கண்ணாடியைத் தட்டி, அது கீழே விழுந்து விட்டது. கல்கியுடன் மீண்டும் வந்து நானே அதைத்தேடி எடுத்தபோது விழுந்த கண்ணாடி உடையவில்லை. ஆனால் பிரேமை விட்டு கழண்டு வந்தது.

வீட்டில் தாத்தாவின் கண்ணாடியை உடைத்ததற்கு பலர் ஏசிய போதிலும் தாத்தா ஏசவில்லை. எனக்கு தாத்தாவையும் அவரது கண்ணாடியையும் பார்க்க கவலையாக இருந்தது. நான் அடுத்த வருட ஆரம்பத்தில் நயினாதீவுக்குப் படிக்கப் போகும்வரை அவருக்குப் பத்திரிகையும் கல்கியும் வாசித்தேன். அவசியமான விடயங்களானால் தாத்தா உடைந்த தண்ணாடியை பத்திரிகையின் மேல் வைத்து நகர்த்தி

வாசிப்பார். புதிதாக ஒரு கண்ணாடி வாங்கியிருப்பார் என நினைத்தேன். ஆனால் இன்று தெரிகிறது, அதன்பின் தாத்தா தனக்குக் கண்ணடியே வாங்கவில்லை என்று.

'தாத்தா, நான்தான் உங்கள் பேரன்; ராணியின் மூத்த மகன். நட்சத்திரன்'

'தம்பி, மூக்கு மட்டும் நினைவில் இருக்கிது. கிட்டவா?' என்னை நோக்கி கையை நீட்டினார்.

மிகவும் அருகில் நெருங்கியபோது 'தம்பி நீ வளர்ந்திட்டாய்?' குரலில் பெருமை தெரிந்தது.

'தாத்தா, எனக்கு வயதாகி விட்டது. நீங்கள் என்னைக் கண்டு அரை நூற்றாண்டாகிவிட்டது. நான் அவுஸ்திரேலியாவிலிருந்து வாறன். முன்னையும் சில தடவை வந்தனான். ஆனால் இரவில் தங்குவதில்லை.' என்றேன்.

'தனியவே 'குரலில் எந்த ஒரு மாற்றமும் இல்லை.

'இல்லை, மனைவியோடு '

'உனக்கு பிள்ளைகள் ?'

'பேரப்பிள்ளையும் இருக்கு தாத்தா. நீங்க ஏன் இன்னமும் இப்படி ?'

'என்ன செய்வது? நான் இந்த ஊரில், வீட்டில் அதிகம் பற்று வைத்தேன். விலகமுடியவில்லை'

'எவ்வளவு காலம் தாத்தா இப்படி அலைவது ?

'நான் எப்போதும் வருவதில்லை. நீ வந்ததைத் தெரிந்து கொண்டு வந்தனான். இந்த வீட்டை திருப்பி கட்டி யாராவது குடிவந்தால் எனது கடமை முடிந்துவிடும் என நினைக்கிறேன் 'பற்களற்ற வாயால் குறும்பான சிரிப்புடன் சொன்னார்.

'அது எனது கையில் இல்லை தாத்தா '.

'தம்பி சொல்லிப் பாரடா ? '

'யாரோடு பேசிறீங்கள் ?' என்று ஒரு குரல் வந்தபோது திரும்பினேன். அப்பொழுது விளக்கு எரிந்தது

மனைவி எழுந்து வந்து 'என்ன கனவா ?'

'எனது தாத்தாவைக் கனவில் கண்டேன். இடிந்த வீட்டை திருத்தவேண்டுமென்றார் 'என்று சொன்னேன்.

'தேவையில்லாது இதில் ஈடுபடவேண்டாம். இங்க வந்து யார் இருப்பது? தாத்தாவிற்குக் கோயிலில் சாந்தி செய்தால் அவர் உங்கள் கனவில் வரமாட்டார்' இலகுவான விடயம் என்று குரலில் தெரிந்தது.

'தாத்தாவிற்கு கடவுள் நம்பிக்கையில்லை. சாந்தி, வசந்தி எதுவும் அவரிடம் பலிக்காது. என்னைப் பத்து வயது வரையிலும் வளர்த்தது அவரே. எனது தந்தை ஊரில் இருக்கவில்லை. இந்த வீட்டைக் கட்டி எல்லோரையும் இங்கு வளர்த்தார். ஆனால் எனது தந்தையால், அவர் இந்த வீட்டைவிட்டு வெளியேறிய பின்பு சிலகாலங்களில் சீனியம்மா வீட்டில் இறந்துவிட்டார். அப்பொழுது நான் இல்லை. நயினாதீவிலிருந்து வந்தபோது அம்மா, உங்கப்பனால்தான் என்ர அப்பு செத்தது என்றார்.

'அதென்ன கதை?"

'அது பெரிய கதை. காலையில் சொல்கிறேன் இப்ப படுப்பம்' என்று விளக்கை அணைத்தேன்.

நோயல் நடேசன் | 27

2

எழுவைதீவு இலங்கையின் வடபகுதியில் இந்தியாவின் கரைக்குத் தெற்கே அமைந்துள்ள சிறிய தீவு. இரண்டு மைல்கள் நீளம், ஒரு மைல் அகலமானது. பனை மரங்கள் அதிகமாக நிற்பதால் மற்ற தீவுகளைச் சேர்ந்தவர்கள் பனங்கூடல் என்பார்கள்.

ஊர் அரிசியில் கல்லிருப்பதுபோல் ஆங்காங்கு தென்னை மரங்களும் நின்றன. வேம்பு, கிளுவை, முருங்கை, பூவரசு என மற்றைய தாவரங்களும் வளரும். நிலத்தின் கீழ் உள்ள சுண்ணாம்புப் பாறைகள் கடலில் வாழும் கோறல் இன உயிரினத்தின் கழிவால் ஒரு காலத்தில் உருவாக்கப்பட்டு அந்த உயிரினங்கள் அழிந்தபின்பு பாறைகள் கூட்டமாக பிற்காலத்தில் தீவாக உருவாகியதாக நினைக்க முடியும். யாழ்ப்பாணக் குடா நாட்டின் செம்மண் கொண்ட நடுப்பகுதியைத் தவிர மற்றைய பகுதிகளின் வரலாறு எழுவைதீவைப் போன்றதே.

கடலிலிருந்து உருவாகிய சுண்ணாம்புப் பாறைகளால் உருவான நிலத்தில் அதிக காலம் மழைத்தண்ணீர் தேங்காது. பெய்த மழை வேகமாகப் பொசிந்து கீழே இறங்கி விரைவில் கடலோடு சேர்ந்துவிடும். கிணறுகளில் நிலத்தடி நீர் அதிகமிராது. கடல் பெருகினால் தவிர மழைக்காலத்தில் வெள்ளம் வருவது குறைவாகும். மழைக் காலத்தில் மட்டும் குடிதண்ணீர் கிடைக்கும். மழை முடிந்த மற்றைய காலங்களில் ஏதோ ஒரு இடத்தில் உள்ள கிணற்றில் நல்ல தண்ணீர் அமிர்தமாக ஊறும். வறண்டு மழையற்ற காலங்களில் தண்ணீர் மருந்தாகி விடும்.

கடற்கரை மணலில் இரண்டு அல்லது மூன்றடிக் குழியமைத்து அதில் ஊறும் நிலத்து நீரைத் தேங்காய் சிரட்டையால் அள்ளி மணலை துணியால் வடித்து குடத்தில் நீரெடுப்பார்கள். இக்காலம்போல் போத்தல் தண்ணீர் வியாபாரமில்லை. குடிநீர் எப்பொழுதும் ஊருக்கு பொதுவான பிரச்சனை. அதைவிட வைத்தியம், போக்குவரத்து என்பன தொடர்ச்சியான தொல்லைகள். இவைகள் பொதுப் பிரச்சனைகள்.

அதற்காக மற்ற பிரச்சினைகள், முக்கியமாகத் தனிமனிதப் பிரச்சனைகள் இல்லாமல் போய்விடுமா? பிறந்ததில் இருந்து இறக்கும்வரை மனிதனை நிழல் மட்டுமா தொடர்கிறது? சொந்தங்களும் தொல்லைகளும் பல வடிவங்களில் தொடர்கின்றனவே.

ஊரில் அரைவாசிப்பேர் மீன்பிடிக்கும் கத்தோலிக்க மக்கள். மிகுதி விவசாயம் செய்யாத யாழ்ப்பாண வெள்ளாளர். அவர்களுக்கு ஒரு துணி துவைக்க வண்ணார் மற்றும் கள்ளுச்சீவ இரண்டு மூன்று பள்ளர் குடும்பங்கள். மயிர் வெட்டப் பரியாரி ஒருவர் மாதமொரு முறை அனலைதீவிலிருந்து வருவார். இதை விட வேறு சமூகத்தினர் இங்கு குடியேறவில்லை. மீனவர்கள் அல்லாத மற்றவர்கள் எப்படிக் குடியேறுவார்கள்?

ஒரு சுண்டு நெல் விளையாத வளமற்ற பிரதேசம். ஏற்கனவே உள்ளவர்கள் எப்படி இந்தத்தீவை வாழ்வதற்கு தேர்ந்தெடுத்தார்கள் என்பதே அதிசயம் அதிலும் இத்தனைப்பேர் வாழ்வதே பூவுக்குள் பூசனிக்காய் வைத்த உலக அதிசயம் .

எழுவைதீவு மக்கள் எங்கிருந்து வந்தார்கள்? என்பதற்கு எந்த ஆவணமும் இல்லை. ஏன், புனைகதைகள் கூட இல்லை. சிங்களவர்களின் மூதாதையர் சிங்கத்திலிருந்தும் தீபெத்தியர் குரங்கிலிருந்தும் வந்தார்கள் என்பதுபோல் புனைவு செய்யத் திறமை இல்லாத அப்பாவிகள் இந்த ஊர் மக்கள்.

சந்தர்ப்ப சூழ்நிலைகளையும் மற்றைய தரவுகளையும் வைத்துப் பார்த்தால் தமிழ்நாட்டின் திருநெல்வேலி மாவட்டத்தில் ஒரு காலத்தில் ஏற்பட்ட பஞ்சத்தினால் குடிபெயர்ந்த யாழ்பாணக் குடாநாட்டில் குடியேறிய பல குடும்பங்களிலிருந்து ஒரு சிலர் தீவுகளிலும் குடியேறினார்கள் என்று அனுமானிக்கலாம். திருநெல்வேலிப் பிள்ளைகள் என்பதுபோல் எழுவைதீவில் பிள்ளைகள் என்று சாதியைக் குறிக்காத போதிலும் யாழ்ப்பாணத்தைப்போல் பலருக்கு வேலுப்பிள்ளை, தம்பிப்பிள்ளை மற்றும் காசிப்பிள்ளை எனப் பெயர் இருந்தது. அதேபோல் சில கத்தோலிக்கர்களுக்கும் பேதுருப்பிள்ளை மனுவேற்பிள்ளை என்ற நாமம் இருந்தது. மதம் மாறினாலும் நாங்கள் சாதி மாறவில்லை என்பதைச் சூசகமாகத் தெரிவித்தார்கள்.

இதன் மூலம் தென் தமிழகத்திலிருந்து வந்தவர்கள் பெரிதளவு சாதிப் பெயராகத் தொடர்ந்து வைத்திருக்க முடியாத போதிலும் தங்கள் பெயரின் இறுதியில் தொட்டகுறை விட்ட குறையாகப் பெயர்களில் பிள்ளையை வைத்துக்கொண்டனர். படித்துப் பட்டங்கள் எடுக்கப் பல்கலைக்கழகங்கள் இல்லாத காலம். வேறு என்ன

செய்யமுடியும்? இப்படியான சாதிய அந்தஸ்து சில வேளைகளில் அவர்களது முன்னேற்றத்திற்கு உதவியிருக்கலாம். சுதந்திரத்துக்குப் பின் பிறந்தவர்களில் இந்தப் பிள்ளை நாமம் திருவிழாவில் தொலைந்த குழந்தையாகிப் போய்விட்டது.

இந்தத் தீவில் உள்ளவர்கள் அனலைதீவு நயினாதீவு என்ற இரு ஊர்களிலுமே அதிகமாகக் கொண்டும் கொடுக்கும் வழக்கமிருந்தது. இங்கு உள்ள கத்தோலிக்க மக்கள் தொடர்ச்சியாக யாழ்ப்பாணத்து இளவாலை என்ற பகுதியோடு திருமணத் தொடர்புகள் வைத்திருந்தார்கள்.

வெள்ளாளர் எனச் சொல்லிக் கொண்டவர்களுக்குப் பயிர் செய்ய விளைநிலமில்லை. வடமேல் பருவக்காற்றால் மழை பெய்தால் பார்த்துக் கொண்டிருக்கத் தண்ணீர் கடலுக்குள் போய்விடும். மணல் பாங்கான தரையானதால் பனையினதும் தென்னையினதும் சல்லிவேர்கள் கடைசி நீர்த்துளியையும் தேடிப்பிடித்து கடைசித் துளி சர்பத்தை உறிஞ்சும் குழந்தையாக உயிர் வாழும். ஊரின் நடுப்பகுதியில் உடைமரங்களும் மற்றும் காரை போன்ற தண்ணீர் அதிகம் தேவையற்ற வறண்ட நிலத் தாவரங்களும் உள்ளன. வேம்பு, ஆல், ஒதி என்பன பனையோடு நெருங்கியும் தழுவியும் வளரும் என்றாலும் அதிகமில்லை.

குடாநாட்டு மீனவர்கள் காலத்துக்குக் காலம் வந்து கொட்டில்கள் போட்டு மீன் பிடித்திருக்கலாம். அப்படித் தங்கியவர்கள் தற்காலிகமாகப் போட்ட கொட்டில்கள் பிற்காலத்தில் நிரந்தரமாகிவிட்டது என நினைக்கிறேன். ஒரு ஏக்கர் நெல் வயல்கூட இல்லாத தீவில் மோட்டார் பூட்டிய வள்ளங்களின் கடல் போக்குவரத்துக்கு முன்பு மக்கள் வாழ்வதற்கு உண்மையில் அசாத்திய துணிவு வேண்டும்.

அதிக கட்டிடங்கள் 1960 முன்பாக இருக்கவில்லை. அப்படி இருந்தவை சுண்ணாம்புக்கல்லால் ஆனவை. அதேபோல் ஊரின் மத்தியில் தெற்கு வடக்காக ஊடறுத்துச் செல்லும் பிரதான பாதை சுண்ணாம்புக்கற்களால் போடப்பட்டுள்ளது. ஊரில் உள்ளவர்கள் தார் உருகும் மணத்தை நுகர வள்ளத்திலேயே ஊர்காவற்றுறைக்கு வந்தே அனுபவிக்கவேண்டும்.

தீவில் நடுப்பகுதியில் பல தலைமுறையாக வாழ்ந்தவர் சிவசாமி வாத்தியார். சிறுவனாக அமெரிக்க மிசனால் தத்தெடுக்கப்பட்டவர். பின்பு தெல்லிப்பழை மகாஜனாக்கல்லுரியில் படித்து ஆசிரியரானவர். அவரது மனைவிகூட அக்காலத்தில் உடுவில் மகளிர் கல்லூரியில் படித்தவர். இருவரும் அந்தத்தீவிலே உள்ள பள்ளியில் ஆசிரியராகிவிட்டனர்.

அக்காலத்தில் ஆசிரியர்களைத் தவிர அதிகம் படித்தவர்கள் ஊரில் இருப்பதில்லை. ஆசிரியர்களை மக்கள் தங்கள் குருவாக

மதித்ததால் அவர்களிடம் அந்த ஊர் மக்கள் நல்லது கெட்டது கேட்டு நடந்தனர். நாற்பது வருடங்கள் ஒரே ஊரில் கற்பித்தபடியால் இரண்டு தலைமுறையினர் அவர்கள் கற்பித்த கல்வியின் துணையோடு வாழ்க்கையை நடந்து கடந்து வந்தவர்கள்.

கடலால் பிரிந்து கிடந்த தீவுகளை ஒன்றிணைக்கும் லோன்ஞ் எனப்படும் இயந்திர வள்ளங்களின் போக்குவரத்து வந்தபோது அதை ஒரு கூட்டுறவு நிறுவனமாக உருவாக்கி, குறைந்த பணத்தில் மக்கள் சேவையாக மாற்றிய வரலாறு பலருக்கு மறந்திருக்கும். அதில் சிவசாமி வாத்தியாரின் பங்கு முக்கியமானது. வள்ளங்கள் வந்தபோது அவர் அந்த வள்ளச்சேவையை நடத்தும் கூட்டுறவுச் சங்கத்தில் முக்கியமானவராகவும் பின்பு தபால் சேவை வந்தபோது அதற்குப் பொறுப்பாகவும் ஆகினார்.

பத்து பிள்ளைகளில் ஐந்து மட்டும் புவியில் தங்கின. மற்றவை ஊரில் பெய்த மழை நீராக மறைந்துவிட்டன. இரண்டு ஆண்களுக்கும் மூன்று பெண்களுக்கும் திருமணம் முடித்து வைத்தார். எட்டாம் வகுப்புவரை படித்த கடைசி மகள் ராணியை தனக்குப்பின் தபால் கந்தோருக்குப் பொறுப்பாக்கினார். ராணியின் கணவர் மலையகத்தில் வாத்தியாராக வேலை செய்ததால் அவளது மூத்தமகன் நட்சத்திரன், சிவசாமிவாத்தியாரின் மடியில் வளர்கிறான். கடைசி மகளின் மகனானதால் அவனுக்கு அந்த வீட்டில் அதிக உரிமை ஏற்படுகிறது. இரண்டாவது மகள் சீனியம்மாவின் மூத்த மகன் யாழ்ப்பாணத்தில் படிக்கிறான். இளையவன் சமரசம். அத்துடன் பெண்பிள்ளைகளும் பிறந்தன. கணவர் துரையப்பா. சிலகாலதம் விதானையாகவும் பின்பு பல தொழில்கள் செய்தபோதிலும் இறுதியில் கள் வியாபாரம் நடத்த முடிவு செய்தார் .

யாழ்ப்பாணத்தின் தேசிய பானமாகிய கள்ளு, இக்காலத்தில் பணம்போல் சமூகத்தில் பலரை ஒன்றாக ஒட்டி வைக்கும் பசையாக ஆகிறது. சமூகத்தில் சாதி முறையைத் தக்கவைத்துக் கொள்கிறது. அதேநேரத்தில் சாதிகளை இணைக்கும் சங்கிலியாகவும் இருக்கிறது .தாழ்த்தப்பட்ட மக்களைத் தொடர்ந்தும் வெள்ளாளரது காணிகளில் உள்ள மரங்களில் கள்ளேற வைப்பதும் அவர்களை நிலமற்றவர்களாகத் தொடர்ந்து வைத்திருப்பதற்கும் கள்ளே ஊடகமாகிறது.

கள் வியாபாரத்தில் தவறணைகள் தொடங்காத காலம். மரமேறுபவர்கள் மரத்திற்கு இவ்வளவு கூலி என மரத்தின் சொந்தக்காரருக்கும் அரசுக்கும் வரிப்பணம் கொடுத்துவிட்டு கள்ளேறுவார்கள். பெரும்பகுதி கள்ளை அவர்கள் வாழும் குடிசைகள்

அருகே வைத்து விற்பார்கள். பிற்காலத்தில் இலங்கை அரசால் கொண்டு வரப்பட்ட கள்ளுத்தவறணைகள் இந்த சமூக வலைப் பின்னலை உடைத்து அவர்களை விடுதலை செய்கிறது. அத்துடன் காணியில்லாதவர்கள் வடபகுதியின் கிளிநொச்சி முல்லைத்தீவு வவுனியா என பிற மாவட்டங்களில் அரச காணிகளைப்பெற்றுக் குடியேறுகிறார்கள். இலங்கை அரசு காணியற்ற தமிழர்களை நினைக்காது காணியற்ற சிங்கள மக்களை நினைத்துச் செய்தபோதிலும் சமூக மாற்றத்திற்கு வழிகோலுகிறது. இதனால் ஒடுக்கப்பட்ட மக்கள் விழித்தெழுகிறார்கள்.

சமூக மாற்றங்கள் ஏற்படும்போது அதை விரும்பாத சக்திகளிடமிருந்து வன்முறைகள் வெளிப்படும். கோயில் பிரவேசம், சமபந்தி போஜனம் எனத் தொடங்கியபோது குடாநாட்டில் பல வன்முறைச் சம்பவங்கள் ஏற்படுகிறது. பழமையைத் தக்க வைக்க விரும்பியவர்கள் ஒரு பக்கத்திலும் மாற்றங்களை உருவாக்க விரும்பிய இடதுசாரிகள் எதிரணிகளிலும் நிற்கிறார்கள்.

இப்படியாக குடாநாட்டில் நடந்த விடயங்கள் எழுவைதீவில் நடக்கவில்லை. அதற்கான அவசியமும் இருக்கவில்லை. சிவசாமியின் மருமகனான துரையப்பா, கள் வியாபாரத்தை வீட்டில் தொடங்குவதன் நோக்கம் அதில் லாபம் சம்பாதிப்பதற்கல்ல. அவர் பணத்தைப்பற்றிக் கவலைப்படும் மனிதரல்ல. அவரால் கடற்கரையோரத்தில் உள்ள குடிசைகளில் போயிருந்து கள் குடிக்க முடியாது. அவரது நண்பர்களுடன் சேர்ந்து ஒன்றாக குடிப்பதற்காக வீட்டின் பின்வளவில் ஒரு சிறிய கொட்டில் போட்டு சில தென்னைகளிலும் பனைகளிலும் கள் இறக்க விரும்பினார்.

அரசின் மதுவரித் திணைகளத்தவர்கள் வந்து கள் ஏறும் பனை, தென்னையில் பெயின்டால் இலக்கமெழுதிவிட்டு செல்வார்கள். நம்பர் இல்லாத பனையில் கள்ளிறக்கினால் அதற்கு அபராதத்துடன் தென்னை அல்லது பனை மரத்தின் பாளையை வெட்டிவிட்டுச் செல்வார்கள். மரவரி உத்தியோகத்தினர் எங்களூருக்கு வருவதென்றால் யாராவது தகவல் சொல்லியே வருவார்கள். வரும்போது உள்ளூர் விதானையும் வருவார். ஏதாவது பிரச்சனைகளை எதிர்பார்த்தால் பொலிசுடன் வருவார்கள். கள் முதலாளிமார்களும் மரவரித் திணைக்களமும் கள்ளன் பொலிஸ் உறவாக இருப்பார்கள். யாரை யார் உச்ச முடியும் என சந்தர்ப்பத்தைப் பார்த்திருப்பார்கள்.

மழைக்காலம் முடிந்து அதன் பின்பு தொடரும் பனிக்காலம். அதை மாசியில் மூசிப் பெய்யுமென்பார்கள். வெயில் அடிக்கத் தொடங்கும் பங்குனி சித்திரை மாதங்களில் தென்னை பனையில் பாளை வந்து பிஞ்சு பிடித்திருக்கும். அந்த பிஞ்சுப் பருவத்தில் கள்ளுக் கட்டவேண்டும்.

எல்லா மரங்களும் ஒரே மாதிரியில்லை. சில மரங்கள் காமதேனுவாகச் சொரியும். பல மரங்கள் துளித்துளியாக சொட்டும்.

அப்போது நாளுக்கு இரு தடவைகள் மரத்தில் ஏறுவதற்குப் பிரயோசனமில்லை என்பார்கள். ஆரம்பத்தில் எந்த மரம் அதிகமாக கள்ளூறும் என்பதை அறிவது சோதிடக்கலை போன்றது.பால் தரும் மாடுகள் ஆடுகள்போல் எந்த விதமான விஞ்ஞான ஆய்வுகள் தென்னை பனையில் மரங்களில் நடந்ததில்லை. ஆனால் ஒரு மரம் ஒரு முறை ஒழுகினால் அந்த மரம் அமோகமாக ஒவ்வொரு வருடமும் கள் ஒழுகும் என்பதைத் தெரிந்து வைத்திருப்பார்கள். ஆனாலும் முதல் வருடம் நன்றாக ஒழுகிய மரம் அடுத்த வருடம் குறைந்துவிட்டது என்பார்கள். பருவகால விளைச்சல்போல் மழை குறைந்தால் குரும்பை பிடிக்காது. அப்படி பிடித்தாலும் திருப்தியாக இராது.

கோடையில் காடுகளிலிருந்து நீர் நிலைகளை நோக்கி வரும் வனவிலங்குபோல் பங்குனி மாதமானதும் எந்த மரங்களில் கள்ளிறக்கத் தயாராக இருப்பார்கள் என மரவரியாளர்கள் காத்திருந்து ஊர்காவற்றுறையில் இருந்து வருவார்கள். மரத்தின் சொந்தக்காரரர்கள் மனம் குமுறுவார்கள். எனது மரத்தில் நான் தேங்காய் எடுப்பதற்கு பதிலாக கள்ளெடுக்கிறேன். இவன் யார் வரி வசூலிக்க? மாமனா மச்சானா என்ற கட்டப்பொமன் வசனம் பேசாது விட்டாலும் நெஞ்சுக்குள் நெருப்பெரிந்து வளையம் வளையமாக புகைவிடுவார்கள்.

சிவசாமி வாத்தியார் வீட்டின் ஒரு ஏக்கர் வளவு இரண்டாக அடைக்கப்பட்டு பின் வளவிலொரு கிணறு உள்ளது. அந்தக் கிணற்றிற்குப் பக்கத்தில் உள்ள தென்னையில் சித்திரையில் நாளுக்கு பத்துப் போத்தல்கள் கள்ளிறக்கலாம். அந்த மரத்துக்குப் பல வருடங்களாக இலக்கம் போட்டிருப்பதை அண்ணாந்து பார்த்தபடி 'இந்த மரத்தில் போன முறை ஒரே நேரத்தில் நான்கு பாளை வந்தது. காமதேனுவின் மடியாகப் பால் சொரிந்தாள். அதுபோல் இந்த முறையும் அவளது அனுக்கிரகம் இருந்தால் நல்லது' என்று பூசை செய்துவிட்டு அம்பாளின் அருளைப் பற்றி பக்தர்களுக்கு எடுத்துச் சொல்லும் ஐயர் போல் வார்த்தைகளைப்போல் பக்தியாக உச்சாடனம் செய்தார் துரையப்பா.

'இந்த வருடமும் அப்படி வரும் விதானையார். கவலைப்படவேண்டாம்" என்றார் ஆறுதலாக வேலாயுதம்.

'எனக்கு கிணற்றுக்காரி மாதிரி நல்லதா நான்கு மரம் சீவினால் காணும். அது சரி அந்த பித்ரு மூலை (தென் மேற்கு) உள்ள மரம் எப்படி என்று சொல்லு 'என ஆவலாக வேலியருகே நின்ற மரத்தைக் காட்டினார்.

‘அவள் பரவாயில்லை ஆனால் கிணற்றுக்காரி மாதிரி ஊற்றுக்கண்ணில்லை. கிணற்றுக்காரி என்னத்தைச் சொன்னாலும் சீமாட்டிதான். எத்தனை வருடங்களாக ஊறுகிறாள் ? எத்தனை போத்தல்? இந்த ஊரிலே இவள் மாதிரி ஒருத்தியில்லை ‘

சொல்லிய வேலாயுதத்தின் இடுப்பில் கட்டியிருந்த இயனக்கூடு உள்ளேயிருந்த கத்திகள், தட்டப்பொல்லு அவனது நடைக்கேற்ப தாளமிட்டது.

மயிர்களற்ற இறுகிய நெஞ்சில் சதை இறுகியிருந்தது. தலையில் கிரீடமாகப் பனை நாரில் பின்னிய தளைநார். கருமையான சுருள் மயிர்களை தன்னகத்தே ஒதுக்கியபடி இருந்தது. நெற்றியில் வியர்வைத் துளிகள் முளை விட்டிருந்தன. ஏற்கனவே பனைமரத்திலிருந்து மாடுகளுக்கு ஓலை வெட்டியிருந்தான்.

‘முட்டி நிரம்பிறது மட்டுமல்ல வேலாயுதம், நாக்கில் கற்கண்டு வைத்தது மாதிரி எச்சில் ஊறும். கீழே தொண்டையில் அமுதமாக இறங்கும்.‘

கள் இறக்கும் மரங்களுக்கு, கள்ளிறக்கும் காலத்தில் பெயர் வைக்கப்படும். பெண் மரங்களிலே கள்ளிறக்கப்படுவதால் அவை பெண் பெயராக இருக்கும். சிறுவயதில் குடித்த முலைப்பாலுக்கும் கள்ளுக்கும் வித்தியாசமில்லை என்று வெறி ஏறினால் ஒப்பிட்டுப் பேசுவார்கள்.

‘வேப்பமரத்துக்காரி ஏறுவதற்குப் பிரயோசனமில்லை. வம்புப்பாளை வந்திருப்பதுபோல எதற்கும் பாப்பம்” என்றான் வேலாயுதம், முல்லை மரத்தருகே இருந்த தென்னங்குத்தியில் இருந்து வேர்வையை வலதுகை சுண்டுவிரலால் வழித்தபடி.

‘இன்றைக்கு வருகிறவர்களிடம் கேட்டு மரங்களுக்கு நம்பர் போடவேண்டும்.‘என்றார் துரையப்பா.

‘விதானையார்,இவங்கள் மோசம். எங்கட மரத்தில கள் இறக்கிறதிற்கு இவங்கள் முதலாளிகளா? அதுக்கு மரவரி கட்டவேண்டுவது வேடிக்கைதானே ” என்றார் கேலியான சிரிப்புடன்.

வேலாயுதம் மரச்சொந்தக்காரர்களுக்கு இலவசக் கள்ளும் கொடுத்து மரவரியும் கட்டி, ஒவ்வொரு நாளும் இரண்டு தரம் உந்தி உந்தி மழை, காற்று, வெயில் எனப்பாராது ஏறுபவன். அவனுக்குத்தானே அவனது உழைப்பின் கடுமை தெரியும். மரச் சொந்தக்காரர்கள் இந்த வருமானத்தில் தங்கியில்லாததால் அவர்களுக்கு அதிக நட்டமில்லை.

நிலவுடைமை என்பது தொழில்துறை ஆரம்பமாகாத மூன்றாம் உலக நாடுகளில் முக்கியமான செல்வம். சாதி அடிமை மற்றும் குடிமைமுறை என்பவற்றால் மற்றவர்களுக்கு நிலம் செல்வதை மிகவும் சாதுரியமாக மறுத்து, தலைமுறை தலைமுறையாக சமூகத்தில் ஏற்றதாழ்வைத் தொடர்ந்து பேண உதவுகிறது. சாதி, மதம், உறவுக்குள் திருமணம் என்பவை இதற்கான போர்க் கருவிகளாக உபயோகிக்கப்படுகிறது. உலகசமாதானம் வரை அணுவாயுதங்கள்போல், நிலஉடமைப் பொருளாதார உறவு உடையாதபோது இந்தக் கருவிகள் கூர்மையாகவே இருக்கும்.

'அவர்கள் நான்கு மரத்தில் நம்பர் போட்டால் நாங்கள் மற்ற மரத்திலும் இறக்கலாம்தானே? ஒவ்வொரு நாளும் வந்து முட்டி கட்டியிருப்பதைப் பார்க்கப் போறாங்களா? நான் நினைக்கிறன் மொட்டை விதானை இண்டைக்கு இவங்களோடு வருவான் எண்டு. ஓசியில் கள்ளு. விடுவானா அவன் ?"

இப்படிப் பேசிக்கொண்டிருந்தபோது இரண்டு தலைக் கறுப்புத் தெரிந்தது. வீதியால் வருவது முன்பக்கத்துக் கிளுவை வேலியூடாகத் தூரத்திலிருந்தாலும் தெரியும்.

பின்வளவில் இருந்து வந்த துரையப்பா கதவுக்கு வர, இரும்புக் கதவைத் திறந்தபடி உள்ளே வந்தார் மொட்டை விதானை.

'என்ன துரையப்பா, இந்தமுறை எத்தனை தென்னை? எத்தினை பனைக்குப் பாளை கட்டுகிறாய்?'

"கிணற்றுக்காரியையும் மூலைக்காரியையும் யோசித்தேன். பனையை நம்ப முடியாது. வம்புப்பாளையாக இருக்கும் என்று வேலாயுதம் சொல்கிறான். எதற்கும் இரண்டு தென்னைக்கும் இரண்டு பனைக்கும் நம்பர் போடலாம் 'எனக் கூட்டிக்கொண்டு பின்பக்கம் சென்றார்.

மொட்டை விதானை நல்ல கருமையான நிறம். இந்த நிறத்தை ஊரில் மழையில் நனைந்த பாறை என்று சொல்வது வழக்கம். தலையில் சுத்தமாக எந்த மயிருமில்லை. ஆனால் தலைமயிர் முழுவதும் முகத்தில் வந்து மீசையாக முளைத்து வீச்சரிவாள்போல் இருக்கும். அதோடு பெரிய சந்தனப்பொட்டு அந்தக்கால பத்து சதக்குற்றிபோல். அதற்குள் நடுவில் குங்குமம் சிவப்பாகத் தெரியும்.

வெள்ளை வேட்டியணிந்து வெள்ளை நாஷனல் போட்டு ஐம்பது வயதுக்கு மேலான போதும் உயரமான அவரது தோற்றம் பார்ப்பவர்களுக்குப் பயம் கலந்த மரியாதையைக் கொடுக்கும். அவரது பெரிய கண்கள் எப்பொழுதும் கோபத்தில் இருப்பதுபோல்

செவ்வரியோடிச் சிவந்திருக்கும். அருகில் சென்று பார்த்தால் அது கோபமில்லை. மதுவின் போதை என்ற தகவல் தந்தியாக காற்றில் வந்து சேரும்.

கள் என்பது பருவத்திற்குக் கிடைக்கும் பானம். மழைக்காலத்தில் ஊறாது. ஊறினாலும் மழைத்தண்ணீர் கசிந்துவிடும். சுவையும் குறைவு. ஏறுவதற்குப் பிரயோசனமில்லை. வருவாய் வராதபோது மரமேறுபவர்கள் வேறு தொழிலுக்குப் போய்விடுவார்கள். அப்போது பனை நார்க் கடகங்கள் இழைக்கும் வேலையுண்டு. அப்படி இல்லாதபோது மற்ற ஊர்களிற்குச் சென்று தோட்டவேலை செய்வதுண்டு.ஆனால் குடிகாரர் கதி என்ன ? அவர்களால் பருவகாலத்திற்கு மட்டும் குடித்து விட்டு மழைக்காலத்தில் சும்மா இருக்கமுடியுமா?

தென்னையில்லாத காலத்தில் கரும்பில் நொதித்து வடிக்கப்பட்ட கல்லோயா சாராயம் ஊர்காவற்துறையிலிருந்து வரும். அத்துடன் விதானையாரிடம் ஏதாவது கடிதத்தில் கையெழுத்துக்குப் போனாலோ இல்லை ஒரு வேலை நடக்கவேண்டுமென்றாலோ ஒரு போத்தலோடு போவது ஊர் வழக்கம். இதனால் என்னவோ பல விதானைமார் அந்தக்காலத்தில் வேலையிலிருந்து இளைப்பாறுவதில்லை. அதாவது இளைப்பாறுவதில்லை. கோலூன்றுவதில்லை. குனிவதில்லை. ஏன் படுக்கையில் கிடப்பதில்லை. அப்படி அவர்கள் வயதிற்கு வருமுன்பாகவே சாராயம், உனது உறவினர், பிள்ளைகள் வயதாகித் துன்பப்படும்போது கவனிக்க மாட்டார்கள். நீ இருந்து வயதாகி கஸ்டப்படுவதிலும் பார்க்க என்னோடு வா என மரணதேவதை அவர்களைக் கைப்பிடித்து மேலே அழைத்துச் சென்றுவிடும்.

துரையப்பாவுடன் மொட்டை விதானையும் மரவரிக்காறர்களும் பின்வளவுக்குள் சென்றனர். வளவை இரண்டாகப் பிரித்து மாட்டுக் கொட்டகையின் பின்னால் அந்த பனை மட்டை வேலியுள்ளது. அதில் முழங்கால் உயரக் கடப்பைக் கடந்து பின்பகுதிக்குப் போகவேண்டும். அங்கு பத்து தென்னை, பத்துப் பனை மரங்கள் நின்றன. அத்துடன் இரண்டு வேம்பு ஒரு கருவேப்பிலை மரமென உள்ளது. கருவேப்பிலை மரத்தைத் தாண்டி சென்றால் கிணறும் அதனருகே பனையோலையில் வேய்ந்து மூன்று பக்கமும் பனை வரிச்சால் அடைத்த கள்ளுக்கொட்டில் உள்ளது. கள்ளுக்கொட்டில் அதிக உயரமில்லை. சாதாரணமான உயரமானவர்கள் கூட நிமிர்ந்து நிற்கமுடியாது. ஐந்தடி உயரமிருக்கும். சுற்றி பனை மட்டையால் நெருக்கமாக வரிச்சுப்பிடித்து அதே பனைநாரால் பிணைத்து நெருக்கமாக அடைக்கப்பட்டுள்ளது. உள்ளே கடற்கரையிலிருந்து கொண்டு வந்த குருத்துமணல் மூன்றங்குலத் தடிப்பில் பரவப்பட்டு தரை உயர்த்தப்பட்டிருந்தது. குடிசையின்

உள்பகுதி இரண்டாகப் பிரித்து ஒரு அடி உயரப் பனைமட்டைவேலியால் பிரிக்கப்பட்டு இந்துக் கோயில் மாதிரி உள்பகுதி வெளிப்பகுதியாக உள்ளது.

மூலஸ்தானத்தில் பெரிதும் சிறிதுமாக கள்ளுப் பானைகள் இருந்தன. எப்பொழுதும் மண் பானைகளையே கள்ளு வைக்கப் பாவிப்பார்கள். கள், கோடை வெயிலுக்குக் குளிராக இருக்கவேண்டுமல்லவா? தென்னையில் முட்டி கட்டுவதற்கு மண்முட்டிகளும் கள்ளைத் தென்னையிலிருந்து இறக்குவதற்கு பல வேளைகளில் சுரைக்காயைக் குடைந்தெடுத்து உருவாக்கிய பாரமற்ற குடுவைகளும் பாவிக்கப்படும்.

கொட்டிலின் முன்பகுதி மழைக் காலத்தில் நிலத்திலிருந்து கள்ளுக் குடிக்க வசதியாக மணல் பரப்பி தென்னங் குத்திகள் இரண்டு எதிரெதிராக போடப்பட்டுள்ளன. கோடைக்காலத்தில் வெளியே இருப்பதற்கும் பல தென்னங்குற்றிகள் உள்ளன.

கொட்டிலுக்குப் பக்கத்தில் அடர்த்தியாக செடித்து வளர்ந்த முல்லை மரத்தின் கீழ் கிளைகள் வெட்டப்பட்டு அந்த இடங்களில் பனை ஓலைப் பிளாக்கள், ஒரு போத்தல், அரைப் போத்தல் என இரண்டு அளவுகளில் செய்யப்பட்டுத் தொங்கவிடப்படும். பனையோலைப் பிளாக்கள் எந்தக்காலத்திலும் கழுவியதைப் பார்க்க முடியாது. மழையில் கழுவப்பட்டு வெயிலில் காய்ந்து காற்றால் துடைத்து சுத்தமாக்கப்பட்டிருக்கும். அதைவிடக் கள் வடிப்பதற்கான விசேடமான சல்லடைத்துணியும் சில வேளைகளில் பாவிப்பதற்குத் தகரப்புனலும் முல்லை மரத்தை நத்தார் மரமாக அலங்கரிக்கும் .

விதானையுடன் மரவரி இலாகாவினர் கொட்டிலடிக்கு வந்து, இரண்டு தென்னமரங்களிலும் பழைய நம்பர் மழையாலும் மரம் வளர்ந்ததாலும் நிறம் மாறிப் போயிருந்த இடத்தில் புதிய நம்பரை அழுத்தமாக எழுதினார்கள். அதேபோல் இரண்டு புதிய பனைக்கு நம்பர் இட்டார்கள்.

'துரையப்பா இந்த நான்கு மரங்களும் போதுமா? நல்லா ஊறினாலும் ஒரு நாளைக்கு இருபத்தைந்து போத்தல் வராதே? உனக்கும் உன்னிடம் வருபவர்களுக்கும் போதாதே'

'அது சரிதான். ஆனால் நான் கள்ளை வித்து பணம் சம்பாதிக்க விரும்பவில்லை. வாத்தியாருக்கும் அதில் விருப்பமில்லை; வீட்டு வளவில் கள்ளிறக்கி குடிப்பதை விருப்பமில்லாதபடி பார்த்துக்கொண்டிருக்கிறார் '

'சரி, ஏதாவது கல்லோயா கறுப்பில்லை. இவர்களையும் சும்மா போட்டில் ஏத்தி விடவா? '

மழைக் காலத்திலும் மந்தி கொப்பிருக்கப் பாயாது என்பதுபோல் எப்போதும் இந்த விடயத்தில் விதானையாரது மூளை சரியான தரிப்பில் வந்து நிற்கும்.

‘வேலாயுதம் உள்ளே ஒரு கறுப்பு போத்தல் இருக்கு. அதை எடுத்து வை. நான் வீட்டில் ஏதாவது பொரியல் இருக்கோ எண்டு பார்த்துவிட்டு வாறன்” என்று புறப்பட்டார்.

கள்ளுக் கொட்டிலுக்குள் இருந்து போத்தலுடன் கிளாசுகளும் கொண்டு வரப்பட்டன .

‘ஆச்சியின் ஓரா மீன் பொரியல் ‘எனக் கோப்பையில் துரையப்பா கொண்டு வந்தார். அவருக்குப் பின்னால் சீசர் எலும்புகளும் தலையும் எனக்குச் சொந்தமென்றபடி மூக்கை முன்னால் தள்ளிக்கொண்டு வாலையாட்டியபடி வந்தது.

‘அது சரி, இந்த பகுதியால் இந்தியாவிலிருந்து கடத்தல் சாமான்கள் வருகிறதாகத் தகவல் ஏதாவது தெரியுமா?’ என்றார் பொட்டு விதானை.

‘வல்வெட்டித்துறையில் தற்பொழுது ஆமிநேவி எனப் போட்டிருக்கிறான். அதால தீவுப்பகுதியால் கொண்டு வந்து பிறகு சரக்குகளைக் கொஞ்சம் கொஞ்சமாக யாழ்ப்பாணம் கொண்டு போவதாக பொலிசில் சந்தேகப்படுகிறார்கள் என ஊர்காவற்றுறையில் சொன்னார்கள்”

“அதுக்கு நாங்கள் என்ன செய்வது? ராணுவமும் பொலிசும் பார்க்க வேண்டிய வேலை அது ‘

‘அதுவும் சரிதான்’ என்றபடி வேலாயுதம் ஊற்றிய அரைக்கிளாசை அப்படியே ஒரே முடக்கில் குடித்து விட்டு ஏவறை விட்டார் மொட்டை விதானை. அவரைத் தொடர்ந்து வந்த மரவரி இலாகாவினர் இளம் ஆட்கள். அவர்களால் விதானையாரின் இழுவைக்கு இணையாக இழுக்க முடியவில்லை.மெதுவாக நாக்கை நனைத்துக் குடித்தார்கள்.

‘எங்கை இவங்களுக்கு சாப்பாடு?” துரையப்பா கரிசனையோடு கேட்டார்.

‘வீட்டில் சொல்லி மீன் வாங்கி கொடுத்து விட்டு வந்தனான் ‘என்றார் விதானை.

‘வேலாயுதம் நீ கொஞ்சம் எடு “என்றார் பொட்டு விதானையார்.

‘இல்லை நான் இன்னும் நான்கு மரமேறவேணும். வேலை கிடக்கு’

அரைமணி நேரத்தில் போத்தல் காலியாகியது. போத்தலில் முக்கால்வாசியை மொட்டை விதானையாரும் துரையப்பாவும் காலி செய்தனர்.

'கல்லோயக்காரனும் தண்ணீர் கலக்கிறான் போல, இன்றைக்கு ஒன்றும் செய்யவில்லை. வாய்க் கசப்புத்தான். தூ தூ" எனத் துப்பிவிட்டு 'வாத்தியாரிட்ட புகையிலை இருக்குமா?" என்று கேட்டார் விதானை.

'நான் குடிப்பதில்லை. அது எனக்குத் தெரியாது' எனத் துரையப்பா உடன் மறுத்து எழுந்தார்.

'அது ராணியின் பயல்தானே? அந்த மாட்டுக் கொட்டகையருகே நிற்கிறது? பயல் தகப்பனை மாதிரி இருக்கிறான் '

'டேய் நட்சத்திரன் தாத்தாவிடம் சுருட்டுக்குப் புகையிலை வாங்கி வா' 'என்றார் விதானையார்.

இது வரையும் மாட்டுக்கொட்டகையருகே நின்ற நான் அங்கிருந்து சில அடிகள் மட்டுமே போய் 'தாத்தா மொட்டை விதானை சுருட்டுக்கு புகையிலையாம் 'என்று குரல் கொடுத்தேன்.

'பெரியவர்களை அப்படிச் சொல்லக்கூடாது. விதானை மாமா என்று சொல்லு 'வீடு முற்றத்தில் நின்றபடி அம்மா கண்டிப்பாகச் சொன்னா.

எனக்குப் பக்கத்தில் மாடுகளருகே நின்ற சீனியம்மாவின் மகன் சமரசம், "அவருக்கு மொட்டைதானே. அப்புவுக்கும் மொட்டை. இருவரும் மொட்டை" என்று பெரிதாகச் சிரித்தான்.

'எல்லாரும் சொல்வதைத்தான் அவனும் சொல்கிறான். அவனைவிடு'எனச் சிரித்தார் விதானையார்.

எல்லோரும் நல்ல மூட்டில் இருப்பது தெரிந்தது. தாத்தாவிடமிருந்து நான் கொண்டு வந்த புகையிலையில் சுருட்டு பற்றியபடி பொட்டு விதானையாருடன் மரவரி இலாக்காவினர் வெளியேறினர்.

3

சனிக்கிழமை காலை நேரத்தில் சோம்பலை முறித்தபடி மாமரத்தின் கீழ் சீசருக்கு பந்தை எறிந்து கொண்டு நின்ற என்னிடம், 'தம்பி, கெதியாக சாப்பிட்டிட்டு வாடா. இன்றைக்கு என்னோடு வேலி அடைக்க கூட்டிப் போறன். உனக்குக் காசு தாறன் 'என்றார் தாத்தா.

தாத்தாவுக்கு நான் சனிக்கிழமைக்குப் போட்டிருந்த திட்டங்கள் தெரியாது. நான் பதில் சொல்ல முன்பே வில்லிலிருந்து வரும் அம்புபோல் ஆச்சியின் சொற்கள் வேகமாக காற்றில் வந்து தாத்தாவைத் தாக்கியது.

'அவன் சின்னப்பயல், என்ன செய்வான் ? அவனுக்கு கையில் காலில் முள்ளுக் குத்திவிடும். '

'பள்ளிக்கூடமில்லை. சும்மா வெயில் குளிக்கிறதை விட என்னோட வாறது நல்லது..'

"நாளைக்கு அவனுக்குப் பாம்பு, பூரான் கடித்தால் அவளுக்குப் பதில் சொல்ல ஏலாது" - ஆச்சி.

'அதெல்லாம் கடிக்காது. அவன் செருப்பு போட்டுக் கொண்டு எனக்குப் பக்கத்தில் நிற்கப்போறான். நான் பார்த்துக் கொள்வேன் '

'என்னவோ நான் சொல்லீட்டன். அதுக்கு மேல் உங்கள் பாடு '

எனக்குத் தாத்தா காசு தருவதாகச் சொன்னதால் போய்ப் பார்ப்போம் என நினைத்தேன். இரவு கனவில் வந்த வந்த பாம்பு இன்னமும் மனத்திரையில் ஊர்ந்தபடியிருக்கு. பாயில் படுத்திருந்த என்னை நோக்கிச் சீறியபடி வேகமாக நல்ல பாம்பொன்று கொத்த வருவதுபோல் கனவு வந்து 'அம்மா 'என அலறியபடி அதிகாலையில் முழித்தேன். அம்மா எழுந்து 'கனவாடா 'எனச்சொல்லி விட்டு வீட்டின் சுவரில் தொங்கிய முருகன் படத்தருகே இருந்த விபூதியை எனது நெற்றியில் பூசினார். அம்மாவுக்கு நெற்றியில் விபூதியிருந்தால் கெட்ட கனவுகள் வராது என்ற நம்பிக்கை. எனக்குப் பூசுவதோடு தனக்குப் பக்கத்தில் படுத்திருந்த தங்கச்சிக்கும் பூசுவா.

ஏதாவது ஒரு விடயம் நடந்தால் அதைப் பலவாறு சிந்திப்பது எனது இயல்பு. இரவில் நித்திரைக்குப்போக முன்பாக பகலில் நடந்தவற்றை அசை போடுவேன். சுவையான சம்பங்களைச் சிந்தித்தபடி நித்திரைக்குப்போனால் அந்த விடயங்கள் கனவில் வரும். எதுவும் இல்லாதபோது கூரையில் இருக்கும் சிலாகை இடைவெளிகளைகளை குறுக்கும் நெடுக்குமாக எண்ணியபடி படுத்திருப்பேன். அப்படியான போது கனவு வராது. ஏதாவது பயப்படும் விடயம் நடந்தால் அது எனது நினைவில் கனவுகளாக வந்து சேரும். பல நாட்கள் பயத்தில் விழித்திருப்பேன். “அது கனவடா. இனிவராது” என அம்மாவின் ஆறுதல்கள் என்னை சாந்திப்படுத்தாது.

நேற்று நடந்த ஒரு விடயம் எனது கனவில் ஊர்ந்தது.

நேற்றுக் காலை சனிக்கிழமை, எல்லாரையும்போல் நானும் அதிகம் தூங்கி எழுந்து அரைக்கண்களை மூடியபடி வெளியே வந்து அம்மாவைத் தேடினேன். அம்மா அப்பொழுதுதான் எனதும் தங்கச்சியினதும் துணிகளைத் துவைத்து முடித்து கயிற்றுக் கொடியில் காயப்போடச் சென்றபோது பக்கத்து வீட்டுக் கண்ணனின் அம்மா, வேலியருகே வந்து துணிகளை காயவிட்டுக்கொண்டிருந்த அம்மாவிடம். ‘ராணி உனக்குத் தெரியுமா? ஒரு இரவு முழுவதும் நான் ஒரு பாம்போடு படுத்திருக்கிறன். அது எவ்வளவு பெரிது தெரியுமா? இன்று உயிர் தப்பியிருப்பது கடவுளின் செயல் ‘என்ற போது வட்டமான அவரது முகத்தில் கண்கள் பறவையின் சிறகுகளாக விரிந்தன.

அம்மா விறைத்துப்போய் ‘என்னக்கா சொல்லிறீங்க? சும்மா கதையா?” என்று கயிற்றுக் கொடியில் போடக் கையில் எடுத்த எனது துவைத்த சேட்டை மீண்டும் வாளியில் சக் எனப் போட்டு விட்டா. அப்படியே முகத்தருகே இருந்த கயிற்றுக் கொடியை பின் தள்ளி, முன்னுக்கு வந்து, வேலி ஓரம் அடிவைத்து, ஓசை கேட்ட முயலின் செவிகளைப்போல் காதுகளைக் கூர்மையாக்கியபடி கதையைக் கேட்க போர்வீரனாக நிமிர்ந்து நின்றார் .

பக்கத்தில் நின்ற நான் கதை கேட்க ஆயுத்தமாகி அம்மாவின் சேலையைப் பிடித்துக்கொண்டேன்.

‘இரவு முன் கொட்டகையில் நான் படுத்திருந்தேன். காலையில் எழுந்து ஓலைப்பாயை சுத்திப்போட்டு நிலத்தில் முனைகளைக் குத்தியபோது, ஏற்கனவே கனமாக இருந்த பாயிலிருந்து ஆறடி நல்லபாம்பு ஒன்று வந்து நிலத்தில் விழுந்து, உருண்டு பிரண்டு திண்ணையிலிருந்து விலகி வீட்டின் பின்புறமாக ஓடியது. நான் திடுக்கிட்டு முத்தன்காட்டு முருகனே என்று கூவியபடி நிலத்தில் பொத்தென்று விழுந்தேன். பிள்ளைகளும்

மனிசனும் எழுந்து வருமுன்னே பாம்பு மேற்கே போய்விட்டது .இதயம் நின்றுபோய் தலை சுத்தியபடி இருந்தது எனக்கு. அதிர்ச்சியிலிருந்து வெளியே வர ஒரு மணி நேரமாகி விட்டது '

'நல்லவேளை கடிக்கவில்லை. ஏதோ புண்ணியம்தான் '

'ஓலைப்பாயின் ஓரம் சுருட்டிபடி இருந்தது. இரவு கறிச்சட்டிகளை கழுவிக் கவிழ்த்துவிட்டு களைப்பில் படுத்தபோது சுருண்ட பக்கத்தை முற்றாக நிமிர்த்தவில்லை .'

'முதல் நாளே பாம்பு போய் இருக்குமா அக்கா ?' அம்மா விரல் விட்டு நொங்கு தோண்டுவதுபோல் கதையை வெளியே எடுக்க ஆரம்பித்தார்.

'ஆருக்குத் தெரியும் ? என்னவோ வெள்ளிக்கிழமை நாளிலே நடந்திருக்கு .ஒவ்வொரு கொடியேற்றத்திற்கும் நயினாதீவு அம்மாளாச்சி கோவிலுக்குப் போய் வருவது. ஆனால் இந்த முறை போகாமல் விடுவது என நினைத்தேன். அதுதான் அம்மாளாச்சி எனக்கு பாம்பை அனுப்பி நினைவுபடுத்தி விட்டுச் செல்கிறாளாக்கும் .வேறு என்னத்தை நினைக்க முடியும் ?'

'இருக்கும். இருக்கும். நாகம்மாளுக்கு சக்தியிருக்கு. '

'வெத்திலை முடிந்து விட்டது. இரண்டு வெத்திலை தா '

'அப்ப நயினாதீவில இருந்து இந்த பாம்பு வந்திருக்கும் என்டா சொல்கிறாய் "எனக் கேட்டார், மாட்டுக் கொட்டிலில் மாடுகளுக்கு செதுக்கிய புற்களைப்போட்டுக் கொண்டிருந்த தாத்தா.

'வாத்தியாருக்குப் பகிடி. இரவு வந்த பாம்பு எப்படி என்னைக் கடிக்காமலிருந்தது ?'

'பாம்புகள் இரவில் இரை தேடுத் திரியும் போது இந்த காண்டை வெயிலுக்கு அது குளிரான இடம் தேடி வந்திருக்கு. பாம்பை நசிக்காது விட்டால் அது தன் பாட்டிலே படுத்திருக்கும். தனக்கு எந்த பாதிப்பும் இல்லாதபோது அவை மனிசரை ஒன்றும் செய்யாது. இந்த வெயில் காலத்தில எலிகள் புழுத்திருக்கு. அவைகளைத் தேடி நல்ல பாம்புகள் திரியும். '

'என்னவோ தெரியாது. நீங்கள் சொன்னாலும் இரவு முழுவதும் பாம்புக்குப் பக்கத்தில் படுத்திருக்கிறாய் என்றபோது ஈரல் குலை நடுங்குகிறது 'கதைப்பதைக் கேட்டு குசினியிலிருந்து உரையாடலில் கலந்துகொள்ள வெளிவந்தா ஆச்சி.

ஆச்சியும் கண்ணனின் அம்மாவும் சுருட்டுக் குடிக்கும் சினேகிதிகள் -இருவருக்கும் பல்லுக்கொதி என்பது காரணம். ஆனால் தாத்தாவுக்கு

தாத்தாவின் வீடு | 42

முன்பாக ஆச்சி குடிப்பதில்லை. சுருட்டை பற்றவைத்தபடி மேற்கு பக்கமாகப் போய்விடும். கண்ணனின் அம்மாவோடு புகையிலை கொடுக்கல் வாங்கல் வேலியூடாக நடந்து கொள்ளும்.

ஆச்சியின் கையில் ஒரு சுருட்டும் கொஞ்சம் புகையிலையும் இருந்தது. கேட்காமலே கண்ணனின் தாயிடம் நீட்டியதும் இருவரும் மேற்கு நோக்கிச் சென்றனர்.

o0o

எங்களது மேற்கு கடற்கரையையொட்டிய காணியில் தென்னையும் பனையும் நிறைய உள்ளன. அங்கு புதிதாகச் சில தென்னம்பிள்ளைகள் நடப்பட்டிருந்தன. அந்தக் காணியில், கிழக்குப் பக்கத்து வேலி மட்டும் கடற்கற்களால் ஐந்தடி உயரத்தில் அடுக்கப்பட்டிருந்தது. அதை பாகிரடைத்தல் என்போம். மற்றைய மூன்று பக்கத்திலும் கிளுவை, பூவரசு மரங்களால் அவற்றின் இடையே பனை மட்டை கொண்டு அடைத்திருந்தது. காணி, மணல் சார்ந்த நிலம் என்பதால் நட்ட கிளுவைகளில் எல்லாம் வளராது. அத்துடன் அந்த வருடம் மழை குறைவாகப் பெய்ததால் சில கிளுவைகள் பட்டுப்போயிருந்தன. அந்தக் கிளுவைகளை மீண்டும் திருப்பி நடவேண்டும். அதன்பின் இடைவெளிகளைப் பனை மட்டையால் நிரப்பவேண்டும். அதையே கடந்த சில கிழமைகளாகத் தாத்தா செய்து கொண்டிருந்தார். தனியாகக் காலையில் சென்று மதியம் வரையும் அதைச் செய்வார்.

ஏற்கனவே வெட்டப்பட்டிருந்த கிளுவந் தடிகளைக் கிண்டிய கிடங்கில் போட்டு நாட்டி, அதை வரிச்சுப்போட்டுக் கட்டுவதற்கு சில நாட்களில் ஊரில் சிலரைக் கூலி கொடுத்து அழைத்துச் செல்வார். பெரும்பாலும் தனியே செல்வார். அப்பொழுது மதியத்தில் உணவு கொண்டு செல்வேன். இன்று வழக்கத்துக்கு மாறாக என்னை வரும்படி கேட்டார் .

பாம்புக் கனவால் இரவில் குழம்பிய நித்திரையும் காலையில் நல்லெண்ணையில் செய்த முட்டைப்பொரியலுடன் புட்டை அதிகம் தின்றதால் நிரம்பிய வயிறும் சோம்பலாக உருமாறி கையையும் காலையும் வேறு திசைகளில் பிணைத்துப் போட்டிருந்தது. உடற் பஞ்சியும் தாத்தாவோடு உதவிக்குச் செல்ல வேண்டாம் என நினைக்க வைத்தது. அதைவிட இன்று பாடசாலைக்குப் போகவேண்டும். அங்கே எனது நண்பர்கள் காத்திருப்பார்கள். அவர்களோடு விளையாட இருந்தேன். இந்தக் காலத்தில் பிள்ளையார் பந்து பிரபலமாக இருந்தது. பெரிதான தகரங்களை அடுக்கிவைத்து அதற்கு எறிந்து அதை விழுத்துவது அப்போதைய விளையாட்டு. இடையில் ஒருவருக்கு ஒருவர் பந்தெறிவதும்

நடக்கும். பாடசாலையின் முன்பகுதியே எங்கள் விளையாட்டு மைதானம். இன்று நான் போகவிட்டாலும் அந்த விளையாட்டு நடக்கும்.

தாத்தாவின் பணம், ஆசையை மனத்தில் விதைத்துத் தளிர்க்கவைத்தது. ஆனாலும் என்ன ?

எழுவைதீவில் பணத்தால் அதிக பிரயோசனமில்லை. விளையாட்டுப் பொருட்களை விற்கும் கடைகளில்லை. தெற்கே உள்ள பர்நாந்துவின் கடையில் தோடம்பழ இனிப்புகள் வாங்கமுடியும். அதைவிட ஒரு கூப்பன் கடையுள்ளது. அங்கு அரிசி, மா மற்றும் சீனி, மிளகாய், கொத்தமல்லி, பருப்பு மட்டுமே விற்பார்கள். இப்படிப் பணத்தை செலவழிக்க இடங்களில்லாத பழைய உலகமாக இருந்த போதும் பணமென்பது தூண்டிலாக மனத்தில் விழுந்து கொழுவியது.

எழுவைதீவில் எல்லாக் காணிகளுக்கும் பெயருண்டு. வீட்டிற்கு மேற்கே உள்ள வாயடிகாடு என்ற அந்தக்காணி எனது அம்மாவின் பெயரில் எழுதப்பட்டிருந்தது. என்னை உதவிக்கு அழைக்க அதுவும் ஓர் காரணமாக இருக்கலாமா? சீனியம்மாவின் காணியாக இருந்தால் சமரசத்தை கூப்பிட்டிருப்பாரோ? அவன்தான் எவரிடத்திலும் கட்டுப்படமாட்டான். அவனுக்கு மனத்தில் சுகமில்ல என அவர்களே நினைத்து அவனிடம் வேலை எதுவும் கேட்பதில்லை. அவன் பாடசாலை போவதற்கும் மறுத்துவிட்டான்.

தாத்தா அலவாங்கோடு, முதல் நாளிலிருந்து தண்ணீரில் ஊறவைத்த பனை ஈர்க்கு கட்டை எடுத்தவுடன் 'வாடா தம்பி' என்று வெளிக்கிட்டார். அவருக்குப் பின்னாலே நானும் தொடர்ந்தேன். எங்களோடு சீசர் வாலையாட்டிக் கொண்டு வந்தது. அதிகம் தூரமில்லை. வாயடிகாடு கிழக்கு பக்கத்தில் பகிர்வேலி. அதன் வடக்கு பக்கத்தில் வாசல் உள்ளது.

'தம்பி இண்டைக்கு வடக்கு பக்கத்தில் கதியால் போட்டடைப்போம் 'என்று கொண்டு வந்த அலவாங்கை நிலத்தில் போட்டுவிட்டு, அந்த வேலியில் உள்ள பட்ட கதியால்களை வெட்டி எடுத்தார் தாத்தா.

உண்மையில் கதியால் பட்டதுடன் அவை உக்கியும் விட்டன. அந்த இடத்தில் அலவாங்கால் கிண்டி ஏற்கனவே வெட்டிவைத்திருந்த புதிதான கதியால்களைப் போட்டுக் கட்டும்போது 'தம்பி உள்பக்கத்தில் போய் ஈக்கை கோத்துத்தா 'என்றார்.

உள்பக்கத்திலிருந்து ஈர்க்கை நான் கோர்த்துக் கொடுத்தபோது வெளிப்பக்கத்தில் தாத்தா கட்டினார். எனக்குப் பெரிதான வேலை இருக்கவில்லை. ஒரு மணித்தியாலத்தின் பின் நானும் சீசரும் கடற்கரைக்கு போனோம். கடற்கரை காற்று வெக்கையாக இருந்தது. கரையோரத்தில் எவருமில்லை.

திரும்பி வந்தபோது தாத்தா சுருட்டு பிடித்தபிடியிருந்தார். என்னைக் கண்டதும் குடித்துக் கொண்டிருந்த சுருட்டை பக்கத்தில் உள்ள பனை வடலியில் தட்டி அணைத்து வடலியில் கிளம்பியிருந்த மட்டையில் பத்திரமாக வைத்துவிட்டு 'இன்னும் கொஞ்சம் கிழுவைகளை நடவேண்டும்' என்றார்.

அவர் சொல்லியபடி நான் சீசருடன் காணிக்குள் சென்றேன். தொடர்ந்து கிளுவைகளைப் போட்டு இடைவெளிகளைப் பனை மட்டையால் அடைத்தார்.

மதியமாகி விட்டது. கிழக்கிலிருந்து வந்த சூரியனது வெளிச்சம் இதுவரையும் ஓங்கி வளர்ந்த பனை தென்னைகளால் தடுக்கப்பட்டிருந்தது. இப்பொழுது நடுப்பகல் வெயிலின் வெப்பம் கூரான வாளாகத் தலையில் இறங்கியது .தரையில் மணல் தணலாகியது. அடிக்கும் காற்றும் வெப்பத்தை அள்ளி போறணை வெப்பமாக உடலை வறுத்தது. உணவோ தண்ணீரோ கொண்டுவரவில்லை.

"தாத்தா பசிக்கிது. தலை கொதிக்கிது. வீட்ட போவோம் 'என்றேன்.

'கொஞ்சம் பொறடா. இன்னமும் இரண்டு கதியால் போட்டு விட்டுப் போவோம்".

"தாத்தா நான் போறேன் 'எனச் சட்டையை கழட்டி தலையில் போட்டபடி செல்ல முனைந்தபோது 'சரி போவோம். அந்த வடலியில் என்ரை சுருட்டை வைச்சன் எடுத்துவா 'என்றார்.

ஏற்கனவே அவர் சுருட்டை வைத்தபோது பார்த்ததால், வடலியின் மட்டையை ஒரு கையால் கிளப்பியபடி மறு கையை விட்டு எடுத்தபோது விரல்களிடையே மெதுவாக ஏதோ நெளிந்தது போல் இருந்தது .கீழே போட்டேன். அங்கு சிறிய சுருட்டைப் பாம்பு நெளித்தபடி காரைப்பத்தைக்குள் மறைந்துவிட்டது .

'தாத்தா, சுருட்டைப்பாம்பு சுருட்டைப்பாம்பு" என அலறினேன்.

'எங்கே? 'என்று பரபரப்போடு தாத்தா வந்தார்.

பாம்பைக் காணவில்லை .

தாத்தா என்னை நம்பாது சிரித்தபடி 'சுருட்டை எடு என்றால் ஏன் சுருட்டை பாம்பைப் பிடித்தாய் ? சரி வீட்டைபோவம்' என வலது கையால் என் கையைப் பிடித்தார். அவரது இடது கையில் அலவாங்கும் மிகுதி ஈர்க்குமிருந்தது.

எனது மனத்தில் நான் கண்ட இந்த சுருட்டைப் பாம்பும் கண்ணனின் அம்மா கூறிய பாம்புக்கதையும் சேர்ந்து மலைப்பாம்பாக ஊதிப் பருத்தன.

இதுவரையில் நானாகப் பெரிய பாம்புகளைக் காணாதபோதிலும் அவை பற்றிய கதைகள் பல கேட்டிருக்கிறேன். சுருட்டைப் பாம்பைக் கண்டுள்ளேன். இந்தப் பகுதியில் தாத்தா சொன்னதுபோல் பெரிய பாம்புகள் இரைதேடி அலைகின்றன. ஆனால் அவைகளுக்கு இரை கிடைக்காதபோது மனிதர்களைக் கடிக்காது என்பது என்ன நிட்சயம்?

தாத்தா காலையில், "இரவில் மட்டுமே பாம்புகள் அலையும்" என்று சொன்னது நினைவு வந்தது.

'ஏன் தாத்தா பகலில் பாம்பு வராதா? இரவு மட்டுமா வரும்?'.

'வெக்கைக் காலத்தில் இருக்கிற இடங்களில் சூட்டுக்கு பதுங்கி இருந்து விட்டு இரவில் இரைதேட வெளிக்கிடும். அவைகளின் உடல் சூட்டைத்தாங்காது. எங்களது ஊர் சுடு மணல் அதிகம் கொதிக்கும்.

'இது வெக்கை காலம்தானே'

'ஆமாம், அதுக்கென்ன?" என்றதும் மவுனமாகினேன்.

வீட்டையடைந்ததும் அம்மாவைக் காணவில்லை. ஆச்சியிடம் 'இன்றைக்கு நான் ஒரு பாம்பைக் கையால் பிடித்தேன் தெரியுமா' முஷ்டியை உயர்த்தியபோது 'டேய் போய் கையை கழுவிவிட்டுவா. நான் சாப்பாடு போடுகிறேன் 'என்ற ஆச்சி என்னை நம்பவில்லை

இவர்களுக்கு எப்படி உண்மையைப் புரிய வைக்கமுடியும் என்பதே எனது சிந்தனையாக இருந்தது.

4

மதிய உணவைத் தினமும் முடித்துக்கொண்டு தூக்கம் போடுவது தாத்தாவின் தினசரி வழக்கம். அன்று நான்கு மணியளவில் எழுந்து வெளியே வந்து முதுகை நிமிர்த்திச் சோம்பல் முறித்தபின் 'நனைய வைத்த தென்னை ஓலைகளைப் பின்ன வேண்டும்' என்றதும் தபாற் கந்தோர் வாசலருகே நின்ற அம்மா அடுத்த பக்கம் பார்த்தார். கிடுகு பின்னுவதற்கு சீனியம்மாவையும் அம்மாவையும் குறிவைத்தே தாத்தாவின் கேள்வியிருக்கும். ஆச்சிக்குக் கிடுகு பின்னுவதில் அக்கறையில்லை. மகள்மார் இருவரும் நன்றாகப் பின்னுவார்கள் என்பதும் தெரியும் .

தபால் கந்தோரிலிருந்து இரும்பு வாசல் கதவுவரை உள்ள எங்களது நீளமான கொட்டகை இந்த கிடுகு பின்னலுக்கு பாவிக்கப்படும். கிடுகுகள் பின்னிய பின்பு வெயிலில் காயவைத்துக் கட்டாகக் கட்டி, பாய் வள்ளத்தில் ஏற்றப்பட்டு ஊர்காவற்றுறையின் ஊருண்டிக்கு போகும். பெரும்பாலும் பொன்னத்துரை மாமாவின் தோணியில் ஏற்றப்படும். எங்களது உபயோகத்துக்கு மிஞ்சிய தேங்காய்கள் , ஊமல், பனை ஓலைகள், பனங்கிழங்கு, நார்க்கடகங்கள், கருவாட்டுச் சிப்பங்கள் என்பன எழுவைதீவின் ஏற்றுமதிப் பொருள்கள். இவற்றின் ஏற்றுமதியை நம்பி இரண்டு பாய்த்தோணிகள் உள்ளன. ஒன்று பொன்னுத்துரை மாமாவின்ரை. மற்றது அருணாசலம் அண்ணையின்ரை. இருவருமே எங்களூர் கப்பல் போக்குவரத்தைப் பல காலமாகச் செய்கிறார்கள். இவர்களைத் தண்டையல் என்பார்கள்.

இறுதியில் அம்மாவும் சீனியம்மாவும் முன்வந்து, தாத்தாவால் நிலத்தில் போட்டு நீரூற்றி இதமாக்கப்பட்ட தென்னை ஓலைகளில் இரண்டாக பிளக்கப்பட்டவற்றைக் கிடுகாகப் பின்னிக்கொண்டிருந்தபோது வாசலில் உள்ள இரும்புக்கதவருகே நான் பந்து விளையாடியபடியிருந்தேன். வெயில் என்ற காரணத்தால் ஏற்கனவே நண்பர்களுடன் விளையாடப்போக முடியவில்லை என்ற மனக்குறையைக் கையிலிருந்த பந்தைத் தொடராகச் சுவரில் எறிந்து கையால் பிடித்துக் கொண்டிருந்தேன்.

எங்கள் வீட்டின் எதிரில் தெருவின் மறு பக்கத்தில் முட்கிழுவையால் அடைக்கப்பட்ட வீடற்ற வெறுங்காணியுள்ளது. அங்கு தென்கிழக்கு மூலையில் ஒரு கிணறும் அதனருகே இரண்டு பழைய நீர்த் தொட்டிகளும் இருக்கின்றன. கிணறு பல காலமாகப் பாவிப்பாரற்று, பாதிக் குப்பைகளால் நிறைந்துள்ளது. மழைக்காலத்தில் குப்பைகள்மேல் கறுத்த நீர் தெரியும். கிணற்றைச் சுற்றி சில வேப்பமரங்கள். அத்தோடு நீர்த் தொட்டியருகே இரண்டு தென்னை மரங்கள், வேப்பமரங்களின் கிளைகளை ஊடுருவியபடி உயர்ந்து நிற்கின்றன. அந்த இடம் நிழலாகத் தெரியும். அந்தக் காணியின் மற்றைய நிலம் வெறும் காய்ந்த புல் நிலமாகவும் வேலியோரத்தில் எருக்கிலை, காரை, ஊமத்தை எனப் பற்றையாகவுள்ளது.

ஊரில் எங்கிருந்தோ சில நாட்கள் முன்பு கறுப்பு—வெள்ளை நிறமான பெட்டை நாய் ஒன்று வந்து நீர்த் தொட்டியுள் குட்டி போட்டிருந்தது. அந்த நாய் சில மாதங்கள் முன்பாக சீசருடன் திரிந்தபோது தாத்தா அதைத் துரத்திவிட்டார். அதை சில மாதங்களாகக் காணவில்லை. ஊரில் கருவாடு போடுமிடங்களுக்குப் போயிருக்கலாம் எனத் தாத்தா சொன்னார். அந்தகாலத்தில் பிடிக்கப்படும் மீன்கள் பெரும்பகுதி கருவாடாகும். மீனைச் சுத்தப்படுத்தும் இடத்தில் குடல், ஈரல் என மீன் கழிவுகள் உணவாக நாய்களுக்கும் காகங்களுக்கும் கிடைக்கும்.

சில நாட்களுக்கு முன்பு இரவோடு இரவாக வந்து முன்வளவில் உள்ள கிணற்றருகில் உள்ள தண்ணீர் தொட்டியில் நான்கு குட்டிகளைப் போட்டிருந்தது. அடுத்த நாள் நாயையும் குட்டிகளையும் தாத்தாவும் பார்த்துவிட்டு 'சீசரின் குட்டிகளாக இருக்கலாம்' என ஆச்சியிடம் சொன்னது எனக்குக் கேட்டது. அதன்பின் அம்மா, சீனிம்மா இருவரும் ஒரு முறை அங்கு போய்ப் பார்த்தார்கள். முட் கிளுவை வேலி உடலில் கீறும்; நெருஞ்சி முள்ளுகள் காலில் குத்தும்; பாம்பு கடிக்கும் என என்னைத் தடுத்துவிட்டார்கள். எனக்கு அந்த நாய்க்கு எப்படி உணவு கிடைக்கிறது என்பது அவிழ்க்க முடியாத புதிராக இருந்தது. ஆச்சியிடம் கேட்டபோது 'படைத்தவன் பார்த்துக் கொள்வான்' என்றது.

எனக்கு இன்னுமொரு புதிராக இருந்த விடயம் அந்த நாயின் பின்பகுதியை ஆரம்பக்காலங்களில் மணந்து திரிந்த சீசர் பின்பு அந்த நாயைக் கண்டாலும் அன்னியராக விலகிச் சென்றது. இவ்வளவிற்கும் சீசரது குட்டிகள் என்பது எல்லோருக்கும் சந்தேகம்.

அன்று மாலை நாலரைமணியிலிருந்து அந்த பெட்டை நாய் தொடர்ந்து குரைத்தபடியிருந்தது. எவரும் ஆரம்பத்தில் அதைப் பொருட்படுத்தவில்லை. அரை மணி நேரத்தில் தொடர்ச்சியாக

குரைத்தபடியிருந்தது. அந்தக் குரைப்பைக் கேட்டு சீசரும் வெளியே போவதற்கு வாசல் கதவருகே வந்து கழுத்தை நிமிர்த்தி காதை கூர்மையாக்கியபடி நின்று தாத்தாவைப் பார்த்தது .

அப்பொழுது தாத்தா 'பாரடா! ஏன் அந்த நாய் குலைத்தபடியிருக்கு? இன்றைக்கு அதுக்கு விசர் வந்திட்டுதா?' என்று கேட்டார்.

'அவன் முள்ளுக்குள்ள போய்விடுவான். நான் போய்ப் பார்த்துவிட்டு வருகிறேன் 'என்றார் அம்மா.

'இல்லை, அவன் தெருவால் நடந்து வேலியால் பார்க்கலாம் 'என்றார் தாத்தா.

நான் கதவைத் திறந்ததும் என்னைத் தொடர்ந்து வந்த சீசர், இப்பொழுது முன்னால் ஓடதெருவைத் தாண்டி கிளுவை வேலியருகே சென்று பார்த்து விட்டு, சிறிது நேரத்தில் குலைத்தது. தெருவிற்குச் சென்று அங்கு நின்று பார்த்தபோது அந்த நாய் ஓரிடத்தில் நிற்காமல் தண்ணீர்த் தொட்டியைச் சுற்றி சுற்றி ஓடியபடி பதட்டமாக விட்டு விட்டுக் குலைத்தத. குட்டிகள் தொட்டிக்குள் என்பதால் எதுவும் வெளியே தெரியவில்லை.

நான் சீசருடன் வேலி அருகே போனபோது வெள்ளைத் தடிபோல் தொட்டிக்குமேல் ஏதோ மினுங்கியது .கூர்ந்து பார்த்தபோது படமெடுத்தபடி நின்ற பெரிய பாம்பொன்றின் வாயில் ஒரு நாய்குட்டி இருந்தது. அதனது உடலின் பெரும்பகுதி தண்ணீர்த் தொட்டியுள் இருந்தது. அரையடி தலை பகுதி வெளியால் தெரிந்தது. கருப்பு வெள்ளை நாய்க் குட்டியின் தலையும் முன் இரண்டு கால்களும் பாம்பின் வாய்க்குள் போய்விட்டது. உடலும் பின்னங்கால்களும் அதனது சிறிய வெள்ளை வாலும் காற்றில் தனித்து மூன்று சிறிய விரலாகத் தெரிந்தது. வாயில் கவ்விய குட்டியை விழுங்க முடியாத நிலையில் தொட்டியில் இருந்து வெளியே பாம்புவர எத்தனித்தாலும் அந்த பெட்டைநாய் அனுமதிக்கவில்லை .தொடர்ச்சியாக முன்னும் பின்னும் சென்று எகிறியும் குதித்தும் குரைத்தபடியிருந்தது. திருடிய நகையுடன் பொலிசிடம் அகப்பட்டு திணறிய திருடனாக பாம்பு ஓடவும் முடியாது விழுங்கவும் ஏலாது தவித்தது.

'தாத்தா தாத்தா! பாம்பு நாய்க் குட்டியை விழுங்கிவிட்டது. உடனே வாங்கோ.'என்ற படி உள்ளே ஓடினேன்.

என்னைப் ஒரு கணம் பார்த்துவிட்டு தாத்தா தனது படுக்கையறையுள் சென்று துப்பாக்கியை எடுத்து வந்து அதை வாசல் கதவில் சாய்த்துவிட்டு தனது வேட்டியை முழங்காலுக்கு மேல் மடித்துக் கட்டினார். இதுவரையில்

தாத்தா வேட்டியை மடித்துக் கட்டியதை நான் பார்த்ததில்லை. அப்படிக் கட்டியவர் காலில் செருப்பை அணிந்து கொண்டு கையில் துப்பாக்கியை வலது கையிலும் தென்னோலைகளை நனைக்க நிலத்தில் குத்தியிருந்த கூரான தடியையும் மறு கையிலும் எடுத்தார். தாத்தா பின்னால் செல்ல நினைத்த என்னைக் கையைப் பிடித்து அம்மா 'டேய், கிட்டப் போகாதே' எனத் தடுத்தார்.

தாத்தா, போருக்குப் போகும் வீரனாக பராமரிக்காத வேலியின் மரங்களை கைகளால் பிரித்துக்கொண்டு அந்த வளவிற்கு ஏற்கனவே சென்றபோது அயல் வீட்டார்கள் சிலர் தெருவுக்கு வந்துவிட்டார்கள். எனது கையைப் பிடித்தபடி அம்மாவும் வெளியே வந்தார். நான் இப்பொழுது அம்மாவை இழுத்துக்கொண்டு தெருவிற்குச் சென்றேன்.

அந்த வளவில் வேலிக்கு அருகே மெதுவாகப் பூனைபோல் நடந்து கிணற்றருகே நெருங்கிய தாத்தாவிற்குப் பின்பாக சமரசம் சென்றான். தாத்தா அவனைத் தடியை உயர்த்தி திரும்பிப்போ எனச்சொன்னார். வழக்கமாகச் சொல்வதைக் கேட்காத அவன் வந்து எனது கையைப்பிடித்தபடி நின்றான்.

கிணற்றடிக்குச் சென்ற தாத்தா அங்குள்ள தென்னை மரத்தில் சாய்ந்து கொண்டு துப்பாக்கியால் பாம்பை நோக்கிக் குறிபார்த்தார்.. பாம்புக்கும் அவருக்கும் இடையே பத்தடி தூரம் இருந்தது. பாம்பு நாய்க் குட்டியை வாயில் வைத்தபடி அவரை நோக்கிப் பார்த்தது. ஆனால் ஓட முயலவில்லை.

கிடைத்த உணவை விட்டுப்போக விரும்பவில்லையோ? பல காலமாகப் பட்டினியாக கிடந்திருக்கலாம். யார் கண்டது? அதனது கண்களைப்பார்த்தபோது எனக்குப் பயம் வருவதற்குப் பதிலாகப் பரிதாபமாக இருந்தது.

அந்த பெட்டைநாய் சுத்தி சுத்தி மீண்டும் குலைத்தது. தாத்தா அந்த நாயைக் கையிலிருந்த தடியால் எறியாது, காற்றில் வீசிக் கலைத்தபோது சீசர் அந்த நாயின் அருகே சென்றது. பெட்டை நாய் தனது குரைப்பைச் சிறிது நிறுத்தி தாத்தாவை நம்பிக்கையோடு பார்த்ததுபோலத் தெரிந்தது. இந்த இடை வெளியில் தனது கையிலிருந்த கம்பை தென்னைமரத்தில் சாத்திவிட்டுத் துப்பாக்கியைத் தோளில் வைத்து தென்னைமரத்தில் சாய்ந்தபடி அந்த பாம்பை நோக்கி தாத்தா சுட்டார்.

நான் காதை பொத்தியபடி கண்ணை மூடினேன்.

முழித்தபோது குண்டு அதனது கழுத்தின் கீழ் பட்டதும் பாம்பு வாலைத்தூக்கி போர்வீரனது கையில் உள்ள வாள் எகிறி விழுவதுபோல்

தொட்டியின் வெளியே வந்து தொப் என்ற ஒலியுடன் விழுந்து துடித்தது. குண்டு பட்ட இடத்தில் குங்குமப் பொட்டு வைத்ததுபோல் இரத்தம் கொஞ்சம் கசிந்திருந்தது.

கிட்டதட்ட ஆறடியிருக்கும். 'நல்லபாம்பு' என பக்கத்தில் சென்று சொல்லியபடி மீண்டும்மொரு சிவப்புக் குண்டை போட்டு அதனது தலையருகே வைத்து துப்பாக்கி முனையை வைத்துச் சுட்டபோது இரத்தமும் தசையுமாக அதனது தலைப்பகுதியில் இருந்து கல்லால் எறிந்த குளத்தின் தண்ணீராகச் சிதறியது. இம்முறை வால் மட்டும் துடித்தது. மற்றைய பகுதியில் எந்த அசைவுமற்றிருந்தது. முற்றாக துண்டிக்கப்படாத பாம்பின் வாயில் இன்னமும் அந்த குட்டியிருந்தது. தாத்தா தடியால், பாம்பன் வாயிலிருந்து குட்டியைத் தட்டி வெளியெடுத்தபோது போது ஏற்கனவே இறந்திருந்தது.

நீர்த்தொட்டிக்குள் கிடந்த மற்றைய மூன்று குட்டிகளையும் தாத்தா அருகே சென்று பார்த்து விட்டு 'இன்னும் கண் திறக்கவில்லை 'என்றார்.

பெட்டை நாய் அருகில் சென்று குட்டியை முகர்ந்தபடி நின்றது. சீசர் அதனது பின்பகுதியை முகர்ந்தது. பெட்டநாய் 'வவ்' எனசீசரை கடிக்கச் சென்றது.

இதுவரையும் தாத்தா துப்பாக்கியை தேங்காய் எண்ணையும் மண்ணெண்ணையும் கலந்து சீலையொன்றால் இரும்புக்கு கம்பியை விட்டு ஒவ்வொரு கிழமையும் துடைப்பதை மட்டுமே பார்த்திருக்கிறேன். இன்றுதான் அவர் துப்பாக்கியால் சுடுவதைப் பார்த்தேன். தாத்தா சுட்டவிதம் அவரை கைதேர்ந்த வேட்டைக்காரனாக எனக்குத் தெரிந்தது.

இப்பொழுது வேடிக்கை பார்க்கத் தெருவில் பலர் கூடியிருந்தனர். அதில் கண்ணனின் தாயும் இருந்தார் .

ஒரு கையால் தடியை எடுத்து பாம்பைத் தூக்கிப் பார்த்து விட்டு முடியாது போகவே துப்பாக்கியைத் தென்னையில் சாத்தி வைத்தார் .

'வாத்தியார் கொஞ்சமிருங்கோ. நான் இந்த பாம்பைப் பார்க்கவேண்டும் எனக்கூறியபடி அந்த வளவுக்கள் கண்ணனின் தாய் வந்தார்.

அருகில் வந்து 'இந்தப் பாம்புதான் இரவு வந்தது? எவ்வளவு பெரிசாக இருக்கிது! இது என்னைக் கடித்திருந்தால் உடனே செத்திருப்பன். அப்பா, இப்பவும் உடல் நடுங்கிது' எனத் தலையை ஆட்டி கண்களைச் கழட்டியபடி வியந்தார் கண்ணனின் அம்மா .

‘நேற்று நீதான் நாகம்மா அனுப்பியதென்றாய். இன்றைக்கு அது இரையைத் தேடியபடி பசியில் திரிந்து கடைசியாக நாய்க்குட்டியை விழுங்க முயன்றிருக்கு’

“அட என்ன வாத்தியார் சொல்கிறீங்க ? நாகம்மா அனுப்பினாலும் அதுக்கும் வயிறு இருக்கிறது; பசி வரும்தானே ?” என்று சிரித்தபடி அந்த இடத்தை விட்டு விலகிச் சென்றார் .

‘சரி நீ பார்த்துவிட்டாயென்றால் குப்பையோடு கிணத்துக்குள் போட்டுவிட்டு கொளுத்துகிறேன்” என்று இரு கைகளாலும் தடியைப் பிடித்து அதைத் தூக்கி கிணற்றில் போட்டார். பின்பு அதே கிணற்றுக்குள் இறந்த நாய்க் குட்டியையும் வீசினார். பார்த்துக் கொண்டிருந்தவர்கள் எல்லாம் விலகிய பின்பு பக்கத்தில் விழுந்து கிடந்த காய்ந்த தென்னை ஓலையை கொளுத்தி கிணற்றில் போட்டதும் ஏற்கனவே பாதி நிரம்பிக் கிடந்த குப்பைகள் பற்றி எரிந்தது. புகை மட்டும் வெளியே வந்தது.

பாம்புக்கு பசித்தால் அது இரையைத்தேடவேண்டும். அப்பொழுது எலியோ நாய்குட்டியே என்று வித்தியாசம் பார்க்காமல் பிடிக்கும். அதில் என்ன தவறு ?

பாம்பு கண்ணனின் அம்மாவை எதுவும் செய்யவில்லை. ஆனால் அது பசியைத் தீர்க்கவே நாய்க் குட்டியை பிடித்திருக்கு. தாத்தா, இரைதேடித் தின்ற அதைக் கொன்றதில் என்ன நீதியிருக்கு? ஒவ்வொரு உயிருக்கும் பசி வரும்போது அது இரையைத் தேடத்தானே வேண்டும். பாம்பை அடித்தது நியாயமா ?

அடக்கி வைத்திருந்த ஆவலால் கேள்வியை அம்மாவிடம் கேட்டபோது ‘பாம்புகளை எப்போதும் அடிக்கவேண்டும். அவை பெருகினால் மனிதர்கள் வாழமுடியாது’ என்றார் .

‘பாம்புகள் பகலில் திரியாது. அவை மனிதர்கள் நித்திரையிலிருக்கும் இரவு நேரத்தில் மட்டுமே இரைதேடும் எனத் தாத்தா சொன்னார்.’

‘போடா உன்னோடு கதைக்கமுடியாது’ என அம்மா சொல்லிவிட்டு சென்றார்

5

'தண்ணீர் அல்லது உணவு மூலமாக இந்த செங்கமாரி பரவுகிறது' என்று மூளாய் டொக்டர் சம்பந்தர் சொல்லி விட்டுச் சென்றபோது எனது கட்டிலருகே நின்று கொண்டிருந்த அம்மா, கட்டிலில் தொம் என விழுந்தபோது நான் படுத்திருந்த கட்டிலிலிருந்து நான் மேலே தூக்கியெறியப்பட்டேன். அம்மாவின் முகம் இருண்டு, நெற்றியில் வேர்வைத்துளிகள் கசிவதைப் பார்க்க முடிந்தது. காரணம் புரியவில்லை. 'எனக்குச் சுகம்தானே! அம்மா ஏன் கவலைப்படுகிறீர்கள்' என்று கட்டிலிருந்து எழுந்து அம்மா பின்னால் சென்று முதுகைக் கட்டிப்பிடித்தேன். அம்மா கழுத்தைத் திருப்பி என்னை விட்டு விலகி கட்டிலை விட்டு எழுந்து சில கணநேர சிந்தனையின் பின் என்னை இறுகத் தழுவியபடி 'என்ர ராசா நீ உயிர் பிழைத்திட்டாய். நயினாதீவு நாகபூசணி அம்மனுக்கும் நம்மூர் முருகனுக்கும் நன்றி சொல்வேன்". சிறிது நேரத்தின் பின் எனது உச்சியில் முத்தமிட்டு 'நல்லவேளை உங்கப்பன் இருந்தால் என்னைக் கொலை செய்திருப்பான்' எனச் சொல்லத் தவறவில்லை.

அம்மா தனது எழுவைதீவுக் கோவிலுக்கும் அப்புவின் இடமான நயினாதீவுக் கோவிலுக்கும் பாரபட்சமில்லாமல் நேர்த்தி வைத்திருந்தது தெரியவந்தது. ஏற்கனவே ஆச்சியும் நேர்ந்து வெள்ளைத்துணியில் வைத்துக் கட்டிய சில்லறைக் காசு எனது மெலிந்த இடது கையில் உள்ளது.

கடந்த வருடம் மழை பொய்த்தபோது குடிநீர் அற்றுப்போய்விட்டது. அதனால் ஊரே மாறியது. அக்காலத்தில் நடந்த விடயங்கள் உறவுகளில் நிரந்தர பிரிவை உருவாக்கியதுடன் பகைத் தீயை மனிதர்களது மனங்களில் ஊதிப் பற்றவைத்தது. அந்தத் தீயில் உறவினர்கள் பகைவர்களாகினர். நண்பர்கள் பிரிந்தார்கள். ஊரை விட்டு பலர் வெளியேறினார்கள். நான் புதிய நோயால் கடித்துக் குதறப்பட்டு அதன் வாயிலிருந்து மயிரிழையில் மீண்டேன்.

ஒரு நாள் காலையில் படுக்கையிலிருந்து எழுந்தபோது தலை சுத்தியது. யாரோ எனது வயிற்றுக்குள் இரண்டு கையை விட்டு குடலை முறுக்குவதுபோல் இருந்தது. வெளியே வந்து வாசல்ப் படியில் குந்தியபடி குனிந்து வாந்தியெடுக்க முயற்சித்தேன். எதுவும் வரவில்லை.தொண்டை நொந்ததுதான் மிச்சம்.

'இவனுக்கு என்ன கோதாரி ? ராத்திரி என்ன குடுத்தனி ? 'எனச் சமையலறையின் வாசலில் நின்ற ஆச்சியின் குரல் காலை நேரத்தின் அமைதியைக் கிழித்தபடி இரண்டு வீடு வரை கேட்டது .

'ஏன் கூக்குரலிடுகிறாய்?யாருக்கு என்ன நடந்தது?' எனத் தாத்தா ஏதோ செய்துகொண்டிருந்த வேலையை விட்டு அறையிலிருந்து பதட்டமாக வந்தார்.

'பிள்ளைக்குச் சுகமில்லை. தாயைக் காணவில்லை 'என்று ஆச்சி மீண்டும் ஆனால் குரலைக் குறைக்காது சொன்னார்.

'அவள் வெளியாலே எங்கே போனாளோ? கத்திறதை விட்டு அவனுக்குக் குடிக்கக் கொடு 'இம்முறை தாத்தாவின் குரலில் கண்டிப்பிருந்தது

ஆச்சி கோப்பையில் பால் கொண்டு வந்தபோது குடித்துவிட்டு மீண்டும் வாந்தியெடுத்தேன். குடித்த பாலைத்தவிர எதுவும் வரவில்லை. அப்போது ஆச்சி குனிந்து தலையை கைகளால் பிடித்தது. இப்ப எடடா என்றபோது மீண்டும் கொஞ்சம் பால் வந்தது.

ஆச்சி எனது தலையைத் தன்னை நோக்கி 'இஞ்சவா' 'என இழுத்து எனது வாயைத் தனது சீலை முந்தானையால் துடைத்துவிட்டு அருகில் அழைத்து கண்ணை உற்றுப் பார்த்து 'என்ன மஞ்சளாக இருக்கு ? செங்கமாரியோ ? 'என்று தனக்குள் முணுமுணுத்தபடி வீட்டுக்குள் போய் பழைய சோற்றைச் சிரட்டையில் போட்டுக்கொண்டு வந்து 'பேயடா 'என்ற படி எனது கழுசானை இழுத்தது.

'போ அங்காலே' என் ஆச்சியைத் கையால் தள்ளிவிட்டு மாமரத்தடிக்குப் போனேன்.

அப்பொழுது அம்மா மேற்கே இருந்து வந்தபோது ஆச்சிக்கும் எனக்கும் ஏதோ போராட்டம் நடக்கிறது என்பதைப் புரிந்து வேகமாக வந்து 'என்ன பிரச்சனை ? 'என்ன நடந்தது ?" என்றபடி பரபரப்புடன் கேட்டார். எனது கழுசானைக் கழட்டி நிர்வாணமாக்க ஆச்சியும் அவருக்கு அருகில் தாத்தாவும் ஆயுத்தமாக நின்றார்கள். அம்மாவின் முகத்தில் என்ன ஏதோ எனப் பயத்தால் முகம் வெளிறியிருந்தது.

‘இவன் சத்தியெடுத்தான். பாலைக் கொடுத்தேன். மீண்டும் சத்தி. கண்கள் மஞ்சளாக இருக்கு. ஏதாவது செங்கமாரியாக இருக்குமோ? பயமாக இருக்கு. இந்த சோத்தில மூத்திரம் பேய சொன்னா மாடனென்கிறான். இவன் கழிசான் உள்ளே இவனுக்கு மட்டும் ஏதோ புதினமாக ஒன்று இருக்கிறதா நினைப்பு!’

‘இஞ்ச வா தம்பி ‘என அம்மா வந்து ஆதரவா கட்டியணைத்துவிட்டு ‘ஆச்சி உடம்பும் கணகணக்கிறது. எங்கை போய் எங்கு வாங்கிவந்தானோ. வீட்டில் இரு என்றால் கேட்காமல் ஊரெல்லாம் திரிந்து ஏதோ வாங்கியிருக்கிறான்.’

“சரி அவனிடம் இதில் பேயச் சொல்லு என்று சிரட்டையை நீட்டியபோது ‘தம்பி இதில் பேயடா?’

இப்பொழுது விடயம் புரிந்தபடியால் சிரட்டையை வாங்கி வீட்டின் பின்னால் மாட்டுக் கொட்டிலுக்குள் சென்று சிறு நீர் கழிக்க முயற்சித்தேன். மூத்திரம் வரமறுத்தது. முக்கியபோதும் வரவில்லை. வழக்கமாகக் காலை எழுந்தவுடன் முட்டிய மூத்திரம் படுக்கையிலிருந்து என்னை எழுப்பும். இன்று ஏன் வரவில்லை ?

பக்கத்தில் நின்ற வெள்ளச்சியைப் பார்த்தேன். வெள்ளச்சி அந்த நேரம் பார்த்து சிறுநீரைக் கலன் கணக்கில் பெய்ந்தது. நிலத்தை வெள்ளமாக்கியது. கொஞ்சம் வெள்ளச்சியின் மூத்திரத்தை பிடித்துக் கொடுப்போமா என நினைத்து அருகில் சென்றபோது வெள்ளைச்சி பெய்து விட்டு வாலை என்முகத்தில் படும்படி சுழட்டிவிட்டு நகர்ந்தது. நான் அங்குள்ள மரக்கட்டையில் குந்தியபடி முக்கி மூத்திரம் பேய முயன்றபோது சில ஒழுக்குகளாக வந்து சோற்றில் பட்டு சந்தன நிறமாகியது.

அதைக் கொண்டுபோய் ஆச்சியிடம் கொடுத்தேன்.

‘எடி கதாரி இவனுக்கு செங்கமாரி வந்திருக்கு. ‘மீண்டும் கூச்சலாகத் தனது தலையில் அடித்தது.

‘ஆச்சி என்ன செய்கிறது?’ அம்மா முகத்தில் வாட்டம் தெரிந்தது.

‘இது வந்தால் மாற ரண்டு கிழமையாகும். மீன் இறைச்சியல்லாது மரக்கறிச் சாப்பாடு. உறைப்பு எண்ணெய் இல்லாது சாப்பாடு கொடுக்க வேண்டும். கீழ் நெல்லி இந்த ஊரில் கிடையாது. வேப்பங்கொழுந்தைப் பாலில் கரைத்துக் கொடுத்துப் பார்ப்போம் ‘எனச் சொல்லியபடி பதிலுக்குக் காத்திராமல் ஆச்சி பின்பகுதியில் உள்ள வளர்ந்து நின்ற வேப்ப மரத்தைத் தேடிக் குழை ஒடிக்கும் கொக்கைத் தடியுடன் சென்றது.

ஆச்சியின் பின் சென்றபோது அந்தவருடம் மழை பெய்யாத வறட்சிக்கு எதிராகப் போரிட்டபடி எங்கும் கிளை பரப்பிய வேப்ப மரம் நிலத்தில் பழங்களைக் கொட்டி நிலத்தை, மஞ்சள், பச்சை, கறுப்பு மரக்கலர் என பல வர்ணக்கம்பளியாக நிலத்தை மூடியிருந்தது. அங்கு நடக்கும்போது கால்கள் பழங்களில் மிதிப்பது 'சதக் சதக் 'என்ற அடங்கிய ஓசையுடன் சேற்றில் கால் வைப்பது போன்றிருந்தது. 'டேய் வீட்டபோடா. அடங்கி இரு. இந்தநோய் அம்மனின் நோய் 'என்று சொல்லியபடி ஆச்சி கொக்கைத்தடியால் கீழ்க்குலையை வளைத்து முறித்தது. அப்படியே இன்னமும் இரண்டு கொப்புகளில் முறித்து இலைகளை எடுத்தது.

'எல்லாம் முத்திய இலைகள்' என்று தனக்குள் கூறியபடி சமையல் அறைத் தாழ்வாரத்தில் வைக்கப்பட்டிருந்த அம்மியில் குந்தியபடி அரைத்தது.

அம்மா, தாத்தாவிடம் 'அப்பு பெரிய அண்ணைக்கு ஒருக்கா தகவல் அனுப்புங்கோ. நாளைக்கு வரமுடியுமா என்று. இவனை நான் நாளைக்காவது ஆஸ்பத்திரிக்குக் கொண்டு போகவேணும். '

அம்மாவின் மூத்த தமயன் அனலைதீவில் ஆசிரியராக குடும்பத்துடன் வாழ்கிறார்.ஏதாவது வேலையில் சிக்கல் வந்தாலோ வேறு தேவையெனில் அவரையே ஆலோசனைக்காக அம்மா கூப்பிடுவது வழக்கம் '

'அதைப் பற்றிக் கவலைப்படாதே! அவன் வரவிட்டாலும் நானும் செல்வரத்தினமும் பார்த்துக்கொள்வோம். 'என்றார் தாத்தா.

பத்து மணிக்கு தபால் பொதிகளைக் கொண்டு செல்வரத்தினம் வந்தார். அவர் வருவதற்கு முன்பாக அவரது செருப்பின் டக் டக் ஒலியுடன் மெதுவான சாராய வாடை காற்றில் கலந்து வந்தது.

'அண்ணை, நாளையிலிருந்து இரண்டு கிழமைக்காவது குடிக்காமல் ஒழுங்கா வேலை செய்ய வேணும். நான் இவனை மூளாய் ஆஸ்பத்திரிக்குக் கொண்டுபோறன். 'அம்மா செல்வரத்தினத்திடம் சொன்னா.

'இந்த ஆம்பிளைக்கு என்ன நடந்து ?'

'செங்கமாரி போல. கண்ணல்லாம் மஞ்சளாக இருக்கிறது.அதோடு சத்தியெடுக்கிறான். காச்சலுமிருக்கிறது'

'அதை யோசிக்காத. நான் பார்த்துக்கொள்கிறேன்' என்றார் தலையைத் தடவியபடி.

பத்து மணிக்கு வரும் லோன்ஜில் கரம்பனிலிருந்துவரும்

தபால்காரர் செல்வரத்தினம் ஐந்தடிக்கு கொஞ்சம் கூடிய உயரம், காக்கி காற்சட்டை, வெள்ளைச்சேட்டு. காலில் ரப்பர் செருப்பு அணிந்தபடி தபால்ப் பொதிகளோடு கரம்பனிலிருந்து வரும் செல்வரத்தினத்துக்கு அம்மாவிலும் பத்து வயது கூட இருக்கலாம். குடும்ப நண்பராகப் பழகுபவர். பொதிகளைப் பிரித்து கடிதங்கள், தபால் அட்டைகளை தபால் கந்தோரின் வடக்கில் உள்ளவர்களுக்கு ஊரின் மத்தியிலுள்ள பள்ளிக்கூடத்தில் மாணவர்களிடம் கொடுத்து விடுவார். பெரும்பாலானவர்களின் பிள்ளைகள் அங்கு படிப்பதால் கடிதங்கள் அவர்கள் பெற்றோர்களுக்கு பாடசாலை முடிய போய்ச் சேரும். பாடசாலையில் பிள்ளைகள் படிக்காதவர்கள் குறைந்த பட்சம் அயல் வீட்டார்களாக இருப்பார்கள். பின்பு இரண்டு மணிக்குத் தபால் பொதிகளுடன் திரும்பிச் செல்லும்போது அந்தோனியார் கோயிலருகே உள்ள கத்தோலிக்க பாடசாலையில் உள்ள மாணவர்களிடம் கொடுத்து விட்டு அப்படியே தபால் பைகளுடன் ஊர் போய்விடுவார். சிறிய ஊரானதால் எவரிடமிருந்தும் அவர்மீது முறைப்பாடில்லை. ஒரு சில நாட்களில் முதல்நாள் போட்ட சாராயத்தில் எழும்பமுடியாது போனால் லோன்ஜ்சில் வந்தவர்கள் யாரிடமாவது தபால் பையைக் கொடுத்து விடுவார்கள். அப்படியான நாட்களில் தபால் பையை மாலையில் லோன்ஜ்சுக்கு கொண்டு போ என அம்மா என்னிடம் தந்து அனுப்பியுள்ளார். அம்மாவால் அவரை கண்டிக்க முடியாது. மேலும் திருந்தமுடியாதவர். ஆனால், நல்லவர். நான்கு பிள்ளைகளின் தந்தை என்ற அனுதாபங்களை முதுகில் சுமந்தபடி பல வருடங்களாக வேலைசெய்து வந்தார்.

ஆச்சி கொண்டுவந்து வேப்பிலை கலந்த பாலைத் குடிக்கத்தந்து அதை வாயில் வைத்தபோது கசந்தது. துப்பியபோது போதும் ஆச்சி விடவில்லை.

'குடியடா' கெஞ்சியது. அது சரி வராது போனபோது "குடிக்காது போனால் செத்துப்போய் விடுவாய்" அதிகாரமான குரலில் வெருட்டியும் நான் புறக்கணித்தபோது, இரண்டும் சரி வராததால் அம்மாவிடம் பொறுப்பைக் கொடுத்து 'நீயும் உன் பிள்ளையும் பட்டபாடு 'என விலகினது. அம்மா வந்து வற்புறுத்தியதால் கொஞ்சம் குடித்தேன்.

மிகவும் கைச்சலாக இருந்தது .

ஆச்சி சீனியை வாய்க்குள் போட்டது - கொஞ்சம் பரவாயில்லை. நாக்கில் படாது அண்ணாந்து குடித்தேன்.

ஊரில் முருங்கைக்காயைத் தவிர மற்றைய மரக்கறி கிடைக்காது. எப்பொழுதும் காய்கறிகள் குறைவாகச் சமைப்பது குறைவு.

யாழ்ப்பாணத்திலிருந்து வரவேண்டும் என்பதால் செல்வரத்தினம் மாலையில் வாங்கி அனுப்பிய காய்கறிகள் எல்லாம் எந்த உறைப்போ எண்ணையோ போடாது அவித்து தந்தார்கள். இரவு சாப்பாடு மீண்டும் வாந்தியாக வெளியே வந்தது.

அம்மா கவலையுடன் எனக்குப் பக்கத்திலிருந்தார். ஆச்சி ஒரு 50 சதத்தை வெள்ளைத்துணியில் வைத்து கணுக் கையில் கட்டியது. அப்போது அம்மா தன் பங்கிற்கு 'இவனை நான் நயினாதீவு அம்மாள் கோவிலுக்குக் கொண்டு வருவேன் 'என வாயால் சொல்லிக்கொண்டு எனக்கு நெற்றியில் விபூதியைப் பூசினார். அத்துடன் ஆச்சியால் வேப்பிலையையும் சில செத்தல் மிளகாய்கள் எனது தலையை மூன்று தரம் சுத்திப் போட்டு அடுப்பில் எரிக்கப்பட்டது. அடுப்பிலிருந்து வந்த வெடிச்சத்தத்தில் ஆச்சி தும்மியபடி வந்து 'எல்லா கண்ணும் போக' 'என முகத்தைக் கையில் வைத்தது. எவரினதோ கண்பட்டதால் நோய் வந்திருக்கலாம். அதற்கான பரிகாரம் வேப்பிலையோடு மிளகாய் அடுப்பில் எரிப்பது என ஏற்கனவே எனக்குத் தெரிந்திருந்தது.

அம்மா இந்த வேப்பிலை மிளகாய் எரித்து செங்கமாரியைக் குணப்படுத்தமுடியும் என நம்பவில்லை. காலை அம்மா சதாசிவண்ணையுடன் மூளாய் வைத்தியசாலைக்குப் போக முடிவுசெய்தார். மூளாய்க்கு ஊர்காவற்றுறை வழியாகப் போகவேண்டும். அம்மாவின் கையில் இரண்டு கிழமைக்கான உடுப்புகள் அடைந்த நீலப் துணிப்பெட்டி ஊதிப்பருத்திருந்தது. நான் அம்மாவின் பின் நடந்தேன். நடக்கும்போது ஆரம்பத்தில் இருந்த உடற்தென்பு பாதி வழியில் தொலைந்துவிட்டது. காலையில் உடல் வேர்த்தது. நெஞ்சாங்கூடு மேலேறிக் கீழிறங்கியது. கால்கள் சோர்ந்தன. கண்கள் பஞ்சடைந்தன. களைப்புடன் எனது கால்களைச் சுமைபோல் இழுத்தபடி நடந்தபோது 'வாடா லோஞ்சு வந்துவிடும் 'என்றார்.

அம்மாவுக்கு முன்னாலே சென்ற சதாசிவண்ணை பார்த்துவிட்டு வந்து என்னைத் தூக்கினார்.

கற்களான பாதை. கடற்கரையில் முடிந்ததும் தெற்கு நோக்கித் திரும்பி கடற்கரை மணலில் நடந்தபோது அவருக்கு நான் சுமையாக இருக்கவேண்டும். அவரது சுவாசம் முட்டையிட இடம்தேடும் கோழியின் கேரலாக இரைந்ததை என்னால் கேட்க முடிந்தது. அவரது முதுகில் ஒட்டிய சேட்டை மீறிவரும் வேர்வையின் ஈரத்தைப் பார்த்து அதில் எழுந்த உடல் மணத்தைச் சுவாசித்தபடி அவரது கழுத்தை இறுக்கமாகக் கட்டிப்பிடித்துக் கொண்டேன். பாலத்தில் இறங்கியபின் அவரது கையைப் பிடித்து லோன்ஜில் ஏறி ஊர்காவற்றுறை சென்று

அங்கிருந்து காரைநகருக்குப் பாதையில் சென்றோம். அங்கிருந்து காரில் மூளாய் சென்றோம். காலையில் தொடங்கிய பயணம் மதியத்தின் பின் மூளாய் கூட்டுறவு வைத்தியசாலையில் முடிந்தது.

மூளாய் வைத்தியசாலை. நான் மட்டுமல்ல தங்கச்சி எல்லோரும் பிறந்த குடும்ப ஆஸ்பத்திரி. அங்குள்ள வைத்தியர்கள் மேலிருந்து எங்களை ரட்சிக்க வந்த தேவதூதர்கள். அவர்களுக்கு உதவும் தாதிகள் வெண்ணிற உடையணிந்த தேவதைகள் என்பது அம்மாவின் நம்பிக்கை. அங்குள்ள ஐந்து ரூபா விசேட வாட்டில் பதினைந்து நாட்கள் இருந்து வந்தேன்.

கடற்கரையில் குன்று போட்டு அள்ளிய நீரில் உள்ள கிருமிகளாலே இந்த செங்கமாரி நோய் வந்தது என வைத்தியரின் வாயால் அம்மா கேட்டதால், எனது நோய்க்கு தானே காரணம் என்ற ஆற்றாமை அம்மாவைக் திகில் கொள்ள வைத்தது. அந்தக் குற்ற உணர்வு அவரைத் தவிக்க வைத்தது. வேடனின் அம்பு தைத்த பறவையாக அம்மா கட்டிலில் விழ அதுவே காரணம்.

6

‘ஊர் முழுவதும் ஒரே கிணற்றில் தண்ணீர் அள்ளுவதால் வலைப்பாட்டுத் தண்ணீர் கயரத் தொடங்கி விட்டது. இண்டைக்கு குடாப்பகுதி கடற்கரையில் குழி கிண்டி தண்ணீர் எடுக்கவேண்டும். அந்த மண்வெட்டியை எடுத்துக் கொண்டு நீயும் வாடா ‘என்று அம்மா சொல்லியபடி தண்ணீர்க்குடத்தை இடுப்பில் ஏந்தியபடி வீட்டிலிருந்து காலையில் எட்டு மணியளவில் வாசல் கதவைத் திறந்து சென்றபோது நானும் சீசருடன் அம்மாவின் பின்னால் கிழக்குக் கடற்கரைக்குச் சென்றேன்.

இளங்காலைக் கதிர்களும் காலைக்காற்றும் முகத்தைத் தடவி உற்சாகத்தைக் கொடுத்தன. இனித்தான் முகங்கழுவி சாப்பிட்டு, ஒன்பது மணிக்குப் பாடசாலை செல்லவேண்டும். ஒரு மணி நேரத்தில் எல்லாம் முடிக்கவேண்டும். அம்மாவும் ஒன்பது மணிக்குக் கந்தோர் திறக்கவேண்டும். அதற்கிடையே தண்ணீர் கொண்டுவந்து விடவேண்டுமென்ற அம்மாவின் அவசரம் எனக்கு எரிச்சலைக் கொடுத்தது .படுக்கையிலிருந்த என்னைக் கட்டாயப்படுத்தி எழுப்பி, தங்கச்சியை ஆச்சியிடம் கொடுத்து விட்டு, முதல் முறையாக கடற்கரையிலிருந்து தண்ணீர் எடுக்கச் செல்வதால், நானும் ஓடிப்போய் வீட்டின் பின் கிடந்த மண்வெட்டியை எடுத்துக்கொண்டு அம்மாவைப் பின்தொடர்ந்தேன். எங்கு, எதற்கு, எப்படி தண்ணீர் எடுப்பது என்று எனக்கு எந்த தகவலும் தராது அலட்சியமாக முன்னால் சென்றது மேலும் கோபத்தை வரவளைத்தது. ஆனால் என்ன செய்ய முடியும்? அம்மாவின் வாலாக நான். சீசர் எனக்கு வாலாகியது.

முற்றாகத் தெரியாதபோதும் ஏற்கனவே ஆங்காங்கு கேள்விப்பட்ட விபரங்கள் சில எனக்குத் தெரியும். வேலம்மாளின் குடும்பத்தினர் கடற்கரையில் தண்ணீர் எடுப்பதை அறிந்தேன். ஊரில் கிணறுகளில் தண்ணீர் உவர்நீராக மாறுவது மிகவும் அரிதாகவே நடக்கும். தாத்தா முன்னொரு காலத்தில் மழை பொய்த்தபோது கடற்கரையில் மக்கள் குழி வெட்டி நீரள்ளியதாக கூறினார்.எப்படி எங்கே எனச் சொல்லவில்லை .

பிற்காலத்தில் அறிந்ததின் பிரகாரம், எங்கள் ஊரில் வட மேல் பருவக்காற்று மழை, ஐப்பசி, கார்த்திகை மற்றும் மார்கழி என்ற மூன்று மாதங்களில் பெய்து நிலத்தை ஈரமாக்கி கிணறுகளை நிரப்பும். போன வருடம் மழை பொய்த்துவிட்டது. மழையற்ற காலத்தில் நிலத்தின் கீழ் சுண்ணாம்புப்பாறைகளில் சொட்டுகளாகத் தேங்கி நிற்கும் நிலத்தடி மழை நீர், கடலில் சேரும்போது அங்குள்ள வெற்றிடத்திற்குக் கடல்நீர், எதிர்த்திசையில் பயணித்து கிணற்றில் கசிந்து உவராகும். ஊரில் நீர் தேடி அலைபவர்கள் அந்தக் காலத்தில் ஊரிலிருந்து தப்பி கடலுக்குச் செல்லும் சில துளி நன்னீரைச் கடலை அண்டிய மணற் பிரதேசத்தில் இடுப்பளவு ஆழத்தில் குழி கிண்டி கடலைநோக்கிப் பொசியும் நீரைக் குனிந்து அதில் தென்னஞ் சிரட்டையால் மணலோடு சேர்த்து அமுதபானமாக தண்ணீரை அள்ளுவார்கள்.பெண்களே இந்தவேலையை செய்வதால் காலை நேரத்தில் கடற்கரையில் அவர்களைக் காணமுடியும்.

இந்த வருடம் தகதகத்து எரியும் கனலாக, கோடை கடந்த வருடங்களிலும் கடுமையாக இருக்கிறது என எல்லோரும் பேசிக் கொண்டனர். பகலில் கொழுத்தும் வெயில். மாலையில் சூரியன் மறைந்தபின் தணிந்தாலும் நிலம் வெப்பத்தை உறிஞ்சி இரவில் அனல் காற்றாக புகையிலைக் குடிலாக்கியது. கோடையின் மற்றைய வருடங்களில் மாலையில் குளிர்ந்த கச்சான் காற்று, மேற்குக் கடலின் நீர்த்திவலைகளை ஏந்தியபடி வழக்கமாக ஊரை ஏர்கண்டிசன் செய்யும். அதனால் குறைந்த பட்சம் இரவில் நித்திரை செய்யமுடியும். இந்த வருடத்தின் கோடை நாட்களில் அது நடக்கவில்லை. சூரியன் எங்கள் ஊருக்கு அருகாக வந்து நிரந்தரமாகக் குடியேறிவிட்டதோ என எண்ணும்படி மரங்கள், செடிகள் மற்றும் கொடிகள் எல்லாம் பகலில் நீர்ப்பிடிப்பற்று காய்ந்து சருகாக விழுந்தும் விழுவதற்கு தயாராக தொங்கின. வழக்கமாகக் கிளை தாங்காது காய்ந்திருக்கும் எங்கள் வீட்டு கறுத்தக் கொழுப்பான், மல்கோவா மாமரங்கள் இரண்டிலும் அதிக காய்களில்லை .பிடித்த காய்களும் பிஞ்சுகளாக வெம்பி நிலத்தில் விழுந்து கிடந்தன. உச்சிக் கொப்பில் காய்த்துக் கனிந்திருந்த மாம்பழங்களைப் பறித்தல் வீண் விரயமெனத் தாத்தா விட்டதால், காகங்களும் கிளிகளும் சுற்றம் சூழ விருந்து கொண்டாடின. தென்னைமரங்களில் காய்கள் எல்லாம் பிஞ்சில் காய்ந்து காய்ந்து முகம் கறுத்துச் சுருங்கி ஒல்லியாக நிலத்தில் விழுந்து கிடந்தன.

எங்கள் வீட்டுக்கிணற்றின் தண்ணீர் எப்பொழுதும் வாயில் வைக்கமுடியாது. ஆனால் கழுவுவதற்கு தோய்ப்பதற்கு தேவையான நீர் வற்றாது. இம்முறை தண்ணீர் அள்ளும் வாளி விழும் குண்டில் மட்டுமே சிறிது நீர் தேங்கியிருந்தது. தண்ணீர், முகம் கால் கை கழுவ

அள்ளும்போது அரைவாசி சேறு கலந்து வாளியில் வந்தது. கிணற்றின் மற்றப் பகுதியெல்லாம் நீர் வற்றி, கல்லுப்போட்டு கிராமச் சங்கத்தால் சீரமைத்த புதிய வண்டிப்பாதையாக இறுக்கமாகத் தெரிந்தது. ஒவ்வொரு மாரியிலும் பயிர் செய்யும் தோட்டம் இம்முறை கைவிடப்பட்டு நெருப்பு வைத்த இடமாகக் காய்ந்து கிடந்தது. தோட்டத்துக் கிணற்றில் ஒரு வாளித்தண்ணீர் கூட இல்லை. பல வருடங்களாக அங்கே தனிக்குடித்தனம் செய்த ஒரு சருகாமை இந்த வருடம் ஓட்டை மட்டும் கிணற்றுக்குள் விட்டுவிட்டு மேலோகம் சென்றுவிட்டது.

மழைக்காலத்தில் முருகன் கோயில் பின்பாக உள்ள கிணற்றில் குடிதண்ணீர் எடுக்க முடியும். அங்கு தண்ணீர் கயர்ந்துபோக கடந்த மூன்று மாதமாக ஒரு கிலோ மீட்டர் தள்ளியுள்ள வலைப்பாடு என்ற பகுதியில் குடிப்பதற்கு தண்ணீரெடுத்து வந்தோம். எக்காலத்திலும் அதுவே ஊருக்கு அமுதசுரபி.

பல வருடங்களுக்கு பின்பாக கோடை வெப்பமாக இருந்தது என்று எல்லோரும் பேசினார்கள். அது உண்மையாக இருக்கலாம். அதைச் சமாளிக்க முடியாததற்குக் காரணம் மாரியில் மழை பொய்த்தது என்பதே சரியாகும். ஐப்பசியில் மழையில்லை. கார்த்திகைக்குக் காத்திருந்தவர்களுக்கு ஏமாற்றம். சில நாட்கள் மட்டுமே மழை. கலியாண வீட்டில் வாசலில் தெளிக்கும் பன்னீர்போல் நிலத்தில் புழுதி மட்டும் அடங்கத் துவைத்துத் தெளித்து விட்டு அவசரமாகப் போய்விட்டது. பெரும்பாலான மழை மார்கழியில் பெய்திருக்கவேண்டும். ஆனால் பெய்யவில்லை. இதனால் ஊரில் குடிநீர்த் தட்டுப்பாடு. இதன் விளைவாகவே கடற்கரையில் போய் மணலில் சிறிய குழிகள் அமைத்து அங்கிருந்து தண்ணீரை எடுப்பதைச் சிந்திக்க வேண்டிவந்தது. குடிதண்ணீர் எப்பொழுதும் குடாநாட்டில் தட்டுப்பாடு. அந்த தட்டுப்பாட்டிற்குச் சிகரம் வைத்ததுபோல் தீவுப்பகுதியில் எப்பொழுதும் தண்ணீருக்குத் தட்டுப்பாடு. எழுவைதீவிலே உயிர் வாழ்வதற்கே அது பிரச்சனையாக இருக்கும்.

அம்மாவுடன் கிழக்கு கடற்கரைக்கு வந்தபோது கடலுக்கும் பனங்கூடலுக்கும் இடையில் உள்ள மணல் வெளியில் ஏறக்குறைய பத்து குழிகளாவது சிறிதும் பெரிதுமாக ஒரு சிறிய சுற்று வட்டாரத்தில் வெட்டப்பட்டு இருந்தன. வெட்டிய மணல் இடிந்து கால்வாசி அரைவாசி மூடியிருந்தன.

அதில் ஏற்கனவே அங்குள்ள குழிகளில் ஆழமாக யாரோ வெட்டிய குழியருகே அம்மா குடத்தை வைத்துவிட்டு, அப்புவின் பழைய வேட்டியில் கிழித்த வெள்ளை துணியால் குடத்தின் வாயிலைக்

கட்டி, மணலில் குடத்தை அழுத்தி வைத்துவிட்டு என்னிடம் 'மண்வெட்டியைத்தாடா 'என வாங்கி குனிந்து வெட்டியபோது ஆரம்பத்தில் அதிசயமாக இருந்தது. இதுவரையும் தாத்தா, அப்பு என ஆண்கள் மேலுடம்பை மட்டும் அசைத்து மண் வெட்டிய பார்த்த எனக்கு, முழு உடம்பையும் பாவித்து அம்மா வெட்டுவது வித்தியாசமாகத் தெரிந்தது. தொடர்ந்து அம்மா வெட்ட ஏற்கனவே வெட்டி இருந்த மணல் குழிக்குள் மீண்டும் சரிந்தது. அம்மா வெட்டுவதைப் பார்க்க சிரிப்பாக வந்தது. தொடர்ந்து அம்மாவைப் பார்க்கப் பாவமாக இருந்தது. மூசி மூசி மண்ணை வெட்டியபடி இருந்தார். வெட்டிய மண்ணிலும் அதிகமாக மண் மீண்டும் குழிக்குள் சரிந்தது. அம்மாவுக்குக் காலை நேரத்தில் வேர்த்துப் போட்டிருந்த கருஞ்சிவப்பு சட்டை நனைந்தது கறுப்பாகியது. நெற்றியில் வேர்வைத்துளிகள் வழிந்தன. நெஞ்சு மேலும் கீழுமாக மூச்சிழைத்தது. ஆனால் வெட்டிய குண்டில் தண்ணீர் மட்டும் தெரியவில்லை.

அம்மாவைப் பார்க்க பரிதாபமாக இருந்தது. இப்படி வேலை செய்வதை நான் இதுவரையும் காணவில்லை 'அம்மா உனக்கு வெட்டத் தெரியாது. நான் வெட்டுகிறேன் 'எனக் கையை நீட்டினேன்.

'போடா அங்காலே, மண்வெட்டி படப்போகிறது' என்றபடி மண்வெட்டியை வைத்துவிட்டு குழிக்குள் இறங்கி புறங்கையைக் குழிக்குள் வைத்துப் பார்த்தார். கையில் ஈரமில்லை. வேர்வையில் குளித்த அம்மாவின் முகத்தில் அதிகமான வியர்வையின் ஈரம் தெரிந்தது. அந்த ஈரமுகத்தில் சூரிய ஒளிக் கீற்று வந்து மஞ்சள் பூசியது. சிறிது நேரத்தின் பின் தன்முயற்சியில் தளராது மீண்டும் குழிக்கு மேலாக வந்து வெட்டினார்.

அம்மாவுக்கு மண்வெட்டியைப் பிடித்தோ மண்வெட்டியோ பழக்கமில்லை. தாத்தாவிடம் சொல்லியிருந்தால் தாத்தா வந்திருப்பார். இல்லை யாரையாவது பிடித்து அனுப்பியிருப்பார். தேவையில்லாமல் யாரோ சொன்னதால் வேகமாகக் கந்தோர் வேலை தொடங்கமுன் தண்ணீர் எடுக்க என்னையும் இழுத்தபடி வந்திருக்கிறார். ஏன் தேவை இல்லாத பாடு என இப்பொழுது அம்மாமீது எனக்கு எரிச்சல் வந்தது.

மீண்டும் ஐந்து நிமிடங்கள் வெட்டியும் தண்ணீரைக் காணவில்லை. வெட்ட வெட்ட மணல் உள்ளே சரிந்தது. அம்மா களைத்துப்போய் வெட்டிய மணல் குவியலில் குந்தியிருந்து கொண்டு கால்களை குழிக்குப்போட்டார் .நான் மண்வெட்டியை எடுத்து வெட்டத் தடுத்துவிட்டு 'டேய் போய் தாத்தாவைக் கூப்பிடு'எனச் சொன்னாலும் மீண்டும் வீட்டை நோக்கி நடக்க எனக்கு மனமில்லாது தயங்கியபடி நின்றேன் .

‘போகப்போறயா இல்லையா ?’என்ற அம்மாவின் கோபமான குரலில் மண்ணைக் கையால் அள்ளி என்னை நோக்கி எறிந்தார். எனது சட்டையில் விழுந்து தெறித்த மணலை பொருட்படுத்தாது அசையாது நின்றேன். ‘டேய் போடா போய் தாத்தாவைக் கூப்பிடு “என்று ஆற்றாமையால் பலமாகிய கூவியபோது குரல் சுற்றியுள்ள பனைகளில் பட்டுத் தெறிந்து மீண்டும் எங்களிடம் வந்தது.

அம்மாவின் குரலைக் கேட்டு வேலம்மா தனது குடிசைப்பக்கமாக இருந்து பனைகளைத் தாண்டி வந்து வாயில் கையை வைத்து தனது சிரிப்பையும் ஆச்சரியத்தையும் மறைத்தபடி ‘அய்யோ நீயா ராசாத்தி வெட்டுகிறாய்? .உனக்கு இது தேவையா ? உன்ர இளந்தாரி பக்கத்தில் நிற்கிறான், பார்த்துக்கொண்டு .? ‘என்ற படி எங்களை நோக்கி வந்தார்.

‘அவன் மண்வெட்டி கொண்டுவர கூட்டிவந்தனான். காலைக் கையை வெட்டினா பிறகு அவரில்லாத நேரத்தில் நான் வள்ளம் பிடித்து மூளாய் ஆஸ்பத்திரிக்குக்கொண்டு போகவேண்டும். அது எனக்குத் தேவையா ? அதைவிட கடல்த்தண்ணியை குடிக்கலாம். இந்த தண்ணி பஞ்சம் இந்தமுறை இப்படிப் படுத்துகிறது ‘அங்கலாய்ப்புடன் காலை நீட்டி மண்ணிலிருந்தபடி சொன்னா.

‘இஞ்ச கொண்டா நான் வெட்டிறன் ‘. என்றதும் அம்மா மண்வெட்டியைக் கொடுத்துவிட்டு ஒதுங்க, வேலம்மா குனிந்து மண்வெட்டியால் மேலே உள்ள மணலை வெட்டி தூரத்தில் ஒதுக்கிவிட்டு, பின்பு குழியை வெட்டி மணலை தூர எறிந்தபோது மண் சரியவில்லை. வெட்டிய குழியை சிறிய வட்டமாக வெட்டி ஆழமாக்கியபோது குழியில் சிறிதாகத் தண்ணீர் கசிவது தெரிந்தது. அந்தத் தண்ணீரை கையால் எடுத்து வாயில் விட்டுக் குடித்துவிட்டு ‘இஞ்ச பார் எப்படி அமிர்தமாக இருக்கு. இன்னும் கொஞ்சம் வெட்டுகிறேன் ‘என ஆழமாக வெட்டியபோது அதிக தண்ணீர் வந்தது. அந்தக் குழியில் மணலுக்கு மேலாகச் சுத்தமான நீர், அரை அடிக்குப் படிகமாகத் தேங்கியது.

குடத்தின் வாயில் ஏற்கனவே வெள்ளைத்துணியை கட்டியிருந்ததால் அங்குச் சிரட்டையால் குழிக்குள் இருந்த நீரை அள்ளி குடத்துள் ஊற்றியபடி வேலம்மா ‘அது சரி இந்த விதானையார் ஏதாவது செய்து ஊருக்குச் வேலணைச் சாட்டியிலிருந்து தண்ணீர் கொண்ட வர முயற்சி செய்யலாமே? எவ்வளவு காலத்துக்குக்கு நாங்கள் தண்ணீரில்லாது தவிப்பது ? எப்ப மழை பெய்வது? எப்ப கிணறுகளில் தண்ணீர் பார்ப்பது? மரம், செடி மட்டுமல்ல வாழ்வே வரண்டு கிடக்கு.....”

‘அந்தாள் எங்க குடிச்சுப் போட்டு கிடக்கோ ?‘

'நீ வாத்தியாரிடம் சொல்லிப்பார்த்தாலென்ன ?' '

'அப்பு செய்தது எல்லாம் காணும் என்டு பென்சனில இருக்கிறார். ஊரில எத்தினை பேர் இருக்கினம் ? போய் ஊரகாவத்துறையிலோ இல்லை யாழ்ப்பாணம் கச்சேரியில் கதைக்கலாம்தானே ? '

'காலம் காலமாக வாத்தியார்தானே எல்லாம் செய்தது ?' 'என்று குடத்தை உயர்த்தி அம்மாவின் இடுப்பில் வைத்தார் வேலம்மா. அம்மாவின் பின்பாக மண்வெட்டியை கழுத்தில் வைத்தபடி வீடு நோக்கி நடந்தேன்.

7

ஊரில் தண்ணீர் பஞ்சம் ஆண்களுக்குப் பெரிதாகத் தெரியவில்லை. ஏதோ விதமாக வீட்டில் குடிப்பதற்குப் பெண்களால் தண்ணீர் கொண்டு வரப்படுகிறது. சமையல் சாப்பாடும் தவறாமல் வீடுகளில் கிடைத்தது. இதனால் தண்ணீர்ப் பஞ்சம் அவர்களுக்கு முக்கிய விடயமாகத் தெரியவில்லை. ஆனால் மழையற்ற பிரச்சனை வேறு உருவத்தில் வந்தது.

தென்னை மரங்களில் பிடித்த பாளைகள் காய்ந்து, குரும்பைகள் முற்றாது சிறிதும் பெரிதுமாக நிலத்தில் விழுந்தன. வெளியூருக்குச் செல்லும் தேங்காய்கள் இல்லாது உள்ளூர் பாவனைக்கு மட்டும் தேங்காய்கள் கிடைத்தது. வறண்ட நிலத்து மரமாகிய பனைமரங்கள் வறட்சியைத் தாக்குப்பிடித்தாலும் முன்புபோல் கள் ஒழுகவில்லை. அரைமுட்டி கால் முட்டி என வந்தது. தென்னையேறாமல் பனையை மட்டுமே ஏறும் நிலை வந்தது. அப்படியாக வரும் கள் ஊருக்கே போதவில்லை .இந்த நிலையில் மரவரித்திணைகளத்திடம் வரிகட்டி அடையாளமிட்டு ஏறிய பனைகளோடு அடையாளமிடப்படாமலும் வரி கட்டாமலும் பனைகளில் கள்ளிறக்கியதாக மரவரி திணைக்களத்தினது வந்து பாளைகளை வெட்டி, சிலருக்கு அபராதம் விதித்து விட்டுப் போய்விட்டனர்.

பாளை வெட்டுவதற்கு ஊர்காவற்றுறையில் இருந்து மரமேறுபவர்களை அழைத்து பொலிஸ் இருவருடன் மரவரி திணைக்களத்தினர் வந்தனர். அப்படி வந்தவர்கள், விதானையும் துணைக்கு அழைத்து வந்து பாளை வெட்டை செய்தனர். இதனால் பலர் பாதிக்கப்பட்டனர். எழுவைதீவின் கள் உற்பத்தி முற்றாக இல்லாது போய்விட்டது. கள் குடிப்பவர்கள் வயிற்றில் இடியாக இறங்கியது. எங்கள் வீட்டில் இரண்டு பனைகள் வெட்டப்பட்டது. ஏற்கனவே வீட்டில் கள்ளேறுதை விரும்பாத தாத்தாவிற்கு இது பெரிய அவமானமாகப் போயிருந்தது.தாத்தா சில காலம் சீனியப்புவிடம் முகம் கொடுத்துப் பேசவில்லை.

இந்த விடயம் மரவரி இலாகாவிற்கு எப்படித் தெரிந்தது? ஊரில் யாரோ பெட்டிசன் போட்டிருக்கினம். விதானையாருக்கு இந்த விடயத்தில் சம்பந்தமிருக்கோ இல்லையோ என்று தெரியாத போதும் வெட்டும்போது அவர் வந்ததால் ஊரின் கோபம் அவரில் திரும்பியது. ஊருக்குப் பிரச்சனை வரும்போது ஒரு வில்லன் வேண்டும். பொலிசோ பாளை வெட்டியவர்களோ ஊரிலில்லை. அவர்கள் எய்த அம்பாக இருந்தாலும் வில்லாளியாக விதானையாரைப் பார்த்தார்கள். அவர் மேல் குரோதம் கொண்டார்கள். அந்தக் குரோதம் அடுத்து வருசம் மழை பெய்து கள் கணிசமாக ஒழுகினாலும் தொடர வாய்ப்புள்ளது.

பாளை வெட்டுக்கு அடுத்தநாள் வடக்கே உள்ள வைரவர் கோவிலில் ஆடு வெட்டி பொங்கலிட்டு திருவிழா நடந்தது. அந்த திருவிழாவிற்குப் போக எனக்கு அனுமதியில்லை. ஆனால் எனது நண்பர்கள் போவார்கள். எனக்குச் சிறுவயதில் ஆஸ்த்மா வருவதால் பொத்திப்பொத்தி வளர்க்கப்பட்டேன். இரவில் வெளியே போவது, மழை நேரத்தில் பாடசாலை செல்வது, மற்றும் பழைய சோறு காலையில் சாப்பிடுவது என்பன எனக்குத் தடுக்கப்பட்டிருந்தது.

அடுத்தநாள் பாடசாலைக்குப் பக்கத்து வீட்டுக் கண்ணன் வந்து 'நேற்று கோவிலில் ஒரே அடிபிடி. இருட்டில் லைட்டுகளால் அடித்துச் சண்டையிட்டார்கள்' 'என்றான்.

'என்ன காரணம்?' ஆவலுடன் கேட்டேன்.

'காரணம் தெரியாது. எல்லாரும் வெறியிலிருந்ததுடன் ஊருக்குத் தண்ணீர் இல்லை. விதானை சரியில்லை எனப் பேசப்பட்டது. அதைக் கேட்டுக்கொண்டிருந்த விதானையின் பிள்ளைகள் சண்டைக்குப்போகப் பலரது மண்டைகள் உடைந்தது. அங்கிருந்த பெற்ரோமாக்ஸ் விளக்கும் உடைந்தது. இருளில் கைகளில் வைத்திருந்த டோச் லைட்டுகளால் சண்டை நடந்தது. திருவிழா இடையில் தடைப்பட்டது. பலர் பொங்காது வீடு சென்றனர். பாடசாலை வரும்போது கோயில் பின்பாக பல வெறும் சாராயப் போத்தல்கள் கிடந்தன. வெறியில் அடிபட்டதாகப் பேசினார்கள் 'என்றான்.

இதுவரையும் பெரிதாக எந்த குற்றச் செயல்கள் ஊரில் நடைபெறவில்லை. பெரும்பாலானவர்கள் ஏதோ ஒருவகையில் ஒருவருக்கு ஒருவர் உறவினர்கள் என்பதும் காரணமாகும். ஊருக்குப் பொலிஸ் வருவது இல்லை. விதானையை மீறி எந்த குற்றச்சாட்டுமில்லை .தண்ணீர்ப் பஞ்சத்தை இயற்கை பொய்த்துவிட்டது எனப் பொறுத்துக் கொண்டிருந்தார்கள். ஆனால் பாளை வெட்டியதால் கள்ளு கிடைக்காததைப் பொறுக்க முடியவில்லை.

அன்று மாலை விளையாடி விட்டு மாலையில் வீடு வந்தபோது தாத்தா சாய்வு கதிரையிலிருந்தார். அவருக்கு எதிரே தாழ்வாரத்தில் திண்ணைப் பகுதியில் எங்கள் ஊரில் இரும்படிக்கும் ஆறுமுகண்ணையிருந்தார். ஊரில் அவர் ஒருவரே கொல்ல வேலை செய்பவர் .

அறுபது வயதிருக்கும். ஐந்தடியும் சில அங்குலங்களும் உயரமானவர். முன்தலை உச்சி எல்லாம் வெளியானது. ஆனால் பிறைச்சந்திரனாக நரைத்த மயிர்கள் கொண்ட வட்டமான தலை. வெற்று உடம்போடு இடுப்பில் சாரமணிந்துகொண்டு வேலை செய்வார். எங்கள் வீட்டிற்கும் பாடசாலைக்குமிடையில் தனது கொல்லன் துருத்தியை வைத்திருந்தார். அவரது பட்டடை இருந்த இடம் கட்டிவிட்டுக் கைவிடப்பட்ட ஒரு வீட்டின் அத்திவாரம். யாரோ வீட்டைப் பாதியில் முடிக்காது யாழ்ப்பாணத்துக்கோ கொழும்புக்கோ போய் விட்டதால் அரைவாசியில் கைவிடப்பட்ட அத்திவாரத்தில் தனது துருத்தியையும் சிறிய கொட்டகையையும் போட்டுக் கொண்டு, தனிமையாக வாழ்பவர். கொட்டகையில் அவரது கட்டிலோடு அவசியமான பாத்திரங்கள் பண்டங்கள் தெரியும். பாடசாலை முடிந்து வரும் நாட்களில் அவர் வேலை செய்வதைச் சிறிது நேரம் நின்று பார்ப்பேன். புசு புசு எனக் காற்றைத் தள்ளும் அவரது தோல் துருத்தியின் வாயில் கரி எரிந்து செந்நிறமான தணலிருக்கும். அங்குக் கத்தியோ சத்தகமோ செய்து இரும்பு பாளத்தில் வைத்துச் சிவப்பாக்கிவிட்டு அதை அடிப்பதையும் பின் தண்ணீரில் ஆழ்த்தும்போது எழும் உஷ் என்ற ஓசையைக் கேட்பேன். அவரது படைப்பைப் பார்ப்பதிலும் பார்க்க அந்த சிவந்த இரும்பை நீரில் அழுத்தும்போது வரும் புகையை பார்க்க எனக்கு ஆசை .எப்படிப் புகை ஏற்படுவது என்பது அக்காலத்தில் அதிசயமாகவிருந்தது.

அவரது கொட்டிலின் மரத்தூணை ஒரு கையால் பிடித்தபடி பார்க்கும் என்னிடம் அதிகம் பேசாது 'என்ன சின்ன வாத்தியார் ? 'என்று தனது காவி படிந்த பற்களைக் காட்டி சிரித்துவிட்டு தனது வேலையைத் தொடர்வார். அவரது நடு நெஞ்சில் உள்ள ஒரு ரூபாய் அகலமான தளும்பு கவிண்டு விழுந்த சோடா மூடிபோல் மினுங்கி தள்ளியபடி இருந்தது. அதை அடிக்கடி பார்ப்பேன் .ஒரு நாள் எனது கண்கள் அவரது தழும்பைத் தடவுவதைப் பார்த்துவிட்டு 'பல வருடங்கள் முன்பாக காச்சிய இரும்புத்துண்டு தெறித்து வந்து சுட்டது 'எனக் கூறிவிட்டு அதை விரல்களால் தடவுவார்.

'வாத்தியார் இந்த வருடம் இரும்பு வேலை எதுவுமில்லை. சாப்பாட்டுக்கே கஸ்டமாக இருக்கிறது.விட்டுப் போட்டு ஊருக்கு போவோமென நினைக்கிறேன்'

‘மழை இல்லாததால் தோட்டவேலை எதுவுமில்லை. ஒவ்வொரு வருடமும் பயிர் செய்கிற என்னாலே .இம்முறை முடியவில்லை .ஒரு சொட்டுத் தண்ணீருமில்லாது வெறும் தரையாகத் தோட்டக் கிணறு வத்திக்கிடக்கு. இதில் மண்வெட்டி கத்தி செய்து என்ன செய்வது? அதுசரி, அனலைதீவில் எப்படிச் சீவிப்பாய் ?‘

‘அங்கை கிணறுகள் பரவாயில்லை. பாதிக்குப் பாதி புகையிலை செய்கிறார்கள். அதுதான் அங்கு போய் தம்பி குடும்பத்தோடு இருப்பமெண்டு பார்க்கிறன். எனக்கு இனியென்ன அறுபதாகிவிட்டது. தனிய இருந்து எனக்கு மட்டும் சமையல் செய்து சாப்பிட்டு வானத்தை அண்ணாந்து பார்த்தபடி படுத்து அலுத்துப் போய்விட்டது.‘.

‘அது நீ தேர்ந்தெடுத்த வாழ்க்கை. பிறகாவது கலியாணம் கட்டியிருக்கலாம். இல்லையா ? அது சரி, அது பழைய கதை. அதோடு இப்ப கொழும்பிலிருந்து மண்வெட்டி, கத்தி கொண்டு வாறாங்கள். யாழ்பாணத்திலயும் வெலிங்டன் தியேட்டருக்கு கிட்ட வெல்டிங் கடை வந்துவிட்டதாம்.’

‘சீமாட்டியோடு என்ரை உயிர் போய்விட்டது. இப்ப உடலை வைத்திருக்க சீவிக்கிறன். நீங்கள் சொல்லுவது உண்மை வாத்தியார். அவங்கள் கரண்டில வெல்டிங் செய்கிறாங்கள் எனக்கேள்வி பட்ட தம்பியின் மகன் அங்குப் போய் வேலை செய்கிறானெனத் தம்பி சொன்னான்.‘

“நாடு மாறிக் கொண்டிருக்கு. அது போதாதிற்கு மழையும் பொய்த்து கானலடிக்கிறது. எப்ப போறாய் ?‘

‘இரண்டு நாளில் போறன். தம்பி துரத்தியை போட்டில் ஏத்த வாறான் ‘

“ஏதோ இதை கை செலவுக்கு வைத்திரு ‘என்று தாத்தா கதிரையிலிருந்து எழுந்து தனது மடியிலிருந்து பணத்தை நீட்டினார்.

‘நன்றி வாத்தியார். ஏதாவது ஆயுதம் தேவையென்றால் சொல்லி அனுப்புங்கோ. நானே செய்து கொண்டு வந்து தாரன்.‘

‘எதற்கும் அனலைதீவில போட்டுக்கார நாகலிங்கத்தாரை போய்ப் பார். அங்க வசதியா ரக்டர் வாங்கியிருப்பதாகக் கேள்வி .நல்ல மனுசன். உதவி செய்வார். என்ரை பெயரைச் சொல்லு.‘

‘சரி வாத்தியார் வாறன் ‘என்று ஆறுமுகம் கேற்றால் மெதுவாகக் காலடிகளை தரையில் ஓசையுடன் நகர்த்தியபடி தயக்கத்துடன் வெளியேறினார் .அவர் விட்டுச் சென்ற இடத்திலிருந்த காற்று, எனது சுவாசத்துள் புகுந்து நெஞ்சத்தில் சோகத்தை தேங்கிய நீர் குளத்தின்

பாசியாகப் படர்ந்தது. எங்களுருக்கு இரும்பு வேலை செய்ய இனிமேல் ஒருவர் இல்லை என்பது எனக்கு முக்கியமில்லை. பாடசாலை முடிந்து வீடு திரும்பும்போது என்னால் அவர் இரும்படிப்பதையும் அதைத் தண்ணீருக்குள் அமுத்துவதையும் இனிமேல் தரிசிக்க முடியாது என்பதே எனது சோகத்திற்குக் காரணமாக இருந்தது.

8

நான் மூளாய் வைத்தியசாலையிலிருந்து உடல் தேறி, வீடு வந்தும் இரு கிழமைகள் பாடசாலை போகவில்லை. தொடர்ச்சியான அகோர வெயிலும் கடும் வறட்சியும் ஊரில் மாலை நேரத்து நிழலாக நீண்டு கொண்டிருந்தது. முழு ஊரும் பச்சைப் பாசிப்பயற்றைத் தாச்சியில் கறுப்பாகும் வரை வறுத்தெடுத்துச் சுளகில் கொட்டியது போன்று கை வைத்த இடமெல்லாம் சுட்டது.

'வெயில் காலம். பள்ளிக்கூடம் போனால் விளையாடுவாய். அதன் பின்னால் உன்னைத் தூக்கிக் கொண்டு ஆஸ்பத்திரிக்கு அலைய முடியாது. இரண்டு கிழமையில் நீ படித்துக் கிழிக்க போவது இல்லை' என்று அம்மா வீட்டில் தடையுத்தரவு போட்டுவிட்டார்.

அக்காலத்தில் தாத்தா தனக்குப் பத்திரிகை படிக்கச் சொல்லியிருந்தபடியால் ஓரளவு நேரமும் போனது. மற்றப்படி வீடு, சமையல் அறை, அம்மாவின் தபால் கந்தோர் எனக் குட்டி போட்ட நாயாகத் திரிந்தேன். இடைக்கிடையே சமரசம் வந்து ஏதாவது சொல்லுவான். அவனோடு உரையாடலாகப் பேசமுடியாது. அவன் பேசியதைக் கேட்கவேண்டும். அவன், நான் கேட்கவேண்டுமென எதிர்பார்ப்பதில்லை. தலையில் வெயில்பட்டு நோய் வந்துவிடும் என்ற கட்டளையால் அவனோடு வீட்டுக்கு வெளியால் நான் சுற்றமுடியாது. எனது இடத்திற்கு வந்து தனது கனவுகளைக் கதைகளாகச் சொல்லுவான். அவற்றில் சில கேட்பதற்குச் சுவையாக இருக்கும். ஆனால் எல்லாம் நம்பமுடியாத கதைகளாக இருக்கும்.

ஒரு நாள் ஒரு கப்பலில் வந்த சில வெள்ளையர்கள் எங்கள் வீட்டு மாமரத்தின் கீழ் படம் காட்டினார்கள். முழு ஊரும் கூடி படம் பார்த்தார்கள். அதில் மழை அதிகமாகப் பெய்து வெள்ளம் ஊரையும் மக்களையும் அழிப்பதாகவும் அதில் ஒரு சிலரும் சில மிருகங்களும் பறவைகளும் கப்பலில் ஏறித் தப்புவதாகக் காட்டப்பட்டது.

அந்தப்படத்தின் பின்பு சமரத்தின் கனவுகளில் வெள்ளம் கப்பல் வந்ததாகச் சொல்வான். அவனது கனவுகள் ஒழுங்கற்று இருப்பதால் அதை நான் இரவுகளில் அறுந்த வலை பின்னுவதுபோல் பின்ன முயற்சிப்பேன். சில கனவுகள் எனக்கும் வரும்.

அதைவிட எந்த வேலையும் செய்வதற்கு இல்லை.

இதுவரை எங்கள் வீட்டிற்குக் கிழமைக்கு ஒரு முறை மரக்கறிகள் வாங்குவோம். ஆனால் இப்பொழுது இதுவரையுமில்லாத அளவு எங்கள் வீட்டிற்குத் தபால்காரர் செல்வரத்தினம் தபால் பொதிகளுடன் ஒவ்வொரு நாளும் கத்தரிக்காய், வெண்டிக்காய் மற்றும் கீரை வகைகள் என ஊர்காவற்துறையில் இருந்து கொண்டு வந்தார். வீட்டில் அந்த இரு கிழமைகள் மீன் சமைக்கவில்லை; மிளகாய்த்தூள் கறிகளுக்குள் போடவில்லை; எண்ணைப் பொரியல் கிடையாது. எல்லாக் கறிகளிலும் தேங்காய்ப்பால் விட்டு, பால் கறி என்ற பேரில் வந்தது. அதைவிட்டால் பால் சொதி எனத் தேங்காய்ப்பாலில் சமைத்தார்கள்

தாத்தாவுக்கு மட்டுமல்ல, எங்கள் வீட்டு நாய் சீசருக்கும் மச்ச வாசனையில்லை. சீசருக்கு மரக்கறி ஒத்துக்கொள்ளாது வயிற்றால் போனது. பின் வளவில் பார்க்கக் கூடியதாக இருந்தது. வழக்கமாகத் தினசரி மாலையில் பக்கத்து வீட்டு வரதன் நாயோடு குலைத்தபடி வேலிப் பக்கம் ஓடுவதைத் தவிர்த்து அதிக நேரம் மாமரத்தின் கீழ் படுத்தபடி பஸ் நிலையத்தில் அலுமினியத்தட்டோடு நிற்கும் பிச்சைக்காரனது கண்ணைத் தனக்காக்கி என்னைப் பார்த்தது. அதற்கு வாயிருந்தால் “ஏன்டா என்னை வருத்துகிறாய்? எனக்கு செங்கமாரி வரவில்லை. உனக்காக ஏன் நான் பட்டினி கிடக்கவேண்டும்? இது நியாயமா?” என்று திட்டியிருக்கும்.

காலையில் ஆச்சி மீன், நண்டு, கணவாய் எனக் கழுவும்போது விருந்துக்கு வரும் காகங்களும் கோழிகளும் ஏமாற்றமடைந்தன. முதல் நாள் ஒரு அண்டங்காகம் வந்து முருங்கை மரத்திலிருந்து அரைமணி நேரமாகத் தனது சிவப்பு வாயைத் திறந்து பெரும் குரலில் முறைப்பாடு செய்தது. அடுத்த நாள் வரவில்லை. வேறு எங்காவது போயிருக்கும். சீசர் மாதிரி காகம் வீட்டிற்கு விசுவாசமாக இருக்க வேண்டியதில்லை. வெள்ளிக்கிழமையானாலும் மீன் சமைக்கும் வீட்டில் இந்த ஒரு கிழமை மீன் வாசம் இல்லாதது பக்கத்து வீட்டுக் கண்ணனின் அம்மம்மா சின்னாச்சிக்கு பெரிய மாற்றமாகத் தெரிந்தது. வழக்கமாக நண்டுக்கோதோ மீன் தலையையோ அவர்கள் வீட்டின் கூரையில் வைத்து காகங்கள் தின்னும்போது தவறி முற்றத்தில் விழும். ‘இந்த வேதக்காரப்படை’ என்று திட்டியபடி அவற்றை விளக்குமாற்றால் சுத்தப்படுத்தும் வேலை

சின்னாச்சிக்கு இந்தக் கிழமை இருக்கவில்லை. நாளும் பொழுதும் மச்சம் தின்னிற சனத்தை இந்த மாதிரியாவது நாகபூசணியம்மாள் திருத்தியிருக்கிறாள் என்று மனுசி அடிமனத்தில் மகிழ்ந்திருக்கும்.

சீனியம்மா வீட்டினர் கூட எனக்காக விரதமிருந்தனர். சமரசம் அடிக்கடி வந்து என்னிடம் முறைப்பாடு செய்தான். ஒரு வீட்டிலிருப்பதால் எவரும் மச்சம் மாமிசம் சமைக்கக்கூடாது என்பது ஆச்சியின் ராணுவ கட்டளை. அதை எவரும் மீறமுடியாது.

எல்லோரும் எனக்காக விரதமிருப்பது எனக்குப் பெருமையாக இருந்தாலும் எனக்கே மரக்கறி அலுத்துப் போய்விட்டது. கடற்கரையிலிருந்த அசுத்த தண்ணீரில் உள்ள நோய்க்கிருமியால் ஏற்பட்ட தொற்று என மூளாய் வைத்தியர் சொன்ன போதும் அம்மாளின் கோபத்தால் வந்த நோய் என்ற பலரது மனத்தின் நம்பிக்கையைத் தகர்க்கவில்லை. அம்மாவின் மனத்தில் வைத்தியர் கூற்று சேற்றுக்கடலில் கால் வைத்தபோது ஏற்பட்ட தற்காலிக கலங்கலாகி பின்பு ஒன்றிரண்டு நாட்களின் பின்பாக தெளிவடைந்துவிட்டது. அப்படி கடற்கரை நீர்தான் காரணமென்ற போதும் தண்ணீர் குடித்த மற்றவர்களுக்கு வரவில்லை. என் மகனுக்கு மட்டும் வந்ததற்கு அம்மாளாச்சியின் கோபமே என்ற தர்க்கீயமும் உதவிக்கு வந்தது. காலகாலமாகத் தொடர்ச்சியாக ஊட்டி வளர்த்த தெய்வ நம்பிக்கை கருங்கல் பாறை. பாவம் கண்ணாடி போட்டு கழுத்தில் குழாயைத் தொங்கவிட்ட மூளாய் ஆஸ்பத்திரி வைத்தியரால் உடைக்க முடியுமா?

அப்பு எழுவைதீவுக்கு வந்தார். பாடசாலை ஆசிரியராகத் தென் பகுதியில் பலாங்கொடை என்ற நகரத்தில் ஆசிரியராக பணிபுரிபவர். வழக்கமாக விடுமுறைகளில் வருவார். இம்முறை எனக்கு உடல் நலமுற்றதால் - உடனே விடுமுறை எடுக்க முடியவில்லை என்பதால் லீவு கிடைத்ததும் வந்துள்ளார். யாழ்ப்பாணத்தில் பாதி ஆண்கள் அக்காலத்தில் தென்பகுதியில் வேலை செய்வதும் குடும்பம் ஊரில் இருப்பதும் வழமையான நடைமுறை.

நான் உடல் தேறியதற்காக நயினாதீவு கோவிலுக்குப் போய் நேர்த்திக்கடன் செய்வதற்குப் போகவேண்டும் என்பது தலைப்புச் செய்தியாக எல்லோருக்கும் தெரிந்திருந்தது. இதைவிட அம்மா ரகசியமாக வேறு ஒரு நேர்த்திக் கடன் வைத்திருந்தார். அது வேறு ஒருவருக்கும் தெரியாது. மடு மாதாவிற்கும் வந்து மெழுகுதிரி எரிப்பதாக நேர்த்தி வைத்திருந்தார். அது பின்பாகவே எல்லோருக்கும் தெரிந்த பரம ரகசியமாகியது. மடுமாதாவும் நயினாதீவு அம்மாளைப்போல் பெண்தெய்வம். அதற்கும் எனது நோய்க்கும் ஏதாவது தொடர்பு

இருக்கலாம் என நினைத்து நேர்ந்திருக்கலாம் என எண்ணிய எனக்குப் பின்பாக புலன் விசாரணை செய்து அம்மாவைக் கேட்டபோது இரகசியம் தெரிந்தது.

ரெஜீனா, கரம்பனைச் சேர்ந்த கத்தோலிக்கப் பெண். தனது இரண்டு வயது மகளை வயிற்றுப்போக்கு என நான் அங்கிருந்த காலத்தில் மூளாய் வைத்தியசாலையில் பக்கத்து அறையில் வைத்திருந்தார். அந்தப் பெண்ணுக்குக் கணவன் ஒவ்வொரு நாளும் உணவு கொண்டு வந்து கொடுப்பார். பதினைந்து நாட்கள் இருந்தபோது அந்தப் பெண் அம்மாவுக்குச் சினேகிதமாகியதோடு, அக்கா அக்கா எனக் கொண்டுவந்த உணவையும் தனது நம்பிக்கைகளையும் குடும்ப விடயங்களோடு அம்மாவோடு பகிர்ந்திருந்தார். அவளது கணவன் கொழும்பிலிருந்தபோது குடியும் வேறு பெண் குடித்தனமுமாக இருந்தவன். இறுதியில் மடுமாதாவிடம் மன்றாடி அவன் திருந்துவதற்கு நேர்ந்ததாகவும் இப்போது அது பலித்துவிட்டது என்றதுடன் ‘அக்கா இப்ப பாருங்கள் எனக்கு ஒவ்வொரு நாளும் சமைத்து உணவு கொண்டு வாறார். மகளில் மிகவும் வாரப்பாடாக இருக்கிறார். இவை எல்லாம் மடுமாதாவின் அருளால்தான் நடந்தது ‘என்றாள்.

அம்மா இலகுவில் மற்றவர்களுடன் சேர்ந்து கொண்டு, அவர்களது துன்பங்களைக் கேட்டு, அவற்றைத் தனது சொந்த சோகமாக்கி விடுவதும் தன்னால் முடிந்தவரை உதவுவதும் இயல்பானது. மத நம்பிக்கையிலும் பார்க்க மகனது உயிர் முக்கியம். எந்த மதக் கடவுளிடமிருந்தும் கை ஏந்தி மகனைக் காப்பாற்றத் தயாராக இருந்தார். கோவில், சேர்ச், தர்கா என்றாலும் பொருட்டல்ல. ஏற்கனவே அம்மாவின் அண்ணன் ஒருவர் கத்தோலிக்கப் பெண்ணை மணந்து மன்னாரில் இருப்பதால் மடுமாதா மேல் அம்மாவுக்கு ஒரு நன்மதிப்புமிருந்தது. அந்தப் பெண்ணின் நட்பும் எனது நோய் கடற்கரையிலிருந்து அள்ளிய குடிநீரால் வந்ததென்ற சுய கழிவிரக்கமும் சேர்ந்து அம்மாவைப் பல கோயில்களுக்கு நேர்த்தி வைக்கத் தள்ளியது. அம்மாவிற்கு எந்த இஸ்லாமியர்களும் நண்பராக இருந்ததில்லை. அப்படியிருந்தால் மகனுக்காகத் தர்கா போவதாகவும் வேண்டிக் கொண்டிருப்பார்.

அக்காலத்தில் மன்னார் செல்வது அயல்நாடு போவது போன்ற பரதேசப் பயணம். தனியே அம்மாவால் தொலைதூரப் பயணங்களைப் போய் நேர்த்திக் கடன்களை நிறைவேற்ற முடியாது; அப்பு வந்தாகவேண்டும்.

அப்பு பிரித்தானிய இராணுவத்தில் மூன்று வருடங்கள் சிங்கப்பூரில் வேலை செய்தவர். எப்படிப் படித்துக் கொண்டிருந்தபோது தனது

புத்தகங்களை நயினாதீவு நரிக்குளத்தில் எறிந்துவிட்டு, கொழும்பு சென்று, அங்கிருந்து எப்படி இராணுவத்தில் சேர்ந்தாரோ, அதேபோல் பிரித்தானிய ராணுவத்திலிருந்து அவர்கள் அனுமதியின்றி விலகி இலங்கை வந்து ஆசிரியராகச் சேர்ந்தார். திருமணம் நடந்த காலத்தில் எட்டியாந்தோட்டையில் கற்பித்தார். அப்பொழுது ஆசிரியத் தொழிலோடு கடையொன்றும் வைத்திருந்தார். 1958 இனக்கலவரத்தில் கடை அழிந்ததால் மாற்றலாகி பலாங்கொடையில் ஆசிரியராக இடமாற்றம் பெற்றார்.

இந்த வரலாறு, எனது காதுக்குத் துண்டு துண்டாக அம்மா மற்றும் மாமிமார் மூலம் அறுந்த பழைய படச்சுருளில் பார்த்த பழைய திரைப்படமாக வந்து சேர்ந்தது. அத்துடன் அப்புவுக்கு ஒரு அண்ணா இருப்பதும் ஆனால் இருவரும் பகையாளிகளாக வாழ்ந்து வருகிறார்கள் என்பதும் கதையாக வந்தது. அப்புவும் அவரது தமயனும் ஒருவர் அலவாங்கையும் மற்றவர் உலக்கையையும் எடுத்துச் சண்டை போட்டார்கள் என்ற ஒரு உபகதையும் எனது காதில் விழுந்தது. நான் சிறுவனாக வளரும் பருவத்தில் அவர் இல்லாதபோது அவரைப் பற்றிய கதைகளை மட்டும் கேட்டு வளர்ந்தேன். இதை விட அம்மாவின் வாயில் வரும் பல சொற்றொடர்கள் நாவலில் கதாபாத்திரங்களை வர்ணித்து கதை சொல்லும் கதாசிரியர்போல் தோன்றி அப்பு எனக்கு அன்னியமான ஒரு மனிதன் என்ற கற்பனைப் பாத்திரத்தை என் மனத்தில் உருவாக்கிவிட்டனர். அம்மாவில் தவறில்லை. தூரதேசத்தில் தொழில் புரியும் தந்தைகள், தாய்மாரால் பிள்ளைகளின் மனத்தில் ஓவியமாக வரையப்படுகிறார்கள். ஒவ்வொரு தாயும் கதாசிரியை - கதாசிரியர்களது விருப்பப்படி கதாபாத்திரம் உருவாகுவதுபோல் கெட்டவனாக, நல்லவனாக, சண்டியனாக, சாதுவாக வாயில்லாப்பூச்சியாக, குடிகாரன் எனத் தந்தையின் உருவம் குழந்தைகளின் மனங்களில் வரையப்படும்.

'அந்த மனுசனுக்கு இதையெல்லாம் சொல்லமுடியாது. சொன்னாலும் புரியாது'

'இங்க நான் பிள்ளைகளுடன் கஸ்டப்படுகிறன். அந்தாள் சுகமாக இருக்கிறது'

'அவருக்கென்ன லீவில் வந்து பிள்ளைகளை கொஞ்சிவிட்டுப் போவார். எனது குண்டி இங்கு தேய்கிறது 'என வீட்டுப்படியிலிருந்தபடி வக்கணையாகப் பாக்கு வெட்டி, சீவலாக வாயில் போட்டுவிட்டு, தட்டத்தில் தண்ணீர் தெளித்த ஈரமாக இருந்த வெற்றிலையில் ஒன்றை வலதுகையால் உருவி எடுத்து அதன் காம்பை விரல்களால் கிள்ளி எறிந்துவிட்டு, அதன் பின் பகுதியில் நரம்புகளிடையே குறுக்குப்போரில்

சுண்ணாம்பு தடவி சிறுவர்கள் காகிதக் கப்பல் செய்ய மடிப்பது போல் மடித்து வாயில் போட்டுக் கொண்டு, வீட்டுக்கு வருபவர்களுக்கு அம்மா சொல்லுவார். தபால் கந்தோர் வேலை நேரத்தில் வருபவர்கள் எல்லோரும் முத்திரை, போஸ்ட்காட், தபால்கவர் என வாங்க மட்டும் வருவதில்லை. கள்ளுக்குடிப்பவர்கள், கருவாடு கடிப்பதுபோல் பலர் அம்மாவோடு பேசிவிட்டுப் போவதற்காக வருவார்கள். அஞ்சல் போக்குவரத்து மட்டுமல்ல ஊரில் நடக்கும் சகல விடயங்களும் அந்த அந்தப் தபால் கந்தோர் யன்னல் கம்பிகளுடாகவே பரிமாறப்படும். யன்னலுக்கு வெளியே உள்ள தபால் பெட்டியின் மீது அல்லது அதற்குப் பக்கத்திலுள்ள அரைச்சுவரின் மேல் அமர்ந்தபடி அக்கதைகளைச் செவியில் வாங்குவது எனது விருப்பமான பொழுதுபோக்கு. பாடசாலை போகாத நாட்களில் அதுவே முக்கிய நிகழ்வாகியது. சிலவேளைகளில் ‘டேய் பெரியவர்கள் பேசும்போது என்ன வாயைப் பார்த்துக் கொண்டிருக்கிறாய் ? என ஏச்சு விழும்.

வைத்தியசாலையிருந்து வீடு வந்த சில நாட்களின் பின் அம்மாவோடு வேலாயுதம் என்பவர் ஊர்க்கதை கதைத்தபோது நான் கேட்டபடியிருந்தேன். என்னைக் கையில் பிடித்தபடி ‘எப்படி உனக்குச் சுகமா?’ என விசாரித்தார். அவர் வாயில் கள்ளின் மணம் வீசியது. அவருக்கு நான் பதில் சொல்லவில்லை. ஆஸ்பத்திரியிலிருந்து ஒருவன் வீடு வந்தால் நோய் குணமாகிவிட்டதுதானே அர்த்தம். அதைப் புரியாமல் கேட்பவருக்கு என்ன பதில் சொல்லமுடியும்? அதைவிட காலை பத்துமணிக்கு கள்ளடித்து விட்டு வந்திருக்கிறார். அவருக்கு நான் சொல்லும் பதிலில் கவனம் இருக்குமா? சும்மா வாயை மெல்லக் கேட்கிறார்.

நானும் அவரது அருகில் நின்று சிரித்தபடி அந்த இடத்தை விட்டு நகரவில்லை. பதில் சொல்லவில்லை. வேலாயுதம் பேசிமுடித்துவிட்டு அம்மாவிடம் வாங்கிய போஸ்ட்காட்டில் தலையைக் குனிந்தபடி எழுதியபடியிருந்தார். நான் அவர் எழுதுவதைத் தபால் பெட்டியில் அமர்ந்தபடி பார்த்துக் கொண்டிருந்தேன். அவர் எழுதுவது கண்ணுக்குத் தெரியாத தூரமது. எழுதி முடித்தபின் அவர் என்னைப் பார்த்து ‘என்ன, நான் எழுதுவதைப் பார்க்கிறாய்? அது கூடாது ‘என அறிவுரை சொன்னார். எனக்கு ஆத்திரத்தில் போஸ்ட் காட்டில் எழுதினதை எல்லாரும் பார்ப்பார்கள்தானே? இரகசியமென்றால் கடிதத்தில் எழுதவேண்டும் ‘என்றேன்.

எனது அந்தப் பதில் அவரை வாயடைக்கப் பண்ணியது. கொஞ்சம் வெறியையும் இறங்கப் பண்ணியது. தன்னை சமாளித்தபடி அவர் இதுவரை பொத்தான் போடாது வயிற்றை வெளியே தெரிய நின்றவர்,

சேட்டின் பொத்தான்களில் இரண்டைப் போட்டு விட்டு சிறிது நேரம் என்னை உற்றுப் பார்த்து விட்டு, வார்த்தைகளைத் தடவி எடுத்துக்கோர்த்து 'ராணி உன்ர மகன் வாயாடி' என எனது கன்னத்தில் கிள்ளியபடி சென்றாலும் அம்மா 'டேய் மற்றவர் எழுதுவதை ஒருக்காலும் பார்க்கக்கூடாது 'என்றார்.

9

அம்மாவின் வாயில் அப்பு இல்லாது தனித்து பிள்ளைகளுடன் கஷ்டப்படுவதுபோல் வார்த்தைகள் வாயில் வந்தபோதும் அதனால் பாதிப்புகள் இதுவரையில்லை. தனது வேலையின் மூலம் சுயகௌரவத்தையும் சுற்றம் சூழ வாழ்ந்து சுதந்திரத்தையும் அனுபவித்தே வருகிறார் என்பது புரிந்தது. தாத்தா, பாட்டி மற்றும் சீனியம்மா என்று தனது குடும்பத்துடன் வாழ்ந்த நாட்களில் அம்மா பெயரில் மட்டுமல்ல வாழ்விலும் ராணியாக வாழ்ந்தார்.

அப்புவும் தபால்காரரர் செல்வரத்தினமும் வீடு வரும்போது உச்சிக்குச் சென்று சூரியன் கோபத்துடன் அனுமானாக மாறி நிலத்தில் தீ மூட்டினான். வெப்பத்தில் பார்க்குமிடமெங்கும் கானலாகத் தெரிந்தது. வழக்கத்தை விட அந்த மோட்டார் லோன்ஜ் தாமதித்து வந்திருக்கிறது. அப்பு வீடு நோக்கி வரும்போது கையில் ஒரு தோல் சூட்கேசும் தலையில் ஒரு பெரிய காட்போட் பெட்டியைவைத்து மறு கையால் பிடித்தபடியுமாக வந்தார். உடலெங்கும் வேர்வை வழிந்து அணிந்திருந்த வெள்ளைச்சேட் உடலில் ஒட்டிய உலக வரைபடமாகத் தெரிந்தது. முகத்தில் வேர்வை பல நீரோடையாக வழிந்து கழுத்து வழியாக ஓடியது. கடலில் மூழ்கிக் குளித்துவிட்டு உடனே கரையேறுபவராக அப்பு வாசலுக்கு வந்தார். அப்பொழுது கேற்றைத் திறக்க நான் ஓடினேன். திறந்த கதவின் வழியாக அவரும் பின்னால் தபால்காரரர் செல்வரத்தினமும் ஒரு காட்போட் பெட்டியைத் தலையிலும் தோளில் தபால் பொதியுடன் மூச்சிரைத்தபடி காவிக்கொண்டு வந்து நிலத்தில் வைத்துவிட்டு ‘உனக்காகக் காவினேன். குடிக்கத் தண்ணீர் கொண்டுவா’ என்றார்.

நான், அப்பு வருவதை எதிர்பார்க்கவில்லை. இன்று வருவது அம்மாவுக்குத் தெரிந்திருக்கலாம் ஆனால் காலையா மாலையா என்பது அனுமானிப்பது கடினம். பலாங்கொடையில் இருந்து பஸ்சில் கொழும்பு போய் பின்பு ரெயினில் யாழ்ப்பாணம். அதன்பின் பஸ்சில்

ஊர்காவற்றுறை. பின்பு லோன்ஜில் எழுவைதீவு என்பது இருபதினான்கு மணித்தியாலங்கள் கொண்ட நீண்ட பயணம்.

அப்பு பெட்டிகளைக் கீழே வைத்து விட்டு, எதிரே வந்த என்னைத் தூக்கிக் கொஞ்சியபின் செல்வரத்தினது பெட்டியை நிலத்தில் வைத்து அதைப் பிரித்தார். அந்தப் பெட்டியில், கசக்கியபடி வைக்கப்பட்ட ஏராளமான பழைய தினப் பத்திரிகைகள் வெளியே எடுக்கப்பட்டன. அதன் நடுவே ஒரு சிவப்பு நிற மூன்று சக்கர சைக்கிள் என்னைப் பார்த்து முழித்தது. அந்த சைக்கிளை வெளியே எடுத்து வைத்துவிட்டு 'இந்தா உனக்குப் புதுச்சைக்கிள் 'என்று சொல்லிவிட்டு அதனது பளபளக்கும் கருப்பு தோல் சீட்டில் அப்பு என்னைத் தூக்கி ஏற்றினார். ஆரம்பத்தில் தயக்கமாக இருந்தது. அதைப் பார்த்த அப்பு எனது கால்களைத் தூக்கி பெடலில் வைத்து விட்டு கைகளால் என்னைத் தள்ளினார். அப்பொழுது சைக்கிள் ஓடத் தொடங்கியதும் வேகமாக பெடலை உதைத்தபடி மூன்று சில்லுகள் கொண்ட சிவப்பு சைக்கிளை ஓடினேன் .அன்று முழுவதும் எவருடனும் பேசவில்லை. இந்த சைக்கிளில் நான் பள்ளிக்கூடம் போவேன் ; எல்லோருக்கும் காட்டுவேன் என மகிழ்வோடு அந்த சைக்கிளைக் கொட்டகைக்குள் ஓட்டிய படியிருந்தேன். அம்மா உணவுக்குக் கூப்பிட்டபோதும் நான் போகவில்லை. எனக்குச் சைக்கிளில் வைத்து உணவைத் தீத்தியபடி வீட்டுக்கு வெளியே கொண்டு செல்ல வேண்டாமென புதிய கட்டளையை ஒன்றை வைத்துவிட்டுப் போனார். அதுவே எனக்குத் தெரியக் கிடைத்த முதலாவதாக விளையாட்டுப்பொருள். எனது சைக்கிளைப் பார்ப்பதற்கு எனது வகுப்பு நண்பர்கள் சிலர் வந்தார்கள். இரவில் படுத்தபோது கனவிலும் சைக்கிளோடினேன்.

அப்பு தலையில் சுமந்தபடி ஊருக்குக் கொண்டு வந்த கனமான பெட்டியில் ஒரு மரக்கலர் பிலிப்ஸ் வானொலியும் அதனது பெரிய பற்றரியும் இருந்தது. அதை அம்மாவின் தபால் கந்தோர் அறையில் உள்ள ஒரு மேசையில் வைத்து யன்னலால் இரும்புக்கம்பியைக் கட்டி கூரையில் ஏரியல் வைத்து அதை விட ஏத்தென கம்பியை ஒரு இரும்பைக் கட்டி நிலத்தில் புதைத்தார்.வானொலிக்குத் துணி உறையிட்டு போட்டு முன்பக்கம் மட்டும் தெரியத் தூசி படாது பார்க்கப்பட்டது. எழுவைதீவில் அதுவே முதல் வானொலியாக இருந்தது.

மாலையானதும் சீனியப்புவும் அப்பு மற்றும் சதாசிவண்ணை மூவரும் அன்று இரவு கடலுக்கு மீன் பிடிக்கத் தயாராகினார்கள். சீனியப்புவிடம் ஒரு ஐந்து பட்டரி ரோச்லைட் இருந்தது. அதைவிட சதாசிவண்ணை இரண்டு வெறும் சாராயப் போத்தலுக்குள் மண்ணெணையை ஊற்றி அந்தப் போத்தலின் வாயில் இரும்புக் குழாய் பொருத்தி

அதன் மறு நுனியில் துணிப்பந்தத்தை சுற்றிய பின் அதைச் சூள்ப் பந்தமாக்கினார். மண்ணெண்ணெய்யில் சில மணிநேரம் தீப்பந்தமாக எரியும். இதுவே இரவில் மீன்பிடி பிடிப்பதற்குக் கொண்டு செல்வது எனச் சொல்லப்பட்டது. இத்துடன் மண்டா என்ற இரு முனையுள்ள இரும்புக் கம்பியுடனும் சூள்வாள் என்ற கூர் நுனியுள்ள இரும்பு வாளும் கொண்டு செல்வார்கள். சிலவேளை பிரம்பால் அல்லது பனை நாரால் பின்னப்பட்ட கூடையைக் கொண்டு செல்வதுண்டு. மண்டாவால் திருக்கை, தாமரை போன்றவை குத்தப்படும். மீன் மற்றும் நண்டை வாளால் குத்துவார்கள். கூட்டமாகப் பாய்ந்து மீன்கள் வரும்போது கூடையால் நீருக்குள் அமிழ்த்தி மீன்பிடிப்பார்கள். இப்படியான மீன்பிடி விசேடமாக அப்பு வந்து நிற்கும் நாட்களில் அதிகமாக நடக்கும்.

இரவு கொண்டுவரும் மீன்கள் உடனே சுத்தப்படுத்தி சட்டியில் போட்டு தண்ணீர் விட்டு தண்ணீர் வற்றுமட்டும் அவிப்பார்கள். அதை மீனைத் தீய்க்கவைத்தல் என்போம். மீனில் உள்ள பாக்டீரியாக்களைக் கொல்லுவதால் அடுத்த நாட்களுக்கு வைத்திருக்கும் எமது ஊர் முறை. தண்ணீர் வற்றும்வரை அடுப்பில் வைத்து எரிப்பதால் அந்த சட்டி முழுவதும் நல்ல கறுப்பாக இருக்கும். கொஞ்சம் கறுப்பாக இருப்பவர்களை என்னடா முகம் இன்று தீச்ச சட்டிபோலிருக்கு என்ற படிமமாக ஊரில் சொல்வதும் உண்டு. சில மீன்களைப் பொரித்து உடனடியாக சாப்பிடுவார்கள். பெரும்பாலும் இப்படிப் பொரியல், தீயல் நடந்து முடிய இரவு பத்து மணிக்கு மேலாகிறது. நாங்கள் நித்திரைக்கு சென்று விடுவோம். ஆச்சி நாங்கள் நித்திரையில் இருக்கும்போது பொரிச்சமீனிலிருந்து தசையை எடுத்து வாயில் இரவில் இரண்டு பக்கத்து கொடுப்புகளின் உள்ளே விரலால் தள்ளி விடும். முக்கியமாகக் கயல் மீனின் பொக்கணம் எனப்படும் குடலிருந்த பகுதியை அவித்தோ பொரித்தோ கையால் எனது வாயில் வைத்துவிட்டால் நான் அவற்றைக் கண்ணைத் திறக்காமல் பசுமாடாக இரை மீட்டபடியிருப்பேன். அதன்பின் எழுந்து வாய் கழுவுவதோ துப்புவதோ நடக்காது. அம்மா , ஆச்சியிடம் அவனது பல்லுகள் உன்னால் சூத்தையாகும் எனப் பலமுறை சொன்னாலும் ஆச்சி அதைச் சட்டை செய்வதில்லை.

அப்பு வந்து இரு நாட்களில் மோட்டார் லோன்ஜில் என்னை நயினாதீவுக்கு கொண்டு சென்று நேர்த்திக்கடன் செய்தார்கள். அப்பொழுது அப்புவின் மூத்த சகோதரிகள் இருவரினதும் வீட்டில் இருநாட்கள் தங்கினோம். தம்பி என்ற எனது அப்புவின்மேல் அவர்களுக்கு பாசமதிகம். தாய் தகப்பனில்லாது தமக்கைமாரால் வளர்க்கப்பட்டதுதான் உங்கப்பனது முரட்டுத்தனத்திற்குக் காரணமென அம்மா சொல்வதைக் கேட்டிருக்கிறேன்.

அதன்பின்பு மடு மாதாவைச் சந்திப்பதற்கான எங்கள் யாத்திரை ஆரம்பமானது. யாழ்ப்பாணம் வந்து, அங்கிருந்து பஸ்சில் போகும் நெடுந்தூரப் பிரயாணம். காலையில் வள்ளமேறி குடும்பமாக பஸ்சில் வந்தபோது எனது தலை சுத்தி வாந்தியெடுத்ததும் அதற்காக எனக்கு முன்பாக இருந்த இளம் பெண்ணிடம் அம்மா மன்னிப்புக் கேட்ட சம்பவமும் நினைவுள்ளது. பின்பு அம்மாவின் மடியிலே வாயருகே ஒரு கடுதாசிப் பையை வைத்தபடி முழுப்பிரயாணமும் நடந்தது. அப்பு தங்கச்சியை வைத்தபடி பின் சீட்டில் பயணித்தார் .

மன்னாரில் நான்கு நாட்கள் தங்கி அங்கிருந்து மடுவுக்குப் போய் ஆறடி நீளமான மெழுகுவர்த்தியைக் கொளுத்தியபோது அந்த மெழுவர்த்தியை எனது கைகளால் உறுதியாகப் பிடிக்கமுடியவில்லை. கொழுத்திய நெருப்புடன் முன்பிருந்தவர்கள் உடைகள் தலைமயிர்களில் சேதம் ஏற்படாது அம்மாவின் உதவியால் அந்த மெழுகுவர்த்தி கொழுத்தப்பட்டது .

மன்னாரில் மாமா வீட்டில் நின்ற சில நாட்கள் சந்தோசமானவை. மச்சான்மார்கள் பலருடன் விளையாடச் சந்தர்ப்பம் கிடைத்தது. அவர்களது வீடு மன்னார் சின்னக்கடையில் உள்ளது. வீட்டிற்கு முன்பாக பெரிய மைதானம். மாமா வீட்டிற்கு அருகில் உள்ள காக்கா கடைக்கு அடிக்கடி சென்று ஏதாவது தின்பண்டங்கள் வாங்கமுடியும். இதுவரையில் பணத்தின் பெறுமதி நான் அறியாதது. எழுவைதீவில் எதுவும் என்னால் வாங்க முடியாததால் எனக்குப் பணத்திற்கு மரியாதை இருக்கவில்லை. அங்கு சென்ற போதே வாங்குவதற்குப் பொருள் இருந்ததால் பணத்தின் மேல் மரியாதை ஏற்பட்டது. பணத்தைச் சேகரிப்பதோ சேமிப்பதோ மகிழ்வானதல்ல. அதைச் செலவழிப்பதே மகிழ்வைக் கொடுப்பதென்ற தத்துவத்தை எனக்கு ஏழு வயதில் மன்னார் சின்னக்கடையிலுள்ள காக்கா கடையே புரியவைத்தது. தாத்தா எனக்குத் தந்த பணத்தை நான் கொண்டு செல்லவில்லை எனக் கவலைப்படாத தருணங்களில்லை.

மச்சான்மாருடன் பணம் வைத்து தாயம் விளையாடியபோது நான் வென்றேன். ஆனால் அந்த சில்லறைப்பணம் எனது கையால் தட்டுப்பட்டு அவர்கள் வீட்டிலுள்ள அலமாரியின் கீழ் போய்விட்டது. அதை கடைசிவரையும் என்னால் எடுக்க முடியவில்லை. சில்லறைகளை எடுப்பதற்குப் பெரியவர்கள் எவரும் உதவவில்லை. வாழ்வில் எத்தனையோ தடவை பணத்தைச் சம்பாதித்துத் தொலைத்திருந்தாலும் என்ன விட்டு நழுவிய அந்த சில்லறைகள் என் மனத்திலிருந்து போகவில்லை.

அப்பு எனக்குச் சைக்கிள் கொண்டு வந்ததால் அவர் வந்த நாள் நடந்த சம்பவங்கள் நினைவுக்கு வந்ததுபோல்அப்பு போவதற்கு முதல்நாள் நடந்த

சம்பவம் நினைவுக்கு வருகிறது. அதனது நினைவுகள் இனிமையானதல்ல. மதியம் இரண்டு மணியிருக்கும். நல்ல வெயில் நாள். வீசவேண்டிய காற்று, எங்களுருக்கு வராது எங்கோ சென்றுவிட்டது. எல்லோரும் சனிக்கிழமை வழக்கத்திற்கு மாறாக மதிய உணவின் பின் அமைதியாக இருந்தார்கள். அப்புவின் குறட்டை ஒலி கொட்டகையின் தரையில் விரிக்கப்பட்ட ஓலைப்பாயிலிருந்து ஒலித்தது. தங்கச்சி மெதுவாக நடக்கும் பருவம். நான் பலா மரத்தின் கீழ் குவிக்கப்பட்ட மணலில் பந்தைப் புதைத்து விளையாடியபடியிருந்தேன். அந்த விளையாட்டு அலுத்துவிட்டது. இரு கையில் மணலை அள்ளி நித்திரையில் கிடந்த அப்புவின் நெஞ்சில் போட்டுவிட்டு அவரது நெஞ்சில் அமர்ந்து வீரனொருவன் குதிரையில் போவதுபோல் துள்ளினேன். என்னைப் பார்த்து எனது தங்கையும் அப்புவின் உடம்பின் மணல் அள்ளி போட்டு வயிற்றில் அமர்ந்து விளையாடினாள். சில நிமிடங்கள் பின்பாக அப்பு எழுந்து பக்கத்தில் கிடந்த கம்பால் என்னை மட்டும் அடித்தார். அப்பொழுது எனக்கு அழுகை வந்து அம்மாவிடம் ஓடிச்சென்று முறையிட்டேன். அம்மா வந்து ‘என்ர பிள்ளைக்கு நான் ஒரு நாளும் இதுவரையில் அடித்ததில்லை. லீவில வந்து போட்டு அவனை ஏன் அடிகிறீங்க ? இதற்குத்தானா நான் அவனை கஸ்டப்பட்டு ஆஸ்பத்திரியிலிருந்து வருத்தம் பார்த்தது ? ஊரில் உள்ள கடவுள்களிடமெல்லாம் அவனைக் குணப்படுத்த எப்படிக் கெஞ்சினேன் என்பது எனக்குத் தெரியும். உங்களுக்கு அது தெரியுமா ?” எனப் பருந்திடமிருந்து பாதுகாக்கச் செட்டையைச் சிலுப்பியபடி பாயும் தாய் கோழியாகியதும் அப்பு போர் நிறுத்தம் செய்து பின்வாங்கி பேச்சுவார்த்தையில் ஈடுபட்டார் .

‘இதெல்லாம் நீ பழக்கிய பழக்கம். இவன் பழுதாகுவது மட்டுமல்ல. சின்ன பிள்ளையையும் பாழாக்கி விடுவான். இப்படியே இதைவிட்டால் திருத்தமுடியாது ‘என்றார், மன்னிப்பு கேட்கும் தொனியில்.

‘அவன் இப்ப திருந்தத்தேவையில்லை. பிள்ளை சாகப்பிழைக்க இருந்து, ஆஸ்பத்திரியெல்லாம் கால் தேயத் திரிந்து சுகமாக்கிக் வந்தேன். உங்களுக்கு அடிக்கிறதற்காகவா அவன் இன்னமும் பள்ளிக்கே போகவில்லை? வீட்டிலிருந்து பிள்ளைகளை வளர்த்தால்தான் பிள்ளைகளது அருமை தெரியும்’ எனத் தொடர்ந்து சொற்சரங்களைத் தொடுத்துச் சண்டையிட்டபடி ‘நீ வாடா’ என என்னை இழுத்தபடி வீட்டுக்குள் சென்றார். அப்பொழுது தங்கச்சி கையைத் தட்டியபடியிருந்தாள்.

அன்றிலிருந்து நான்அப்புவுடன் பேசவில்லை; அவரிடம் போகவில்லை; அடுத்தநாள் காலையில் அவர் வீட்டிலிருந்து பலாங்கொடைக்கு போவதற்குக் கேற்றைத் திறப்பதற்கு முன்பு அவர்

என்னருகே வந்தபோது பின்வாங்கினேன். 'வாடா தம்பி' என்று எட்டிப் பிடிக்க முயன்றபோது விலகி மாட்டுக் கொட்டில் பக்கமாக ஓடினேன். அம்மா வாசலில் நின்று தங்கச்சியைத் தூக்கியபடி வழியனுப்ப, சீசர் அவரைப் பின் தொடர்ந்து சென்றது, எனக்குக் கதியால் வேலியூடாக தெரிந்தது. சிவப்புத் தோல் பெட்டியுடன் அவர் திரும்பிப் பார்த்தபடி நடந்ததைப் பார்த்துக் கொண்டிருந்தேன். அன்றைய அந்த சம்பவம் தந்தை மகன் உறவில் முதலாவது விரிவை ஏற்படுத்தியது.

பாகம் இரண்டு

1

எழுவைதீவு கடல் சூழ்ந்ததால் ஊருக்கு வருபவர்கள் காலையிலும் மதியத்திலும் வரும் மோட்டார் வள்ளங்களில் வருவார்கள். உள்ளூர்வாசிகள் அல்லாதவர்கள் வந்தால் வாத்தியார் வீட்டுக்கே முதலாவதாக வருவார்கள். காரணம் சிவசாமி வாத்தியார் ஊர்ப் பாடசாலைக்குத் தலைமையாசிரியராக இருந்து இளைப்பாறியவர். அத்துடன் அம்மாவே தபால் அதிபராக இருக்கிறார். ஊரைப்பற்றி அறிந்து கொள்ள இந்த வீட்டிலிருந்து தொடங்குவார்கள். உணவுக் கடை அல்லது தேநீர்க்கடை எதுவும் இல்லாத ஊர் என்பதால். வெளியூர் விருந்தினர் மட்டுமல்ல சட்ட விரோதமாகப் பக்கத்து நாட்டிலிருந்து வருபவர்களும் இந்த வீட்டிலிருந்தே ஆரம்பிப்பார்கள்.

கடந்த நூற்றாண்டின் அறுபதாம் ஆண்டுகளில் மின்சாரமில்லாத எங்கள் ஊரில் மண்ணெண்ணெய்யில் எரியும் சிமினி விளக்குகள் ஒவ்வொரு வீட்டிலும் இரவில் இருளுடன் போராடும். சிம்னி இல்லாத விளக்குகள் சமையலறை, படுக்கை அறையில் கொழுந்து விட்டு எரியும்.

வீடுகளில் மாலையில் இளம் பெண்கள் வாசல் திண்ணையில் ஒரு காலைத் திண்ணையில் நீட்டியும் மறுகாலைக் கீழ் தொங்கவிட்டபடியும் நிலத்தை கால் விரல்களால் கிளறியபடி அமர்ந்துகொண்டு சிமினியை மடியில் வைத்து முதல் நாள் கரியைப் பழைய துணியால் துடைத்து நீக்கியபின் மண்ணெண்ணெய் விட்டு புதுத்திரி போட்டு அல்லது கொஞ்சம் திரியை இழுத்து விட்டு நெருப்புப்பெட்டியிலிருந்து குச்சியை எடுத்துக் குனிந்தபடி விளக்கேற்றுவது ஒரு சடங்காகும். இதைப் பார்ப்பவர்களுக்கு குடும்பத்தில் விளக்கேற்றும் பணிக்காக ஒரு பெண்ணை பெற்று வளர்த்திருப்பார்களோ என

நினைக்கும்படியிருக்கும். ஆண்கள் இந்த வேலையைச் செய்ததை எவரும் பார்த்திருக்கமாட்டார்கள். சமையல் பாத்திரம் கழுவுவதுபோல் பெண்களுக்கு விதிக்கப்பட்ட வேலையிது.

மேற்கு சிவந்த அடிவானத்துச் சூரியன் கடலில் மூழ்கத் தொடங்கும் வேளையில் ஒவ்வொரு வீட்டிலும் அலாரம் கடிகாரம் அடிப்பதுபோல் கிணற்றடியிலிருந்தோ சமையலறையிலிருந்தோ தினமும் ஒரே மாதிரி குரல்கள் ஒலிக்கும் .

“எடியேய் இ சிம்மினியைத் துடைத்தாயா ?”

“விளக்கைத் கொளுத்தினையா ?”

“புதுத்திரி போட்டாயா ?”

“மண்ணெண்ணை முடிந்து விட்டதா ஏன்ரி நேற்று சொல்லவில்லை?”

“கொஞ்சம் திரியைக் குறைந்துவை. வீட்டில் மண்ணெண்ணெய்க்குப் பணமில்லை”.

“தம்பியின் மேசையில் வை. அவன் படிக்கவேண்டும்.”

“கரி போகாவிட்டால் கொஞ்சம் திரு நீற்றைப் போட்டுத் துடை” .

“சாமி விளக்கிற்கும் கொஞ்சம் தேங்காய் எண்ணெய் விடு”.

இப்படிப் பல குரல்கள், வீட்டில் உள்ள பெரிய பெண்களிடமிருந்து வெளிவரும்.

கோயில் திருவிழா அல்லது கல்யாண வீடு, சாவீடு என்றால் மட்டும் பெட்ரோமாக்ஸ் எனும் எண்ணெய்யின் ஆவியால் எரியும் விளக்கு வெளியே வரும். அது கொளுத்துவது ஆண்களின் வேலை. அவர்கள் இதற்கு விசேடமான தொழில் நுட்பம் தெரிந்தவர்கள் எனக்கருதப்படுவார்கள். அந்த விளக்குகள் ஊரிலே ஒன்றோ இரண்டோ மட்டுமே உள்ளது.

சித்திரை மாதம் இரவு ஏழு மணி. இருள். ஊர் எங்கும் ஊரடங்குச் சட்டம் போட்டு ராணுவ ஆட்சி செய்த போதும் தனியொரு போராளியாக சிவசாமி வாத்தியார் வீட்டு வாசலில் வைக்கப்பட்ட சிம்மினி விளக்கு தனித்து விடப்பட்ட காவலாளியாகப் போராடி எரிந்தது.

ஏழு வயது நட்சத்திரன் அருகே விளக்கிருந்ததால் அவனில் பூச்சிகள், ஈசல்கள், சிறிய வண்டுகள் வாயிலும் முகத்திலும் மொய்த்தன. அவனது உடலில் கொஞ்சம் சூடும் ஏறியது. எழுந்து வீட்டுள்ளே போகாமல்

வராந்தாவில் பிடிவாதமாக விளக்கின் அருகே காலை கீழே போட்டபடி முகத்தை இரு கைகளில் ஏந்தியபடி திண்ணையிலிருந்தான்.

அவனுக்கு முன்பாக மொட்டைத் தலையுடன் வெறும் மேலோடு, ஆறு முழம் கறுப்புக்கரை போட்ட வெள்ளைப் பருத்தி வேட்டி அணிந்தபடி, நிமிர்ந்து தெற்கே மாமரத்தைப் பார்த்து சுருட்டைப் புகைத்தபடி அவனது தாத்தா நின்றார்.

அவன் தாத்தாவைக் கண்ணசைக்காது வராந்தாவில் குந்தி மோவாயில் கையை வைத்தபடி பார்த்துக்கொண்டு இருந்தான். ஏற்கனவே "வந்து படியெடா" என்ற அம்மாவினது குரலை உதாசீனம் செய்தபடி பார்த்தபடியிருந்தான். அவனைப் பொறுத்தவரை தாத்தாவே அவனது முன் உதாரணம். அவரது பழக்கங்கள், நடை, உடை, பாவனை என்பனவற்றை அவதானமாகப் பார்த்து மனத்தில் பாடமாக்கி வந்தான்.

சுபகிருது சித்திரை வருடம் பிறந்து கடந்து வந்து சில நாட்களே இருக்கும். நிலமெல்லாம் பகலில் நெருப்புக் கொளுத்தித் தீ மிதித்த இடம்போல் போல் ஊரெங்கும் வெப்பம். இரவில் கடற்காற்றடித்தால் வெப்பம் குறையும். அதற்காகக் காத்திருந்தவர்களுக்கு ஏமாற்றம். இன்று காற்றடிக்கவில்லை.

இன்று பள்ளியற்ற போயா விடுமுறை. கோவிலுக்குப் பின்னால் இருந்த நிலத்தில் கிட்டி விளையாட்டு நடந்தது. இருளும் நேரத்தில் நல்லையாவின் தலையில் புள் பட்டு அவன் நெற்றியில் இரத்தகோடுகள். கண்ணீர் கோடுகள். முகத்தைத் தொட்டு தாடையில் வழிய அவன் அழுதபடி வீடு செல்லும்வரை விளையாட்டு தொடர்ந்து நடந்தது.

பகலில் கொழுத்தியடித்த வெயிலில் குளித்தபடி ஓடித் திரிந்து கிட்டி விளையாடியதால் அவனது மேல்சட்டை வேர்வையில் தபால் கந்தோர் அறிவிப்புப் பலகையில் ஒட்டிய நோட்டீசாக பகல் முழுவதும் முதுகில் ஒட்டியபடியிருந்தது. குளித்து உடைமாற்றி விட்டுப் படிக்கும்படி அம்மா சொல்லியபடி தங்கச்சிக்கு உணவு கொடுத்தபடியிருந்தார். குளித்தால்தான் அவனுக்குச் சாப்பாடு என்று மேலதிகமான இறுதி எச்சரிக்கை. ஆனால் அந்தக் கட்டளையை மீறிக் கொஞ்ச நேரம் தாத்தா விடும் சுருட்டுப் புகையைப் பார்ப்போம் என்றது அவன் நினைப்பு.

முற்றத்தில் அலங்காரமாகக் கொத்துக் கொத்தாகப் பூத்து புதுக் கொழுந்துகள் வந்து சடைத்திருந்த கறுத்தக்கொழும்பான் மாமரத்தின் கிளைகள் மட்டுமல்ல இலைகளும் ஆடவில்லை. திட்டுத் திட்டாக வெண் மேகங்கள் கரு நீல வானத்தில் மிதந்தாலும் அவைகூட நங்கூரமிட்டபடி ஆகாயவெளியில் அசையாத மரக்கலங்களாகி நின்றன. பூரணசந்திரன் அவற்றின் மத்தியில் தங்கத்தை ஒளியாக நிலத்தில் ஊற்றியது.

நிலத்திலும் காற்றில்லை. ஆகாயத்திலும் மேகங்களின் அசைவில்லை.

காற்றுக்கு போயா விடுமுறையோ?

காற்றை யாரோ திருடிவிட்டார்களோ ?

காற்றை நாம் காண்பதில்லை. இலை குழை அசையாமல் இருந்தால் அதற்குப் பெயர் காற்றில்லையே !

தாத்தா விட்ட சுருட்டின் புகை அவசரமற்று வெள்ளை நிறமான அடர்த்தியான சிறிய மேகக் கூட்டங்களாக அவரது வாயிலிருந்து வெளியேறி, அசைந்து அசைந்து மேலெழும்பி இருண்ட மாமரத்தின் கிளைகளுக்கிடையே இறுதியில் பெரிதாகி அரூபமாகியது. அந்தக் காட்சியைப் பார்த்துக்கொண்டிருந்தபோது எரியும் புகையிலையின் மணம் அவனை வந்தடைந்தது.

தாத்தாவின் சுருட்டு எரியும்போது வரும் மணம் புகைத்த குறைச் சுருட்டுப்போல் ஏன் நாறுவதில்லை?

அது ஏன்?

அவனைப் பொறுத்தவரை அக்காலத்தில் புரியாத புதிராக இருந்தது. ஏதாவது வேலை செய்யும்போது தாத்தா அரைவாசி புகைத்த சுருட்டை வைத்துவிட்டு பின்பு எடுத்து வரும்படி சொல்வார். அதைத் தொட்டால் அவனது கை மணக்கும். கை கழுவினாலும் இலகுவில் போகாத நாற்றமது. பாதி எரிந்த சுருட்டின் இந்த இரசாயன மாற்றம் அவனால் அவிழ்க்க முடியாத விடுகதை. ஆனாலும் இதை யாரிடம் கேட்கவும் முடியாது.

தாத்தா ஒவ்வொரு முறையும் பென்சன் எடுப்பதற்கு ஊர்காவற்துறை போனால் செல்லப்பா கடையில் ஒரு கட்டுப் புகையிலையும் கல்லோயா சாராயம் இரண்டு போத்தலும் கொண்டு வந்து தன் அறையில் வைத்துவிடுவார். புகையிலை எப்படியும் அடுத்த மாதத்தின் முன்பாக முடிந்துவிடும். ஊனுக்கு அலையும் பாறு கழுகுபோல் தாத்தாவின் புகையிலைக்காக ஊரில் பலர் காத்திருப்பார்கள்.

வாத்தியார் ஒரு நெட்டி புகையிலை தா? என நேரே கேட்பவர்களைத் தவிர வாய் கைக்கிறது; பல்லுக்கொதி; நாக்கு மரத்ததுபோல இருக்கிறது என மருந்தாகக் கேட்டும் பலர் வருவார்கள். சிலர் வாய்க்குள் போட்டு உமிழ்வார்கள். அதைவிட சில கடத்தல் பேர்வழிகள். பெரிய கொழுத்த சுருட்டாக உருட்டி சில இழுவைகள் குடித்துவிட்டு பாதியை விரல்களால் தட்டி அணைத்து சீராக்கி காதில் சொருகியபடி மீண்டும் பாவிக்கக்கொண்டு செல்வார்கள் .

சாராயத்திற்கு எவரும் பங்குபோட வருவதில்லை என்பதால் அடுத்த பென்சன் நாள்வரை இரண்டு போத்தல்கள் தாக்குப்பிடிக்கும். புகையிலை ஒரு கிழமையில் அல்லது பத்து நாளில் முடிந்துவிடும். மீண்டும் ஊர்காவற்றுறை செல்பவர்களிடம் பணம் கொடுத்து வாங்கி வரச் சொல்வார். இரவில் சாப்பிடுவதற்கு முன், அறையில் கட்டிலுக்குக் கீழ் வைத்திருந்த போத்தலை எடுத்து யன்னலருகே வைத்திருந்த கண்ணாடிக் கிளாசில் அரைக்கிளாஸ் சாராயத்தை ஊற்றிவிட்டு பின்பு காதலன் கையால் பறித்த புதுமலரை காதலி முகர்வதுபோல் ஒரு சில கணம் மூக்கால் முகர்ந்து அதைச் சுவாசத்தில் கலக்கவிட்டு, மணம் தலையில் ஏறும்வரை தாமதித்த பின்பே இருட்டில் வைத்துக் குடித்துவிட்டு வெளியே வந்து தொண்டையை செருமுவார். அப்படிக் குடிக்கும்போது கண்ணை மூடியபடி கழுத்தை நிமிர்த்திக் குடிப்பார். சாராயத்தை உணவிற்கு முந்திய ஒரு மருந்தாகப் பாவித்திருக்கிறார் என நினைக்கத் தோன்றும். அதன் பின் வயிற்றை வலது கையால் தடவியபடி சத்தமற்ற ஏவறையை விடுவார். அப்பொழுது அவருக்கான இரவு உணவை ஆச்சி கோப்பையில் போட்டு விட்டு அதனருகே ஒரு விளக்கை வைத்துவிடும். சமையல் அறையின் முன் குந்தில் பலகையிலிருந்து அவசரமாக எங்கோ வெளிக்கிளம்ப ஆயுத்தமாவதாக உணவை அருந்துவார்.

நட்சத்திரனைப் பார்த்து அம்மா அடிக்கடி உனக்கும் அப்புபோல் அவசரமாகத் தின்னும் பழக்கம் வந்துவிட்டது என்பார். உணவை அவசரமாக உண்ணுவது தாத்தாவிடமிருந்துதான் பேரனுக்கு வந்திருக்கு என்பது அம்மாவின் முடிவு.

உணவை அவசரமாக வாயில் போடும் தாத்தா, இந்தச் சுருட்டை அரை மணிநேரம் மாமரத்தின் முன்பாக ஆறுதலாகக் குடித்துப் புகை விடுவது அவரது நித்திய சடங்கு. அவர் எதையோ ஒன்றைக் கேட்டு ஆழமான தவம் செய்வது போன்று இந்த நேரத்தில் முனிவரது மோன நிலைக்குச் சென்று விடுவார். வெளியுலக ஓசைகள், காட்சிகள் எதுவும் அவரையடையாது. நட்சத்திரனைத் தவிர எவரும் அவருடன் பேசினால் பதில் வராது. அப்படி வந்தால் அது துர்வாசக முனிவரது மொழியாக புகையுடன் துப்பலும் சேர்ந்து வரும். இதனால் எவரும் அவரை அழைப்பதில்லை. ஆச்சி, மனுசனுக்கு இந்த நேரத்தில் உலகமழிந்தாலும் தெரியாது என்றபடி புறுபுறுக்கும். நட்சத்திரன் மட்டும் அவரை ஒவ்வொரு நாளும் இந்த நேரத்தில் கவனிப்பான். ஆனால் அவனும் தேவையில்லாது பேசமாட்டான்.

2

'இன்னும் காற்றுப் பெயரவில்லை. ஏதாவது மழை வரப்போகிறதா, அதுவும் சித்திரையில்? ஆனால் நிலவு காய்கிறதே!' என முணுமுணுத்தபடி நின்றார். என்ன பேசுகிறார் என்பது நட்சத்திரனுக்கு முக்கியமில்லை. அவரது சுருட்டிலிருந்துவரும் புகையைப் பார்ப்பதும், அதன் மணத்தைச் சுவாசிப்பதுமே அவனது தேவை.

அப்பொழுது வீட்டு முன்வாசல் இரும்புக்கதவின் எண்ணைபடாத பிணைச்சல்களின் அவலமான கூச்சலைக் கேட்டு தாத்தா கழுத்தை மட்டும் திரும்பினார். ஆனால் உடல் நகரவில்லை. இருள் நிறைந்த வாசலில் நிழலாக உருவங்கள் உள்ளே வந்தது, நட்சத்திரனுக்குத் தெரிந்தது.

யார் இந்த நேரத்தில் வருவது?

விளக்கு வைத்தபின் அவசரமென்றால் மட்டுமே வருவார்கள்.

இருட்டை ஊடுருவிப் பார்த்தபோது, இரு கிழமைகள் முன்பாக ஊருக்கு வந்த விதானையின் நெடிய உருவம் நிழலாகத் தெரிந்தது. அவருக்குப் பின்னால் எங்கள் உறவினர்களான மகாதேவனும் கிருஸ்ணனும் நேரடியாக வராது வீட்டுக்கு வரும் வழியில் இருந்த கொட்டகையைத் தவிர்த்து மாமரத்தின் கீழ் வந்தார்கள்.

அவர்களது ஆறு காலணியற்ற பாதங்கள் மதியவேளையில் தார்ப்பாதையில் நடப்பதுபோல் நிலையின்றித் தவித்தன.

இது புதிதாக இருக்கிறதே?

வழக்கமாக ஊரில் மகாதேவனண்ணை வீங்கிய தோளுடன் நெஞ்சை முன்தள்ளி புடைத்த கைகளுடன் நிமிர்ந்த உடம்புடன் தினவெடுத்த, முட்டவரும் காளைமாடுபோல் நடப்பவர். அடிக்கடி மீசையை முறுக்குபவர். சிவந்த இரண்டு தோளிலும் பாம்பையும் கத்தியையும் பச்சை குத்தியிருந்தார். முன்கையில் தசைபுடைத்து குருதி நாளங்கள்

வெளித் தள்ளி இருக்கும். இருவரை ஒரே நேரத்தில் அடிப்பார் என எனக்கு நினைக்கத் தோன்றும்.

அவருக்கு எதிர்மாறாக கிருஸ்ணன். கறுத்த மெலிந்தவர். குடலை இழுத்த பாம்புபோல் வயிற்றை ஒட்டியவர். மீசை தாடியற்ற மெலிந்த முகம். அவசரமாக உரத்துப் பேசுவார். புதிய விதானை உயரமானவர். ஓரலான, கன்ன எலும்புகள் மிதந்தபடியிருக்கும் முகம். இளைஞர். இருபத்தைந்து வயதுதான் இருக்கும். மூக்குக் கண்ணாடி போட்டவர்.

வந்தவர்கள் மூவரும் தாத்தாவின் எதிரில் சில கணங்கள் வார்த்தைகள் அற்று நின்றனர். அந்த சிம்மினி விளக்கின் ஒளி அவர்களில் படவில்லை. மாமரத்தின் இருள் முகங்களில் படர்ந்து குளத்தை மறைத்த பாசியாகத் தெரிந்தது. தாத்தாவுக்கு சில அடிகள் முன்பாக விதானையும் பின்பாக மாமரத்து அடியோரமாக மகாதேவனும் கிருஸ்ணனும் நின்றனர். பின்னால் நின்ற இருவரும் தாத்தா அழைத்தாலும் முன்னால் வரமாட்டோம் என்பதுபோல் கால்களை அகலமாக விரித்து நிலத்தில் நங்கூரமிட்டிருந்தார்கள். வீட்டின் விராந்தாவில் இருந்த விளக்கின் ஒளிபட்டு, மெலிந்து உயரமான விதானை மீது நீண்ட நிழலை உருவாக்கி வீட்டின் முன்பிருந்த தபால் கந்தோர் கட்டிடத்தின் சுவரில் கூரை உயரத்திற்குப் படர்ந்தது.

வந்தவர்களின் முகங்கள் பல கதைகளைப் பேசவிரும்பியது போலத் தெரிந்தாலும் அங்கு மவுனமான திரைப்படம் ஓடிக்கொண்டிருந்தது.

நட்சத்திரன் அவர்களைப் பார்த்தபடி யோசித்தான்.

மொழியையோ அல்லது சரியான வார்த்தைகளையோ மறந்து விட்டார்களா?

ஏதாவது அதிர்ச்சியான விடயம் நடந்திருக்குமா?

எங்கள் ஊர்த் திருவிழாக் காலத்தில் ஒரு சிலர் பழைய கோபத்தை வைத்து தங்களது எதிரிகளுக்கு இருட்டில் அடிப்பார்கள். பின்பு அதை, இருட்டு வேளையில் பேயடித்திருக்கும் என்பார்கள். ஆனால் இவர்களுக்கு அப்படியாக எதுவும் நடந்திருக்க வாய்ப்பில்லை. திடகாத்திரமான மூன்று ஆண்கள். அதுவும் இப்பொழுதுதான் இரவு ஏழு மணி. பகலில் நடக்க வாய்ப்பில்லை. புரியாத புதிராக இருக்கிறதே?

எண்ணையைப் போட்டு இதுவரை பாதுகாப்பாகப் படுக்கை அறையில் வைத்திருந்த தாத்தாவின் துப்பாக்கியை மதியம் இவர்கள் வந்து வாங்கினார்கள். ஏதோ ரகசியமாக பேசினார்கள். எனக்குக் கேட்கவில்லை. தாத்தா நேற்றுதான் எண்ணை போட்டுத் துடைத்தேன்

எனக்கூறி துப்பாக்கியை ஒரு கையிலும் காட்ரஜ்கள் கொண்ட சிவப்பு வெல்வெட் துணிப்பையை மறு கையிலும் கொடுத்து பத்திரமென்றார். வாங்கிக்கொண்டு வேகமாக வெளியே சென்றார்கள்.

இவர்கள் போய் ஆறு மணித்தியாலங்கள் கடந்திராது. இப்பொழுது வெறுங்கையுடன் வந்திருக்கிறார்களே ?

தாத்தா வாயிலிருந்த சுருட்டை கையில் எடுத்தபடி 'என்ன தம்பி?' என்றார் தாத்தா. வார்த்தையோடு வாயிலிருந்து புகையும் வந்தது.

'இல்லை வாத்தியார் ....'எனத் தயங்கியபடி முன்னால் ஒரு அடி வைத்தாலும் ஒரு இடைவெளியை விட்டபடி நின்றார் விதானையார்.

'தயங்காதே, சொல்ல வந்தததைச் சொல்லும்? 'என வார்த்தைகள் கொஞ்சம் உரத்திருந்தது.வாயிலிருந்து எச்சிலைக் குனிந்து சுவர் ஓரத்தில் துப்பியபடி சொன்னார் தாத்தா.

"நாங்கள் துவக்கைக் காட்டி கடத்தல்காரரைப் பிடிக்கமுடியும் என நினைத்தோம். ஆனால் அவர்கள் ஆறு பேர் இருந்தார்கள். நான் துவக்கை எடுத்துக் காட்ட பின்னால் வந்து ஒருவன் என்னைக் கட்டிப்பிடித்தான்' எனப் பயந்தபடி மெதுவாக வார்த்தைகள் பிணைந்து அர்த்தநாரீஸ்வரராக வெளியே வந்தன என்றார் விதானையார்.

'துவக்குள் குண்டுகள் இருந்ததுதானே? வெடி வைத்திருத்தால் பயந்து ஓடியிருப்பர்கள். குறைந்த பட்சம் கஞ்சா பொட்டலங்களை நீங்கள் எடுத்து வந்திருக்கலாமே' தாத்தாவின் வார்த்தைகளில் வெப்பம் இருந்தது.

'காட்றஜ்களை காற்சட்டைக்குள் வைத்திருந்தோம். துவக்கைக் காட்டி அவர்களைப் பயமுறுத்திப் பிடிக்க நினைத்தோம். அது எங்கள் தவறுதான் '

'என்ன மயிருக்குக் குண்டு இல்லாத வெறும் துவக்கைக் கொண்டு போனீங்கள்? ஒருவன் கத்தி கொண்டு போனால் வெட்டிற தைரியம் வேணும். அதைப்போலத் துவக்கு வைச்சிருந்தால் சுடுற தைரியம் வேணும். எந்த ஆயுதமும் பாவிக்கத் துணிவில்லாதவன் கையில் ஆயுதம் இருந்தால் அது எதிரிக்குத்தான் வாய்ப்பு. என்ன ஆம்பிளையள்? நானும் உங்களை நம்பினேன்! அதற்கு என்னைச் செருப்பால் அடிக்கவேணும். அப்ப இந்த இரண்டு சண்டியர்கள் என்ன செய்தார்கள்? 'என்று ஆத்திரத்துடன் வார்த்தைகளைத் தணலாகக் கொட்டிவிட்டு பின்னாலே நின்றவர்கள்மேல் பார்வை திரும்பினார் தாத்தா.

‘அவர்களிடம் கத்திகள் இருந்தது. எதிர்பாராத விதமாக ஒரு கடிநாய் ஒன்றைக் கொண்டு வந்திருந்தார்கள். அது கடற்கரையில் இவர்களைத் துரத்தத் தொடங்கியது. இவர்கள் அதற்குப் பயந்து ஓடத் தொடங்கினார்கள்…….’ அவர்களைப் பாதுகாக்க விதானையின் விளக்கம்.

‘பிறகு என்ன நடந்தது ?எப்படி நீங்கள் தப்பி வந்தீங்கள் ?’

‘என்னைப் பனை மரத்தில் கட்டிவிட்டு துவக்குடன் படகில் சென்றனர். இவர்கள் வந்து என்னை அவிழ்த்து விட்டார்கள்’ சொல்லிவிட்டு நிம்மதிப் பெருமூச்சுடன் விதானை சுவரில் சாய்ந்தார். அவரைப் பொறுத்தவரைத் தொண்டையில் சிக்கிய முள்ளாக நடந்த சம்பவம் வாத்தியார் முன்பு வெளியே வந்துவிட்டது.

அமைதியாக விதானையை பார்த்துவிட்டு மீண்டும் ஒரு முறை சுருட்டை வாயில் வைத்து புகையை விட்டுப் பார்த்துவிட்டு ‘நாய் அவர்களுடன் போனதா?’ என்று விதானையின் முகத்தை ஏறிட்டுப் பார்த்தபடி கேட்டார் தாத்தா.

‘இல்லை என நினைக்கிறன். இவர்களைப் பலர் துரத்தியபோது கடற்கரையை விட்டு ஊருக்குள் வந்து இருவரும் பூவரசு மரங்களில் ஏறிவிட்டார்கள். கீழே நின்று நாய் சில நிமிட நேரங்கள் குலைத்தது விட்டு மறைந்துவிட்டது’

இதுவரையும் அமைதியாக நாலு கால்களையும் ஒரு பக்கம் நீட்டி முகத்தையும் நிலத்தில் வைத்து சீசர் படுத்திருந்தது. அங்கு நின்ற வெளியாட்கள் மூவரையும் பொருட்படுத்தவில்லை. ஏதோ வேட்டைக்குப்போய்க் களைத்ததுபோல் படுத்திருந்தது. கண்கள் மூடியபடி உயிருடன் இருப்பதைக் காட்டுவதற்கு அதனது செங்கட்டி நிறத்தில் நெஞ்சாங்கூடு மட்டும் கொல்லன் துருத்தியாக இயங்கியது.

சீசர் எதையோ கேட்டதுபோல் காதுகள் நிமிர்ந்து அசைந்தன. புதிதாக உயிர் அதன் உடலில் புகுந்ததுபோல் தலையை நிமிர்த்தி பின்பு முன்னால் நீட்டி அதற்கேற்ப முன்னங்கால்களை நீட்டி நிலத்தில் வைத்து, சோம்பல் முறித்தது. அப்படியே தாத்தாவின் கால்களிடையில் பாய்ந்து புழுதி வாரிக் கொட்டிக்கொண்டு, தெற்கு வேலியை நோக்கிப் பாய்ந்து சென்று குலைக்கத் தொடங்கியது.

கிளுவை வேலியின் மறுபக்கத்தில், கண்ணன் வீட்டு வரதன் நாய் குலைத்தது. இரண்டு நாய்களும் வேலியின் இருபக்கமும் ஓடி ஓடி புழுதியைக் கிழப்பியபடி ஐந்து நிமிடங்கள் குலைத்தன.

இந்தக் குலைப்பு ஒவ்வொரு நாளும் நடப்பது. அதிலும் முக்கியமாக மாலை உணவின் பின்பாக, உண்ட உணவு சமிப்பதற்கு இந்த குலைத்தல்

நடைபெறும். ஐந்து நிமிடங்கள் வேலியின் இருபக்கமும் ஓடி ஓடிக் குலைத்துவிட்டு நாக்கைத் தொங்கவிட்டபடி களைத்து மெதுவாக வந்து சீசர் முற்றத்தில் படுத்துக்கொள்ளும்.

நாய்களின் குலைப்பால் தாத்தாவின் கவனம் திரும்பியது .

'அடியடா தம்பி, இந்த நாய்களுக்குத் தினமும் இதே வேலை' என என்னிடம் சொல்லிவிட்டுப் பேசாது காத்திருந்த விதானையிடம் 'இருபத்தைந்து வருடங்களாக நான் பாதுகாத்து வைத்திருந்த துவக்கு இன்று போய்விட்டது. என்ன செய்வது? நான் அதை வேட்டைக்குப் பாவித்து பல காலமாகிவிட்டதால் யாரோ பாவிக்கக் கூடியவனிடம் போய்விட்டது. உங்களைப்போல ஆயுதத்தை பாவிக்கத் தெரியாதவர்களிடம் கொடுத்தது என்ரை தவறு. நடந்தது நடந்துவிட்டது. சரி போங்கள்' என்று மாமரத்தை நோக்கிச் சென்று மிகுதியான சுருட்டை மாமரத்தின் அடியில் எறிந்து காலால் மிதித்தார்.

சீசரின் குலைப்பால் கலைந்த அமைதி, விதானைக்குச் சாதகமாக முடிந்துவிட்டது. அத்துடன் சுருட்டுக் குடிப்பதற்குத் தாத்தா வழமையாக எடுக்கும் நேரமும் முடிந்து விட்டது.

இதுவரை கையைத் தேய்த்துக் கொண்டிருந்த விதானை, மாமரத்தைச் சுற்றியபடி கேட்டைத் திறந்து வெளியே சென்றார். மற்றைய இருவரும் தயங்கியபடி நின்றனர்.

இதுவரையும் நடந்த விடயங்களை அம்மா கேட்டிருப்பார் என்பது நிச்சயம். 'நீ என்னும் குளிக்கவில்லை. உனக்குச் சாப்பாடு கிடையாது' என்றபடி அம்மா வெளியே வந்தபோது 'தங்கச்சி களைத்துப் போய்விட்டோம். தேத்தண்ணி போடு 'என்று சொல்லியபடி குசினியின் திண்ணையில் மகாதேவனும் கிருஸ்ணனும் அமர்ந்தனர்.

'அப்புவிட்ட அடி வாங்காதது உங்கட அதிஸ்டம். ஏதோ நல்ல குணத்தில் இருந்திருக்கிறார். பறவைகளைச் சுட்டு வேட்டையாடாமல் விட்டுப் பல வருடங்களாகினாலும் ஒவ்வொரு ஞாயிற்றுக்கிழமையும் துப்பாக்கியைத் துடைத்து எண்ணைபோட்டு வைத்திருந்தார். பிள்ளைகளை தடவுவதுபோல அதைத் தடவிப்பார்த்து விட்டுத்தான் அலமாரியில் வைப்பார். இண்டைக்கு அப்புவுக்கு நித்திரை வராது".

'நாங்கள் என்ன செய்யிறது? வாத்தியார் அடித்தாலும் வாங்கத் தயாராக இருந்தோம். விதானைதான் நடுங்கியபடி வந்தார். நாங்கள் வாத்தியாரிட்ட பள்ளிக்கூடத்தில் அடி வாங்கினாங்கதானே இஞ்சபார் இன்னமும் இடுப்பில் கறுப்பாக இருக்கு" என்று மகாதேவன் தனது இடுப்பைத் தொட்டுக் காட்டினார்.

அம்மா அவர்களிடம் 'என்ன நடந்தது?" என்று கேட்டார்.

'அவங்கள் ஆறு பேரில் ஒருவன் தெற்கு கடற்கரையில் ஏற்கனவே இறங்கி கரையோரத்தில் நின்றிருக்கிறான். மற்றைய ஐந்துபேரும் பாரிலுள்ள பாறைகளில் மோதாது வள்ளத்தை இடைவெளியாலே மேற்குப்பக்கமாக இறக்கித் தள்ளிவந்திருக்கிறார்கள். கரையில் நின்றவன் ஏற்கனவே எங்களைக் கண்டு போட்டு பாறைக்குள் படுத்திருக்கவேணும். அது எங்களுக்குத் தெரியாது. விதானைக்கு ஒருகாலமும் சூட்டுப்பழக்கமில்லை. ஆனால் துவக்கை எங்களிடம் தரவும் விருப்பமில்லை. துவக்கைக் கண்டதும் அவங்கள் பயப்பிடுவார்கள் என்று எங்களிடம் கயிற்றைத் தந்து துப்பாக்கியோடு முன்னால் சென்றார்.

வள்ளத்தில் உள்ளவன்கள் கரையில் ஏறியதும் விதானை முன்னால் சென்று துப்பாக்கியைக் காட்ட பின்னால் கரையில் பாறைகளின் இடையே படுத்தவன் மெதுவாக வந்து விதானையைப் பாய்ந்து இரண்டு கைகளையும் கட்டிப்பிடித்துவிட்டான். விதானை திமிறினாலும் அவன் விடவில்லை. அவன்களை நாங்கள் கத்தியால் சமாளிக்கலாம் என்று பார்த்தால் படகிலிருந்து ஒரு கறுத்தநாய் கடல் தண்ணியுள்ளே பாய்ந்து புலியாக எங்களை நோக்கி வந்தது. என்ரை கழுத்தை நோக்கிப் பாய்ந்த அதை நான் தள்ளியதும் விழுந்த நாய் மீண்டும் எழுந்து பாய்ந்து வந்தது. இதை எதிர்பார்க்காத நாங்கள் நிலை குலைந்து விழுந்து ஓடவேண்டியிருந்தது. நாய்க்குப் பயந்து ஓடும்போது நாங்கள் விட்டுச் சென்ற கயிற்றால் அவர்கள் கடற்கரையோரத்துப் பனையில் விதானையைக் கட்டிவிட்டார்கள். நாங்கள் அரைமணி நேரத்தின் பின்னால் சென்றே விதானையை அவிழ்த்துவிட்டோம். தேத்தண்ணியைப் போடு 'என்றான் கிருஸ்ணன்.

'அவர்கள் இந்த ஊரா?' அம்மா தேநீரைத் தயாரிப்பதற்குப் போகாமல் கதை கேட்டபடி நின்றா.

'அப்படித் தெரியவில்லை. ஆனால் அவங்களுக்கு ஊரைப்பற்றித் தெரிந்திருக்கு. யாருடைய உதவியாவது இருந்திருக்கலாம். அவர்கள் இங்க இரவு இடைத்தங்குவதற்கு வந்திருக்கிறார்கள் என நினைக்கிறன்" என்றான் மீண்டும் கிருஸ்ணன்.

ஆச்சி, வெளியே எனது தங்கச்சிப் பாப்பாவுடன் வந்து 'என்னடா இந்த நேரத்தில்? உங்களுக்கு வீடு வாசல் கிடையாதா?' என்று சத்தமாகக் கேட்டார்.

'இல்லை ஆச்சி ஒரு விடயமாக வந்தோம்…'இழுத்தபடி சொன்னான் மகாதேவன்.

'என்ன இல்லை ஆச்சி-பூச்சி? உங்கட வீரப்பிரதாபங்கள் எனக்கும் கேட்டது. தேவையில்லாத வேலைக்கு ஏன் போனீங்கள்' என்று தங்கச்சியை உள்ளே அழைத்துக் கொண்டு சென்றார்.

அம்மா தேநீரைக் கொடுத்து விட்டு 'அந்த நாய்க்கு என்ன நடந்திருக்கும்? அவர்களோடு போயிருக்குமா? இல்லை இந்த ஊரிலேயா நிற்கும்? அதுக்கு யார் சாப்பாடு கொடுப்பார்கள்?" எனக் கவலையாக முணுமுணுத்தபடி நின்றா.

'ஏன் நீ சாப்பாடு போடப் போறாயா? அதெல்லாம் உனக்கெதற்கு? பயலைக் குளிக்க வைத்து சோறு போடு. அவன் எல்லாற்றை வாயையும் பார்த்துக் கொண்டு இருக்கிறான்".

இந்தநேரத்தில் அங்கு வந்த பெரியம்மாவினது மகன் சமரசத்தை ஆச்சி 'டேய் நீ ஏன் வாறாய்? ஏற்கனவே அவன் வாயைத் திறந்தபடி கேட்டுக்கொண்டிருக்கிறான் 'என்று அவனைக் கலைத்துவிட்டு, மீண்டும் வாசல்வரை வந்த ஆச்சி அம்மாவைக் கலைக்காத குறையாகப் பார்த்தார்.

அம்மா என்னை இழுத்துக் கொண்டு கிணற்றடிக்குச் சென்றார்.

அன்று நான் உணவை அருந்தியபின்பு படிக்கவோ படுக்கவோ இல்லை. சமரசத்திற்காகக் காத்திருந்தேன். சிறிது நேரத்தில் அவன் படுப்பதாகப் பாவலா காட்டிவிட்டு வந்தான். சமரசம் அதிகமாகப் பேசமாட்டான். ஆனால் விடயங்களைக் கிரகித்துவிட்டு பொழிப்பாகப் பேசுவான். நாங்கள் வாசற்படியில் குந்தியபோது இரவு எட்டரை ஆகிவிட்டது. எங்களுடன் சீசரும் வந்து இருவருக்கும் இடையில் படுத்தது.

'சமரசம், ஊருக்குள் ஒரு கறுத்த நாய் வந்துவிட்டதாம் என்று சொன்னார்கள்"

'அதற்கு யார் சாப்பாடு கொடுப்பார்கள்?'

'அது ஊர் நாய்களைக் கடித்துச் சாப்பிடும்' என்றான்.

"நாய்கள், நாய்களைத் தின்னாது'

'அப்ப மனுசரைத் தின்னும்'

'அப்படிச் சொல்லாதே'

'டேய் இரண்டு பேரும் படுக்கைக்கு போங்கடா 'என்ற சத்தம் ஆச்சியிடமிருந்து வந்தது.

படுக்கைக்கு வந்தபோது அம்மா படுத்தபடி கல்கி வார இதழை வாசித்துக்கொண்டிருந்தார். அதுவே அவரது வாசிப்பு நேரம். வாரத்துக்கொருமுறை எங்கள் வீட்டிற்கு வரும் இதழை வாசித்த பின்பே அம்மா நித்திரை கொள்வார். எனக்கு நித்திரை வரவில்லை. ஒரு வருடம் மட்டும் பள்ளிக்கூடம் சென்ற சமரசத்தை லூசன் எனப் பலர் சொன்னாலும் அவனது வார்த்தைகளில் பல அர்த்தமிருக்கும் என்பதை நான் கண்டிருக்கிறேன். இன்று அவன் சொன்ன வார்த்தைகளான உணவுக்கு நாய்களைத் தின்னும் அல்லது மனிதரைக் கடிக்கும் என்பவை அர்த்தமானவையா இல்லை சும்மா கதைப்பதற்குச் சொன்னவையா என்பது என் மனத்தில் அலை மோதிக் கொண்டிருந்தது.

3

 காலையில் எழுந்து படுக்கையை விட்டு வந்தபோது வேலியோரத்திலிருந்த முருங்கை மரத்தின் கீழ்க் கிளையில் இருந்த அண்டங்காகம் கத்திக் கொண்டிருந்தது. வழக்கமான அண்டங்காகத்திலும் உருவத்தில் பெரியது. அதனது கரிய மினுக்கும் சொண்டுகள் நீளமானவை. அதனது தொண்டைக்குள் இருந்து வரும் சத்தம் ராமபாணமாகக் காதைத் துளைத்து தலைக்குள் சென்றது. நான் எழும்பியதே அந்தக் காகத்தின் குரலிலேதான்.

 தாத்தா காலையில் இருந்து பல தடவை ஊச் ஊச் என அந்தக் காகத்தை துரத்தியதும் அவனுக்குக் கேட்டது. காகம் பல தடவை பறந்து சென்றாலும் மீண்டும் அந்த இடத்தில் வந்து அழிச்சாட்டியமாக இருந்து, காதைத் துளைக்கும் குரலால் தனது கணையைத் தொடுத்தது.

 படுக்கையிலிருந்து பாதிக் கண்களை மூடியபடி எழுந்து வெளியே வந்து, தனது கண்களை இரண்டு கைகளாலும் கசக்கி முற்றாக விழித்து பார்த்தபோது நன்றாக விடிந்திருந்தது. காகத்தின் குரலைத் தேடியபோது முருங்கை மரத்தின் கீழ்க்கிளையில் இருந்தது. அங்கு சென்றபோது காகம் தானாகப் பறந்து விடும் என எதிர்பார்த்தேன். அது அசையவில்லை. நீ யார்? சிறு பையன் ஒழுங்காக மூத்திரமடிக்கத் தெரியாதவன். உனக்கு நான் ஏன் அச்சப்படவேண்டும் என நினைத்ததோ என்னவோ மீண்டும் கா கா எனக் கத்தியது. காகமிருந்த முருங்கையின் கிளையின் நேர் கீழ் நின்று அந்தக் காகத்தைச் சிறிது நேரம் பார்த்தேன். அது என்னை அருகில் கண்டும் விலகவில்லை.

 இந்தக் காகத்திற்கு என்ன நடந்தது? எங்கையாவது போய்ச் செத்த எலியையோ இல்லை மீன் குடலையோ தேடி வயிற்றை நிரப்பாது, அதிகாலையில் இங்கு வந்து தேவையில்லாது கத்துகிறது? ஊரில் கருவாட்டிற்காக மீனைச் சுத்தம் செய்யும் நேரமல்லவா? முட்டாள் காகமாக இருக்கிறதே? காகங்கள் புத்திக்கூர்மை உள்ளவை எனக்கேட்டிருக்கிறேன்.

நோயல் நடேசன்

அண்டம்காகம் அதனது கருமையான வாயைத் திறந்ததும் உள்ளே இருந்த சிவப்புத் தொண்டை தெரிந்தது.

ஊருக்கு வரும் டாக்குத்தர் வாயைத் திறக்கும்படி சொல்லும்போது இப்படித்தான் எல்லோரும் திறப்பார்கள். அவர் ஒவ்வொரு கிழமையும் வந்து ஊரில் கோயிலுக்குப் பக்கத்திலுள்ள பொதுக்கட்டிடத்தில் வைத்து ஒவ்வொருவரையும் வாயைத் திறக்க வைத்துச் சோதிப்பார். பக்கத்தூரில் இருந்துவரும் அவர் போன கிழமை வந்தபோது அம்மா அவரிடம் கொண்டுபோய் என்னைப் பரிசோதிக்க சொன்னார். போன உடனேயே “வாயை துறவடா நாக்கை நீட்டு” என்பார் .நானும் இந்த காகம்போல் வாயைத்திறந்தேன்.

‘டேய் தம்பி காகத்தைக் கல்லெறிந்து கலைக்கிறதை விட்டிட்டு நீயும் மரத்துக்குக் கீழ வாயைப் பிளந்தபடி நிற்கிறாய். விடியக்காலமை நான் எழும்பியதிலிருந்து முருங்கையிலே வந்து கத்திக் கொண்டிருக்கு. நானும் பல தடவை கலைத்துவிட்டன். பறந்து போய்விட்டுத் திரும்பவும் வந்திருக்கிது. அவன் சமரசத்திடம் சொன்னால் அவன் எங்கே கேட்கிறான் ? ஊர் சுத்தப் போய்விட்டான் ‘

— முன்வாசல் கதவருகேயிருந்து தாத்தாவின் குரல் .

சமரசத்திடம் இதைச் செய் எனச் சொல்லிச் செய்விக்க முடியாது. அவன் நினைத்தால் அல்லது நல்ல புழுகத்திலிருந்தால் மட்டும் செய்வான்.

‘ஏதோ விசேசத்திற்குத்தான் கத்துது. ஆரோ வரப்போகினம்போல. அதுதான் திரும்பத் திரும்பக் கலைத்தாலும் போகாது வந்திருந்து கத்துது. நமக்கு அது ஏதோ செய்தி சொல்லுது’ - ஆச்சியின் குரல்.

ஒவ்வொரு நாளும் யாராவது கிழக்கு கடற்கரைக்குச் சென்று மீன் பிடிப்பவர்களிடம் மீன் வாங்கிக் கொண்டு வந்துவிடுவார்கள். அப்படி இல்லாத போது சீனியம்மா போவார். இரண்டு கூறுகளாக வாங்கி ஒன்றைத் தான் எடுத்துக்கொண்டு மற்றதை ஆச்சியிடம் கொடுப்பார். ஆச்சியிடம் மீன் வந்ததும் இரண்டு மண்சட்டிகளும் ஒரு வாளி தண்ணீருடன் அரிவாள் மணையில் குந்திவிடுவார். மீன் வெட்டத் தொடங்கினால் ஒரு மணிநேரம் காகங்களும் கோழிகளும் அந்த இடத்தை சுற்றி நிற்கும். கையால் ஆட்டியும் வாயால் சூ சூ என்றபடி கோழிகளையும் காகங்களையும் சக்கர வியூகத்தில் வைத்துப் போராடும் ஆச்சிக்கு இந்த நேரத்தில் எங்கிருந்தாலும் சீசர் வந்து கோழிகளையும் காகங்களையும் எதிர்த்து தோள் கொடுத்துப் போராடி தனது வேதனமாக ஒன்றோ இரண்டு மீன் தலைகளுடன் நல்ல வால்த் துண்டையும் பெற்றுக்கொள்ளும். மகாபாரதப்போர்போல் பதினெட்டு நாளில்

முடிவதில்லை. எங்கள் வீட்டில் இந்த போர்க்களக்காட்சி ஒவ்வொரு நாளும் நடக்கும். இங்கு ஒருவரும் இறப்பதில்லை. கோழிகளுக்கும் காகங்களுக்கும் ஆறுதல் பரிசாக மீன்குடல் மற்றும் இறக்கைகள் கிடைக்கும்.ஒட்டி மீனாக இருந்தால் தலைக்குள்ளிருந்து புழுவும் கிடைக்கும்.

மீன் வெட்டியபின் கரகரப்பான இரும்புத்தாச்சி சட்டியில் துண்டுகளை வைத்து வலது கையால் வட்டமாகச் சுற்றி தேய்க்கும்போது மிஞ்சியுள்ள செதிலும் மீனின் வழுவழுப்பும் நீங்கிவிடும். அதை வெடுக்கை எடுத்தல் என்று ஆச்சி சொல்லும். குறைந்தது இரண்டு முறையாவது ஆச்சி சட்டியில் தேய்த்து மீனின் வெடுக்கை எடுக்கும். கௌிறு, ஒட்டி, கலவாய் எனச் செதில் இல்லாத மீன்களாக இருந்தால் அதிக வெடுக்கு என்று மூன்று முறை தேய்க்கும். கழுவியபின்பு உள்ள செதில்களையும் தண்ணீரையும் வீணாக்காது வாழை தென்னை என மாறி மாறி ஊற்றப்படும்.

இன்று ஆச்சியின் குரல் கிணற்றருகில் உள்ள வாழைப் புதருக்குப் பக்கத்திலிருந்து வந்தது. குலை தள்ளாத வாழைமரத்திற்கு மீன் கழுவிய தண்ணீரை ஊற்றினால் வெட்கத்தில் பெரிய குலை தள்ளும் என்பது ஆச்சியின் நம்பிக்கை.

‘உனக்கு இந்த பல்லி காகம் கத்தித்தான் எல்லாம் நடக்கிறது என்ற எண்ணம். எந்தக்காலத்தில் இருக்கிறாய்? ‘ஏளனமாகத் தாத்தாவின் குரல்.

ஆச்சி தாத்தாவின் வார்த்தைகளைப் பொருட்படுத்தாது ‘தம்பி அடியளந்து விட்டு வா. என்ன நடக்கிது பார்ப்பம்?’ என்றார்.

வீட்டு வளவுக்குள் நிறைந்த மரங்கள் என்பதால் வெயில் இல்லை. உடனே கேற்றைத் திறந்து வீட்டின் முன்பாக கிழக்காலே செல்லும் தெருவுக்குச் இடதுபக்கமாகச் சென்றேன். வலது பக்கத்தில் செவ்வரத்தை மரங்களின் நிழல் உள்ளது. இடதுபக்கத்தில் வேலியாக இலையற்ற கிளுவை மரங்கள் என்பதால் அங்குதான் எனது நிழல் காலை நேரத்தில் நீளமாகத் தெரியும்.

காலையில் நிழல் அவனைவிட இரண்டு மடங்காக இருந்தது. அவனது பாதங்களை மெதுவாக வைத்து வைத்து அளந்து முடித்ததும் ஏழால் பிரித்தான். எதுவும் மிச்சம் வரவில்லை.

‘ஆச்சி ஒன்றும் மிச்சமில்லை. ‘வேலை முடிந்த திருப்தியில்.

‘திரும்ப அள. சரியாக’ மீண்டும் ஆச்சியின் குரல்.

கல்லுகளற்ற மணல் இருந்த தெருவின் கரைப் பகுதியில் நின்று மீண்டும் அளந்தான் .

'திரும்பவும் ஒன்றும் மிச்சமில்லை '

'அப்ப சாவுதான்' என்றது ஆச்சி.

'ஆச்சி, அந்தப்பாட்டைத் திருப்பிச் சொல்லு '

முரல் மீனின் வயிற்றைத் தலையின் கீழ் கத்தியால் பிளந்து அதன் கருநிறமான குடலை அதனது மலத்துவாரம்வரை ஆள்காட்டி விரலால் நோண்டி வெளியே இழுத்து,முன்னுக்கு வந்த சிவப்பு பெட்டைக் கோழியின் முன்பு எறிந்துவிட்டு 'கரிமகள் அழுதபோது கடுக நாடி அளந்து ஒன்று சுகம், இரண்டு லாபம், மூன்று மழை, நாலு வரவு, ஐந்து விசனம், ஆறு அபாயம், ஏழு சாவு என்றபோது தாத்தா 'இந்த முட்டாள்தனத்தை அவனுக்கும் சொல்லிக் கொடுக்கிறயா? என்றார்.

'நான் சொன்னாலும் சொல்லாவிட்டாலும் இதுகளில் பயன் உண்டு' என்றபடி அந்த முரலின் தலையைக் கொஞ்சம் தசையோடு அறுத்து சீசருக்கு எறிந்தது ஆச்சி. சீசரிடமிருந்து அதை அபகரிக்க காகங்கள் எத்தனித்தன. ஆனால் சீசர் தனது வாயைத் திறந்து தனது கோரைப் பற்களைக் காட்டி உறுமிக் கலைத்துவிட்டு அந்த தலையை தனது வாய்க்குள் வைத்து பலமுறை கடித்து தின்றபோது தலை சீசரின் கடைப்பல்லுக்குள் அப்பளமாக நொருங்கும் சத்தம் கேட்டது. முரலின் தலையில் அதனது முனை நீளமானதால் தலையோடு ஒட்ட அரிந்து எறிந்து விடுவது ஆச்சியின் பழக்கம்.

ஒரு அடி நீளமான நான்கு கரும்பச்சை முரல் மீன்களின் செட்டைகளுக்கும் வாலுக்காகவும் கோழிகளும் காகங்களும் போரிட்டன. காகங்கள் பெரும்பாலும் நிலத்தில் விழும் முன்பாக கவ்வுவதால் அதிகமாகக் குடலை வென்று விடும்.

அந்த நேரத்தில் அவசரமாகப் பாய்ந்து வந்தான் சீனியம்மாவின் மகன் சமரசம். 'ஆச்சி யாரோ இறந்து போனதாகக் கனாக்கண்டேன் 'எனச் சொல்லிவிட்டு வந்த வேகத்தில் போனான். அதை எவரும் சட்டை செய்யவில்லை. நான் அடியளந்ததைப் பார்த்துவிட்டுச் சொல்கிறான் என நினைத்தேன்.

o0o

அன்று ஞாயிற்றுக்கிழமையான இளம் காலைநேரம். வெயில் ஊர் எங்கும் மஞ்சள் பொடியாகத் தூவப்பட்டிருந்தது. ஆச்சியின் காகச் சாத்திரத்தின்படி யாரவது இறக்கவேண்டும். மூன்னூறு பேர்

மட்டுமே கொண்ட அந்த ஊரில் யாராவது இறப்பது தாத்தாவுக்கு தெரிந்திருக்கும். ஊர்காவற்றுறை ஆஸ்பத்திரியிலோ இல்லை மூளாய் வைத்தியசாலையிலோ உடல் நலமற்று இருக்கவேண்டும். வீட்டில் யாராவது வயதானவர்கள் இன்றைக்கு அல்லது நாளைக்கு என சேடம் இழுத்தபடி இருந்தால் தாத்தாவுக்குத் தெரியாமல் இருக்கமுடியாது. வாகனங்கள் இல்லாத ஊரில் விபத்து நடக்கச் சாத்தியமில்லை. காதல் மிகக் குறைவு. அப்படி இருந்தாலும் தோட்டங்கள் அதிகம் செய்வதில்லை என்பதால் கிருமிநாசினிகள் கிடையாது அதைக் குடித்துத் தற்கொலை செய்வதற்கு. கடலுக்குள் நம்பி விழுவது கஸ்டம் என்பதால் தற்கொலைகளை இதுவரை யாரும் கேள்விப் பட்டதில்லை.

ஆச்சியின் மீன் சட்டியைச் சுற்றி கோழிகளும் அரிசிக் காகங்களும் மீன் குடலையும் தலையையும் தின்று பசியாறும்போது இந்த அண்டம்காகம் மட்டும் தேவையில்லாமல் வாய் கிழியக் கத்துகிறது. எங்களுக்கு என்ன சொல்ல நினைக்கிறது ? அதற்குத் தெரிந்தது ஒரே மொழிதான். கா கா எனக் கத்துவதுதான்.

தாத்தாவின் கூற்றில் உண்மையிருந்தது. இந்த அண்டங்காக்கைக்கு சொந்தப் பிரச்சனையிருக்கலாம். தனது இணையான மற்றைய காகம் இறந்தோ இல்லை நோய் வாய்ப்பட்டோ இருக்கலாம். மனிதர்கள்போல் காகத்திற்குச் சொந்தக் கவலை அல்லது உடல், மனநோய் இல்லை எனச் சொல்லமுடியாது.

குனிந்து கல்லை எடுத்து அந்த காகத்தை நோக்கி விட்டெறிந்தேன். காகத்தில் கல்லுப்படவில்லை. மரக் கொப்பில் பட்டுத் தெறித்துத் திரும்பியது. நல்லவேளை நேரே வந்திருந்தால் அது என்னில் பட்டிருக்கும்.

காகம், உங்களுக்கு வரப்போவதைச் சொல்லிவிட்டேன். நம்பினால் நம்புங்கள். இனி உங்கள் பாடு. எனது பிரச்சனை இல்லை என்று கடைசியாக கா கா எனக் கரைந்துவிட்டு வீட்டின் பின்வளவில் உள்ள வேப்பமரத்தை நோக்கி உயரப் பறந்தது.

ஒரு வழியாக காலையிலிருந்த காகத்தின் தொல்லை முடிவுக்கு வந்துவிட்டது.

தாத்தா இப்பொழுது வீட்டின் முன்னால் உள்ள சீமந்துக் கொட்டகையின் ஓரத்தில் மூன்று கூரான தடிகளை நிலத்தில் நீள்போக்கில் அறைந்திருந்தார் அந்த தடிகளுக்கு இடையில் அடிமட்டை நீக்கப்பட்ட காய்ந்த தென்னோலைகளை ஒன்றின்மேல் ஒன்றாக அடுக்கினார்.

‘இன்றைக்குத் தண்ணீர் தெளித்து வைத்தால் நாளைக்குப் பின்னமுடியும். தம்பி, இந்த ஓலைகளை எடுத்துபோடு’ என்றார்.

‘அவனை இந்த வேலைக்கு கூப்பிடுகிறயளே ?’

— மீண்டும் வாழைமரத்தின் கீழிருந்து ஆச்சியின் குரல்.

‘ஏன் அவன் ஆம்பிளைதானே ? வேலைசெய்யக்கூடாதா ?’

‘அவள் தாய்க்குத் தெரிந்தால் குளறுவாள். தன்ர பிள்ளைகளை விட்டு வேலை வாங்குவதாக. அது தேவையா ?”

‘அவள் கிடந்தாள். தம்பி வாடா என்றார் ‘தாத்தாவின் வார்த்தைகள் இறுதியானது.

அப்பொழுது ஏற்கனவே ஒன்றின்மேல் ஒன்றாக ஒரு அடி உயரத்திற்குத் தென்னோலை அடுக்கப்பட்டுவிட்டது.

‘தாத்தா, நான் தண்ணி தெளிக்கிறன்’ என வாளியிலிருந்த தண்ணீரை தென்னோலை அடுக்கின் மேல் வாளியை சரித்து ஊற்றினேன்.

‘அப்படி இல்லை. இப்படி ஊற்றவேணும்” எனச் சொல்லிய தாத்தா, இரண்டு கைகளாலும் பரவி முழுக்கட்டுக்கும் தண்ணீரைத் தெளித்து முடித்தார். தாத்தாவைப் பார்த்து இரண்டு கிண்ணத்தில் தண்ணீரை எடுத்துத் தெளித்ததேன்.

என் மனதில் ஆச்சியின் காகச் சாத்திரப்படி யாராவது சாவார்களா என்ற கேள்வி தொடர்ந்து குமிழிவிட்டு உடைந்தபடியிருந்தது.

4

தபால் அதிபராக வேலை செய்த ராணி ஞாயிற்றுக்கிழமை வேலை செய்யவேண்டியதில்லை. ராணி, அக்காவுடன் பேசி ஒழுங்கு பண்ணியபடி கடற்கரைக்கு சென்று மட்டி, குருக்கன் நண்டு கொண்டு வந்து கூழ் காச்சுவது எனத் தீர்மானித்துக் கொண்டார்கள்.

ஞாயிற்றுக்கிழமை வந்தவுடன் ராணிக்கு மட்டிக்கூழ் காச்சும் ஆசை வந்துவிடும். சனிக்கிழமைகளில் எப்படியும் முழுக்கு, கள்ளு அதன் பின்பாக கோழி அல்லது ஆடு என்பன சீனியப்புவின் தலைமையில் நடக்கும்.

எப்படியும் வழக்கமாகத் தாயுடன் ஒட்டிக்கொள்ளும் ஏழு வயதான நட்சத்திரனை இன்று வீட்டில் விட்டு விட்டுச் செல்வது எனத் தீர்மானித்தனர். வழமையாக பின்வளவுப் படலையால் மேற்குக்கடற்கரை செல்லாது, முன் வாசலால் போய் பிரதான பாதையில் இரண்டு வீடுகளைத் தாண்டி வீட்டின் பின்பகுதி வந்து பனை வடலிகளுக்கிடையில் உள்ள ஒற்றையடிப்பாதையால் சென்று கொண்டிருந்தனர்.

‘அம்மா’ என்ற குரல் பின்னால் கேட்டது.

இருவரும் திரும்பிப் பார்த்தபோது நட்சத்திரன் வெள்ளை பெனியன், நீல அரைக்காற்சட்டை அணிந்தபடி பின்வளவு மேற்குப் படலைமீது ஏறிக் குதித்து வந்துகொண்டிருந்தான்.

‘இவனைக் கழட்டிவிட்டுப்போக எவ்வளவு கவனம் எடுத்து வந்ததெல்லாம் வீணாகி விட்டது. பயல் வந்து கொண்டிருக்கிறான் அக்கா ‘

அவனை நோக்கித் திரும்பி ‘என்ன வேணும்? வீட்டை போ? அடி வாங்கப்போகிறாய்’ என்று அம்மா குரலை உயர்த்தினார்.

‘நானும் வருகிறேன் சீனியம்மா ‘என்றபடி ஓடிவந்து சீனியம்மாவின் சீலையைப் பிடித்தான்.

யாரைப் பிடித்தால் அவனது விடயம் நடக்குமெனத் தெரிந்து வைத்திருந்தான்.

‘நீ வரவேண்டாம், அடிப்பன், போ’ என சீனியம்மாவின் சீலையைப் பிடித்தபடி சுற்றி ஓடிய அவனைப் பிடிக்க முயற்சித்தார் அம்மா.

‘எடி அவனையும் கூடக் கொண்டு போவம். பாவம் பயல் இனித் துரத்திவிட்டால் ஏங்கிப்போகும் ‘என்று சீனியம்மா அவனது தோளில் தட்டியபடி சொன்னா.

‘இல்லை அக்கா, இவன் வந்தால் சேற்றைக் கலக்குவான். மட்டி எடுக்க முடியாது’

‘சரி, நான் அவனைக் கையில் பிடித்துக் கூட்டி வாறன். கடலில் அவனைப் பார்த்துக்கொள்கிறேன் ‘எனக் கையில் பிடித்தபடி அம்மாவைப் பின் தொடர்ந்தார் சீனியம்மா.

காலை எட்டு மணி. போகும் பாதையில் மனிதர்கள் மட்டுமல்ல பறவைகள் மிருகங்கள் எவையும் காணப்படவில்லை. பனை வளவுகளில் வழக்கமாகப் பனங்காய் இல்லாத காலமானதால் பனம்பழம் சூப்பும் மாடுகளைக் காணவில்லை. முறிந்த பனைகளின் கொட்டுகளில் வந்து தங்கி குடும்பம் நடத்தும் பச்சைக்கிளிகளும் தென்படவில்லை. அப்பொழுது வீசிய காலைக் காற்று உயர்ந்த மரங்களின் ஓலைகளில் புல்லாங்குழலும் விழுந்து கிடந்த காவோலைகளில் நாதஸ்வரமும் வாசித்தது.

அவர்கள் சென்ற ஒற்றையடி மணல் பாதையில் நேற்றைய மனிதர்களின் பாதசுவடுகள் மற்றும் ஆடு மாடுகளின் குளம்புகள் காற்றால் மறைக்கப்பட்டு விட்டன. தற்போது அதிகாலை மெல்லிய ஈரலிப்பில், சாணி வண்டுகளின் உருண்ட தடயங்கள் மட்டுமே இருந்தன. நிலத்தில் நடந்த போது வெறுமையான பாதங்கள் குளிர்ந்து உடல் சில்லிட்டது.

நட்சத்திரன் முன்னே செல்லும் அம்மாவின் கால் தடங்களுக்குள் எட்டி வைத்தபடி நடந்தான். சிறிது நேரத்தில் களைப்படைந்து சீனியம்மாவின் கால் தடத்துக்குள் தனது பாதத்தை வைத்தான். சீனியம்மாவின் கால்த்தடம் அம்மாவை விடப் பெரிதாக இருந்தது. சீனியம்மா,அம்மாவை விட சில அங்குலம் உயரமும் பெரிய பாதங்களும் கொண்டவர்.

இப்படி கால்தடத்தில் மிதித்தபடி வரும்போது சீனியம்மாவின் கால்களை மிதித்துவிட்டான்.

‘என்னடா வேணும்? ‘என ஆதரவாக முகத்தில் தடவியபடி கேட்டா சீனியம்மா.

‘இல்லை, சீனியம்மா. உன்ரை காலடிகளுக்குள் என்ரை காலை வைத்து நடந்தேன். நீ மெதுவாய் நடந்தாய். அதுதான் உன்ரை காலில் மிதித்துவிட்டன்.

‘உனக்கு விசர். இப்படி வா “எனக்கையை பிடித்து அருகே இழுத்தார்.

‘இல்லை இப்படித்தான் நடப்பேன் ‘எனக் கையை இழுத்து விடுவித்தான்.

‘இதுதான் இவனைக் கூட்டி வரவேண்டாம் என்றேன். இப்படி ஏதாவது செய்து கொண்டிருப்பான்; கொஞ்ச நேரம் சும்மா இரான் ‘என்று சலித்தபடி அம்மா சொன்னா.

பனைகளுக்கும் தென்னைகளுக்கும் இடையே மணலாக இருந்த ஒற்றையடிப்பாதை கற்கள், ஊரிகள், கடல் சிப்பிகளுமாக இருந்த மேட்டில் முடிந்தது. மேட்டிலிருந்து கீழே கடலைப் பார்த்தபோது கடற்கரை நெடுக படுத்துறங்கும் குட்டி யானைகளாகக் கரிய பாறைகள் நிறைந்திருந்தது. காலைக்கடல், இடைக்குக் கீழே பச்சை சீலை கட்டிய பெண்ணாகக் கரையிலிருந்து இடைகாட்டி சிறிது தூரம் உள்வாங்கியிருந்தது. கடலுள்ளே சிறிது தூரத்தில் வரிசையாகக் கற்பாறைகள் அடுக்கியிருந்தது. அந்தப் பாறைகளில் மோதிய பெரிய அலைகள் போரால் பலகாலம் பிரிந்திருந்தவன் தனது காமவேகம் தணிந்தபின் இறுதியில் பெண்ணை மெதுவாக முத்தமிட்டு மீண்டும் விலகுவதுபோல் கரையிலிருந்து மீண்டன.

பாருக்கப்பால் நீலமான காலைக்கடல், ஏதோ பெரிய இரகசியத்தை தன்னுள்ளே பொத்தி மறைத்து வைத்திருப்பதுபோல் அமைதியாக இருந்தது. தொடுவானத்தருகே இலங்கைக் கடற்படைக்கப்பல் ஒன்று நின்றது. அது இந்தியக் கரையிலிருந்துவரும் கள்ளக் கடத்தல் மற்றும் கள்ளத்தோணிகளைத் தடுக்கவே என்று தாத்தா சொல்லியது நட்சத்திரனுக்கு நினைவுக்கு வந்தது. இடையில் சிறிய சில மீன்பிடிப்படகுகள் பெரிய பறவைகள்போலவும் அந்தப் படகுகளருகே சில கடல் காகங்கள் பறப்பதும் தெரிந்தது.

அம்மா சீலையின் கரையை மேல் இழுத்து முழங்கால் தெரியச் செருகியபடி கையில் ஒரு துணிப்பையுடன் முன்னால் சென்று கடலுக்குள்

இறங்கினார். அம்மாவை பின் தொடர முயன்ற நட்சத்திரனைப் பார்த்து பாறையொன்றைக்காட்டி 'இதில் இரு. இல்லாவிடில் உன்னை வீட்டுக்கு அனுப்பி விடுவேன் 'எனச் சொல்லியபடி சென்றாள் அம்மா.

தாய் சொன்னதை சட்டை செய்யாமல் 'சீனியம்மா வாங்கோ நாங்கள் அந்தப் பக்கம் போவோம் 'எனச் சிறிது தூரத்திற்கு சீனியம்மாவை இழுத்தபடி சென்றான் நட்சத்திரன்.

மேற்குக் கடற்கரையில் இன்னமும் வெயில் வரவில்லை காலைச்சூரியனுக்கு ஊரில் நெடுக்க வளர்ந்திருந்த தென்னையும் பனையும் பந்தல் போட்டுத் தடுத்திருந்தன.

தண்ணீருக்குள் இறங்கிய ராணிக்குக் கடல்தண்ணீரில் காலை வைத்தபோது குளிர் மின்சாரம் பாய்வதுபோல் மயிர் கூச்செறிந்தது. சிறிது நேரத்தில் அதைச் சமாளித்துக்கொண்டு சேற்றுக்குள் காலால் மிதித்து மட்டிகளைப் பாதங்களால் உணர்ந்து, குனிந்து எடுத்தபடி ஒவ்வொன்றாக பைக்குள் போட்டார். குனிந்தபோது அசைவுகண்டு சேற்றிலிருந்த இரு சிறிய கண்களை மூடும் மட்டிகளைக் கண்டதும் அங்கிருந்து கையால் எடுத்தார். கை வைக்க முன்பாக நீரில் ஏற்படும் அசைவை உணர்ந்ததும் மட்டிகள் வாய்களை மூடும்போது காற்று புகையாக விடும். அந்த இடத்தில் காலால் தள்ளி மட்டிகளை எடுத்தார். அவருக்கு சிறிது துரத்தில் சீனியம்மாவும் மட்டிகளை எடுத்தார். சீனியம்மாவின் காலடியருகே தண்ணீரில் ஓடும் குருக்கன் நண்டை பிடிப்பதற்கு நட்சத்திரன் முயன்றான். அது பாறையருகே தப்பிக்க ஒதுங்கியது. கையைக் கொண்டு சென்ற பின் மீண்டும் கையை இழுத்துவிட்டான். முன்னொருமுறை நண்டிடம் கடிவாங்கிய அனுபவத்தால் தனது உடலிலிருந்த பெனியனைக் கழற்றி அதன் மேல் போட்டு இரண்டு கைகளால் பொத்திப் பிடித்தான். பிடித்த நண்டை நிமிர்த்தியபடி வேட்டையின் மகிழ்ச்சியில் சீனியம்மாவிடம் கொடுத்தபோது எடுத்த மட்டிகளோடு, கொண்டு வந்த தலையணை உறைக்குள் போட்டார்.

அரைமணி நேரத்துக்குள் நண்டுகளையும் மட்டிகளையும் பிடித்துக் கொண்டிருந்தபோது 'அம்மா அம்மா அம்மா 'என்று மீண்டும் குரல் கேட்டது.

திரும்பிப் பார்த்தபோது அவனது முகத்தில் அதிசயத்தைப் பார்த்ததுபோல் கண்கள் விரித்து கையை ஆட்டியபடி பெனியன் அற்ற நெஞ்சு மேலும் கீழும் இறங்கப் பதற்றமாக மூச்சுவிட்டான்.

'ஏண்டா நண்டு கடித்து விட்டதா?" என அம்மா அருகில் வந்து கேட்டார்.

'இல்லை. தங்கம்மா மாமி கடற்கரையில் படுத்திருக்கிறார் '

'உண்மையா ? எங்கே ?

ஏதோ பொய் சொல்கிறான். தன்னைக் கவனிக்கவேண்டும் என்பதால் இவன் கேட்கிறான் என்பதால் தலையை நிமிர்த்தி 'ஏண்டா நண்டு கடித்து விட்டதா? 'எனக் கேட்டுவிட்டு எந்த நம்பிக்கையுமில்லாது தொடர்ந்து மட்டிகளைப் பொறுக்கினார் அம்மா.

'இதோ அந்த பாறைக்குப் பக்கத்தில் 'கையைக் காட்டியபடி மீண்டும் அழைத்தான் நட்சத்திரன்.

பெனியன் இல்லாது நிற்பதைப் பார்த்துச் சிரித்துவிட்டு, இவன் வழமையான கதை சொல்கிறான் என்று நம்பிக்கையற்று இருந்தபோதிலும் ஏதோ ஒன்றைக் கண்டிருக்கவேண்டும் என்ற நினைப்பில் என்ன சொல்கிறான் என அந்த பாறையின் இடையில் பார்த்தபோது, அங்குள்ள வட்டமான பாறையில் உடல் சாய்ந்தபடி அசைவற்று கால்கள் மணலுக்குள் புதைந்தபடி அந்தப் பாறையில் கடலைப் வெறித்து பார்த்தபடி நீல நிற ரவிக்கை வெள்ளை உள்பாவாடையுடன் தங்கம்மா மாமி இருந்தாள்.

தங்கம்மா நல்ல பொன்னிறம். மெலிந்த உடல். சுருளான கறுத்த ஆனால் கட்டையாக வெட்டிய தலைமுடி. எப்பொழுதும் வெற்றிலையில் சிவந்த வாய். பல வருடங்களுக்கு முன்பாக பார்ப்பவரைக் கவரும் அழகான தோற்றம் கொண்டவர் என்பதற்கான சகல தொல்லியல் சான்றுகளும் இன்னமும் அவரில் உள்ளது. குழந்தையற்ற சோகம் அவரது வாழ்க்கையில் சுமையாகக் கடந்த பதினைந்து வருடங்களும் அழுத்தமாகப் பாதித்தது. ஒழுங்காகச் சமைப்பதோ வீட்டில் இருப்பதோ அரிதானதால் கணவர் பொன்னுத்துரையும் கவனிப்பதில்லை. சென்ற இடத்தில் உணவு. சில வேளைகளில் உணவுமற்று ஊரில் கடற்கரைகளிலும் பனைமர காட்டிலும் யாருமற்ற நியைில் தன்னுடன் பேசியபடி நடப்பதால் விசர்த் தங்கம்மா என ஊரார் பெயரிட்டுள்ளனர்.

உடல் நடுங்கி கால்கள் தடுமாற அருகில் உள்ள பாறையில் சாய்ந்தபடி 'என்ன கோலமிது? அக்கா, இஞ்ச பார் .கட்டிய சேலையுமில்லாது உள்பாவாடையோடு, தங்கம்மா மச்சாள் விழுந்து கிடக்கிறார். உயிர் இருக்கிறதோ தெரியவில்லை. இஞ்ச வந்து பார் '

'என்னடி சொல்கிறாய்' என கடலிலிருந்து கரைக்கு அகலக் கால்களை வைத்து அவசரமாக வந்த சீனியம்மாவின் கையிலிருந்து மட்டி கொண்ட தலையணை உறை தரையில் நழுவியது.

வந்த சீனியம்மா தங்கம்மாவின் முகத்தருகே குனிந்து கையை மூக்கருகே கொண்டு சென்றபோது தங்கம்மா மாமியின் முழங்கையில் அவரது கை தட்டுப்பட்டது.

'கனநேரம் உயிர் போய் மனிசி மரக் கட்டையாக விறைத்துப் போய் கிடக்கிது. உயிர் எப்பவோ போயிட்டுது' குரல் கரகரத்தது.

'இந்த விசர் மனிசி கடலுக்குள் விழுந்து செத்திருக்கிது 'என்று அந்த இடத்தில் அம்மா நட்சத்திரனின் தோளில் கை போட்டு அழுதாள் .

'எடி, அழாதே. வீட்டை போவோம் '

"மச்சாளின் சீலையைக் காணவில்லை '

'கடலுக்குள் விழுந்திருக்கும். வா வீட்டை போய் அப்புவிடம் சொல்லுவம். நீயும் வாடா. நீ கடற்கரையில் இரு "என நட்சத்திரனையும் சீனியம்மா இழுத்தார்.

'உன்னை வரவேண்டாம் என்று சொன்னேன் கேட்டியா? 'என அம்மா அடிக்க வந்தார்.

'எடி, அவனை ஏன் அடிக்கிறாய்? அவனுக்கு இப்படி இது நடக்கும் எனத் தெரியுமா?" பெரியம்மா கரிசனையுடன் அவனை அணைத்தபடி தன்னுடன் இழுத்துக் கொண்டு ஓட்டமும் நடையுமாக வீட்டுக்குள் வந்தார். வீட்டு வளவுக்குள் வந்த பின்பே நட்சத்திரனை பிடித்திருந்த பெரியம்மாவின் இறுக்கமான கை விலகியது.

'என்ன நடந்திருக்கும் பெரியம்மா?

'யாருக்குத் தெரியும்? தாத்தா பார்த்துக்கொள்வார். அவரிடம் சொல்லுவோம்'

5

சிவசாமி வாத்தியார் கிடாரத்தில் கொதிக்க வைக்கப்பட்டிருந்த சூடான தண்ணீரில் குளித்துவிட்டு புதிதாக ஒரு நான்கு முழவேட்டியைக் கட்டிக்கொண்டு கலண்டரை நோக்கிச் சென்றார். மற்றவர்கள்போல் திருநீற்றை எடுத்து காலையில் நெற்றியில் பூசும் வழக்கமற்றவர். தனது தவறுகளை கடவுளின் மேல் சுமையாக ஏற்றாதவர். வெற்றி தோல்வி என்பது அவரவர் முயற்சியில் தங்கியிருக்கிறது என்பதை தனது சித்தாந்தமாகக் கொண்டவர். இதற்காக மற்றவர்களின் நம்பிக்கை, சடங்குகள், விரதங்களுக்கு எதிரானவரல்ல. எக்காலத்திலும் கோயில் குளமெனப் போனதில்லை. அவரது அறையிலோ மற்றைய இடத்திலோ எந்தக் கடவுளின் படமும் இருப்பதில்லை. அதேநேரத்தில் கோயில் திருப்பணி, பூஜைகள் என வந்து கேட்பவர்களுக்கு மறுக்காமல் முடிந்ததைக் கொடுப்பவர். மதத்தை பொறுத்தவரை ஒரு விதமான ஓடும் புளியம்பழமுமான வாழ்க்கையிலிருந்தார்.

வீட்டிலுள்ள கலண்டரில் திகதியைக் கிழிப்பது வழக்கமாக அவர் செய்யும் தினசரிக் கடமைகளிலொன்று. இரகுநாத பஞ்சாங்கத்தைக் கொண்ட அந்த கலண்டரில் உள்ள திகதியைக் கிழித்துவிட்டு அன்று எழுதியிருப்பதை மிகவும் அருகே சென்று வாசித்தார். ஆயிரத்து தொளாயிரத்து அறுபத்து இரண்டு வருடம். பேரப்பிள்ளைகளுக்கு புதிய ஏதாவது உடைப்பெடுக்கவேண்டும். வீட்டில் உள்ள அரிசி முடிந்து விட்டதாக ஆச்சி சொன்னது .இணுவிலில் இருந்து அதை எடுத்துவரச் சொல்லவேண்டும்.பொன்னுத்துரைதான் இதற்குச் சரியான ஆள். அவன் வரும்போது வள்ளத்தில் கொண்டுவந்து விடுவான். ஏற்கனவே ஊர்காவற்துறைக்கு சென்று வாங்கிய பென்சன் பணத்தில் வாங்கிய சாராயம் முடிந்துவிட்டது. இந்த நாட்களில் யாரையாவது அனுப்பி இரண்டு சாராயப் போத்தல்களை வாங்கவேண்டும். சித்திரை மாதமானால் விருந்தாளிகளாக வருபவர்கள் அதிகம்.மன்னாரிலிருந்து தம்பி வரலாம். அவனைக் கொஞ்ச நாட்கள் இங்கு நின்று விட்டு போ

எனச் சொல்லவேண்டும்.சாராயமென்றால் கிழவி நச்சரித்தபடியே இருக்கும்.ஏற்கனவே கிடுகை நனையப் போட்டாச்சு. நாளைக்கு அதைப் பின்னி முடித்தால் ஊர்காவற்துறைக்கு வள்ளத்தில் ஏற்றவேண்டும். புகையிலைக்கு ஊமலேத்தும்போது கிடுகையும் கையோட கொண்டு பொன்னுத்துரை போவான் .எதற்கும் ஊருண்டிக்கு போனவன் வரட்டும் என மனத்தில் பல எண்ணங்களை ஊரவிட்டபடி நெத்தியைத் தடவியபடி முற்றத்துக்கு வந்தார் தாத்தா.

முரல் மீனை வெட்டிய ஆச்சி அதற்கு உப்பு, புளி,மிளகாய்த்தூளையும் போட்டு இரண்டு மணிநேரமாவது ஊறவைக்கும். காலைக்கு ஏதாவது புட்டு வைத்திருக்குமா இல்லை கஞ்சி காச்சியிருக்குமா என வயிற்றைத் தடவியபடி ஆச்சி, "என்ன வைத்திருக்கிறாய்? காலமை பிள்ளைகள் ஏதாவது சாப்பிட்டார்களா? அவன் நட்சத்திரன் என்ன சாப்பிட்டான் ? எங்கை ஒரு ஒருவரையும் காணுகிற சிலமனில்லை. வீடே அமைதியாகக் கிடக்கிறது" என்று கேட்டா.

'கடற்கரைக்கு மட்டி பொறுக்கப் போயிட்டினம். ராணி கூழ் குடிக்க என்று தமக்கையையும் கூட்டிக் கொண்டு மட்டி புறக்க போய்விட்டாள். பயலும் அவ்வளவையோடு இழுபட்டிருக்கவேண்டும். புட்டு தங்கச்சி தந்தவள். முட்டையை ஒரு பத்து நிமிடத்தில் பொரிக்கிறன் 'என்றார் அடுக்களையில் இருந்தபடி.

'அப்படியா "என்றபடி ஒரு புகையிலையை எடுத்து அதிலிருந்து சிறு பகுதியை கிழித்துச் சுருட்டு சுற்றுவதற்கு எடுத்து மாமரத்தின் கீழ் சென்றவருக்கு சீனியம்மா பதட்டத்தோடு நட்சத்திரனைக் கையில் பிடித்தபடி வீட்டுக்குள் ஏறுவது தெரிந்தது.

'இருவரும் ஏன் இப்படிப் பதறியபடி வருகிறீர்கள் ? எங்கே ராணி ? 'என்று கேட்டார்.

சீனியம்மா வாய்திறந்து பதில் சொல்லமுதல் 'தாத்தா தாத்தா தங்கம்மா மாமி மேற்கு கடற் கரையில் செத்து கிடக்கிறா. எல்லோரும் கடற்கரைக்கு போறார்கள்.தாத்தா நீயும் வா. 'நட்சத்திரன் கையைப் பிடித்திழுத்தான்.

அவனது வார்த்தைகளை கேட்டதும் தாத்தா திடுக்கிட்டு 'உண்மையாகவா? எனச் சொல்லியபடி நிமிர்ந்த போதிலும் அவரால் நம்ப முடியவில்லை ஆனால் அதை வெளிக்காட்டாது 'யாரடா உனக்குச் சொன்னது 'என அவனைத் தன் உடலுடன் அணைத்தார்.

'நான் கண்டேன். அம்மா சீனியம்மா எல்லோரும் கண்டோம். அம்மா என்னை சீனியம்மாவுடன் வீட்டுக்குப் போகச் சொல்லிவிட்டு

கடற்கரையில் நிற்கிறா. என்னை அம்மா வரவண்டாமெனச் சொல்லியும் நான் போனேன். வாங்க தாத்தா'.என்று அவரது அணைப்பிலிருந்து திமிறியபடி கைகளை விரித்து கண்களை விழித்து அவசரமாக வார்த்தைகளைப் பொழிந்தான்.

அவனைப் பொறுத்தவரை தெரிந்ததை எல்லாவற்றையும் அவசரமாகத் தாத்தாவிடம் சொல்லிவிட நினைத்தான். அவனது குரலில் மழலை மாறவில்லை.

சீனியம்மா தலையை ஆட்டி அவனது வார்த்தைகளை ஆமோதித்தார்.

தாத்தாவால் பேரனை உதாசீனம் செய்யமுடியாது 'சரி வா' எனக் கூறியபடி வீட்டின் வாசல்படியருகே கிடந்த செருப்பைக் காலில் கொளுவிக்கொண்டு அவனது கையைப் பிடித்தபடி கால்களைகளை எட்டி வைத்து கடற்கரை நோக்கி நடந்தார்.

அறுபத்தைந்து வயதானாலும் அவருடன் நட்சத்திரனால் நடக்க முடியவில்லை. ஓடியபடி பின் தொடர்ந்தான். பத்து நிமிட வேகமான நடையில் கடற்கரை வந்தது.

கடற்கரையை எதிரில் இருந்த பாறைகள் மறைத்தன. ஆனால் நீலக்கடல் மட்டும் விரிந்திருந்தது. பாறைகளுக்குள் இறங்கியபோது ஆண்கள், பெண்கள், குழந்தைகள் எனப் பெருங்கூட்டமே அங்கு நின்றது. பெரியவர்கள் நிலத்திலும் சிறுவர்கள் பாறைகளிலும் ஏறி நின்றனர். ஒவ்வொருவரும் தங்களிடையே பேசியபோது ஏற்பட்ட ஓசை, கடல் அமைதியாக இருக்கிறது என நினைக்க வைத்தது.

அந்த சிறிய தீவில் இவ்வளவு சனங்கள் கூடுவது அரிது. ஏதாவது திருவிழா நேரமென்றால் மட்டும் நடக்கும். ஆனாலும் அங்கு ஒரே இடத்தில் சகல வயதினரும் நிற்கமாட்டார்கள்.

எய்த அம்பாக கூட்டத்தை நோக்கிச் சென்ற சிவசாமி வாத்தியாருக்கு எல்லோரும் விலகி பாதை விரித்தனர். தற்போது மணி காலை ஒன்பதாகிவிட்டதால் காலைக் கடல் பெருகி தற்பொழுது உள்ளே வந்ததால் தங்கம்மாவின் கால்களின் மேல் அலை வந்து அடித்து மீண்டது. தங்கம்மாவின் முழங்கால்களிலும் மணல் தூவியிருந்தது. இடுப்பில் சேலையற்று, வெள்ளை உள்பாவாடை, அடித்த கடல் நீரால் முழங்காலருகே சென்று இரு கால்களோடு ஒட்டியபடி மானத்தை மறைத்தது. நீல நிற மேல்சட்டை இடது பக்கத்தில் கழுத்தோரத்தில் இருந்து கைவரையும் ட வாக கிழிந்திருந்தது. காது வெறுமையாக இருந்தது. தங்கம்மாவின் கரிய நரையற்ற கூந்தல் கழுத்துவரையும் வெட்டப்பட்டது. மஞ்சள் கயிறோ தாலியோ காதில் அல்லது மூக்கில்

எதுவுமற்று கையில் பிளாஸ்டிக் வளையல் போன்ற எந்த ஆபரணமும் இல்லாமல் வெறுமையாக இருந்தது .

அருகே சென்று பிரேதத்தைக் கூர்ந்து பார்த்துக்கொண்டிருந்த சிவசாமி வாத்தியாரின் பின்பாக அவரது கையைப் பற்றிபடி பார்த்துக்கொண்டு நின்ற நட்சத்திரனுக்கு தலையில் நறுக்கென குட்டு விழுந்தது. திரும்பிப் பார்த்த அவனை முறைத்தபடி அம்மா நின்றார். 'அப்பு இவனை ஏன் கூட்டிவந்தீங்க? 'எனக்கேட்டபடி அவனது கையை பிடித்தபடி அம்மா வீடு நோக்கி இழுத்துக் கொண்டு சென்றார். அவன் தாத்தாவைத் திரும்பிப் பார்த்தபடி இழுபட்டான்.

மகளுக்கு எதுவும் பதில் சொல்லாது சிவசாமி வாத்தியார் பிரேதத்தின் கால் பகுதியில் சென்று பார்த்தார். வலது காலில் இரண்டாவது விரலில் வெள்ளி மெட்டி அலையடித்தபோது மண் துகள் விலகித் தெரிந்தது.

மற்றவர்கள் வாத்தியார் என்ன சொல்லப்போகிறார் என மவுனத்தைக் கடற்கரையெங்கும் விதைத்தபடி காத்திருந்தனர்.

அப்பொழுது எங்கிருந்தோ சமரசம் வந்து தாத்தாவின் கையைப்பிடித்து "தாத்தா, யாரோ தங்கம்மா மாமியைப் பிடித்து கடலுக்குள் தள்ளியிருக்கிறார்கள். பாவம் தங்கம்மா மாமி. முந்நாள்கூட எனக்கு பிஸ்கோத்து தந்தவர் 'என்றான்.

'டேய் நீ விட்டை போ. மகள் இவனையும் வீட்டை கொண்டுபோ' எனச் சொல்லியபடி வெளியே வந்தார். சமரசத்தின் வார்த்தைகள் எவரினதும் காதில் விழவில்லை. அல்லது அவர்கள் அதை பொருட்படுத்தவில்லை .

சிவசாமி வாத்தியார் கூட்டத்திலிருந்து வெளியே வந்து தலைப்பாவுடன் நின்ற முப்பந்ததைந்து வயது மதிக்கத்தக்க ஒருவரிடம் 'தம்பி சதாசிவம் ஒன்பது மணிக்கு வருகிற லோன்ஜ் வந்து விட்டதா ?" எனக் கேட்டார்.

சதாசிவம் தலைப்பாவை அவிழ்த்து தோளில் போட்டுக்கொண்டு பிரேதத்திற்கு அருகில் உள்ள பாறையின் அருகில் வந்து 'பெரியப்பா, இப்போதுதான் அனலைதீவிலிருந்து புறப்பட்டிருக்கும்' என்றார்.

இடுப்பிலிருந்து ஒரு நோட்டை எடுத்துக் கொடுத்து 'ஊர்காவற்றுறைப் பொலிசில் போய் சொல்லி விட்டுவா' என்றார் தாத்தா.

'பொன்னுத்துரை அண்ணை நேற்றுதான் ஊமல் ஏற்றி ஊருண்டிக்கு போனவர். அவருக்குத்தான் முதலில் சொல்லவேண்டும்? '

நேரடியாக சதாசிவத்தைப் பார்த்து ‘அவனுக்குப் பிறகு சொல்லலாம். இது பொலிஸ் வந்து போஸ்ட்மோட்டம் செய்யவேண்டியிருக்கும். அப்படியே ஊர்காவற்றுறை சண்முகம் கடையில் நீ தகவல் சொன்னால் பொன்னுத்துரைக்கு விடயம் தெரியவரும்’

‘சரி பெரியப்பா’ எனச் சொல்லிவிட்டு சதாசிவம் அந்த இடத்தை விட்டு விரைவாக அகன்றான்.

இப்பொழுது வயதான சில பெண்கள் பிரேதத்தின் இருபக்கத்திலும் குந்தி இருந்து கொண்டு தங்களது தலையில் அடித்தபடி ஒப்பாரி வைக்கத் தொடங்கினர் .

சிவசாமி வாத்தியார் அவர்களை நிமிர்ந்து பார்த்து ‘இஞ்ச பாருங்கோ, இதெல்லாம் பிறகு செய்யலாம். மாலையில் பொலிஸ் வந்து விசாரணை செய்த பின்பு பிரேதம் கிடைக்கும். அதன் பின்பு நீங்கள் ஒப்பாரி வைக்கலாம். எல்லோரும் இப்ப வீட்டை போங்கோ. உங்கட வீட்டு வேலைகளைப் பாருங்கோ. கிட்டப் போகிற வேலையை இப்பொழுது நினைக்கவேண்டாம். ஏதாவது பொலிஸ் விசாரணை என்று வந்தால் கோட்டுப்படியேற வேணும். நான் சொல்லிவிட்டன். அதற்கு நீங்கள் யாராவது தயாரென்றால் எதையும் செய்யுங்கோ. யாராவது ரண்டு பேர் ரண்டு மணி லோனஜ்சில் பொலிஸ் வரும்வரைக்கும் காவலிருக்கவேணும். தொடுகிறது வேண்டாம்’ என்றார்.

கடைசியாகச் சொன்ன வார்த்தைகள் கூட்டத்தில் கலகத்தை அடக்க சுட்ட கண்ணீர்ப்புகையாக வேலை செய்தது. ஒருவரை ஒருவர் பார்த்தபடி எல்லோரையும் அந்த இடத்திலிருந்து கலைய வைத்தது தூரத்தில் ஒரு பாறைமேல் சட்டையற்று இருந்த இரண்டு இளைஞர்களைக் கூப்பிட்டு ‘தம்பிமார் பொலிஸ் வரும்வரை பிரேதத்திற்குப் பாதுகாப்பாக இருங்கோ’ என்றார்.

‘இன்றைக்கு வீட்டுக் கூரை மேய இருந்தனான். ஒரு நாள் பிந்தினா பிரச்சனை இல்லைத்தனே? வாத்தியார் ‘என்றபடி முன்னே வந்து மெதுவான உடல் நெளிப்புடன் வயிற்றில் வலது கையால் தடவினான் ஒருவன். அவனிடம் ரூபாய் நோட்டை நீட்டி ‘கள்ளுக்கு வைத்திருங்கோ ‘என்றார் சிவசாமி வாத்தியார்.

இருவரது முகத்திலும் ஏற்கனவே கள்ளருந்திய சந்தோசம் தெரிந்தது.

‘நன்றி வாத்தியார். கொஞ்சம் புகையிலை இருக்கா?’

‘நான் அனுப்புகிறேன்’ ‘என்று கூறிவிட்டுத் வீடு திரும்பினார் வாத்தியார்.

வீடு வந்ததும் 'தாத்தா மாமிக்கு என்ன நடந்தது?' என்றபடி அவரது வேட்டியைப் பிடித்தான் நட்சத்திரன்.

'மாமி இரவு கடலுக்குள் விழுந்து இறந்து விட்டாள்.' என்றார் சிவசாமி மாஸ்டர்.

'அவளுக்கு மண்டைக்குள் சுகமில்லை. அவன் பொன்னுத்துரையும் இல்லாத நேரம் பார்த்து கடலுக்குள் போயிருக்கும்' என ஆச்சி சமையலறையிலிருந்து கழுவிய மீன்களைக் கறிக்குச் சொதிக்கு மற்றும் பொரியலுக்கு என மண் சட்டிகளில் பிரித்தபடி சொன்னா.

'பாவம் மச்சாளுக்கு இப்படியா ஆகவேண்டாம்' என்று அம்மா அனுதாபமாக சொல்லிக் கேட்டது.

'ராணி, உங்கப்புவுக்கு ஏதோ மேலதிகமாக தெரிந்திருக்கும். அதுதான் உடனே பொலிசுக்கு தகவல் அனுப்பியிருக்கு. எதாவது பிரேதத்தில் பார்த்திருக்கும் அல்லது சந்தேகமாக இருந்திருக்கும்' முகத்தைத் திருப்பாமல் மிளகாய்த்தூளை ஒரு சட்டிக்குள் சிறிய அகப்பையால் போட்டபடி சொன்னா, நாற்பத்தைந்து வருடங்கள் சிவசாமி வாத்தியாரோடு வாழ்ந்த செல்லாச்சி.

'மச்சாள் யாருக்கும் கெடுதல் செய்யாது. கடற்கரையில் அடிக்கழுவப்போய் இரவில் கால் தட்டுப்பட்டு விழுந்திருக்கலாம் என்றாள் ஊகத்தில் சீனியம்மா. வெளியில் கொடியில் துணிகளைக் கொடியில் விரித்துப் போட்டபடி.

'உங்கட ஊகங்களை விட்டுப் போட்டு வேலையைப் பாருங்க. உலையில் ஏதாவது போட்டியளே?' என்றார் சிவசாமி வாத்தியார்.

'அவள் பிள்ளை மாதிரி எத்தனை நாட்கள் என்ர கையால் சாப்பாடு தின்றிருப்பாள். அவன் பொன்னுத்துரை அவளைக் கவனிக்கிறதில்லை. வள்ளமும் தண்ணியுமென காட்டான் மாதிரி தாடி மீசை வளர்த்துக் கொண்டு திரிந்தால் எல்லாம் சரியாகிவிடுமா? பிள்ளை பிறக்கவில்லை. அதுக்கு அவள் என்ன செய்வாள்? அவளும் தனித்து இப்படி அவலமாகப் போகவேண்டுமென்று விதியிருக்கு. அது சரி.நேற்று உயிரோடு இருந்தவள் இன்று பிணமாகக் கிடக்கிறாள். இந்த மனுசனுக்கு இன்றைக்கும் சாப்பாடு கேட்கிறது? கொஞ்சங்கூட அதைப்பற்றி நினைக்காமல் 'ஆச்சி புலம்பியது.

'பிணம் யாழ்ப்பாணம் போய் போஸ்மோட்டம் செய்து எல்லாம் முடிவுக்கு வர எத்தனை நாட்களாகுமோ? அதுவரையும் எல்லோரும் பட்டினி கிடக்கச் சம்மதமா?எனக்கூறியபடி புகையிலையின்

அரைப்பகுதியை நடு நரம்பில் இரண்டாகக் கிழித்து மகள் இதைக் கந்தசாமியும் சண்முகமும் பிணத்தருகே காவலுக்கு நிற்கிறாங்கள். அவர்களுக்கு கொடுத்துவிட்டு வா 'என இளையமகள் ராணியிடம் கொடுத்தார்.

'அப்பு, எனக்கு வேலை இருக்கு அக்காவிடம் கொடுத்தனுப்பு' என்றாள் ராணி.

'அதன்ன வேலை இண்டைக்கு ஞாயிற்றுக்கிழமையில்? '

'கடலுக்க மட்டி எடுத்து கொண்டு வந்தனான். கழுவிக் கூழ் காச்சவேண்டும் '

'அப்ப நான் கொண்டு போறன் 'என சீனியம்மா ஈரக்கைகளை தனது பின் சேலையில் துடைத்துவிட்டு புகையிலையை வாங்கிக் கொண்டு சென்றார்.

6

சதாசிவம் ஊரின் தென்முனையில் உள்ள வீட்டுக்குச் சென்று உடை மாற்றிவிட்டு எழுவைதீவு பாலத்தை நோக்கி நடந்தான். வீட்டிலிருந்து இருபது நிமிடத்தில் பாலத்தை அடையலாம். அனலைதீவிலிருந்து புறப்பட்ட லோன்ஜ் எழுவைதீவுக்கு வந்து கருமையான வாத்துப்போல் கடலில் அசைந்தாடிக் கொண்டிருந்தது.

எழுவைதீவுக்கும் அனலைதீவுக்கும் இடையே குடிமக்களற்ற பருத்தித்தீவு உள்ளது. அங்குள்ள மரங்கள் அனலைதீவின் பாலத்தை மறைக்கும். லோன்ஜ் வெளிக்கிட்டு பருத்தித்துறையைக் கடந்த பின்புதான் எழுவைதீவில் உள்ளவர்களுக்கு லோன்ஜ் கண்ணில் தெரியும். அனலைதீவிலிருந்து முக்கால் மணிநேர லோன்ஜ் பயணம். எழுவைதீவின் தெற்குப்பக்கத்தில் உள்ளவர்கள் லோன்ஜ்யை கண்டுவிட்டு கொடியில் உலரவைத்திருந்த வேட்டியை இழுத்து இடுப்பில் கட்டுவார்கள்.

சதாசிவம் கருமையான தோல் செருப்பு நிலத்தில் புதைய வேகமாக கிழக்குக் கரையோரமாகப் பாலத்தை நோக்கி நடந்தபோது கடற்கரை மணல் வேட்டிக்கு வெளியேயும் உள்ளேயும் வாரிக் கொட்டியது. மணலால் ஏற்பட்ட அசௌகரியத்தைப் பொருட்படுத்தாமல் வேட்டியை நடப்பதற்கு இலகுவாக மடித்துக்கட்டி ஓட்டமும் நடையுமாகப் பாலத்தை வந்தடைந்தன். அப்பொழுது அங்கு நின்ற மெலிந்த உடல், ஓட்டிய வயிறு, சிறிய முகத்திற்குப் பொருந்தாத மீசையும் கொண்ட சின்னதம்பியைப் பார்த்துத் திடுக்கிட்டான்.

இவன் பிரபலமான திருடன் சின்னத்தம்பி பயலல்லவா? சின்னப்பிள்ளைகளின் சங்கிலிகளைத் திருடும் வயதான பெண்களின் கைப்பையைக் களவாடும் கள்ளப்பயல். இவன் எப்படி இங்கே? நல்ல விடங்களுக்கு வரமாட்டானே?

'நீ எப்ப வந்தாய்? 'சின்னத்தம்பியை நோக்கி ஆச்சரியத்துடன் கேட்டான் சதாசிவம்.

நான் ஒரு கிழமையாக இங்கதான் இருக்கிறன். அம்மாவுக்குச் சுகமில்லை. அதுதான் பார்க்க வந்தன் 'நேரடியாக சதாசிவத்தின் முகம் பார்க்காமல் கீழ் நோக்கியபடி சின்னத்தம்பி பதில் சொன்னான்.ஒருவரை ஒருவர் வெறுப்பதை முகச்சுழிப்பால் இருவரும் வெளிகாட்டினார்கள்.

வாயால் கேள்வி கேட்டாலும் சதாசிவத்தின் மனத்தில் பல வகையான எண்ணங்கள் ஓடின.

எப்படி இந்தப் பயல் இங்கு வந்தான்? கடைசியாக நயினாதீவுக் கோயில் திருவிழாவில் ஒரு பெண்ணின் நகையைத் திருடி அங்கிருந்து வள்ளத்திலேறி தனது வேட்டியை வள்ளத்தின் பாயாகவைத்து எழுவைதீவிற்குத் தப்பிவந்தவனை இங்கு பொலிசார் வந்து பிடித்தார்கள். இவனது திருட்டுக் குற்றப்பட்டியல் நீளமானது. இவன் வெளியே இருந்த காலத்தைவிடச் சிறைக்கு உள்ளே இருந்த காலங்கள் அதிகமானவை. இவனாவது தாயைப் பார்க்க வருவதாவது? பச்சைப் பொய் சொல்கிறான். படுவா ராஸ்கல்.

'நீங்கள் எங்கே போகிறீங்கள்?' தயங்கியபடி நிலத்தையும் எதிரில் இருந்த கடலையும் பார்த்தபடி கேட்டான் சின்னத்தம்பி. ஏதோ கேள்வி கேட்கவேண்டும் என்ற கட்டாயத்தால் கேட்பது போலிருந்தது.

'தங்கம்மா மச்சாள் கடலுக்குள் விழுந்து செத்துப்போனா. நான் அதை அறிவிக்க போலீசுக்குப் போறன் 'முகத்தை கூர்ந்து பார்த்தான் சதாசிவம்

'அப்படியா ?' 'என்றான் அசிரத்தையுடன்.

முகத்தில் எதுவித சலனமும் தெரியவில்லை.

அன்று இருவர் மட்டுமே எழுவைதீவில் இருந்து ஊர்காவற்துறை போன பிரயாணிகள். சதாசிவம் லோன்ஜ்சின் உட்புறத்திலும் சின்னத்தம்பி லோன்ஜ்சின் மேல்த்தளத்திலும் ஏறி பிரயாணம் செய்தார்கள்.

மாலை நான்கு மணிக்கு இரண்டு பொலிசாரும் இன்ஸ்பெக்டரும் நேரடியாக சிவசாமி வாத்தியாரின் வீட்டுக்கு வந்து, அவருடன் பேசிவிட்டுப் புதிய விதானையுடன் கடற்கரைக்குச் சென்றனர்.

காலையில் சந்தைபோல் மனிதர்கள் கூடியிருந்த கடற்கரையில், பிரேதத்தையும் காவலுக்கிருந்தவர்களைத் தவிர வேறு எவருமில்லாமல் வெறிசோடிக் கிடந்தது. மதியத்தில் அலையோசையும் காற்றும் அதிகமாக இருந்தது. பொலிசாரைக் கண்டதும் பிரேதத்துக்குப் பக்கத்தில் காவலாக இருந்த கந்தசாமியும் சண்முகமும் வாயிலிருந்த சுருட்டை பாறையில் தேய்த்து அணைத்து எறிந்து விட்டு விலகினர்.

பொலிஸ் இஸ்பெக்டர் மத்திய வயதானவர். அவருடைய முகத்தில் அனுபவம் தெரிந்தது. 'காதில் தோடு இல்லாமல் இருக்கிறது' என்று சொல்லியபடி கடல் நீர் அடித்துக்கொண்டிருந்த பிரேதத்தின் முழங்கால் பகுதியில் பாவாடையை உயர்த்தி உள்ளே குனிந்து பார்த்தார். எதுவித அடையாளமும் இருக்கவில்லை என்பதற்கு அடையாளமாகத் தலையை இரண்டு பக்கமும் ஆட்டிவிட்டு வயிற்றில் கட்டியிருந்த உள்ளாடையின் நாடாவின் முடிச்சை இழுத்தபோது அவிழ்த்த பாடை விலக்கியதும் தொப்பிளடியில் இருந்து கீழ்நோக்கி ஒரு இரண்டங்குல நீளமான கீறல் இருந்தது. அந்தக்கீறலில் இரத்தம் உறைந்திருந்ததால் மரணத்தின் முன்பு நடந்திருக்கவேண்டும் என நினைத்தபடி பக்கத்தில் நின்ற விதானையாரிடம் 'நாங்கள் இந்த பிரேதத்தை யாழ்ப்பாணம் ஆஸ்பத்திரிக்கு எடுத்துச் செல்லவேண்டும். அடிவயிற்றில் ஒரு ஆழமான கீறல் இருக்கிறது. கல்லும் கீறியிருக்கலாம். போஸ்ட் மோட்டம் செய்துவிட்டு இரண்டு நாளில் பிரேதம் உறவினர்களுக்குக் கிடைக்கும். பெண்ணின் புருசன் எங்கே? அவரை விசாரிக்கவேண்டும்" என்றார்.

'இந்தப் பெண்ணின் புருசன் வள்ளமோட்டுகிறவர். நேற்றுக் காலையில் ஊறாத்துறைக்குப் போய்விட்டார். இனி எப்போது வருவார் எனத் தெரியாது' என்றார் விதானை.

'பிள்ளைகள் கிடையாதா?' என இன்ஸ்பெக்டர் சிவசாமி வாத்தியாரிடம் கேட்டார்.

'பிள்ளைகளில்லை. சின்னம்மாவுக்குக் கொஞ்சம் மனநிலை சரியில்லை. வீட்டில இருப்பது குறைவு. தனியாகக் கடற்கரை, பனங்காடு என்று ஊர் சுற்றுவதுதான் வழக்கம் '

'அப்பிடியென்றால் மனிசிக்கு விசரா? எத்தினை வயசிருக்கும்?' எனத் தலையிலிருந்த தொப்பியைக் கழற்றி முன் வழுக்கையான தலையைத் தடவியபடி கேட்டார் இன்ஸ்பெக்டர்.

'40 வயது என நினைக்கிறன். பிள்ளை ஒன்று பத்து வருடத்துக்கு முன்பு இறந்து பிறந்தது. அதுக்குப் பின்புதான் மனநிலை சரியில்லை. கண்ணில்படும் எந்தப் பிள்ளையையும் கொஞ்சிக் கொண்டும் கடற்கரையில் சுற்றிக் கொண்டும் இருப்பாள். பொன்னுத்துரை இவளை அதிகம் கண்டு கொள்வதில்லை. தோணியைக் கொண்டு போவதும் மற்ற நேரத்தில் குடிப்பதுமெனத் திரிகிறான்'

'அப்பிடியெண்டால் உங்கட வாக்குமூலத்தைப் பதிவு செய்யட்டுமா?'

'அதற்கென்ன 'எனத் தலையாட்டினார் சிவசாமி வாத்தியார்.

'அப்படி என்றால் எங்களுக்குச் சந்தேகம் எதுவுமில்லை. நீங்கள் பிரேதத்தை அடக்கம் செய்யலாம்' பொலிஸ் இஸ்பெக்டர் முகத்தில் திருப்தி தெரிந்தது.

'இங்க வா சதாசிவம், அப்படியே பாடையைக் கட்டி பொன்னுத்துரை வீட்டிற்குப் பிரேதத்தைக் கொண்டு செல்ல ஒழுங்கு படுத்திவிட்டுப்போட்டு இன்ஸ்பெக்டர் ஐயாமாரை எங்கட வீட்டுக்குக் கூட்டிக் கொண்டுவா" என்றார் சிவசாமி வாத்தியார்.

சிவசாமி வாத்தியார் சொல்லியபடி எல்லாம் நடந்தது. எல்லாம் முடிந்து வர மாலை ஐந்து மணிக்கு மேலாகிவிட்டது. வாத்தியாரின் வாசலுக்கு எதிரே இருந்த மாமரத்தின் கீழ் உள்ள பெஞ்சில் அமர்ந்து பொலிசார் சாராயத்தை இளனியுடன் கலந்து குடித்தனர். வீட்டில் நின்ற சேவல் கோழி பின்வளவில் உள்ள வேப்ப மரத்தின் கிளையில் கழுத்தில் சுருக்குப்போட்டு தொங்கவிட்டு சதாசிவத்தால் கொலை செய்யப்பட்டது. மூன்று பொலிசாரும் ஆச்சி கையால் சமைத்த கோழி இறைச்சியோடு கை குத்தரிசிச் சோற்றைச் சாப்பிட்டு விட்டு அன்றிரவு கொட்டகைக்குள் குறட்டைவிட்டு உறங்கினார்கள். மறுநாள் காலை லோன்ஜில் ஊர்காவற்றுறைக்குப் புறப்பட்டுச் சென்றனர்.

'பார்த்தாயா, காகம் விடயம் தெரிந்துதான் கத்தியிருக்கு' என்று ஆச்சி முணுமுணுத்தது. ஆனால் இறப்போடு விருந்து வந்திருக்கிறதென்பதை ஏன் சொல்லவில்லை? தனக்குள் ஒரு கேள்வியையும் கேட்டபடி நின்றான் நட்சத்திரன்.

'டேய் தம்பி நான் சொன்னேன், கனவு கண்டதாக" என்று சமரசம் சொன்னபோது எனது மனத்தில் சுரீரென ஏதோ தைத்தது. சமரசம் சொல்லும் விடயங்கள் எல்லாம் சரியாக நடக்கிறது. அவனது கனவில் வரும் காட்சிகளைத் தள்ளி உதறமுடியாது. அவன் வேறு எவருக்கும் சொல்லாது எனக்கு மட்டும் சொல்கிறானே! இதுக்குக் காரணம், நான் மட்டும் அவனைக் கேட்பதாலோ? அவனது கதைகளை எவரும் பொறுமையாகக் கேட்பதில்லை. அவர்கள் அவனுக்கு மூளையில் சுகமில்லை. அதனாலே பாடசாலை போவதில்லை என்ற முன்முடிவுகளுடன் செயல்படுகிறார்கள். அவனால் மற்றவர்களிலும் பார்க்கச் சுலபமாக என்னிடம் பேசமுடிகிறது. தம்பி தம்பி எனச் சொல்லமுடிகிறது. அவனுக்காகவாவது அவன் பேசும் சிறு சிறு வார்த்தைகளை நான் அகலமாக நெசவு செய்து அதிலுள்ள உண்மையைப் புரிந்து கொள்ளவேண்டும் என்ற நினைப்புடன் சமரசத்தின் கனவுகளை கேட்க முடிவு செய்தேன்.

7

அடுத்தநாள் வேலாயுதம் அதிகாலையில் பனை ஏறி, பச்சை ஓலையை வெட்டி, அதன் பச்சை மட்டையைக் கழித்துவிட்டு, ஓலையை மட்டும் கொட்டகையில் பச்சைக் கும்பலாகப் போட்டிருந்தான். தனிப்பனை ஓலையான போதிலும் வெட்டி குவித்துவிட இடுப்பளவு உயரமிருந்தது. அதை எடுத்து காலையில் தொழுவத்தில் கட்டப்பட்ட இரண்டு மாடுகளுக்கும் போடவேண்டும். நுங்குக் காலத்தில் நுங்கு அரிந்து போடப்படும்.

மழையற்ற காலங்களில் புல்லற்ற எழுவைதீவில் பனை ஓலை மாடுகளுக்கு உணவாகும்.காய்ந்த காவோலையைத் தின்று அசைபோட பழகிய மாடுகளுக்குப் பால் தரும் காலத்தில் பச்சையோலை சக்கரைப்பொங்கல் போன்றது.

கன்று போட்டு மூன்று மாதங்களே ஆகிப் பால் தரும் சிகப்பிக்கு விசேட கவனிப்பு. சீமைப்பசுவாக இல்லாதபோதிலும் வீட்டுத் தேவைக்குப் பால் தருகிறது. காலையில் பச்சை ஓலை. பின்பு மதியத்தில் தவிட்டுக் கஞ்சி. மாலையில் தேங்காய் புண்ணாக்குப் போடவேண்டும். வெள்ளைச்சி, சிவப்பியின் தாய். கன்று போட்டு ஐந்து வருடமாகிவிட்டது. வயதாகிவிட்டது. காலையில் பனையோலை வைத்து விட்டு அவிட்டு விட்டால் பின்வளவுக்குள் மேய்ந்துவிட்டு வரும். பென்சன் வயதானதால் மதியத்தில் குடிக்க பச்சைத்தண்ணீர். மற்றப்படி எதுவுமில்லை. மாலையில் புண்ணாக்குண்டு.வெள்ளைச்சிக்கு வயிறு நிரம்பாதபோது வீட்டில் உள்ள உறவினர்போல் எந்தத் தயக்கமுமின்றி குரலெழுப்பி உணவு கேட்க அதற்குத் தெரியும்.

ஊறவிட்ட புழுங்கலரிசியை மாவாக இடித்து விட்டு வேலம்மா குசினியின் திண்ணையில் ஆற அமர களைப்புத்தீர அமர்ந்து பனங்கட்டியைக் கையில் வைத்துக் கடித்தபடி தேநீர் குடித்துக் கொண்டிருந்தாள். நெற்றியில் வேர்வை முத்தாக விளைந்திருந்தது.

மேற்சட்டையற்ற கருமையான உடலெங்கும் பல சிற்றோடைகளாக வியர்வை பெருக்கெடுத்து இடுப்படியில் உள்ள வயிற்று மடிப்புகள் மேலாக ஓடி, நீல லங்கா சேலையைக் கரையை கருமையாக்கியிருந்தன. வேலம்மாவுக்கு நடுத்தர வயதாகிய போதிலும் உழைப்பால் இறுகிய உடல். இன்னமும் தலையில் கறுத்த மயிருடன் உச்சிக் கொண்டை எடுப்பாகத் தெரியும்.

பதினெட்டு வயதான இளைஞன் வேலாயுதம், வேலம்மாவின் மகன். அவன் கொண்டு வந்து குவித்திருந்த பச்சைப் பனை ஓலைகளை சிவசாமி வாத்தியார் எடுத்துக் கொண்டு, வீட்டின் பின்னாலுள்ள கொட்டகைக்குப் போகச் சாய்வு நாற்காலியை விட்டு எழுந்தபோது 'இல்லை வாத்தியார். நான் போடுகிறேன். கொஞ்சம் பொறுங்க 'என்று தேநீரை குடித்தபடி வேலம்மா சொன்னாள்.

அப்பொழுது அறையுள் படுக்கையிலிருந்து எழுந்த நட்சத்திரன் கண்ணைக் கசக்கியபடி வெளியே வந்தான்.

'டேய் தம்பி வா என்னிட்ட' என அவனை கையால் இழுத்து இறுக்கமாக அணைத்து முத்தமிட்டாள் வேலம்மா.

வேலம்மா கொஞ்சும்போது அவனுக்கு கன்னத்தில் எச்சில்படும். அதற்குமேல் வேலம்மாவின் உடலோடு அணைத்துக் கொஞ்சும்போது சட்டையணியாத முலைகள் தாவணியிலிருந்து விலகி அவனது உடலில் படும்போது அவனக்கு வெட்கமாக இருக்கும்.

ஒரு நாள் அவன் நெளிந்து விலகியபோது தனது முலைகளைக் காட்டி இதில்தான் பால் குடித்து நீ வளர்ந்தாய். உன்ர அம்மாவில் என்ன இருந்தது? காத்துத்தான் வரும். என்ர பிள்ளைக்குக் கொடுக்காமல் உனக்குத் தந்தேன். கள்ளப்பயலே 'என மேலும் இழுத்தணைத்தாள்.

எப்பொழுது வேலம்மாவின் மூச்சை முட்டும் அணைப்பிலிருந்து வெளியேறுவேன் என நினைப்பான் நட்சத்திரன். அரிசியைக் குத்தி முடித்திருந்ததால், எப்பொழுதும் உடலில் வேர்வையும் முத்தமிடும் உதட்டில் வெற்றிலைச் சிவப்பும் இருக்கும் .இரண்டும் அவனில் ஒட்டிவிட்டதா எனக் கவனமாகப் பார்ப்பான்.

அம்மாவும் வேலம்மாவும் அன்னியோன்னியமான நண்பிகள். வெற்றிலையை ஒன்றாக தின்றபடி ஊர்க்கதைகள் அலசுவதும் அதன்பின் வாசல் படியிலிருந்து ஈர்குத்தி தலைவாரும் அத்தியாயம் வார விடுமுறை நாட்களில் சில மணி நேரம் செல்லும். வாரநாட்களில் இருவரும் காலையில் வாசல்படியில் வெற்றிலைத் தட்டத்தை வைத்து வெற்றிலை போட்டுவிட்டு வேலைக்குப் போய் விடுவார்கள். வேலம்மாவின் கடைசி மகன் நல்லையாவுக்கு நட்சத்திரனது வயது.

தனது தேநீர்க் கிண்ணத்தைக் கழுவி திண்ணையில் வைத்து விட்டு கொட்டகையில் குவிந்திருந்த வெட்டிய ஓலைகளைக் கக்கத்தில் கூட்டி அள்ளியபடி வேலம்மா மாட்டுக் கொட்டகை நோக்கிச் சென்றாள். அங்கு மிஞ்சி சிதறிய சில ஓலைகளைக் கையில் எடுத்துக் கொண்டு நட்சத்திரன் அவளைப் பின் தொடர்ந்தான். தபால் கந்தோர் கட்டிடத்தைச் சுற்றி மாமரத்தின் கீழால் வீட்டுக்கு பின்னுள்ள கொட்டகைக்குள் செல்லவேண்டும். மாட்டுக் கொட்டகை கிழக்குப் பார்ந்த வீட்டில் மேற்குக் பக்கத்து வீட்டுச் சுவரோடு இணைத்து இறக்கப்பட்டுள்ளது.

இரண்டு மாடுகளும் கன்று ஒன்றையும் தவிரத் தோட்டவேலைக்கான சாமான்கள் மற்றும் வீட்டுச் சாமன்கள் அந்த இறக்கத்திலிருந்தன. வீட்டின் பின் சுவரோடு உள்ள அந்த இறக்கத்தில் கற்களை அடுக்கி, பனை வளைகளை நீள்பாட்டில் போட்டு நிலத்திலிருந்து அரை அடி உயரத்தில் பரண் உள்ளது. கீழ்ப்பகுதியில் குப்பை சேர்ந்து கரையான் அரிக்காது இருப்பதற்காக இந்த ஏற்பாடு.

பரணிற்குப் பக்கத்தில் உள்ள மரத்தூணில் சிவப்பியும் அடுத்த தூணில் வெள்ளைச்சியும் கட்டப்பட்டுள்ளது. ஏற்கனவே தாத்தா பால் கறந்து விட்டதால் சிவப்பியின் நாகு கன்று, தாயின் சூம்பிய முலைகளை ஒன்றுமில்லை என்ற கோபத்தில் ஓங்கித் தலையால் இடித்தபடி நின்றது.

வேலம்மா இரண்டு மாடுகளுக்கும் முன்பாக பனை ஓலையைக் குனிந்து பிரித்துப் போட்டுக் கொண்டிருந்தவள், திடீரென எதையோ கண்டு விட்டு, உடல் விதிர்த்தபடி கால்கள் பின்னிட நடுங்கி இட்ட அடியை மெதுவாக எடுத்துப் பின் வாங்கினாள். கொட்டகையின் தாழ்வாரத்திற்கு வந்து மரக்கப்பில் இரண்டு கைகளால் பிடித்தபடி, தன்னை சுதாரித்துக் கொண்டு வலது மார்பில் கையை வைத்து சுவாசத்தை ஒழுங்காக்கியபடி பெரும் குரலெடுத்து ‘எடகோதரிய! யாரடா இது? இங்கையிருக்கிறவன்? வெளியே வாடா ‘என்றாள்.

வேலம்மாவின் இடிஓசையான சத்தம் கேட்டு பின்னால் வந்த நட்சத்திரன் உடல் நடுங்கியபடி வேலம்மாவின் சீலைக்குப் பின்னால் கூட்டில் பாதுகாப்பாக ஒதுங்கும் மழைக்காலப் பறவையாகினான்.

பற்றைக்குள் உயிர்காக்க ஒளித்திருந்து பயந்தபடி பார்க்கும் வனமிருகமென்றின் கண்களைக் கொண்ட கருப்பு நிறத்தில் ஒருவனை அந்தப் பரணின் கீழ் பார்க்க முடிந்தது.அவனது கண்கள் அகல விரிந்து முகத்தில் தனியே தெரிந்தது.

பரணுக்குக் கீழாக படுத்திருந்தவன் உடனே வரவில்லை. ஆனால் அவனது நாவல் பழக் கண்களில் ஓர் யாசிப்புத் தெரிந்தது. உடனே

வெளியே வராதவனது பயத்தை அறிந்து கொண்ட நட்சத்திரனுக்கு பயம் போய்விட்டது. இப்பொழுது வேலம்மாவிடமிருந்து விலகி கையைக் கட்டியபடி வேடிக்கை பார்த்தபடி நின்றான்.

வேலம்மாளுக்கும் இப்பொழுது பயம் நீங்கிவிட்டது. ஓங்கியடித்த இதயம் வேகத்தைக் குறைத்து சமநிலைக்கு வந்தபடியால் குரலை உயர்த்தாது, அடித்தொண்டையில் அதிகாரமான குரலில் கொஞ்சம் தைரியத்தை வரவழைத்தபடி மீண்டும் 'வா வெளியே 'என்றபோது பொந்துக்குள் இருந்து தயக்கத்துடன் வெளிவரும் பாம்பாக, பரணின் கீழாக இருந்து கழுத்தை நீட்டி தலையை முதல் வெளியெடுத்து பின் தரையில் உருண்டு மெதுவாக உடலை வெளியே தள்ளி பின்பு கால்களை ஊன்றி எழுந்து நின்றான் அவன்.

பதினாறு அல்லது பதினேழு வயது இருக்கும். ஆரோக்கியமான உடல். வெள்ளை அரைக்கை சேட்டணிந்து கருநீலக்கோட்டுடனான வெளிர்நீலச் சாரம் அணிந்திருந்தான். சராசரி உயரமானாலும் கரிய சுருள் தலையுடன் வாட்டசாட்டமாக தோள்களும் கைகளும் புடைத்திருந்தது. உறுதியான கால்களும் அதில் இறுகிய கணுக்கால் தசைகளும் உடலும் உடல் உழைப்பிலிருந்திருக்கிறான் என்ற செய்தியைச் சொல்லியது.

'நீ எந்த ஊர் ? ஏன் இங்க இருக்கிறாய்? எப்போது வந்தாய்?" என்று கேள்வியை அவசரமாக வேலம்மா ஒன்றின் மேலொன்றாக அடுக்கியபடி நின்றாள்.

'நான் இந்தியா, ராமநாதபுரம் ஜில்லாக்காரன. நேற்று இரவு வள்ளத்தில் வந்தேங்க. என்னோடு வந்தவங்க என்னை இங்க நில் அப்பிடீன்னு சொல்லிட்டு போயிட்டாங்க" என வார்த்தைகளை ஒவ்வொன்றாக நாக்கால் அவசரமாக வெளித்தள்ளினான்.

'ஏன் இங்க வந்தனி ? '

'பஞ்சம் பிழைக்க வந்தன் '

அப்பொழுது திடீரென வந்த சமரசம் எந்தத் தயக்கமுமின்றி அவனை அணுகிக் கையைப் பிடித்தபடி 'தாத்தாவிடம் வா "என்றபடி இழுத்துக்கொண்டு சென்றான்.

தாத்தா வெளியே முற்றத்துக்கு வந்தார்.எதுவும் பேசாது அவனை ஏற்றெடுத்துப் பார்த்தார்.

'வாத்தியார் இவன் கள்ளத்தோணியாக இரவு முழுவதும் இங்க கிடந்திருக்கிறான்" குற்றம் சாட்டும் தோரணையில் வேலம்மா சொன்னாள்.

‘அதிகாலையில்தான் வந்தனான். இரவு கடற்கரையிலிருந்தன் ‘என்றான் அவசரமாக அந்தப் புதியவன்.

‘உன்ரை பெயர் என்ன ? ‘தாத்தா அவனை ஏறிட்டுக் கேட்டார்.

‘ராமலிங்கம் ஐயா ‘

‘யார் உன்னை இந்த ஊருக்குக் கொண்டு வந்தது ?’

‘கடற்கரையில் கஞ்சா பொட்டலத்தை நான் தனியாகவே போட்டில் ஏற்றினேன். வந்தவர்கள் எல்லாம் சிலோன்காரரர். அவங்க என்னை சிலோன் பார்க்க விருப்பமா என்று கேட்டாங்க. வீட்டில் கஞ்சிக்கு கஸ்டப்படுறோம். ஊரில் ஐயன் கள்ளிறக்குவார். ஆறு பிள்ளைகள். அதில் நான் மூத்தது. ஒவ்வொரு நாளும் வயிற்றுப்பசி. இவங்க கேட்டதும் நானும் தோணியில் ஏறிவிட்டேன்’ என்றபோது அவனது கண்களில் கண்ணீர் வந்தது. அதை விரல்களால் துடைத்தபடி நின்றான். சிரிக்காதபோதும் அவனது வெண்மையான பல்லுகள் பளிச்சிட்டன.

‘தாத்தா, அவன் பாவம்?’ ‘என்று சிபார்சுக் குரலில் சொன்னான் நட்சத்திரன்.

‘பொறடா. ‘என நட்சத்திரனிடம் சொல்லிவிட்டு ‘உங்களோடு ஒரு நாய் வந்ததா ?’

‘அது எங்கட வேட்டை நாய். கழுத்தில் காயமிருந்ததால் அதை கடல்தண்ணியில் கழுவ நான்தான் கடற்கரைக்குக் கொண்டு வந்தேன். அந்த நாய் எங்களோடு வள்ளத்தில் ஏறி வந்தது. இந்த ஊருக்குள் போனது. எங்கென்று தெரியவில்லை ‘என்று கைகளை விரித்தான்.

‘என்ன தொழில் செய்வாய் ?” என்று கேட்டாள் வேலம்மாள் .

‘இவனுக்கு ஏதாவது சாப்பிடக் குடுங்க. அதுக்கு பிறகு என்ன செய்வது எண்டு பார்ப்பம்.வேலம்மா, ஆச்சியிடம் சாப்பிட ஏதும் இருக்கா எனப்பார் ‘என்றார் தாத்தா.

மீண்டும் இராமலிங்கத்தின் பக்கம் ‘என்ன நம்பிக்கையில் கடல் கடந்து வந்தாய் ? என்ன தொழில் தெரியும் ?’

‘மரமேறுவன். கள்ளிறக்குவன்.’

இதுவரை வெளியே போய் ஊர் சுற்றிவிட்டுத் திறந்திருந்த கேற்றால் அவசரமாக உள்ளே நுழைந்தது சீசர். மெதுவாக வந்து ராமலிங்கத்தருகே நின்றது.

அதுவரையும் பேசாதிருந்த சமரசம் “ஏய் சீசர் கவனமாயிரு. ஒரு நாய் ஊருக்குள் சுத்துது ‘என்றபடி சென்றான்.

சீசருக்கு சமரசத்தின் எச்சரிக்கை புரியாது விட்டபோதும் எனக்குப் புரிந்தது.

'விடியக்காலையில இவன் வந்தபோது எங்கோ போனது? போயும் போயும் இந்த நாயைக் காவலுக்கு வைக்கிறதில பிரயோசனமில்லை.' என்றார் சிவசாமி வாத்தியார்.

'இல்லை ஐயா என்னைப்பார்த்துக் குலைச்சது. ஆனால் ஏங்கிட்டயிருந்த சாப்பாட்டைக் கொடுத்து அதைத் தடவிக் கொடுத்தேன். எனக்கு நாய்கள் எண்டா ரொம்ப விருப்பம் 'என்று சீசரின் தலையைத் தடவினான். சீசர் அவனது காலடியில் சாதுவாகி அமர்ந்து கொண்டது.

'அப்ப வாத்தியார், ராணியின்ர மகனுக்கும் சமரசத்திற்கும் சீசருக்கும் இவனைப் பிடித்துப் போட்டுது. இவனிட்ட ஏதோ மந்திரமிருக்கிது' எனச் சொல்லி விட்டு, மிகுதியான ஓலைகளை எடுக்கப் போனாள் வேலம்மா.

8

நட்சத்திரனிடம் ஆயிரம் கேள்விகள் வானத்து வெள்ளியாக முளைத்தன.

இந்தமுறை தாத்தா மிகவும் அமைதியாக இவனுடன் பேசிக்கொண்டிருக்கிறார். இவனை வீட்டில் வைத்திருப்பது என முடிவு செய்துவிட்டாரா? இல்லை உணவைக் கொடுத்து விதானையுடன் நாளைக்கு ஊர்காவற்துறைக்கு அனுப்புவாரா? இப்ப புது விதானை. பழைய ஆள் போல் குடிப்பதில்லை. நல்ல மனுசன். அடிக்கடி தாத்தாவிடம் வந்து பேசுவார். நேற்றுக்கூட துப்பாக்கியைக் களவு கொடுத்து தாத்தாவிடம் ஏச்சு வாங்கினார். அவரிடம் சொல்லி இராமலிங்கத்தை வீட்டில் வைத்திருக்கத் திட்டமிருக்குமோ? இவனும் பார்த்தால் நல்லவன்போலத்தான் இருக்கிறான்.

போன மார்கழி மாதம் காலையில் ஆச்சி, வாழை மரத்தடியில் இரண்டு சட்டியை வைத்து வாளித்தண்ணியுடன் நண்டுடைத்துக் கொண்டிருந்தது. அன்றும் காகங்கள் கோழிகள் சக்கர வியூக அணிவகுப்பு நடத்தின. சீசரும் காவலுக்கு நின்றது.

பக்கத்து வீட்டு சின்னாச்சி, ஆச்சியின் சமவயதுக்காரி. திருவெம்பாவையெனக் காலையில் எழுந்து முத்தன் காட்டு முருகன் கோவிலுக்குப் போய் குறைந்த பட்சம் இரண்டு மணித்தியாலங்களாவது பக்தியில்நெஞ்சுருகி கண்ணீர் மல்கி தேவாரம், திருவாசகம், திருப்பாவை பாடிவிட்டு நெற்றி நிறைந்த திருநீறு குங்குமப் பொட்டோடு அவரது வீட்டு மரப்படலையை திறந்து உள்ளே வந்தா. அப்போது உடைத்த வெள்நண்டின் வாடை காற்றில் கலந்து மூக்கைத் தடவியது. அந்த வாடை வந்த திசையை நோக்கித் தலை திருப்பியபோது, ஆச்சி வாழை மரத்துக்கு அருகில் நண்டுடைத்துக் கொண்டிருப்பதை வேலியூடாகப் பார்த்துவிட்டார். உள்ளே ஆத்திரம் எரிமலையாக குமுறிப் புகைந்தது.

இந்தச் சனம் பெயருக்குத்தான் சைவம். பழக்க வழக்கம் எதுவுமில்லை. ஒவ்வொரு நாளும் மீன், நண்டு, கணவாய் என கடலில் ஓடுவது, ஊர்வது, நீந்துவது என எல்லாத்தையும் வயிற்றுக்குள் போடுகிறது. சனிக்கிழமையென்றால் கோழியைக் கொலை செய்யுதுகள். மாதம், கிழமை நாள், நட்சத்திரம் எதுவும் பார்ப்பதில்லை. இதுகளுக்கு ஒருக்காலும் மோட்சம் கிடைக்கப் போவதில்லை. இவர்களிலும் வேதக்காரச்சனம் பரவாயில்லை. மனத்தில் புழுங்கி எழுந்த வார்த்தைகளை வெளியே துப்பாது, கசப்பு மருந்தாக அடித் தொண்டைக்குள் விழுங்கி விட்டு, முகத்தில் கடுப்புடன் நேராக வீடு செல்லாமல் வேலியை நோக்கி வந்தார்.

முள்ளில்லாத இடத்தில் கிளுவையைக் கையால் பிடித்துக் கொண்டு 'எட இந்த விசேச காலத்திலாவது மச்சமில்லாது இருக்க முடியாதா? ஒரே மீன் நண்டுதானா? 'சில முன் பல்லுகள் இல்லாததால் வார்த்தைகளோடு காற்றும் இஸ் இஸ் எனச் சைக்கிள் ரயருக்கு காற்றடிக்கும் சத்தமாக வெளிவந்தது.

சின்னாச்சி, பூசை புனஸ்காரங்களில் ஈடுபாடு கொண்டவர். ஊரிலே அவரே ஒவ்வொரு நாளும் கோயிலுக்குச் செல்பவர். கிழமையில் பல நாட்கள் விரதம். அதைவிட நல்லூர், நயினாதீவு, கதிர்காமம் என இலங்கையில் எந்தக் கோயில்கள் கொடியேறிவிட்டாலும் அதற்கு விரதம் பிடிப்பார். காலை தினக்கலண்டரில், எந்தக் கோயில் கொடியேற்றம்? எப்பொழுது பூரணை அட்டமி அல்லது அமாவாசை என்று பார்த்துவிடுவார். அதன்பின் குளிச்சுப்போட்டு கோவிலுக்குப் போய் பல மணிநேர வழிபாட்டின் பின்னர் வீடு திரும்புவார். நல்ல வேளை எங்கள் வீட்டில் எந்த நாளும் விரதமில்லை. சீனியம்மா மட்டும் வெள்ளிக்கிழமையில் மச்சம் உண்பதில்லை. சனிக்கிழமை எண்ணெய் வைத்துக் குளித்தால் சீனியப்புக்கு கோழி இறைச்சி வேண்டும். அதற்காகச் சேவல்கள் வீட்டில் வளர்க்கப்படும் அல்லது வாங்கப்படும்.

'இஞ்சவா சின்னாச்சி, இதை முன்பக்கத்தாலே உள்ள வாசல் கதவால் வந்து வாத்தியாருக்கு சொல்லு. உனக்குப் புண்ணியம் கிடைக்கும். நானும் நிம்மதியாக இருப்பன். எனக்கு மட்டும் நண்டு, மீன் என கழுவிக் கறி வைக்க விருப்பமா? இல்லை. அடுப்படிப் புகையிலும் நெருப்புச் சூட்டிலும் கருக விருப்பமா? நீ அதை சொன்னாயானால் நானும் உன்னோடு கோயிலுக்கு வாறன். சேர்ந்து தேவாரம் திருவாசகம் பாடுறன்'

'உன்ர சொல்லுக் கேட்காதவர், நான் சொன்னா மட்டும் கேட்டிருவாரா?. நான் எண்டா சமைக்கமாட்டன் எண்டு சொல்லிவிடுவன்.'

‘நீ சொல்லி விடுவை. இப்ப ராணியின் பயல், பேரனை மாதிரி வந்து பிறந்திருக்கு. மச்சமில்லாது அவன்ர வாயில் எதுவும் இறங்காது. அவனுக்காகவாவது சமைக்க வேண்டும் .’

‘என்ன எல்லாம் இன்றைக்கு பெட்டை நண்டாக நல்ல சினையோடு இருக்குது ‘

‘குருசுமுத்து ராத்திரி இந்த நண்டுகள் வலையில் பட்டு வலையை அறுத்து விட்டுது என்று வாத்தியாருக்கு காலையில் கொண்டு வந்து தந்தான். நண்டு சினையாக இருக்கு. உள்ளி வெங்காயத்தோட இஞ்சி குத்தி நல்லெண்ணையில வதக்கி எடுத்தா பயல் தின்னுவான் எண்டு வாத்தியார் சொன்னார்’

‘நீ வாத்தியாருக்கு வதக்க போறயா? உன்ர பேரனுக்கு வதக்கிறயா? என்று பல்லற்ற வாயால் சத்தமாக சிரித்தபடி கேட்டா சின்னாச்சி.

‘என்ன செய்யிறது? நாக்கு ருசி கண்டால் விடாது”

‘அது உண்மைதான் ‘என்றபடி சின்னாச்சி அப்பால் நகர்ந்து நின்றார்.

‘இதுகள் நரமாமிச பட்சணிகள். இன்றைக்கு காகங்கள் நண்டுக்கோதை எங்கட முத்தத்தில் கொண்டு வராமலிருக்கவேண்டும் ‘என்று முணுமுணுத்தபடி வீட்டுக்குச் சென்றார்.

மதியத்தில் ஆச்சியின் நண்டுக்கறியோடு குத்தரிசிச்சோறு தின்றுபோட்டு தாத்தா எழும்ப மாலையாகிவிட்டது.

‘மிளகாய்க் கன்றுகளுக்கு தண்ணி விடவேண்டும். சதாசிவத்தையும் கிருஷ்ணனையும் வரச்சொல்ல நினைத்தேன். மறந்துவிட்டது’ என்று கூறியபடி தோட்டத்தை வீட்டிலிருந்து பிரிக்கும் வேலியில் உள்ள சிறிய பனைமட்டைக் கடப்பைக் கடந்து உள்ளே சென்றார் சிவசாமி வாத்தியார்.

வீட்டின் தெற்குப் பக்கத்தில் ஒரு அரை ஏக்கர் காணியில் தோட்டமுள்ளது. அங்கு ஒரு துலாக் கிணறு உண்டு. ஒவ்வொரு வருடமும் மிளகாய், கத்தரி, தக்காளி என்று நடுவது வழக்கம். நான்கு நாளுக்கொரு முறை ஒருவர் துலாவில் ஏறி மிதிக்க மற்றொருவர் கிணற்றில் இருந்து தண்ணீர் இறைப்பது வழக்கம். இன்றைக்கு இறைப்பு நாள். அதிலும் மிளகாய் கன்றுகள் காய்ந்துவிடும் எனத் தாத்தா சொல்லுவார். இன்றைக்குத் தண்ணீர் இறைக்க வேண்டும் என்பது தாத்தாவுக்கு மறந்து போய் விட்டது. மிளகாய்க் கன்றுகள் வைத்து ஒருமாதம். மொட்டுக் கட்டும் பருவம். தனது மறதியை குறைபட்டபடி குந்தி இருந்து மிளகாயின் அடியில் உள்ள கோரைப்புற்களை ஒரு மணிநேரம் கொத்தியபடியிருந்தார்.

இருளாகியதும் 'சரி மிச்சத்தைக் காலையில் பார்ப்போம். இன்றைக்கு நாரிப்பிடிப்பாக இருக்கு. இந்தக் கோரை புற்களைச் சிவப்பிக்கு போடுவம். ஒரு கடகம் எடுத்துக்கொண்டு வா தம்பி 'என்று சொல்லி விட்டு பிடுங்கிய புற்களை வரப்பில் போட்டு அருகிலிருந்த தடியால் வேர்களின் மணல் உதிர அடித்தார்.

'தாத்தா நானும் கொத்தட்டா '

'வேணாம் இன்றைக்கு இது காணும் நிலம் காஞ்சிருக்கு. அதிகம் கொத்திறது நல்லதல்ல'

'இல்லைத் தாத்தா நானும் கொத்தவேணும் '

'நீ வேரைக் கொத்தி விடுவாய். அடுத்த வருடம் உன்னிடம் இந்த வேலையைத் தந்துவிடுகிறேன். இந்தா தடியால் அடி' என்றபடி கையில் உள்ள தடியைக் கொடுத்துவிட்டு களைக்கொத்தியுடன் சென்று பனை ஓலைக் கடகத்தை எடுத்துக்கொண்டு வந்தார். அடித்துக் கொண்டிருந்தவனிடம் "சரி காணும். நீ இனி அடித்தால் புல்லெல்லாம் நசிந்து விடும் 'எனக் கடகத்தில் புல்லுகளை நிரப்பி, மாடுகள் கட்டியிருந்த பக்கம் நோக்கிப் போனார்.

மேற்காலே சூரியன் கடலில் குதித்து தற்கொலை செய்யும் நேரமென்பதால் கிழக்கு வாசலை இருள் திரையிட்டது. அந்தநேரம் பார்த்து ஐந்து, இரண்டுகால் நிழல்கள் வீடு நோக்கி வந்து கொண்டிருந்தது இரும்புக்கதவூடாகத் தெரிந்தது. அதில் முன்பாக வந்து கதவை திறந்தபோது ஒருவர் ஏற்கனவே அறிமுகமானதாக இருந்தது. பாலத்திற்கு மேற்காக கடை வைத்திருக்கும் பேர்னாந்து. தாத்தாவின் வயதானவர். சட்டை போடாது இடையில் வேட்டி கட்டியிருந்தார். தலையில் முடியில்லை. ஆனால் நெஞ்சு வயிற்றுப்பகுதியில் நரைத்த மயிர்கள் ஏராளம் உள்ளன. மற்றவர்கள் நால்வரும் ஊருக்குப் புதிய முகங்கள். எல்லோரும் அளவெடுத்து நறுக்கி தடிகள்போல் ஒரே சராசரியான உயரம். கருப்பு நிறம். இருவர் மத்திய வயதானவர்கள். மற்றைய இருவர் இளைஞர்கள். இருபது வயதுக்கு முன்பின்னாக இருக்கும். அரைக்கை சட்டைகள் அணிந்து சாரமணித்திருந்தார்கள். அவர்களது முகங்களில் அமைதியற்று எதையோ கண்டு மிரண்ட நிலையிலிருந்தார்கள்.

'தம்பி விளக்கைக் கொண்டுவா 'என்றதும் நட்சத்திரன் வீட்டின் வாசலிலிருந்த சிமினி விளக்கைக் கொண்டு சென்றான்.

'தம்பி இந்த வாங்கில் வை' என்று சொல்லிவிட்டு 'வாப்பா, என்ன புது ஆட்களோடு வருகிறாய் ?யார் இவர்கள்? ஊருக்குப் புதிசாக இருக்கிறாங்கள்" என்றார் சிவசாமி வாத்தியார்.

“இண்டைக்கு மத்தியானம் தெற்கு கரையில் நிண்டார்கள். விசாரித்தால் தங்கட வள்ளம் ரிப்பேர் என்கிறார்கள். வள்ளமும் தெற்கே நிற்கிது. இந்தியாவிலிருந்து மீன்பிடிக்க வந்தனாங்கள் என்கினம். வள்ளத்துள்ளே வலைகள் கிடந்தது. இவங்களை என்ன செய்யிறது எண்டு தெரியேல்லை. இவங்களுக்குச் சாப்பிட, தங்குவதற்கு இடமில்லை. அதுதான் உங்களிடம் கொண்டு வந்துள்ளேன்” என்று சொன்னார் பேர்னாந்து.

‘நீங்கள் இவங்களை விதானையிடமல்லவா கூட்டிச் செல்லவேணும்! அவரே இந்த விடயங்களுக்குப் பொறுப்பானவர்.இவர்கள் வந்த வள்ளத்திற்கு என்ன நடந்தது?’ என்று கேட்டார் சிவசாமி வாத்தியார்.

‘அந்த வள்ளம் பழுதாகிவிட்டது. நான் போய் விதானையிடம் சொல்லுகிறேன் அதுவரையிலும் இவர்கள் இங்கு நிற்கட்டும்.’

பேர்னாந்து விதானையிடம் சொல்வதற்கென வெளியே சென்றார் .

‘தம்பியவை இதோ இந்த வாங்கில இருங்கோ ‘கொட்டகையில் உள்ள மரவாங்கை காட்டிவிட்டு ‘நீங்கள் எந்த இடம்?’ என்று கேட்டார்.

‘நாங்க தஞ்சாவூர் ஜில்லா. வேதாரணியம் அருகே ஒரு கிராமம் சார். நாங்க கூலிக்கு மீன் பிடிக்கிறவங்க. ஊரிலிருந்து வந்து மூணு நாட்களாகிவிட்டது. வந்த இரவு இஞ்ஜின் பழுதாகிவிட்டது. அடித்த காற்றில் வள்ளம் இங்கு வந்து சேர்ந்தது.‘என்றார் அவர்களில் வயதானவர்.

‘அட பாவத்த. சாப்பாடு தண்ணீர்?’

‘இரண்டு நாட்களுக்குத் தேவையான சாப்பாடு இருந்தது. நேற்று இரவு வரையில் பிரச்சனை இருக்கவில்லை. இண்டைக்கு மதியத்தில் பேர்னாந்து பிஸ்கட் சாப்பிடத்தந்தார். அவர் வீட்டில் ரீ சாப்பிட்டோம்’

‘இப்பொழுது உங்களைக் கள்ளத்தோணி என்று அடைக்கப்போறங்க. எப்ப வீடு போய்ச்சேர முடியுமோ தெரியாது.நீங்கள் மிகப் பெரிய சிக்கலில் மாட்டியிருக்கிறீங்கள் ‘

மத்திய வயதான இருவரில் ஒருவர் ‘ஐயா யாராவது எஞ்ஜினை ரிப்பேர் பண்ண உதவினால் நாங்கள் வீடு போயிருவோம். எவருக்கும் சிரமமிராது ‘என்றார்.

‘இந்த ஊரில் அதற்கு எதுவித வழியுமில்லை. எல்லோரும் கட்டுமரம் வைத்து மீன் பிடிக்கிறவர்கள். விதானை வரட்டும். நீங்கள் மீன் பிடிக்கிறவர்கள் என நான் சொல்கிறேன். அதை பொலிசுக்கு சொன்னால் அவர்கள் உங்களை நேவியிடம் கையளித்து அவர்களே உங்களை

மீண்டும் ஏற்றி அனுப்பலாம். இவைகள் அரசாங்கம், அதிகாரிகள் சம்பந்தப்பட்டது. என்ன மாதிரி செய்வார்கள் என்று திட்டமாகச் சொல்லமுடியாது. 'என்றார் தாத்தா.

'தம்பி இவங்களுக்கு ஏதாவது தேத்தண்ணி கொடுக்க ஆச்சியிடம் சொல்லு 'என நட்சத்திரனிடம் சொல்லிவிட்டு 'நீங்கள் உறவினர்களா ' என்று கேட்டார்.

'ஆமா சார், நாங்க பங்காளிகள். இவங்கள் பிள்ளைகள்"

அந்த இரு இளைஞர்களும் தற்போது மாமரத்தின் கீழ் நின்று மேலே பார்த்துக் கொண்டிருந்தாரகள்.

மீண்டும் பேர்ணாந்து வந்து 'வாத்தியார், விதானையார் முழுத் தண்ணீரில் நிற்கிறார். உங்கட வீட்டில இரவு வைத்திருக்கட்டாம். காலையில் வந்து ஊர்காவற்துறைக்கு கொண்டு செல்வதாக சொன்னார்.' என்றார்.

'இது நடக்குமென எனக்குத் தெரியும். யாரிடமாவது கருவாடு வாங்கி மகனிடம் அனுப்பிவிடு. நான்கு ஆம்பிளையள் பட்டினியாக வந்திருக்கிறாங்கா. வயிறார சாப்பிடவேணும்'

'சரி நான் தம்பியிடம் கொடுத்தனுப்புகிறேன்'என்று திரும்பினார் பேர்னாந்து.

'அப்பு இந்தாயிருக்கு தேத்தண்ணி 'என்று ராணி வைத்துவிட்டு சென்றதும் தாத்தா, 'தம்பிமாரே இதை எடுத்துக் குடியுங்கோ' என்றார்.

அன்று இரவு கொட்டகையில் படுத்திருந்தவர்கள் அடுத்தநாள் பொட்டு விதானை வந்து ஊர்காவற்றுறையில் பொலிசிடம் பாரம் கொடுத்தார்.

அன்று அப்படியான முடிவை எடுத்து விதானையிடம் பாரம் கொடுத்த தாத்தா இன்று ஏன் இராமலிங்கத்திடம் இப்படி விசாரிக்கிறார்? என்பது நட்சத்திரனுக்கு புதுமையாகவிருந்தது.

9

இராமலிங்கம் தோணியில் எழுவைதீவுக்கு வந்தபோது தாத்தாவுக்கு என்ன செய்வது என்று குழப்பமாக இருந்தது. தாத்தாவின் குழப்பம் நியாயமானது.

வெளிநாட்டிலிருந்து வந்த ஒருவனுக்கு அடைக்கலம் கொடுத்து வைத்திருப்பது சட்டவிரோதம். அதனால் ஏற்படும் பின்விளைவுகள் முழுக்குடும்பத்தையும் பாதிக்கும் என்பது எவரும் சொல்லாது தெரியவரும் உண்மை. ஆனால் பதினாறு வயதில் உணவைத்தேடி சொந்தங்களை விட்டு விலகி எந்தத் தேசத்திற்குப் போகிறோம் என்ற விடயங்கள் எதுவும் தெரியாது கடலில் விழுந்து, மிதந்து அலையால் இழுபட்டு எங்கோ கரை சேரும் தேங்காயாக, அதுவும் எங்கள் வீட்டு பின்கோடியில் வந்திறங்கியவனை பொலிசில் பிடித்துக் கொடுக்க மனமொப்பவில்லை. மீறிக்கொடுத்தால் என்ன நடக்கும்?

பல மாதங்கள் பொலிஸ் நிலயத்திலும் பின்பு மற்றைய சிறைகளிலும் சில காலம் அடைத்தபின் வழக்கு நடந்து, இறுதியில் சட்டவிரோதமாக வந்ததாகத் தீர்ப்பளித்து இந்தியாவுக்கு அனுப்புவார்கள். இக்காலத்தில் அவனது இளமை கரைந்து போவதுடன் அவன் குற்றவாளியாக மனமும் உடலும் பாதிப்படைந்து யானை விழுங்கிய விளாம்பழமாக மீண்டும் ஊர் திரும்புவான். அதே நேரத்தில் வீட்டில் இருக்கும்போது ஊரில் யாராவது ஊர்காவற்துறையில், இந்தியாவிலிருந்து வந்த ஒருவர் சட்டவிரோதமாக இருப்பதாகப் புகார் சொன்னால் அதன்பின்பு வழக்கு, கோடு எனத் தேவையில்லாது செருப்புத்தேய அலையவேண்டும். இந்த வயதில் இதெல்லாம் அவசியமா? கேள்விகளும் பதிலும் தாத்தாவின் நெற்றியில் சுருக்கமாக வந்து மறைந்தன. வார்த்தைகள் எதுவுமன்றி, சிந்தனைகள் மனத்தில் புழுக்களாக குடையும்போது நெற்றியில் தெரியும் அடையாளமாக் அந்தச் சுருக்கங்கள் ஏற்படுவதை நட்சத்திரன் பலமுறை பார்த்திருக்கிறான்.

தாத்தா, ராமலிங்கம் வந்த அடுத்த நாள் காலையில் விதானையை வீட்டுக்கு வரவழைத்தார்.

அவசரமாக வந்து கொட்டகையில் தாத்தாவின் முன்பாக நின்றவரை வாங்கிலில் தாத்தா இருக்கும்படி சொன்னபோது வாங்கலின் ஓரத்தில் சங்கோசமாக அமர்ந்தார் விதானையார். தாத்தா எந்த நலமும் விசாரிக்காது நேரடியாகவே அவரிடம் 'அன்றைய கஞ்சா வேட்டையில் உங்களுக்குக் கஞ்சா கிடைக்கவில்லை. ஆனால் எனக்கு அதால் பெரிய பிரச்சனை ஏற்பட்டுள்ளது 'என்றார்.

உடனே வாங்கிலில் இருந்து எழுந்து 'என்ன வாத்தியார், அந்த துவக்கைச் சொல்கிறீங்களா? நான் உங்களுக்காகப் புதிதாக ஒன்று வாங்கித் தருகிறேன். பழைய துவக்குத் தொலைந்ததாக பொலிசில் புகார் கொடுத்து அதின்ரை பிரதி என்னட்டை இருக்கிது. அதை வைத்து புதிதாக ஒன்று வாங்க ஏற்பாடுகள் செய்துவிட்டேன் 'அவசரமாகத் தொடர் குண்டுகளாக வார்த்தைகளை வெளியேற்றினார்.

'ஐந்து வருடமாக வேட்டைக்குப் போகவில்லை. ஒரு முறை பாம்பைத்தான் சுட்டேன். இனிமேல் நான் துப்பாக்கி வைத்து என்ன செய்யப்போகிறேன்? அது இல்லை பிரச்சனை. அன்று போட்ட கொட்டையில் அடுத்தநாள் பிரச்சனை செடியாக முளைத்துள்ளது 'என்று சிரித்தார்.

மீண்டும் 'அந்த வள்ளத்தில் நாயோடு ஒரு பெடியனும் வந்துள்ளான். அவனை என்ன செய்யிறது எண்டதே இப்ப என்ரை கவலை 'பின்பக்கமாகத் திரும்பி 'ராமலிங்கம் வா 'எனக் கூப்பிட்டபோது ராமலிங்கம் வந்து 'வணக்கம் சார் 'என்றான்.

விதானைக்கு வார்த்தைகள் உடன் வரவில்லை. ராமலிங்கத்தைக் கூர்ந்து பார்த்துவிட்டு தனது கண்ணாடியைக் கழட்டி கையில் எடுத்து அருகே வைத்துவிட்டு, வாங்கிலில் இருந்து எழுந்து அவனது முகத்தை சிறிது அருகே சென்று ஏற்றெடுத்துப் பார்த்தபின் மீண்டும் சென்று வாங்கிலில் இருந்தார். 'பொலிசில் ஒப்படைத்துவிடலாம் 'என்றுசொல்லிவிட்டு தாத்தாவின் முகத்தைப் பார்த்தார் விதானையார்.

'நீங்கள் இவனை பொலிசில் கொடுக்க விரும்பவில்லையா?' என்று கேட்டார் மீண்டும்.

'வஞ்சகம் சூதுவாது தெரியாத வயது. அவனைப் பொலிசில் கொடுத்தால் சிறையில் அவனது இளமை கருகிவிடும். அதால யாருக்கு நன்மை? '

நோயல் நடேசன் | 133

‘அப்படியெண்டால் மலைநாட்டிலிருந்து வந்தவன் என்போம். அப்படியே அவனிடமும் சொல்லச் சொல்லுங்கள். சில மாதங்களுக்குப் பிறகு அவனை வெளியூருக்கு வேலை செய்ய அனுப்பி விடுங்கள். அதன் பிறகு எந்த பிரச்சனையும் நமக்கு ஏற்படாது ‘என்று யோசனை சொன்னார் விதானையார்.

தாத்தா மிகவும் ஆழ்ந்த யோசனையுடன் ராமலிங்கத்திடம் ‘நீ வேறு எங்காவது போய் வேலை செய்யப் போகிறாயா? இல்லை ஊர்காவற்றுறையில் ஏதாவது கடையில் போய் வேலை செய்கிறாயா? நான் அதற்கு ஒழுங்கு பண்ணுகிறன்” என்றபோது தலையை ஆட்டிவிட்டு மெதுவான குரலில் ‘கொஞ்ச நாள் இங்கிருக்கப் போறேங்க ‘என்றபடி நின்றான்.

அவனது முகத்தைச் சிறிது நேரம் பார்த்துவிட்டு யாராவது கேட்டால் ‘நீ பலாங்கொடையில் இருந்து வந்தேன் எண்டு சொல்லு. சரி நீ போ ‘என்றார் விதானையார் .

‘உங்களுக்கு எதிராக எவராவது புகார் செய்யாது இருந்தால் பிரச்சனையில்லை. எதற்கும் அதிகம் வெளியில் திரிய வேண்டாமென சொல்லுங்கள் ‘என்று கூறிவிட்டு விதானையார் வெளியேறினார்.

ராமலிங்கத்தின் வருகை வீட்டில் பலரைக் குழப்பமடையச் செய்தது. இதுவரையும் பலர் கள்ளத்தோணியாக ஊருக்கு வந்தபோது எல்லோரும் விதானை மூலம் ஊர்காவற்துறைக்கு பொலிசில் பொறுப்புக் கொடுப்பார்கள். ராமலிங்கத்திற்கான இந்தச் சலுகை வீட்டில் எல்லோரது தலையிலும் தூக்கி வைக்கப்பட்ட அரிசி மூட்டையாகக் கழுத்தை அழுத்தியது.

எங்கள் வீட்டில் ராமலிங்கம் வந்தவுடனே சந்தோசப்பட்ட ஒரே நபர் சீனியப்பு. ராமலிங்கத்தால் மரமேற முடியுமென்பதே அந்த சந்தோசத்தின் காரணம். வீட்டுக்குள் ஒருவன் அவரது தேவைக்கு கள்ளேறுவதற்கு கிடைத்தபோது அவருக்கு அது தேவனது வரமாகியது. வரண்டகோடை காலத்தில் தென்னைகளிலும் பனைகளிலும் பாதிக்கள்ளும் கிடைப்பதில்லை என வேலாயுதம் முணுமுணுத்தபடி ஏறினான். வேலாயுதம் சொல்லியதில் உண்மையிருந்தது. தொடர்ச்சியாக ஏற்பட்ட வறட்சியால் பல தென்னம்பாளைகள் முற்றாமல் குரும்பையாகத் தென்னையில் கீழே விழுந்துவிட்டன. அவற்றை நான் தேர் செய்வதற்குப் பொறுக்கி குவியலாக வைத்திருந்தேன். இனிமேல்தான் ஈர்க்குகள் சேர்க்க இருந்தேன். அமுதசுரபியான கிணத்தடிக்காரியே காலையில் ஒரு போத்தல், மாலையில் அரைப்போத்தல் என்ற நிலைக்குப் போய் விட்டது.

விதானையார், இந்த ஒரு மரம் மட்டும் போதும் உங்களுக்கு. மற்றதுகளில் வரும் கள் ஏறுவதற்கு போதாது என்று வேலாயுதம் சொல்லிருந்தான். ஏற்கனவே பனை ஏறுவதை நிறுத்தியிருந்தான். காலையில் மட்டும்தான் கள்ளால் வயிறு நனையும். மாலைக் கள்ளை வேலாயும் தனது பங்காக வீட்டுக்கு எடுத்துப் போனதால் கல்லோயா சாராயமே இரவில் வாய் நனைக்க என்ற நிலையில் வாழ்க்கையின் பாலைவனமான சூழ்நிலையில் இருந்த சீனியப்புவிற்கு பாலைவனச்சோலைச் சுனையாகக் காட்சியளித்தான் இராமலிங்கம்.

தாத்தா, ஏற்கனவே எச்சரித்திருந்தார். அவன் சின்னப்பயலாகத் தெரிகிறான்.கொஞ்ச நாட்கள் வேலாயுதத்தோடு சேர்ந்து மரமேறட்டும்' என்றதால் இருவரும் பல இடங்களில் ஏறினார்கள். எனக்குப் பார்த்ததில் இராமலிங்கத்தின் வேகம் வேலாயிதத்திடமிருக்கவில்லை. இராமலிங்கம் ஏறும்போது நெஞ்சிற்கு ஏறுபட்டி போடவில்லை. ராமலிங்கம் தென்னைக்கு மட்டும் தளநார் போடுவான். பனைக்கு போடுவதில்லை. ஏறும்போது அவனிடத்தில் இளங்கன்றின் வேகமிருந்தது.

இராமலிங்கம் வந்த சில நாளில் கோடையில் ஒரு நாள் மருந்துக்கு கூட மேகமற்ற வானம் சூரிய ஒளியைக் கீழே அனுப்பி எழுவைதீவுக்கு தீ வைத்தபடியிருந்தது. இவ்வளவுக்கும் காலை பத்துமணியில் தலைக்கும் காலுக்கும் சூடு தெரிந்தது.

கிணற்றுக்காரியில் ஏறி கள்ளெடுத்துவிட்டு ஒரு இளனியை வாயில் கடித்தபடி இறங்கிய இராமலிங்கம் பாதி மரத்திலிருந்தபடி 'ஏலே தம்பி' என்றான்.

இந்த வார்த்தையை என்னைக் கூப்பிடுவதற்கு வந்த நாளிலிருந்து சொல்வான். சொல்லும்போது இராமலிங்கத்தின் வாயில் பற்கள் பிரகாசமாக எரியும். ஏன் இப்படிச் சொல்கிறான் என்று எனக்குப் புரியவில்லை. அம்மாகூட அவன் சொல்லும்போது பார்த்துவிட்டு 'அவர்களது ஊரில் இப்படித்தான் ஆண் பிள்ளைகளைக் கூப்பிடுவார்கள்!' 'என்றார்.

அவன் இறங்கியதும் கள்ளுக் கொட்டிலருகே உள்ள முல்லை மரத்தடியில் நின்றபடி 'அரிவாளை எடு "என்றான். நான் திகைத்தேன். 'அதுதான் அவன் தன்ர பாஷையில் கத்தி என்கிறான் 'என சொல்லியபடி சீனியப்பு அந்த இடத்திற்குக் கத்தியுடன் வரக்கிணற்றடிப் பனையிலிருந்து வேலாயுதமும் இறங்கினான்.

வேலாயுதத்தை பார்த்த சீனியப்பு - 'என்ன வேலாயுதம், எப்பிடி ராமலிங்கம்? 'என்று கேட்டார்.

‘விதானையார், இராமலிங்கத்திற்குச் சொல்லிக் கொடுக்க என்னிட்ட எதுவுமில்லை. அவனிடம் பழகத்தான் இருக்கு ‘.

‘நானும் பார்த்தன். அணில்போல உற்சாகமாக ஏறுகிறான். நெஞ்சில் ஏறுபட்டி போடாது தென்னையில் மார்பு படாது ஏறுகிறான். அந்த காலத்தில் இந்திய நாடார்கள் வந்துதான் யாழ்ப்பாணத்தில் மரமேறக் கற்றுக் கொடுத்தது எண்டு என்ரை பாட்டன் சொல்லக் கேள்விப்பட்டிருக்கிறேன்’

‘நீங்கள் இராமலிங்கத்தை வைத்து கள்ளிறக்குங்கள். எனக்கு இந்த வருடம் உழைப்புக் காணாது. அனலைதீவிற்கு போனால் வேலை கிடைக்கும் என நினைக்கிறன். அங்கு இப்ப புகையிலைக்குத் தோட்டத்தில் மண்ணுக்குள் தாட்பதற்காக பனை ஓலை வெட்டுகிறார்கள. உங்களை எப்படி விட்டிட்டுப் போவதென யோசித்தபடியிருந்தேன். இப்ப இவன் நிற்பதால் உங்களுக்குப் பிரச்சினையில்லை. எனக்கும் தீபாவளிக்குக் கொஞ்சம் கையில் காசு வரும் ‘என்றான் வேலாயுதம்

‘உண்மையாகவா சொல்கிறாய் ? ‘

‘உண்மைதான். வாத்தியாற்றை மாடுகளுக்கு ஓலையும் இவனை வைச்சு வெட்டலாம். ‘

‘எப்ப போற ?’

‘நாளைக்கே போவமென நினைக்கிறன் ‘என்றான் வேலாயுதம்.

‘போறதிற்கு முன்பாக ஒருக்கா வந்துபோ’ ‘என்றார் சீனியப்பு.

அதுவரையும் கையில் உள்ள இளனியை வைத்துக்கொண்டிருந்த இராமலிங்கம் வேலாயுதத்தைப் பார்த்து ‘தாங்ஸ் அண்ணா’ என்றான்.

அது என்ன தாங்ஸ். ஏலே மாதிரி புதிய வார்த்தை என நான் யோசித்தபோது, கையிலிருந்த கத்தியால் வெட்டி. ‘எலே இந்தா ‘என்று என்னிடம் நீட்டினான் இளநியை.

10

மதியத்தில் சீசர் ஊர் சுற்றிவிட்டு வரும்போது அதனது வலது செவி, ஆடிக்காற்றில் கிழிந்த வாழையிலையாகத் தெரிந்தது. செவியின் உள்பகுதியால் இரத்தம் வடிந்து முகத்தில் செவ்வரியாகத் தெரிந்தது. புதிய நாய் ஒன்று கடித்திருக்கவேண்டும். எந்த வேதனையையும் காட்டாது தனது முகத்தை அப்பாவியாக வைத்துக் கொண்டு முற்றத்தில் வந்திருந்தது. அதைப் பார்த்தும் நான் 'அம்மா யாற்றையோ நாய் சீசரைக் கடித்துவிட்டது. இங்கே வாங்கோ, வந்து பாருங்கோ' என்றதும் அம்மா ஓடிவந்தார். முற்றத்தில் வந்து பார்த்துவிட்டு 'அட ராமலிங்கம் ஒரு துணி கொண்டு வா' என்று அலறியபோது முருங்கையின் கீழே கட்டியிருந்த கயிற்றுக்கொடியில் தொங்கிய தாத்தாவினது பழைய வேட்டியைக் கொண்டு வந்து துடைத்தான் ராமலிங்கம்.

அப்பொழுது சீனியம்மா, சீனியப்பு, தாத்தா என எல்லோரும் கூடிவிட்டார்கள். ராமலிங்கம் வேட்டியைக் கிழித்து அந்த காயமடைந்த காதை தலையோடு சேர்த்து இறுக்கமாகக் கட்டினான். அதைப் பார்த்தபோது சீசருக்கு வெள்ளைத் தலைப்பா கட்டியது போலிருந்தது. இரத்தம் வடிவது நின்றுவிட்டது. எல்லோரது முகத்திலும் சிரிப்பு வந்தது.

ராமலிங்கம் மாட்டுக் கொட்டகையிலிருந்து ஒரு கயிற்றைக் கொண்டு வந்து "நான் மேற்கு கடலுக்குக் கொண்டு போய் காயத்தை உப்புத் தண்ணீரில் கழுவப்போட்டு வாரன். அப்பொழுது காயம் சீழ் கட்டாது 'என்றான்.

'உனக்கென்ன தெரியும்? 'என்று அம்மா அவனது முகத்தைப் பார்த்தபோது

'அக்கா, எங்க வீட்டில மூணு ராஜபாளையம் ஒரு கன்னி என நான்கு நாய்கள் நின்டது. நான்தான் அவைகளை வேட்டைக்குப் பழக்கியது. பன்றி வேட்டைக்குக் கொண்டு போவது எல்லாம். அதைப்பற்றி உங்களுக்குத் தெரியாது உண்ணி தெள்ளு உள்ள நாய்களை ஒல்லிப்பாதித்

நோயல் நடேசன் | 137

தேங்காயைக் கழுத்தில் கட்டி நடுக்கடலில் கொண்டு செல்லுவோம். அந்த நாயில் உள்ள உண்ணி தெள்ளெல்லாம் ஒல்லித்தேங்காயில் போயிருக்கும். தேங்காயை கடலுக்குள் விட்டு விட்டு நாயோடு வீடு வருவோம். அந்தக் கன்னி நாய்தான் என்னோடு வள்ளத்தில் வந்தது. 'என்றான் முகத்தில் அலட்சியமான சிரிப்புடன்.

'அவனுக்கு ஏதோ நாய்கள் பற்றிய விடயங்கள் தெரியுமென நினைக்கிறேன். வந்த அன்றுகூட அவனைக் கண்டு சீசர் குலைக்கவில்லை. நட்புப் பாராட்டி அவனுடன் சேர்ந்துவிட்டது. நீ கொண்டுபோட்டுக் கொண்டு வா. சீசர் இதுவரையும் எட்டு வருடமாக எந்த நாயையும் கடித்ததில்லை. அதேபோல் கடி வாங்கியதுமில்லை. பக்கத்து வீட்டு வரதனோடு வாய்ச் சண்டை மட்டுமே. ஊரில் உள்ள நாய்கள் எல்லாம் சீசருக்கு நட்பு. இந்த ஊரில் கருவாடு போடுற இடத்திற்குப் போகாத ஒரே நாய் சீசர்தான். ஏதோ புதிய நாயாக இருக்கவேணும். எது கடித்திருக்கும்? 'என்றபோது தாத்தாவின் நெற்றியில் புதிய சுருக்கங்கள் உருவாகியது.

கயிற்றில் கட்டியபடி சீசரை கொண்டுபோன ராமலிங்கத்தைத் தொடர முயற்சித்த நட்சத்திரனை அம்மா 'எங்கே போகிறாய்? நில். அதுவும் இந்த கொழுத்தும் வெயிலில்? அவனுக்கு நீ சொல்லிக் கொடுக்கத் தேவையில்லை. அவனுக்குத் தெரியும் 'என்று கையில் இழுத்துச் சென்றார்.

"நானும் வாரன்" எனச் சமரசம் அவனுடன் சென்றான்.

சமரசத்தை எவரும் சொல்லிக் கட்டுப்படுத்துவதில்லை. சொன்னாலும் கேட்கமாட்டான். என்னிலும் ஒரு வயது மட்டும் மூத்தவனான அவனுக்குக் கிடைக்கும் உரிமைகள் எனக்கு சில வேளைகளில் கிடைக்காது. பொறாமையாக இருந்தாலும் பாடசாலை போகாது நல்ல உடைகள் அணியாது இருப்பது அனுதாபத்தையும் கொடுத்தது. நான் பாடசாலை சென்றுவிடுவேன் என்பதால் அவனே ராமலிங்கத்தின் பின்பாக அதிகம் திரிவான்.

எப்படி சீசரை ராமலிங்கம் கடலில் கழுவி சுத்தம் பண்ணுகிறான் எனப்பார்க்க ஆசையாக இருந்தது. இதுவரையும் சீசர் எனது நண்பன். இப்பொழுது அது இராமலிங்கத்துடன் போவது கொஞ்சம் எரிச்சலாக இருந்தது. சீசருக்கு கொஞ்சம்கூட நன்றி இல்லை. இதுவரையும் நான் போற இடமெல்லாம் வாலாகத் தொடர்ந்தது. பள்ளிக்கு என்னோடு வரும். இரவில் படுக்கும்போது மட்டும் இருவரும் பிரிவோம். சீசர் முற்றத்தில் படுக்கும். இப்ப ராமலிங்கத்தின் பின்னால் வாலை ஆட்டியபடி போகுது. நன்றி கெட்ட சீசர்.

நட்சத்திரன் அம்மாவோடு அவரது தபால் அலுவலகத்துக்குள் சென்று வானொலியை திருகியபோது இலங்கை வானொலியில் மதிய செய்தி வந்ததால் அதை மீண்டும் மூடிவிட்டு வெளியே வந்தான்.

ராமலிங்கம் கடலிலிருந்து வந்தபோது சீசரின் தலையில் தலைப்பாவில்லாது மட்டுமல்ல, உடலெல்லாம் நீரால் நனைந்து மயிர்கள் உடலில் ஒட்டியிருந்தது. உடல் மெலிந்ததுபோன்ற தோற்றத்தைக் கொடுத்தது.

இதுவரையும் சீசர் குளித்ததைப் பார்க்கவில்லை. யாரும் அதைக் குளிப்பாட்டவில்லை. ஆனால் எந்த சேற்றில் புரண்டோ மணலில் விளையாடினாலும் சில மணி நேரத்தில் தன்னைச் சுத்தப்படுத்திக்கொள்ளும். பல முறை கோடைக்காலத்தில் வாழை மரங்களுக்கு அடியில் உள்ள சேற்றுப்பகுதியில் படுத்து உருண்டு சேற்றை அப்பிக்கொள்ளும். தாத்தாவிடம் உள்ளே வராதே என ஏச்சை வாங்கியபின் மாமரத்தின் கீழ் படுத்து ஒரு மணிநேரத்தில் வெளுத்த சலவைத் துணியாக வீட்டுக்குள் வரும். இந்த அதிசய உருமாற்றம் எப்படி நடைபெறுகிறது என ஒரு நாள் நான் பார்த்தேன். காலில் தொடங்கி வால் வரையும் நாவால் நக்குவதைக் கண்டிருக்கிறேன் .

தாத்தா 'என்ன நடந்தது ? 'என்று ராமலிங்கத்திடம் கேட்டார்.

'நல்ல குளியல். ஆழமான கடலில் நீந்திக் குளித்தது. கடலுக்குள் குளிப்பது தெள்ளுக்கு நல்லது. எல்லாம் செத்துப்போகும்.உடம்புக்கு நல்லது. சுறுசுறுப்பாக இருக்கும். '

சீசரின் காதுக்குள் இருந்து தாத்தா உண்ணியைப் பிடுங்கி தணல் கொண்ட சிரட்டையில் போடுவார். பப்பாளி கொட்டைகள் வடிவத்தில் பொசுங்கி மணத்துடன் அவை சாகும். தெள்ளைப்பற்றி ஒருவரும் கவனிப்பதில்லை. சீசரும் அதைப்பற்றி அலட்டிக்கொள்வதில்லை. கடல் தண்ணீர் தெள்ளுக்கு நல்லது என்றது நட்சத்திரனுக்கு புதிதாக இருந்தது.

'நான் பல வருடங்கள் முன்பு தென்னோலை நனைக்கக் கடலுக்குப் போனபோது என்னுடன் சீசர் கடலுக்குள் வரும். சில வருடங்களாக நான் போகவில்லை. நீ நல்ல காரியம் செய்தாய் 'என்றார் தாத்தா.

இப்பொழுது ஒவ்வொரு நாளும் சீசர் ராமலிங்கத்தோடு கடலுக்குப் போகிறது.

சீசர் கடிவாங்கிய இரு நாட்களின் பின்பான ஒரு நாளில் மாலை நேரத்தில் ராமலிங்கம் அவசரமாக ஓடிவந்து 'என்னோடு வந்த எங்களது

கன்னி நாய் கடற்கரையில் இறந்து கிடக்கிது. மண் வெட்டிவேணும் 'என்று எடுத்துப்போனான்.

மீண்டும் வந்தபோது அழுதபடி வந்து 'கடற்கரையில் நான் புதைத்தேன்' என்று மூக்கைச் சிந்தினான்.

'ஏன் என்ன நடந்தது?" என்று கேட்டார் தாத்தா.

'தெரியவில்லை. ஆனால் கழுத்தில் காயம் ஆகிவிட்டது.

'சாப்பாடு இல்லாது இறந்ததா '

'அப்படியில்லை. நல்லாகத்தான் இருந்தது. '

அப்பொழுது தபால் அனுப்ப வந்த குருசுமுத்து முற்றத்துக்கு வந்து 'வாத்தியார் கறுத்த மெலிந்த உயரமான நாய் ஒன்று கருவாடு போடுற இடத்தில் வந்து ஒரு கிழமையாகக் மீன் குடல் கழிவுகளைத் தின்றது. ஆரம்பத்தில் சாதுவாக இருந்து. பின்பு கடிநாயாக மாறி மற்ற நாய்களைக் கடிக்கத் தொடங்க அடித்துக் கலைத்து விட்டோம். நாய் கோரைப் பல்லைக் காட்டியபடி மனிசர்களையும் கடிப்பதற்கு வந்தது. குழந்தைப் பிள்ளைகள் விளையாடுகிற இடமென்பதால் எல்லோரும் சேர்ந்து கலைத்தோம். பார்த்தால் விசர் நாய் மாதிரி இருந்தது. சும்மா நாய் கடித்தாலும் ஏராளம் ஊசி போடவேண்டும். விசர் நாயோ எனப்பயமாக இருந்தது. இந்த ஊரில் இதுவரை இப்படியான நாயைப் பார்த்ததில்லை. வித்தியாசமான வேட்டைநாய்போன்ற ஒடுங்கிய வயிறும் முன் தள்ளிய நெஞ்சும் கொண்ட உடலமைப்பு 'என்றார்.

தாத்தாவின் முகத்தில் அமைதி உறைந்தது.

'டேய், உன்ர நாய் வரும்போது ஒரு காயமிருந்தது என்றாய். அது எப்படி வந்தது ?"

'நான் நண்பனோடு ஊரில் வேட்டைக்குப்போனபோது அவனோட நாய் கடிச்சது. அந்தப் புண்ணைக் கழுவ நான் கடற்கரைக்கு வந்தபோது சிலோன்காரர் எனக்கு தங்கட மூட்டைகளை ஏற்றச் சொல்லி காசு தந்தாங்க. அப்ப அவங்க என்னையும் வரப்போறயா எண்ட போது நாயை வீட்டில் விட்டு வர்றேன் என்றேன். அவங்க தேவையில்லை. நாயும் சிலோன் பார்க்கட்டும் என்றாங்க. வீட்டில் ஏற்கனவே மூணு ராஜபாளையம் நாய்கள் நிற்கிது என்டதால நானும் என்னோடு வரட்டுமென நினைச்சன்' என்றான் ராமலிங்கம்.

'மடப்பயலே உன்ர நாய்க்கு விசர் நாய் கடித்து விசர் வந்திருக்கலாம். அதுதான் சீசரையும் கடித்திருக்கும். எதற்கும் சீசரை வேப்பமரத்தில் கட்டி

சாப்பாடு வைப்பம். நான் எதற்கும் அனலைதீவிலுள்ள டொக்டரிடம் போய் விடயத்தைக் கேட்டு வாறன் 'என்றார் தாத்தா.

'டேய் நீ சீசரை தொடக்கூடாது. ராமலிங்கம் ஒருவரையும் அருகில் விடாதே. நீதான் பொறுப்பு. முக்கியமாக இவன்கள் சமரசத்தையும் நட்சத்திரனையும் அந்தப் பக்கம் எட்டிப் பார்க்கவும் விடாதே' என்று எச்சரித்தார் .

தாத்தா இதைச் சொல்லும்போது எல்லோரும் முற்றத்திற்கு வந்தனர்.

அழுதபடி ராமலிங்கம் மாட்டுக்கொட்டகையில் மூலையில் உள்ள கயிற்றால் கட்டி பின்னாலே உள்ள வேப்ப மரத்தின் பெரிய வேரில் சீசரைக் கட்டுவதற்கு இழுத்துச் சென்றான்.

சீசர் அவனை பின் தொடர்ந்து சென்றது.

அப்பாவியான சீசரின் மனவோடையில் எப்படியான எண்ணங்கள் மிதந்திருக்கும் ?

அட பாவிகளே, நான் என்ன செய்தேன்? ஏன் எனக்கு இந்த தண்டனை? இப்படி ஒரு நோய் இருக்கு என்பதே எனக்குத் தெரியாது. வழக்கம்போல நான் மலம் கழிப்பதற்கு முன் வளவுக்குள் சென்றபோது இந்த கறுப்பு நாயைக் கண்டேன். சரி நான் சொல்வது கொஞ்சம் பொய்தான் ? நீங்களொருவரும் பொய் சொல்லவில்லையா? அதுவும் இந்த விடயத்தில்.காமம் ஒரு நோய். அதனால் நான் துன்பப்பட்டேன். அது தெரியுமா? உணவோடு எனது வாழ்வு முடிந்துவிடுமா?

மலம் கழிக்க மட்டுமல்ல, அந்த குட்டி போட்ட பெட்டை நாய் இப்ப எப்படி இருக்கு? பல மாதமாகிவிட்டது. பால் மடி வற்றி கொழுத்திருக்கும் ! அதை மீண்டும் உரசிப் பற்றவைத்துப் பார்ப்போமா? நம்மில் இன்னமும் ஏதாவது கவர்ச்சி இருக்குமா? போன கிழமை நெருங்கப் போனபோது பேயாகப் பாய்ந்தது.

உன் பிள்ளையைப் பாம்பு வந்து விழுங்கும்போது எந்த கவலையுமில்லாமல் எனது சாமானை மணக்கிறாயா? நான் ஜீவ மரணப்போராட்டத்தில் மற்ற மூன்று குட்டிகளை மீட்டிருக்கிறேன். இப்ப என்னத்துக்கு வாறாய் எனத்தெரியாதா ? கிட்ட வந்தால் உனது கொட்டையைக் கடித்துவிடுவேன். நீ ஒரு நாயா? நீ ஒரு அவமானம் எனச் சொல்லிக் கடிக்க வந்தது. நின்றால் அதனது முகத்தையும் பற்களையும் பார்க்க நிச்சயமாக கடி விழும் போலிருந்தது. அப்பப்பா பெட்டைநாய்க்கு இப்படியா கோபம் வரும்?

அது நடந்து பல காலமாகிவிட்டது. பழையதை கொஞ்சமாவது மறந்திருக்கும் என்ற நினைவுடன் கிட்டப் போய் பார்க்கலாம் எனச் சென்றபோது அதைக் காணவில்லை. சுத்தி சுத்தி பார்த்தேன். அந்த நேரத்தில் நேரத்தில் பற்றைக்குள் இருந்து இந்த கறுத்த நாய் கண்ணெதிரில் வந்தது.

என்ன இந்த ஊருக்கு புதுசாக வந்திருக்கு? அதுவும் ஒரு ஆண்நாய்? ஆளும் உயரமாக இருக்கிறது! தோல் மினுங்குவதுடன் உடலை வளமாக வைத்திருக்கிறதே! நாம் நட்போடு இருக்கலாம் எனக்கிட்டப்போனபோது எந்த எச்சரிக்கையுமில்லாது பாய்ந்து கடிக்கவிட்டது. அதுவும் செவியில்.

இப்பொழுது எனக்கு விசர் என்று கட்டிப்போடுகிறார்களே? இது என்ன கொடுமை ?

தாத்தா சொன்னதோடு இரண்டு மணிக்கு லோஞ்சில் புறப்பட்டுச் சென்றவர் மீண்டும் நான்குமணிக்கு வந்து 'விசர் நாய்க்கடிதான் போல இருக்கு. பதினாலு நாட்களின் பின் சீசர் உயிரோடு இருந்தால் வியாதியில்லை 'என்ற படி சொல்லிவிட்டு வீட்டின் பின்னால் போனவரை நட்சத்திரன் பின்தொடர்ந்தபோது அம்மாவின் கையால் பிடரியில் அடி விழுந்தது. .

'இப்பதான் உன்னை பதினாலு நாட்கள் மூளாயில் வைத்திருந்துவிட்டுக் கொண்டு வந்திருக்கிறன். இப்ப சீசருக்கு. எல்லாம் இவன் ராமலிங்கத்தால் வந்தது '

தாத்தா திரும்பி 'அவனில் பிழையில்லை. அந்த கஞ்சாக் கடத்தி வந்தவர்களது பிழை 'என்றார்.

அம்மாவின் முகத்தில் மகிழ்ச்சியில்லை .

ஆரம்பத்தில் ஒரு கிழமை சீசரில் வித்தியாசம் எதுவும் தெரியவில்லை. ராமலிங்கம் அதன் தலையில் தடவப்போன போது தாத்தா தடுத்துவிட்டார். கயிற்றுக்குப் பதில் இரும்பு சங்கிலியால் வேப்பமரத்து வேரில் கட்டப்பட்டது. உணவு கொடுக்கப்பட்டது. இரண்டு நாட்களுக்கொரு முறை அதனது இடம் சுத்தப்படுத்தப்பட்டது. ஒரு கிழமையின் பின்பு சீசர் மெதுவாக ஊளையிடத் தொடங்கியது. மரத்தைச் சுற்றி அலைந்தது. சங்கிலியை அறுத்துக்கொண்டு ஓடமுனைந்தது. அதனது நாக்கில் தொடர்ந்து எச்சில் வடியத் தொடங்கியது. இரவில் அதனது ஊளைச் சத்தம் தொடர்ந்து கேட்டது. கேட்பதற்குப் பரிதாபமாக இருந்தது. இறுதியில் சீசரால் குலைக்கவோ ஊளையிடவோ முடியவில்லை. உணவுண்ணாது நிலத்தில் படுத்தபடி விரக்தியாக வெறித்தபடி பார்த்துக் கொண்டிருந்தது.

தாத்தாவிற்கு உறுதியாகத் தெரிந்துவிட்டது. அதற்கு நோய் வந்து விட்டது. அப்பொழுது சீனியப்பு அதைக் கொலை செய்யவேண்டுமென்றார். தாத்தாவால் அதைச் செய்ய முடியவில்லை.

உணவை உண்ண மறுத்தது. அதனது கண்களில் கண்ணீர் தொடர்ச்சியாக வந்தது.

இறுதியில் தாத்தா விதானை மூலம் ஊர்காவற்துறையிலிருந்து துப்பாக்கியை எடுப்பித்தார். சீசரை ஒரு இரவில் ராமலிங்கத்திடம் வீட்டின் பின் வேலியோரத்தில் உள்ள மண்மேடையருகே ஒரு கிடங்கை வெட்டச்சொல்லியிருந்தார். அன்று துப்பாக்கியைக் கொண்டு சென்றார். எல்லோரும் வீட்டில் இருந்தபோது துப்பாக்கி சத்தம் கேட்டது.

ராமலிங்கம் வந்து 'யாராவது பார்க்கவேண்டுமானால் வரவும்' என்றபோது அம்மாவும் நட்சத்திரனும் அருகில் சென்றனர்.

தாத்தாவின் வேட்டியால் வைத்து முழு உடலும் மூடப்பட்டிருந்தது. சீசரின் காதடியில் சிதறிய இரத்தம் உறைந்து அடுக்கு செவ்வலரிப் பூவாகத் தெரிந்தது.

எல்லோரையும் போகச் சொல்லிவிட்டு தாத்தா ரோச் விளக்கைப்பிடிக்க ராமலிங்கம் கிடங்கை மூடுவது தெரிந்தது. அம்மாவும் நட்சத்திரனும் திரும்பிப் பார்த்தபடி நடந்தனர்.

அன்று தாத்தாவும் இராமலிங்கமும் உணவு உண்ணவில்லை.

அடுத்த நாள் காலையில் ராமலிங்கம், ஒரு நாய்க் குட்டியுடன் வந்து இந்தா இதற்குப் பெயர் வை என்றான் நட்சத்திரனிடம்.

'ஏது? எங்கே பிடித்தாய்?'

'இது சீசரின் குட்டி. தப்பிப் பிழைத்த மூன்று குட்டிகளில் இதுவே ஆண்குட்டி. மற்றவை இரண்டும் வேறு ஆட்களிடம் போய்விட்டது

அப்பொழுது படித்த சித்திரப் புத்தகங்களில் வந்த டார்சான் என்ற பெயர் நட்சத்திரனது நினைவுக்கு வந்தது.

அந்த குட்டிக்கு மூன்று மாதமிருக்கும். ஏற்கனவே சோறு மீன் எல்லாம் தின்னத்தொடங்கியது. சீசரின் நினைவுகள் அதனது குட்டி மூலமாக எல்லோருக்கும் வந்தன. சீசரை நினைவுக்கு கொண்டு வந்தபடியே துள்ளிவிளையாடியது அந்தக் குட்டி.

நோயல் நடேசன் | 143

11

ராமலிங்கம் வந்து சில நாட்களில் சித்திரைப் புத்தாண்டு வந்தது. இம்முறை புத்தாண்டு பெரிதான கொண்டாட்டமாகவில்லை. தங்கம்மாவின் இறப்பும் இராமலிங்கத்தின் வருகையும் வீட்டில் பலரது மனங்களில் கார் மெக்கானிக் கை துடைத்த பழைய துணியாக இருந்தது.

புத்தாண்டு தினத்தில் வெளியூர் பாடசாலைகளில் படிக்கும் உள்ளூர் மாணவர்களில் விடுமுறைக்கு வந்தவர்கள் ஒரு கிரிக்கட் விளையாட்டை விளையாடினார்கள். அவர்கள் எல்லோரும் எழுவைதீவுக்கு வெளியான பாடசாலைகளில் ஆறாம் தரத்திற்கு மேற்பட்ட வகுப்புகளில் படிப்பவர்கள். எழுவைதீவை வடபகுதி, மத்திய பகுதி என இரண்டு பகுதியாகப் பிரித்து ஆடும்போது ஒருவர் குறைந்ததால் நட்சத்திரனை மத்திய பகுதி ரீமில் சேர்த்தார்கள். விளையாடியவர்களில் அவனே சிறியவன். டெனிஸ் பந்தில் விளையாடியபடியால் அவனுக்கு விளையாட அனுமதி. ஆனால் தலையில் தொப்பியுடன் விளையாட வேண்டும் என்பது கட்டாயமாக இருந்தது.

மதியத்தில் தொடங்கிய அந்த விளையாட்டுப்போட்டியில் இரண்டு ஓட்டங்களும் ஒரு கச்சும் அவனது பங்காக இருந்தது. இரண்டும் அதிஸ்டவசமானது. பந்து மட்டையில் பட்டு மூலைக்குள்போனது. அந்த இடத்தில் அதிக காரைப்பத்தையிருந்ததால் பந்தை எடுப்பதற்குத் தாமதமானது. அதேபோல் ஒருவனடித்த பந்து விக்கட்டுக்கு அருகில் நின்றதால் அவனது கையைக்குள் விழுந்து கச்சாகியது. ஆனால் அன்று மாலை நினைவிலும் இரவு கனவிலும் ஒரு கிரிக்கட் வீரனாக தன்னை நினைப்பதற்கு அந்த இரண்டும் அவனுக்குப் போதுமானதாக இருந்தன. போதாக்குறைக்கு ராமலிங்கம் அவனை ‘ஏலேய் நீ கிரிக்கட் வீரனாகலாம்’என உற்சாகப்படுத்தினான்.

ராமலிங்கம் வீட்டில் ஒருவனாக இலகுவில் மாறிவிட்டான். ஊரில் பெரும்பாலானவர்கள் அவன் மலையகத்தைச் சேர்ந்தவன் என்று

நினைத்தார்கள். அவன் வந்த பின்பு வழக்கத்தைவிட அதிகம் பனை ஓலைகள் வெட்டி வைத்ததால் சிவப்பி, சீமை மாடாக பால் சுரந்தது. காலையிலும் மாலையிலும் தென்னைமரங்கள் கள்ளைச் சுரந்து மணிமேகலையின் அட்சயமாத்திரங்களாகியது. பாலும் கள்ளும் கலங்களின் விளிம்புவரை நுரைத்தன. ராமலிங்கத்தின் கைராசி எனத் தாத்தா சொன்னார்.

கிட்டத்தட்ட ராமலிங்கம் வந்து ஒரு மாதமிருக்கும். கிழக்குப் பார்த்த வீட்டு வாசலில் மாலை நேரத்தில் வெயில் மறைந்து, இருள் சல்லாத்துணியாக மூடியிருந்தது. அம்மா, விளக்கு வைப்பதற்குத் தயாராக மூன்று சிமினி விளக்குகளையும் வீட்டின் திண்ணையில் வைத்து விட்டு கிணற்றடியில் முகம் கழுவியபடி நின்றாள். வீட்டின் கதவின் முன்பாக டார்சான் குட்டி நாய் பந்துகளை உருட்டிக் கொண்டிருந்தது. இப்பொழுது அதனால் பந்துகளைத் தேடி பின்பாக ஓடத் தொடங்கியபோதிலும் வாயால் கவ்வ முடியாது; நாக்கால் தொட்டு ஈரமாக்கிவிட்டு விலகும். அல்லது மூக்கால் சில தூரம் உருட்டும். டார்சானுக்கு பந்தை எறிந்து கொண்டு நின்றபோது நட்சத்திரன் பின்னே ஒருவர் வருவது போன்ற உணர்வுடன் திரும்பியபோது, அவனது தலையில் தட்டி விட்டு வேகமாக கண்ணாடி விதானையார் உள்ளே நுளைந்தார்.

தாத்தா, கொட்டகையில் தனது சாய்வு நாற்காலியில் அமர்ந்தபடி தெற்குத் திசையில் பார்த்தபடி அன்றைய தினசரியின் தலைப்பு செய்திகளைப் படித்தபடியிருந்தார். விதானை உள்ளே வந்ததைக் கவனிக்கவில்லை.

'வாத்தியார் ஒரு நல்ல விடயம் நடந்துவிட்டது.'

திரும்பிப் பார்த்து 'வாங்கோ 'என்று சொல்லிவிட்டு தினசரிப் பேப்பரை தரையில் போட்டுவிட்டு விதானையாரை ஏறிட்டுப் பார்த்தார் தாத்தா.

'நல்ல செய்தி ஒன்று' - மீண்டும் விதானையார்.

அவரது முகத்திலிருந்து கண்ணாடியை எடுத்தபோது பற்கள் தெரிந்தது. கண்களின் கீழ் இரைப்பைகள் காதுகளை நோக்கிப் பிதுங்கின. கண்கள் கண்ணாடிக்குள் ஒளிர்ந்தன. புதிதாக நடக்கத் தொடங்கிய குழந்தையின் கால்களாக ஒரு இடத்தில் நிற்கவில்லை. இறுதியில் தூணில் சாய்ந்தபோது 'இருங்கோ' என கைகளால் வாங்கிலைக் காட்டிவிட்டு 'என்ன, ஆறுதலாக இருந்து சொல்லுங்கோ. 'என்றார் சாவகாசமாக தாத்தா.

தாத்தாவிடம் எப்பொழுதும் அவசரங்கள், அதிர்வுகள், பரபரப்புகள் வெளித்தெரிவதில்லை. அவர் பலவற்றை நாற்பது வருடகால ஆசிரியர்த் தொழிலில் கடந்து வந்திருக்கலாம்.அல்லது இயல்பாகவே இருக்கலாம் .

'போன மாதம் இங்கே கஞ்சா பொதிகளைக் கொண்டு வந்த நாலு பேரைத் தற்போது வவுனியாவில் வைத்து பொலிஸ் பிடிச்சிருக்கு. அவங்கள் வல்வெட்டித்துறையைச் சேர்ந்தவங்கள் எண்டு தெரிய வந்துள்ளது. இப்ப கஞ்சாக்கேசில் அநுராதபுரம் சிறையில் ரிமாண்டில் இருக்கிறார்கள்" என்றார் விதானையார்.

'நல்ல விடயம்தான். இப்படியான சமூக விரோத செயல்கள் தொடரக்கூடாது. கள்ளக்கடத்தல் எண்டது ஒரு விடயம். இது போதை வஸ்து— கெட்டசாமான்.'

'இதைவிட முக்கியமான விடயம், யாழ்ப்பாணத்தில் சின்னத்தம்பி என்ற இந்த ஊரைச் சேர்ந்தவன் இரண்டு தோடுகளை விற்கிறதுக்காக கஸ்தூரியார் தெருவில் உள்ள ஒரு நகைக் கடைக்குப் போயிருக்கிறான். கடை முதலாளி சந்தேகப்பட்டு பொலிசுக்கு சொல்ல பொலிஸ் அவனை விசாரித்திருக்கு. அவன் எழுவைதீவைச் சேர்ந்தவன் எண்டதுடன், பல தடவை சிறை சென்ற பதிவுகள் இருந்ததால் யாழ்ப்பாணம் பொலிஸ் என்னைக் கூப்பிட்டுது. நான் போய்ப்பார்த்தபோது அவன்ரை உதடு வீங்கியிருந்தது. எப்படி தோடுகள் கிடைத்தது என்று கேட்டு அடித்திருக்கவேண்டும். ஆனால் அவன் எதுவும் சொல்லவில்லை. யாழ்ப்பாண பொலிஸ் இன்பெக்டர் அவனோடு தனிமையாக என்னைப் பேசும்படி கேட்டதற்கு இணங்கி, நான் அவனிட்டப் பேசினன். அவன் அமசடக்கி. ஆரம்பத்தில் எதுவும் சொல்லவில்லை. ஊர் விதானை என்ற வகையில் உனக்கு உதவமுடியும். தண்டனையைக் குறைக்கச் சிபார்சு செய்ய முடியும். ஆனால் அதற்கு நீ உண்மை பேசவேண்டும் என்டபோது, அந்தத் தோடு தங்கம்மா தந்தது என்றான்".

'அப்படியெண்டால் தங்கம்மாவின் சாவில் உன்ரை பங்கு இருப்பதாகச் சொல்வேன். அதுக்குப் பிறகு கொலைக் கேசு உன்ரை தலையில்' என்ற போது உண்மையில் பயந்திட்டான். அழுதபடி 'இதுவரையும் களவைத் தவிர எதுவும் செய்யவில்லை. எவரிடமும் நான் கூட்டு இல்லை. என்னைக்காப்பாற்ற வேண்டும் எனக் காலில் விழுந்தான்.

மேலும் விசாரித்தபோது இறந்த தங்கம்மாவின் காதிலிருந்து தோட்டைக் கழட்டியதாகச் சொன்னான்.

எப்படி தங்கம்மாவின் அடி வயிற்றில் காயம் வந்தது? அந்தக் காயத்தை நானே பார்த்தேன். அதற்கு யார் காரணம் என்றதும் இதுவரையும் எமக்குத் தெரியாத விடயத்தை வெளியே கக்கினான்.

'மாலையில் கிழக்கு கடற்கரையருகில் வேலாயுதத்திடம் கள்ளை வாங்கி குடித்துவிட்டு வீடு நோக்கி வரும்போது வயிற்றைக் கலக்கியதால் மேற்குக் கடலருகில் சென்றேன். ஆரம்பத்தில் நீளமான நிழலாக ஏதோ அசைந்தது. கவனித்துப் பார்த்தபோது தென் திசை வழியாக ஒருவன் பாறைகள் ஓரத்தில் நிமிர்ந்தும் பின்பு பதுங்குவதுமாக வருவதைக் கண்டேன்.இதுவரை நான் அவனைப் பார்த்ததில்லை.

யார் இந்தப் புதுமுகம்?

பனைக்குள் மறைந்திருந்து தொடர்ச்சியாக அவதானித்தபடியே இருந்தேன். அப்பொழுது அவனுக்கெதிரே தங்கம்மா வடக்கேயிருந்து கடற்கரைப் பாறைகள் மத்தியில் தன்னை மறந்து கைகளை அசைத்து தேவாரம் பாடியபடி வந்தார்.எதிரில் வந்த அவனை தங்கம்மா கவனிக்கவில்லை.அவனும் குனிந்தபடி வந்தான். இருவரும் ஒருவருக்கு ஒருவர் அருகாமையில் சென்றதும் தங்கம்மா அவனைக் கண்டு ஊர்ப் பக்கம் அலறியபடி ஓட அவன் தங்கம்மாவை எட்டிக் கையில் பிடித்தபோது தங்கம்மா தடுமாறி பாறையில் விழுந்தார். அவன் தங்கம்மாவை கைகளால் கட்டிப்பிடித்தபடி கடலுக்குள் இழுத்துச் சென்று முகத்தை அமுக்கினான். ஆரம்பத்தில் தங்கம்மா திமிறியபோது அவன் பலமானவன் என்பதால் தங்கம்மாவின் உடலசைவுகள் விரைவாக அடங்கியதும் கடலுக்குள் சிறிது தூரம் இழுத்து அங்கு தள்ளிவிட்டான். அப்படித் தள்ளிவிட்டு அவன் எங்கும் நகராமல் பெரிய பாறையருகே மறைந்திருந்த கொஞ்ச நேரத்தில் நீங்கள் அங்கு வந்தீர்கள் என்றான்.

சின்னத்தம்பி என்னை பின்பக்கத்தால் வந்து பிடித்ததையும் நாய் வந்ததையும் மற்றும் அவர்கள் என்னைப் பனையில் கயிற்றால் கட்டியதை எல்லாம் பார்த்துவிட்டு அவர்கள் வள்ளம் போன பின் தண்ணீருக்குள் மிதந்தபடி கிடந்த தங்கம்மாவை கரைக்கு இழுத்திருக்கிறான் .இறந்ததைப் புரிந்துகொண்டு கரையில் உள்ள பாறையில் தங்கம்மாவை சாத்திவிட்டு போக காதிலிருந்த தோடுகளைக் கழற்றிக்கொண்டு அடுத்தநாள் ஊரைவிட்டு ஓடிவந்தேன் என்றான்.

இதுவே அவனது ஒப்புதல் வாக்குமூலம்.

தங்கம்மாவை கொலை செய்த நேரம் மாலை ஐந்தரை மணியானதால் அதைச் செய்தவர்களை இவனால் அடையாளம் காட்டமுடியும் என்கிறான். அத்துடன் தற்பொழுது இவனைக் கஞ்சாக் கடத்தலுக்கும்

தங்கம்மாவின் கொலைக்கும் சாட்சியாகப் பயன்படுத்த நினைக்கிறார்கள். என்னைப் பின்னால் பிடித்தவன் இந்தக் கொலையைச் செய்திருக்கிறான். அவனை உறுதியாக முக அடையாளம் என்னால் காட்ட முடியாது. அவர்களை இனம் காட்டக்கூடிய மற்ற ஒரே ஆள் இராமலிங்கமே. ஆனால் ராமலிங்கத்திற்குக் கரையில் நடந்த விடயங்கள் தெரியாது. நால்வரதும் போட்டோக்கள் என்னிடம் உள்ளன .அவர்களைப் பற்றி ஒருக்கா ராமலிங்கத்திடம் கேட்க விரும்புகிறேன் .

தாத்தா வாய் பேசாது கேட்டுக்கொண்டிருந்துவிட்டு பின்பு ‘பாவம் அந்த மூளை சுகமில்லாத பெண்ணை அநியாயமாகக் கொலை செய்திருக்கிறார்கள் பாவிகள் “என்றார்.

நான்கு கறுப்பு வெள்ளைப் புகைப்படங்களை இராமலிங்கத்திடம் காட்டியபோது ‘இவன்கள்தான் அந்த வள்ளத்தில் வந்தவர்கள். இந்த மீசையோடு உள்ளவர் முன்பே தோணியிலிருந்து இறங்கி விட்டார். அவரை இடத்தைப் பார்க்கும்படி இறக்கினார்கள். இந்த ஊருக்கு வருவது அவர்களது நோக்கமில்லை அவர்கள் போகவிருந்த இடத்திற்கு போற பாதையில் இலங்கை கப்பல் ஒன்று நின்றதால் அவர்கள் இந்தப் பக்கம் தோணியைத் திருப்பினார்கள்.’என்றான் ராமலிங்கம்.

‘இது போதுமானது. என்னால் இந்த மீசைக்காரரை அடையாளம் காட்டமுடியும். மற்றவர்கள் கஞ்சாக் கடத்தியதை ஒப்புக்கொண்டிருக்கிறார்கள். அவர்கள் தண்டனை அடையவேண்டும். முக்கியமாகக் கொலை செய்தவன் தப்பக்கூடாது ‘என்றபோது விதானையின் முகத்தில் சிரிப்பு அவரறியாமலே வந்தது.

விதானையார் வாசல் கதவுவரையும் அவரது முழுப்பாதங்களும் தரையில் பாவாது காலை எட்டிவைத்துச் சென்றார் .

அவர் நடந்துபோவதை பார்த்து ‘விதானையாருக்கு இன்று நல்ல சந்தோசம் எனத் தாத்தா கூறியதும் ‘அவங்களால் எங்கள் சீசரும் இறந்துவிட்டது ‘என்று நட்சத்திரன் சொன்னபோது ‘இந்தா உனக்கு டார்சான் இருக்கிறது. அது சீசரின் குட்டி ‘என்றார் தாத்தா.

டார்சானைத் தூக்க முயற்சித்தபோது உடனே அவனால் முடியவில்லை. அது வளர்ந்துவிட்டது.

12

ஒரு மாலை நேரத்தில் ராமலிங்கத்தோடு மேற்குக் கடற்கரைக்குச் செல்வதாகச் சொல்லிவிட்டு செல்ல முயன்றபோது 'அவன் சும்மா ஒரு இடத்தில் நிற்கமாட்டான். கடலுக்குள் இறங்கப் போகிறேன். நண்டு பிடிக்கப்போகிறேன் என்பான். கையில் பிடித்தபடி கொண்டு போ 'என ராமலிங்கத்திடம் அம்மாவின் குரல் கட்டளையாக இருந்தது.

நட்சத்திரன் சிரித்துக்கொண்டு ராமலிங்கத்தின் கையைப் பிடித்தான்.

'ஏலே ஒழுங்கா நடக்க வேண்டும்' என்பது ராமலிங்கத்தின் எச்சரிக்கை.

வீட்டின் பின்வளவில் உள்ள ஒற்றையடிப் பாதையின் இடது பக்கத்தில் ஓங்கி வளர்ந்து வானைத் தடவி உறவாடியபடி நின்ற கருவேப்பிலை மரம், பூமியில் தனது வேர்களைப் பரப்பி அதிலிருந்து ஏராளம் கருவேப்பிலைச் செடிகளைப் பிரசவித்து ஒரு பற்றைக்காட்டை உருவாக்கி, அந்தப் பகுதி நிலமெங்கும் பச்சைக் கம்பளமும் விரித்திருந்தது. வலது பக்கத்தில் வேப்பமரம் தன் பங்கிற்கு இலைகளை நிலத்தில் தூவி மண்ணை மறைத்திருந்தது. அந்த இலைகளின் மேல், மேற்கே நின்ற சூரியனது கதிர்கள் பட்டுத் தெறித்து, பொன்னை உருக்கி அவற்றின் மேல் முலாம் தடவி தங்கத்தில் யாரோ அரசனின் வருகைக்கு நிலப்பாவாடை விரித்திருந்தது.

நட்சத்திரனுக்கு அந்த காட்சியைப் பார்த்ததும் ஏற்பட்ட மனக் கிளர்ச்சியால் தன் இரு கால்களால் முயல் குட்டி போல் தாவி, இலைச்சருகுகளை பல திசைகளில் உதைத்தபடி இராமலிங்கத்தின் முன்னால் நடந்தான்.

ராமலிங்கம், நட்சத்திரனிடம் அவன் கைகளை எட்டி அழுத்தமாகப் பிடித்து, அருகில் இழுத்து 'ஏலே காலில் முள் குத்தினால் உங்கம்மா என்னைக் கொன்னிடும் 'எனக் கண்டித்தான்.

நோயல் நடேசன்

இருவரும் வளவின் பின் படலையால் கடந்து பனைகளின் மத்தியில் ஒற்றையடிப் பாதையை விட்டு விலகி பனங்காட்டின் மத்தியால் நடந்தனர். பாதையைத் தவிர்த்து ஏன் இந்த பக்கம் வருகிறான் என்பது நட்சத்திரனுக்கு புரியவில்லை. ஆனாலும் ராமலிங்கத்தின் கைகளில் இழுபட்டபடி இருவரும் கடற்கரையை நோக்கி நடந்தபோது நட்சத்திரன் நேரடியாகக் கண்ணைக் கூச வைத்த மாலைச் சூரியனைத் தவிர்க்கக் கீழ் நோக்கிப் பார்த்தபடி வந்தான்.

ராமலிங்கம், ஒரு இடத்தில் நடை பின்னியபடி தயங்கி நின்றான். புதிதாக வெட்டி மண் மூடிய குழியிருந்தது. அதனருகே பாறாங்கல்லிருந்தது. அந்த கறுத்த நாயைப் புதைத்த இடம் அதுவே.

நட்சத்திரனை பிடித்திருந்த ராமலிங்கத்தின் கை மெதுவாக அழுத்தம் குறைந்து பின் விலகியது. நட்சத்திரன் கடற்கரையைப் பார்த்தான். கடல் கண்ணுக்கெட்டிய தூரமெல்லாம் பொன்னிறத்தில் உருக்கிய தங்கமாகக் கண்ணைக் கவர்ந்தது. அதனது தகதகப்பிலிருந்து கண்களை எடுத்து ராமலிங்கத்தைப் பார்த்தபோது அந்த நாயைப் புதைத்த குழியருகே இருந்த கற்பாறையில் முகத்தில் இரண்டு கைகளையும் முட்டுக்கொடுத்தபடி குந்தியிருந்தான். அழுதிருக்கவேண்டும்; அவனது கன்னங்கள் இரண்டு பக்கமும் நனைந்திருந்தது. கண்கள் சிவந்திருந்தன.

நட்சத்திரன் இரவு படுத்திருந்தபோது ராமலிங்கம் அவனது நாயை புதைத்த இடத்திலிருந்தது அழுதது மனத்தை விட்டுப் போகவில்லை. அதேபோல் கஞ்சாவோடு வந்தவர்கள் நால்வர் பிடிபட்டிருந்தார்கள். ஐந்தாவது ராமலிங்கம் என்றால் ஆறாவது மனிதனுக்கு என்ன நடந்திருக்கும்? அவன் இன்னமும் வெளியிலிருந்தால் அவனைப் பிடிக்க முயற்சித்த விதானைக்கோ அல்லது அதற்கு உதவிய ராமலிங்கத்தையோ பழிவாங்க நினைத்திருக்கலாம். அவனைப்பற்றி விதானை ஏன் பேசவில்லை?. அவர்களால் எப்படிப் பழி வாங்கமுடியும்?

இப்படியே நித்திரை வராது உழன்ற அவனிடம் பல நினைவுகள் வந்தது. சமரசம், ராமலிங்கத்தோடு நாய் புதைத்த இடத்திற்கு அடிக்கடி போய் வருவதும் உண்டு. சமரசத்தின் பல கனவுகளைத் தொடர்ந்து கேட்கத் தொடங்கினான். நினைவுகள் கனவாகவோ நினைவாகவோ நிழலாகியது .

ராமலிங்கம் கையை நீட்டி "வா தம்பி கடற்கரைக்குப் போவம்" என அழைத்தான். அவனது கையை பிடித்தபடி வெளியே வந்தபோது இப்பொழுது இரவல்ல மாலை எனத் தெரிந்தது. கண்ணுக்குள் சூரிய வெளிச்சம் கூரான கத்தி முனைபோல் கூச வைத்தது. ராமலிங்கம் தனது நாயைப் புதைத்த இடத்தில் குந்தியிருந்து மவுனமா கண்ணீர்

விட்டான். அஞ்சலி செலுத்துகிறான்போல் என நினைத்தபடி மீண்டும் கடற்கரையை நோக்கித் திரும்பியபோது கடல் தங்கக் வண்ணத்தில் சூரியனாகப் பிரகாசித்தது.கூச்சத்தை தவிர்க்க கரையை நோக்கி கண்களைத் தாழ்த்த அங்கு மூன்று கறுப்பு பள்ளிகளாகத் தெரிந்தவை பின்பு கருப்பு பறவைகள்போல் வேகமாகப் பறந்து ஒளிவெள்ளத்தைக் கிழித்தபடி வள்ளங்களாக வந்து பாருக்கு அப்பால் வேகத்தைக் குறைத்து மெதுவாக நின்றன.

என்ன செய்கின்றன ?

யார் இவர்கள் ?

கற்பாறையருகே எவரும் மீன் பிடிப்பதில்லையே! அதுவும் மீன்பிடிக்க மூன்று வள்ளங்கள் ஒரு இடத்தில் நிற்பது எப்படிச் சாத்தியப்படும் ?

வள்ளங்களிலிருந்து வலைகளை எதிர்பார்த்தபோது மாறாக நங்கூரங்கள் அவசரமாக இறங்கின. அதன்பின் அவற்றிலிருந்து வள்ளத்துக்கு இருவராக மொத்தத்தில் ஆறுபேர் கடலுக்குள் குதித்தனர். ஒருவனது தலையில் கூடையிருந்தது. தண்ணீர் அவர்களது கழுத்தளவு இருந்தது. அவர்கள் மெதுவாக பாரில் உள்ள பாறைகளில் ஏறி நின்றபடி கைகளைக் காட்டியதும் மூன்று மெல்லிய உயரமான வெள்ளை நாய்களும் இரண்டு கறுத்த நாய்களும் பாய்ந்து தண்ணீரில் குதித்து நீந்தி வேகமாகவே பாறைகளில் ஏறின. இப்பொழுது நாய்களுடன் வள்ளத்தில் வந்தவர்கள் கற்பாரிலிருந்து மீண்டும் தண்ணீருக்குள் இறங்கி கரையை நோக்கி வந்தனர் .

நாய்களுக்கு நீர்மட்டம் ஆரம்பத்தில் ஆழமானதால் அவை தலையை மட்டும் நீரின் மேல் வைத்து கரையை நோக்கி நீந்தின. ஐந்து நாய்களினதும் தலைகள் மட்டும் மிதந்து வருவதுபோல் இருந்தது. மனிதர்களுக்குக் கடல் நீர் நெஞ்சளவில் இருந்தது. பொன்னிறமான கடல் நீரை உழுதுபடி வந்து நாய்களுடன் கரையேறியவர்கள் ஒருவருடன் ஒருவர் எதுவும் பேசவில்லை. நாய்கள் இப்பொழுது சுதந்திரமாக அவர்களுக்கு முன்பாக கரையை நோக்கிய இரைகளை நோக்கிப் பாயும் புலிகளாக வந்தன. அவர்கள் கரைக்கு ஏறுமுன்பே அவர்களது கரிய நிழல்கள் கரையில் நீளமாக நிலத்தில் படிந்தது.

நட்சத்திரன் ராமலிங்கத்திடம் சென்று அவனது முதுகில் தட்டி பார்க்கும்படி கைகளால் சைகையால் கூறினான்.

பிரம்புக் கூடையை தலையில் வைத்திருந்தவன் அந்தக் கூடையைக் கரையிலுள்ள பாறைகளிடையே கவிழ்த்தபோது பல பெரிய இறைச்சித்துண்டுகள் நிலத்தில் விழுந்தன. அவைகள் ஆட்டின்

கால்கள்போல் தெரிந்தது. அவற்றை ஐவரும் கையில் எடுத்துக் கொண்டு ஊரை நோக்கி சில அடிகள் நடந்து கடற்கரையின் பாறைகள், மணல் இருந்த பகுதியைக் கடந்து, உயரமான சல்லித்தரைக்கு வந்தபின் அவற்றை ஒவ்வொருவரும் தோள்களைக் கழட்டி ஊருக்குள் தூக்கி வீசினார்கள். அவற்றின் ஒன்று இரண்டு பனைமரங்களில் பட்டுத் தெறித்து கீழே விழுந்தது. மற்றவை அதிக தூரத்தில் விழுந்தன. ஐந்து நாய்களும் பாய்ந்து போய் அவற்றை எடுக்க ஓடியதும் அவர்கள் வேகமாகத் திரும்பி தங்களது வள்ளங்களில் ஏறி நங்கூரங்களை இழுத்துவிட்டு எஞ்ஜினை ஸ்ராட் பண்ணிக் கொண்டு சூரியன் மறையவிருந்த திசையை நோக்கி பறவைகளாகப் பறந்தார்கள். மொத்த விடயம் பத்து நிமிடத்தில் நடந்து முடிந்தது.

அவர்களை மவுனமாக பார்த்துக்கொண்டிருந்த ராமலிங்கம் வள்ளங்கள் போனபின் மெதுவாகச் சொன்னான் 'அந்த கடத்தல்காரரின் தொடர்பான ஆட்கள் போலிருக்கு. அந்த நாய்களுக்குப் பயித்தியம் பிடித்தால் இங்கு கொண்டுவந்து விட்டுப் போகிறார்கள்.'

'அப்ப டார்சானை இந்த நாய்கள் கடிக்குமா? '

'நாங்கள் டார்சானை வீட்டுக்குள் வைத்துப் பாதுகாப்போம் '

'அப்ப ஆட்களுக்குக் கடித்தால் ? '

'ஆட்களுக்குக் கடித்தால் வயிற்றில் ஊசி போடவேண்டும் '

'தாத்தாவிடம் இப்பொழுது துப்பாக்கியிருந்தால் சுட்டுவிடுவார். இப்ப அதுகூட இல்லையே அப்பு இருந்தால் பயமில்லை. அவர் எதற்கும் பயப்பிடாதவர் '

'நான் வேல்க்கம்பு பாவிப்பேன். அதால் காட்டுப்பண்டியைக் கொண்டிருக்கிறேன். நீ பயப்படாதே '

'உண்மையாகவா ? '

'கடற்கரையில் அந்த நாய்களைக் காணவில்லை. வேறு எங்காவது போயிருக்குமா? '

'இங்கே மீன்களைக் கருவாடு போகுமிடத்திற்கே நாய்கள் போகும். அங்கு அவைக்குத் தேவையான உணவு கிடைக்கும். எதற்கும் தாத்தாவிடம் சொல்லவேண்டும் '

இருவரும் வேகமாக வீடு சென்றனர். கடற்கரைக்கு வரும்பொழுது இருந்த உற்சாகம் வடிந்து ராமலிங்கத்தின் முகத்தில் பயப்பிராந்தி தெரிந்தது.

எல்லாம் இவனால் என என்னைத்தான் குற்றம்சாட்டுவார்கள். ஏற்கனவே சீசர் செத்தது என்னால் என்பது உண்மைதானே! நான்தானே நாயைக் கொண்டு வந்தேன்.இப்ப இப்படிக் கொண்டு வந்திருக்கிறார்களே இந்த நாய்கள் என்ன செய்யப்போகிறதோ?

'தாத்தா ஐந்து நாய்களை ஊருக்குள் யாரோ வள்ளத்தில் கொண்டு வந்து விட்டுவிட்டுப் போயிருக்கிறார்கள். ராமலிங்கம் அதுகள் பயித்தியம் பிடித்த நாய்கள் எனச் சொல்கிறான் என்றான். ராமலிங்கத்தை முந்தி தாத்தாவிடம் புதினத்தைக் கூறவேண்டும் என்பது அவனது அவசரம்.

'உண்மையா ராமலிங்கம்? '

'ஆமா வாத்தியார், நான் கண்டன் .வள்ளத்தில் வந்து ஊருக்குள் நாய்களை விட்டு விட்டுப் போறாங்க. நாய்களும் பாய்ந்து சென்று ஊருக்குள் மறைஞ்சிட்டு '

'என்னென்று சமாளிப்பது? ஓரே வழி விதானைக்குச் சொல்லி ஊருக்குப் பொலிசை வரவளைப்பதே.'

'என்னால் வேல்க்கம்பால் அந்த நாய்களைக் கொல்ல முடியும் .

'ஐந்து நாய்கள். அவைகளை உடனே கொல்வது கடினம்.அவை ஊரில் உள்ள மற்றைய நாய்களுக்குக் கடித்தால் அந்த வியாதி பல்கிப்பெருகும். அதை நம்மால் சமாளிக்கமுடியாது. எதற்கும் கடற்கரைக்குப் போய் மீன் பிடிக்கிறவர்களுக்குச் சொல்வோம். அங்குதான் முதல் இந்த நாய்கள் செல்லும்.நீ வீட்டில் இராமலிங்கத்தோடு இரு. நான் போய் விதானையையும் பார்த்து குருசுமுத்துவிற்கு சொல்லிவிட்டு வாறன்"

'நானும் வாறான் தாத்தா .'

'அம்மாவிடம் கேட்டு வா?

'அம்மா நான் தாத்தாவோடு போகிறேன் 'எனக் ஒரு குரலை வாசலருகே நின்று எழுப்பிவிட்டு பதில் வருவதன் முன்பாக வாசலைவிட்டு வெளியேறியபோது நானும் வாறன் என்ற ராமலிங்கம் ஓலைகளை தண்ணீர் தெளிப்பதற்காக நிலத்தில் குத்தியிருந்த சிறிய கை ஈட்டி போன்ற தடியைக் கையிலெடுத்தும் கொண்டான்.

தாத்தாவிடம் ஊர்காவற்துறைக்கு பென்சனுக்கு செல்லும்போது மட்டும் பாவிக்கும் வெள்ளிப் பூண் போட்ட பிரம்பு கைத்தடி இன்று கையிலிருந்தது.

இருளத்தொடங்கிவிட்டது. கவனமாகப்போ என்ற அம்மாவின் பதில் காற்றில் மிதந்து வந்தபோது பாதையில் சிலதூரம் நடந்துவிட்டார்கள்.

மூவருமாக தெற்கு நோக்கி பாதையால் சென்று அந்தோனியார் சேர்சை கடந்தபோது பாவிலு குறுக்கிட்டு 'என்ன இந்த நேரத்தில் வாத்தியார் 'என்று கேட்டார்.

தாத்தா அவருக்குச் சரியான பதிலளிக்காது 'சும்மா காலாற' என்று சொல்லியபடி நடந்து பாலத்தருகே உள்ள ஆலமரத்தடிக்கு வந்தார்.

அப்பொழுது எதிரே குருசுமுத்து உயரமானவர் 'என்ன வாத்தியார், இந்தநேரத்தில் ?' என்றார்.

'ஊருக்குள்ள யாரோ ஐந்து நாய்களைக் கொண்டு வந்து விட்டிருக்கிறாங்களாம். அந்த நாய்களுக்கு விசராக இருக்கலாம். அதுகள் ஊர் நாய்களைக் கடித்தல் அவைக்கு விசர் வரும். அதை விட ஆட்களையும் கடிக்கலாம். கவனமாக இருக்கவேணும். நாளைக் காலையில் பொலிசை வரவழைத்து அவற்றைச் சுடவேணும். ஏற்கனவே எங்களது நாய் சீசர் அப்படியொரு நாயால் செத்துவிட்டது.'

'அந்த கருப்பு நாய்தானே கடித்தது ?.

'அதுவும் செத்துவிட்டது '.

'விதானையைப் பார்க்கப்போகிறோம். விதானை சொன்னால் பொலிஸ் உடனே வரும் .உங்களுடைய ஆட்களுக்கு இதைச் சொல்லி எல்லோரையும் எச்சரிக்கையாக இருக்கச் சொல்.'

'சரி வாத்தியார். நான் அதைப் பார்த்துக் கொள்கிறேன்.நீங்கள் போங்கோ'

விதானையிடம் திரும்பிப் போவதற்கு வந்தபோது கட்டாடியின் வீட்டைக் கடக்கும்போது உள்ள முடக்கில், பனைகளின் மத்தியில் நாய்கள் உறுமும் சத்தம் கேட்டது. பார்த்தபோது கறுத்த நாய்கள் இரண்டும் ஒன்றாகச் சேர்ந்து மூன்று வெள்ளை நாய்களைப் பார்த்து முறுக்கியபடி நின்றன.

வழியால் வந்தவர்களை கண்டதும் தங்களது சண்டையை நிறுத்தி விட்டு வெள்ளை நாய்கள் அமைதியாக நின்றபோது கறுத்த நாய்கள் வந்தவர்களைப் பார்த்து முறுகின.அவைகளது கண்கள் சிறிய ஆனால் சக்திவாய்ந்த மின் குமிழ்களாக எரிந்தன. கோரைப்பற்களைக் காட்டியபடி முறுக்கிய கறுத்த நாயில் ஒன்று பெரியது மற்றது சிறியது.

ராமலிங்கம் 'இவைகளை நான் பார்த்துக்கொள்கிறேன்' என முன்னாக சென்றபோது தாத்தா அவனைத் தடுத்தார்.

‘அவைகளை விடு நாளை பார்த்துக் கொள்வோம். அவைகள் வந்தால் எம்மால் சமாளிக்கமுடியாது. துவக்கு வேணும்.’

ராமலிங்கம் திரும்பி வரப் பெரிய கறுத்த நாய் எங்களை நோக்கி வந்தது. அதைப்பார்த்து ராமலிங்கம் கையில் உள்ள தடியைக் காட்டியபோது ராமலிங்கத்தை நோக்கி முறைத்தது .

ராமலிங்கத்தை அது பின்தொடர ‘வாத்தியார் இது எங்களை நோக்கி வருகிறது நீங்கள் போங்கள் நான் பார்த்துக்கொள்கிறேன் ‘என்றான் ராமலிங்கம். மீண்டும் தாத்தா ‘இல்லை நீ வா ‘எனக் கடுமையாகச் சொன்னார்.

ராமலிங்கம் திரும்பிப் பார்த்தபடி வரும்போது அந்த நாயும் தொடர்ந்து சிறிது தூரம் வந்தது.

‘அதை அடித்துக் கலைக்காது விட்டால் வீடுவரை தொடரும். அதன்பின் எங்களுக்கு மேலும் தொந்தரவு’ என்றான் .

‘சரி கிட்டப்போகாது கல்லால் அடிப்பது போல் வெருட்டு ‘என்றதும் பாதையின் அருகிலிருந்து கைக்கு அடக்கமான கல்லை எடுத்துவைத்துக்கொண்டு ‘வராதே போ கல்லால் அடிப்பேன்.‘என்றான்.

நாய் விலகவில்லை.

கல்லை எறிந்தபோது அந்தக் கல் தப்பி அதனது அருகில் விழுந்தது. ஆனால் நாய் உறுமியபடி ராமலிங்கத்தின் கழுத்து நோக்கிப் பாய சடுதியாக குனிந்த ராமலிங்கம் கையிலிருந்த தடியைத் தனது மூக்குக்கு நேரே வானத்தை நோக்கிப் பிடித்தான். அப்பொழுது அந்தத்தடி நாயின் வயிற்றில் குத்தியபோது அது நிலத்தில் நட்சத்திரன் காலடியில் விழுந்ததும் நட்சத்திரன் ஐயோ அம்மா எனக் கதறினான்.

‘டேய் என்னடா நடந்தது ? கனவா ?’ என அம்மா வந்து அவனை எழுப்பினாள்.

நாய் - நாய் - பாயுது வார்த்தைகள் அதன் மேல் அவனிடமிருந்து வரவில்லை.

‘நீ இன்னமும் சீசரை நினைக்கிறாய். பேசாமல் படு. கண்ணை மூடியபடி அப்பு சாமி என முருகனை கும்பிட்டுக்கொள். நித்திரை வரும் ‘எனத் திருநீறு கொண்டுவந்து நெற்றியில் பூசிவிட்டாள் .

‘நான் போய் ஒருக்கா டார்சானைப் பார்க்கவேண்டும் ‘

‘திண்ணையில் நித்திரையா கிடந்தது. உன்ரை சத்தத்தில் அதுவும் எழும்பிவிட்டது. இந்தா தங்கச்சியும் முழித்துவிட்டாள். உன்னால் ‘

டார்சான் வாலையாட்டியது, திறந்த கதவூடாகத் தெரிந்தது.

'போய்ப் படடா. நடு இரவில் எல்லோரையும் நித்திரையை கொள்ளமுடியாது செய்கிறையே ! அடுத்த அறையில் சீனியம்மா குடும்பம் நித்திரை கொள்ளவேண்டும். இப்ப இரவு ஒரு மணி தெரியுமா ? இனி ஏதாவது கத்தினால் கொட்டகைக்குள் ராமலிங்கத்தோடும் டார்சனோடும் படுக்க அனுப்பிவிடுவன் ......'.என்று சொல்லிவிட்டு அம்மா சென்றாள்.

அந்த இரவு அவனுக்குத் தூங்காத இரவு. நட்சத்திரன் நித்திரை கொண்டால் கனவு வரும் என்ற பயத்தில் அன்று இரவு முழுவதும் விழித்திருந்தான்.

பாகம் மூன்று

1

நேற்று மாலை ஆறு மணியளவில் வீட்டில் ஒரு குருசேத்திரம் மிகவும் குறைந்த நேரத்தில் முடிந்தது. என்ன அரை மணி அல்லது ஒரு சில நிமிடங்கள் கூடியிருக்கும். எங்கள் வீட்டில் எனக்குத் தெரிய நடந்த தாய் தந்தையின் முதலாவது சண்டை என்பதால் அதன் தாக்கம் வாழ்நாள் முழுவதும் நிழலாக தொடர்ந்தது.

அன்றைய இரவின் விடியலை எதிர்பார்த்துக் காத்திருந்தவர்களுக்கு வெளிச்சத்தின் அறிகுறி தெரியவில்லை. எனக்கும் தங்கைக்கும் ஆச்சி அன்றிரவு உணவை வாய்க்குள் பலாத்காரமாகத் தள்ளியபோது, அதிகம் உணவுக்குழாய்க்குள் கொஞ்சம் சுவாசக்குழாய்குள் என விக்கலுடனும் புரைக்கேறியபடி தொண்டையுடாகவும் முரண்டு பிடித்தபடி கீழே இறங்கியது. மற்றவர்கள் உணவுண்டதை நான் பார்க்கவில்லை. அன்று நடந்த வன்செயலால் பாதிக்கப்படாத ஓரே ஜீவன் டார்சான் மட்டுமே. எல்லோரையும் சென்று நக்கி யுத்தம் முடிந்த நேரத்தில் தனது நடுநிலைமையை வெளிக்காட்டியது.பலரும் அதைக் கையால் தள்ளிப் புறக்கணித்து தங்களது மனக்குழப்பத்தைக் காட்டியபோது இறுதியில் ராமலிங்கத்திடம் தஞ்சமடைந்தது.

அம்மாவிற்கும் அப்புவிற்கும் அறைக்குள் அந்தரங்கமாக நடந்த வாய்ச் சண்டைகளை வீட்டில் எவரும் கணக்கெடுக்கவில்லை. கணவன் -மனைவி இடையே ஏற்படும் சாதாரண தர்க்கங்கள் என்ற கணிப்புடன் தாத்தா பத்திரிகை படித்தபடியும் ஆச்சி சமையல் வேலைகளிலும் ஈடுபட்டிருந்தார்கள். தங்கச்சியுடன் நான் மா மரத்தின் கீழ் நின்றேன்.

திடீரென அம்மாவின் குரல் கதவை உதைத்துத் தள்ளியபடி வெளிவந்தது 'வருடத்திற்கு இரண்டு தரம் வந்து நிற்கும் நேரத்தில்

என்னோடு சண்டை பிடிக்கிறதென்றால் இப்படியான ஒரு வாழ்வு தேவையில்லை.கண்டறியாத கலியாணம் வேண்டாம் எண்டு இல்லாது இருந்திருப்பன். நீ எல்லாம் ஒரு மனுசனா 'என்றபடி கதவைத் திறந்து அறையை விட்டு வெளியே வந்தார் அம்மா. அப்போது அம்மாவைப் பின்தொடர்ந்து அப்பு வந்து கைளால் அம்மாவின் தோளைத் தொட்டபோது அம்மாவின் முகம் அவரை நோக்கித் திரும்பியது. 'பொத்தடி வாயை 'என்றபடி அப்புவின் கை அம்மாவின் கன்னத்தில் விழுந்தது. இதை எதிர்பார்க்காத அம்மா அந்த இடத்தில் தரையில் குந்திக்கொண்டு 'முரட்டு மிருகத்தை எனக்குக் கட்டிவைச்சீங்கள். அந்த மிருகம் என்னைக் கொல்லுது.இதைக் கேட்பாரில்லையா?' என்று சிறிது நேரம் அழுதார். பின்பு எழுந்து வந்து வராந்தாவில் குந்தி முகத்தை இரு கைகளாலும் மூடியபடி அழுதபோது, அப்பு மீண்டும் அம்மாவை நோக்கிவர முற்றத்தில் நின்ற நானும் தங்கச்சியும் அம்மாவை நெருங்கி அம்மாவின் கழுத்தைத் தழுவினோம்.

நாங்கள் அப்புவின் இடையே புகுந்துவிட்டதால் சிறிது நேரம் எங்களை முறைத்துப் பார்த்துவிட்டு தோளில் ஒரு சால்வையைப் போட்டுக்கொண்டு வீட்டின் பின்பகுதியை நோக்கி அப்பு நடந்தார். அப்புவின் மீது எனக்கு ஏற்பட்ட அடக்கமுடியாத ஆத்திரத்தால் உடலில் வெப்பமேறியது. சில அடிகள் அப்புவின் பின்னால் சென்று முறைத்துப் பார்த்துவிட்டு வந்தேன். நான் வளர்ந்தபின் அப்புவுக்கு அடிக்கவேண்டும் என முதல் முதலாக அன்றே நினைத்தேன். இதுவே முதல் தடவையாக அம்மாவை அடித்ததும் அம்மா அழுததும் நான் பார்த்தது. மீண்டும் அம்மாவிடம் சென்று முகத்தைத் தடவினேன்.

அப்பொழுது தாத்தாவும் ஆச்சியும் அருகே வந்தபோது அம்மா அவர்களைப் பார்வையால் சுட்டெரித்தபடி 'எல்லாம் உங்கள் அநியாயம்' என்றபோது தாத்தா எதுவும் பேசவில்லை. ஆச்சி மட்டும் 'அந்தாள் கோபத்திலிருந்தால் ஏன் வாய் கொடுக்கிறாய்?' அம்மா கண்ணைக் கசக்கியபடி 'மோட்டுக் கதை கதைக்க வேண்டாம். ஒன்றும் தெரியாமல் உபதேசம் செய்யாதே' எனப் பாய 'சரியடி நீ பட்டபாடு. நான் எதுவும் சொல்லவில்லை 'என மீண்டும் சமையல் அறை நோக்கி போய் விட்டார் ஆச்சி. சீனியம்மா வந்து 'எல்லாம் என்ர பிழை 'என்ற போதும் அம்மா பதில் ஏதும் சொல்லவில்லை.

இரவெல்லாம் நித்திரை கொள்ளாது புரண்டு புரண்டு படுத்தபடியிருந்தேன். அப்புவும் அம்மாவும் பிரிந்து விடுவார்களா? மீண்டும் அப்பு வந்து அம்மாவை அடிப்பாரா? ஊருக்கே நியாயம் சொல்லும் தாத்தா தலையிடுவாரா ? அப்பு அதைக்கேட்பாரா? சோதி மாமி மாதிரி நாங்கள் அம்மாவோடு தனியாக வளர்வோமா.

பாடசாலைக்கு போவோமா? பல கேள்விகளும் அதற்குப் பல பதில்களும் பனையில் இருந்து விழுந்து பிரிந்த பனம்பழத்தை மொய்க்கும் கொசுக்களாக தெரிந்தன. அவற்றை மறக்கவோ கலைக்கவோ என்னால் முடியவில்லை.

உறக்கமற்ற நீண்ட இரவின்பின் அதிகாலையிலே அயர்ந்து தூங்கினேன். திறந்த யன்னல் வழியாக வந்த வெயிலில் முகம் சூடாகி எழுந்தபோது ஒன்பது மணியாகிவிட்டது. காலையில் அப்பு எழுந்து ஒருவரிடமும் சொல்லிக் கொள்ளாது வெளியேறி எட்டுமணிக்கு வரும் லோஞ்சியில் பலாங்கொடைக்கு கிளம்பிவிட்டார் என்பதை ராமலிங்கம் சொன்னான். நான் கேட்பதற்குப் பதில் சொல்லும் ஒரே ஜீவனாக அவன் மட்டும் இருந்தான். அவசரமாக எழுந்து முகத்தைக் கழுவிவிட்டு பாடசாலைக்குப் போவதற்காகக் காலை உணவாக சில பின்கட்டுகளை மட்டும் சாப்பிட்டு முடித்துவிட்டு மூலையில் கிடந்த நீல புத்தகப்பையை எடுத்தபடி வெளிக்கிட்ட என்னிடம் நீல சேலையுடுத்தி தயாராகிய அம்மா வந்து என் கையைப் பிடித்து 'வெளிக்கிடடா நயினாதீவிற்கு. உங்கப்பன் கெட்ட கேட்டிற்கு உனக்குப் பள்ளிக்கூடமா இப்ப தேவை? 'என்று சொன்னபோது நான் திடுக்கிட்டேன்.

எதிர்பாராத பயணம். அவசரமாக.

எதற்காக ?

கண்களைக் கசக்கியபடி சமையலறை வாசலில் ஆச்சியின் ஆதரவு தேடிப்போய் நின்ற என்னிடம் 'சொன்னது கேட்கவில்லையா ? பத்துமணிக்கு முன்பு பாலத்திலிருக்க வேண்டும். போய் வேறு உடுப்பைப் போடு. கண்டறியாத புத்தகம் அதை மூலையில் போடு 'என அதிகாரமாக அம்மா சொன்ன போதிலும் அடைத்த தொண்டையிலிருந்து சோகத்தின் கரகரப்புடன் வார்த்தைகள் ஈரம் சுமந்த மழை மேகமாக வெளிவந்தன.

மூன்றாம் வகுப்பில் படிக்கிறேன்.இன்று முக்கியமாகப் பாடசாலை போகவேண்டும். வீட்டுக் கணக்கு கொடுக்க இருக்கிறது. இதெல்லாம் அம்மாவுக்குத் தெரியுமா? பரீட்சை நெருங்கி வருகிறது.மாலையில் ஏற்கனவே கோவிலுக்குப் பின்னால் ஒரு கிரிக்கட்ஆட்டம் ஒழுங்கு பண்ணியிருந்தது. எல்லாம் வீணாகிவிடுமே !

எனது தயக்கத்தை அம்மா கவனித்ததாகத் தெரியவில்லை. அதை இந்த நேரத்தில் சொல்ல முடியுமா? சொன்னாலும் காதில் ஏறுமா? இன்று போவதைப்பற்றி குறைந்தபட்சம் அம்மா நேற்று சொல்லியிருக்கலாமே!

காலையில் எழுந்து பாடசாலைக்குப் போவதற்குத் தயாராக இருந்த எனக்கு அம்மாவின் கட்டளை எதிர்பார்க்காதது. ஆனால் மறுக்க

முடியாது. வீட்டிலிருந்து வெளியேறி அம்மாவைத் தொடர்ந்து பல இடங்களில் நடக்கும்போது செருப்புக் கழண்டது. ஒவ்வொருமுறையும் மீண்டும் செருப்பைப் போடத் தாமதித்தபோது அம்மாவின் தலை திரும்பி கண்கள் நெருப்பை வெளித்தள்ளும். இறுதியில் அந்தப் பார்வையைச் சந்திக்க விரும்பாது செருப்புகளை கையில் எடுத்தபடி வெறுங்கால்களில் கற்கள் குத்தினாலும் தாங்கமுடியும் என நினைத்தபடி சங்கிலியில் கட்டி இழுத்தபடி முதல் முறையாக நடைப்பயிற்சிக்குச் செல்லும் நாய்க்குட்டியாக அம்மாவின் கைகளில் பாலம்வரை இழுபட்டேன்.

கிழக்கு நோக்கி நடக்கும்போது காலைக் கதிரவனின் இளங்கதிர்கள் அம்மாவின் முகத்தில் விழுந்து தெறித்தன. அப்போது அம்மாவின் இடது கன்னத்தில் பழுத்த பெரிய மிளகாய் பழங்களாக அப்புவின் மூன்று விரல்கள் காய்த்திருந்தது. வட்டமான அம்மாவின் இடது கன்னக் கதுப்பு தனித்து வீங்கியிருந்ததால் கன்னத்துப் பூனை மயிர்கள் வெளித்தெரிய, அவற்றிற்கு மேல் கண்ணீர் ஓடையாக வழிந்தோடியதை அடிக்கடி சேலைத்தலைப்பால் தொற்றி எடுத்தபடியிருந்தார். வீட்டிலிருந்து பாலம் வரை அம்மாவின் தலை, நிலம் நோக்கியபடியிருந்தது. ஒரு போதும் நிமிரவில்லை. ஆனாலும் லோஞ்சியின் உள்ளே இருந்து மேல்தளத்திற்கு போக மெதுவாக எழுந்த என்னிடம் ‘டேய் மேலே போகாதே ‘எனச் சொல்லிவிட்டு கீழே தலையை தொங்கப் போட்டபடியிருந்தார். அப்போதும் கண்களில் நீர் முட்டியது தெரிந்தது. பணத்திற்காக கை நீட்டிய கொண்டக்டரிடம் தலைநிமிராமல் காசை எடுத்துக் கொடுத்துவிட்டார். காசு வேண்டியவர் என்னிடம் மிகுதி சில்லறைகளைத் தந்தார்.

அம்மா தொடர்ந்து அழுததைப் பார்த்ததில்லை. இப்படி முதல் முறையாக அழுகிறார்.

ஒரு நாட்டின் ராணியை அந்நிய அரசன் படை எடுத்து அவளை அரண்மனையிலிருந்து கால்நடையாக அவளது குடிமக்கள் முன்பாக வெளியேற்றுவது போன்ற செயலாக அப்புவின் செயற்பாடு இருந்தது. அந்த வீட்டில் எந்த ஒருவரதும் அதிகாரத்திற்கு உட்படாத ராணியாகவே இருந்தார் அம்மா. கடைசிப்பிள்ளையாக வளர்ந்து, வெளியூரில் கல்வி கற்றவர். வீட்டு வேலை, சமையல் வேலை எனச் சுமைகள் அம்மாமீது கட்டாயமாகத் திணிக்கப்படவில்லை. பெரும்பாலானவை ஆச்சியால் செய்யப்பட்டது. அம்மா விரும்பியபோதே அல்லது விசேடமானவற்றைச் சமைப்பதுதான் வழக்கம்.

திருணமாகிய கடந்த ஒன்பது வருடங்களும் கணவனது ஆதிக்கமற்று, சொந்தமாக வேலையுடன் தனதும் பிள்ளைகளதும் பணத்தேவைகளுக்கு

யாரது கையையும் எதிர்பார்க்காமல் சுதந்திரமாக வாழ்ந்தார். வீட்டில் உள்ளேயும் வெளியேயும் மரியாதையுடன் ஊரார்கள் அணுகுவார்கள். தனக்குத் தேவையான வேலைகளை மற்றவர்களைக் கொண்டு செய்விக்கும் அம்மாவுக்கு, அப்புவின் இந்த வன்முறை எதிர்பாராத தாக்குதலாக இருந்தது. இதுவரை போற்றிப் பொத்தி வைத்திருந்த சுயகௌரவத்தை காலின் கீழ் போட்டு நொறுக்கிச் சாதாரணமாகக் கணவனிடம் அடிவாங்கும் பெண்ணாக ஒரு நிலைக்குத் தள்ளியது எதிர்பாராதது. அதைவிடத் தாத்தாவோ பாட்டியோ இந்தச் சண்டையில் தலையிடவில்லை. ஆறுதல் கூறவில்லை என்பது ஆற்றாமையைக் கூட்டியது.

அவர்களைப் பொறுத்தவரை அதிர்ச்சியில் உறைந்துவிட்டார்கள். அவர்களால் அதிலிருந்து வெளிவரமுடியவில்லை. ஊர் சண்டைகளில் நியாயத்தைச் சொல்லும் தாத்தா, இந்தக் கணவன் மனைவி விவகாரத்தில் தலையிட்டால் பிரச்சனை மேலும் பெரிதாகும் என்பதைத் தெரிந்தவர். சீனியப்பு, சீனியம்மா இதில் தலையிடவில்லை. சண்டைக்கு அவர்கள் ஒருவிதத்தில் காரணமாக இருந்தார்கள் .அம்மாவின் நிலை தனியாகக் காட்டில் தன்னை வேட்டையாட விரும்பும் மிருகத்தை எதிர்த்துப் போராடும் நிலையை ஒத்திருந்தது.

அம்மா அபலையான சாதாரணமான பெண்ணில்லை. அம்மாவின் அம்பராத்துணியில் காண்டீபத்தின் கணைகளாகத் தொடுக்கும் வார்த்தைகள் கூர்மையானவை. அதற்கு எதிர்க்கணைகள் அப்புவிடம் இருக்காது. அப்புவின் வாயிலிருந்து வரும் எதிர்வார்த்தைகள் ஊமையின் உறுமலாகவோ முறுகலாகவோ இல்லை. எச்சரிக்கையாகவும் வரும். அம்மா வார்த்தைகளில் கோடீஸ்வரி. ஆனால் அப்பு வார்த்தைகளில் குசேலர் போன்று வறுமையானவர். அப்பு வார்த்தைகளுக்கு பஞ்சம் வரும்போது கையால் பேசுவார் என்பது கடந்த ஒன்பது வருடங்களும் நடக்காததால் அம்மா எதிர்பார்க்காதது. ஒருவிதத்தில் அப்புவின் அடுத்த பக்கம் இதுவரையும் அம்மாவாலோ மற்றவர்களாலோ அறியப்படவில்லை. அமைதியாக மூன்று மாதங்களுக்கொரு முறை வந்து குழந்தைகளையும் மனைவியையும் கொஞ்சிவிட்டு மற்றவர்கள் விடயத்தில் அதிகம் தலையிடாத மனிதராக எல்லோருக்கும் இருந்தார். நிலவிற்குப் பெண்களின் அழகிய முகத்தை உதாரணம் காட்டி பேசுவது போல், வாத்தியார் ஒரு தங்கம். அமைதியான மனிதர். அவரைக் கிடைப்பதற்கு இந்தக்குடும்பம் கொடுத்து வைத்திருக்கவேண்டும் என்று பலர் வாய்விட்டுச் சொல்லுவார்கள் .

அப்புவின் இளமைக்கால சம்பவங்களை நயினாதீவில் படித்த தொடர்புகளால் அம்மா முற்றாக அறியாமலில்லை. ஆனாலும் ஒன்பது

வருடத் திருமண பந்தத்தின் பின்பாக நேரடியாக அனுபவிப்பேன் எனக் கனவிலும் நினைத்திருக்கவில்லை. உடற்கவசங்கள் கழற்றிய வீரன் நிராயுதபாணியாக இருந்தபோது நடந்த தாக்குதலாக அதிர்ச்சியைக் கொடுத்தது. நித்தம் கணவனிடம் அடிபடும் மனைவிமார் தங்களை எப்படி பாதுகாப்பது என்ற தற்பாதுகாப்புக்கலையை தெரிந்து வைத்திருப்பார்கள்.

பல பெண்கள், பொய்கள் சொல்வதே தங்கள் கணவனிடமிருந்து தங்களைப் பாதுகாக்கத்தான். அடிவாங்கி மரத்தவர்கள் அல்லது அடிவிழும் முன்பு ஓடத் தயாராகியவர்கள், தங்களைப் பாதுகாக்கத் திருப்பி அடிப்பவர்கள் என அவர்கள் பல ஆயுதங்கள் வைத்திருப்பார்கள். அம்மாவைப் பொறுத்தவரை எதிர்பார்க்காத தாங்குதல் அவரது ஈரல்குலையை உலுப்பிவிட்டது. நயினாதீவுக்கு லோஞ்சியில் போகும்போது அம்மாவின் மனத்தில் என்ன ஓடியிருக்கும்?அன்று நடந்த சண்டையைத் தவிர வேறு எது அம்மாவின் மனத்தில் ஓடும்?

அக்கா, தங்கச்சி என ஒரே வீட்டில் வாழும்போது எப்படி கொடுக்கல் வாங்கல் இல்லாது இருக்கமுடியும்?

விடுமுறைக்கு ஊருக்கு வந்தால் பிள்ளைகளைப் பார்த்து அதுகளை எங்காவது கூட்டிக்கொண்டு கோயில் குளமெனப் போகவில்லை. குடும்பத்தில் அன்பாக பேசி சந்தோசமாக இருக்கவில்லை. வந்ததும் வராததுமாக அக்காவிற்குக் கொடுத்த சங்கிலியை எங்கே எனக் கேட்டு லீவில் வந்த ஒரு கிழமை முழுவதும் ஓலைப் பறியில் போட்ட பெருநண்டாக குடைந்தபடியிருந்ததால் அந்தச் சண்டை வந்தது.

இந்த முரட்டு மனிதனை எங்கேயிருந்து கொண்டு வந்தார்களோ? .

நானா எனக்குக் கலியாணம் வேண்டுமெனக் கேட்டேன்?

படித்துக் கொண்டிருந்த என்னைப் பாதியில் நிறுத்தி, நாயைச் சங்கிலியால் கட்டியது போன்றது இந்த கல்யாணம். இது யார் தேவைக்கு?

தேவையில்லாத வேலை. இந்த சோமந்தானுக்கு, பொம்பளை வயதுக்கு வந்துவிட்டால் அவளை யாரோ எவனோடாவது ஒன்றாகக் கயிற்றால் பிணைத்து மேயவிட்டால் மாடுகள் தறிகெட்டு ஓடாது. விட்ட நிலத்தில் குனிந்தபடி புல் மேயும். அத்துடன் அவர்கள் தங்கள் வாழ்வின் தனிப்பெரும் கடமை முடிந்தது எனப் பெருமூச்சுவிட்டு அமைதியடைவார்கள். ஆனால் அதுதான் பெண்களின் வாழ்வென்ற துயர தொடரின் ஆரம்பக் காட்சி என்பதை யாருக்குப் புரிய வைக்க முடியும்? அதுவும் ஆண்களுக்கு? தந்தையாகவோ தனையனாகவே

இல்லை உறவினரோ யாராக இருந்தாலும் எப்படி எல்லோரும் ஒரேமாதிரி சொல்லி வைத்ததுபோல் சிந்திக்கிறார்கள்?

லோஞ்சியின் என்ஜின் சத்தத்தில் மாற்றம் தெரிந்தபோது நயினாதீவுப் பாலமும் அதன் பின் நாகபூசணி அம்மன் கோவில் கோபுரமும் தெரிந்தது.

நயினாதீவுப் பாலத்தில் இறங்கியதும் கோபுர வாசலூடாக கோவில் தெரிந்தது. வழக்கமாகக் கோயிலுக்குள் சென்று வணங்குவது அம்மாவின் வழக்கம். கடந்த முறை எனது நோய்க்கு நேர்த்திக்கடன் கழிக்க வந்தோம். இரண்டு மணி நேரம் உள்ளே ஒவ்வொரு விக்கிரகத்தையும் வணங்கியபோது பொறுமையிழந்து வெளியே நான் வந்து, கால் கடுகடுக்க அப்புவுடன் வாசலருகே வேம்பின் கீழ் நின்றேன்.நான் மட்டுமல்ல மேலே கொப்பிலிருந்த காகமொன்று பொறுமை இழந்து எனது தோளில் மலம் கழித்தது நினைவிற்கு வந்தது. இன்று பாலத்தில் இறங்கி நடந்து வரும்போது நேரே தெரிந்த கோபுரத்தைப் பார்த்து தலையைக் கீழ்நோக்கி அசைத்து விட்டு அந்த பாதையிலிருந்து திரும்பி தெற்காகச் சென்று பின் மேற்கே செல்லும் பாதையில் செல்லும்போது, சுண்ணாம்புக் கற்களிலிருந்து உருவாகிய மைதா மா போன்ற புழுதியை உழுதபடி அம்மாவின் கால்கள் மிதந்தன. சில வருடங்கள் நயினாதீவில் அம்மாவின் பாதங்கள் படித்திருந்ததால் பாதைகள் அம்மாவின் கால்களுக்குத் திசைகாட்டின.

பெரியம்மாவின் வீட்டு வாசலை அம்மா அடைந்தபோது வேட்டி, வெள்ளை பெனியன் அணிந்து சிரித்தபடி யாரையே எதிர்பார்த்துச் சோமு வாத்தியார் நின்றார். அம்மாவின் மூத்த அக்காவைத் திருமணம் செய்தவர். சில காலத்தின் முன்பு அம்மாவின் அக்கா மரணமடைந்துவிட்டார்.

வாசலில் நின்றபடியே இவந்த வேகம், பனித்த கண்கள், அம்மாவின் சிவந்திருந்த முகத்தைக் கூர்ந்து பார்த்து விட்டு 'என்ன இவ்வளவு கோபமாக வாறாய்? முகமெல்லாம் சிவந்திருக்கிது. என்ன நடந்தது? கேட்டார்.

பூவரசும் கிளுவையும் கலந்த வேலியில் போட்ட பனஞ் சலாகைகளாலான ஆளுயரப் படலை திறந்திருந்தது. வாசலிலே நின்ற அவரெதிரே திடீரென கால்களுக்கு பிரேக்கை போட்டுவிட்டு அவரது முகத்தை ஏறிட்டு 'அதற்கான காரணத்தை ஒருக்கா உங்களைக் கேட்டுப் போகத்தான் அவசரமாக வந்தனான் ?" என்று வார்த்தைகளில் ஆத்திரத்துடன் நக்கலும் குழைத்துச் சொன்னார் அம்மா.

அந்த வார்த்தைகளின் காரத்தைப் புரிந்து கொண்டபோதும் புரியாததுபோல் முகத்தை வைத்துக் கொண்டு, அப்பாவித்தனமான

சிரிப்பை வரவழைத்துக் கொண்டு 'காரணம் என்ன என்று உள்ளே வந்து சொல் ?' என்றார் சோமு வாத்தியார்.

'எனக்குக் கட்டி வைத்த இந்த மனுசன் முரடன் என்று தெரியாதா ? பந்தம் பாசம் என்றால் றாத்தல் என்ன விலை எனக்கேட்கும் மனிசன், தாய் தகப்பனில்லாது வளர்ந்தது என்று தெரியும் தானே ? தெரிந்து எனக்குச் செய்தது அநியாம்தானே ? அதற்கான நீதியைக் கேட்கத்தான் வந்தன்'

'அதை மூன்று பிள்ளைகள் பெத்த பிறகா கேட்கிறாய் ? உள்ளே வா' சிரிப்பைத் தொடர்ந்து வைத்துக் கொண்டு கேட்டார் சோமு வாத்தியார்.

'எனக்குக் கல்யாணம் செய்துவை என நான் கேட்டேனா ?' அந்த இடத்தில் அம்மா கால்களால் நங்கூரமிட்டபடி வேலியில் கையைப் பிடித்தபடி ஆக்ரோசமாக நின்றார்.

'உங்கள் அப்பு எல்லோரும் சம்மதித்ததுதானே. இப்ப என்ன நடந்தது ?' எனக் கேட்டு விட்டு மீண்டும் சிரித்தார்.

'அத்தான், உங்களுக்குச் சிரிப்பாயிருக்கு. நீங்களும் ஆம்பிளைதானே ? மூன்று பிள்ளைப் பெத்தவள் என்று பார்க்காமல் எனக்கு அந்த மொக்கு மனிதன் அடித்தான்'

'வா வீட்டுக்குள் இருந்து பேசுவோம். பயலையும் தெருவில் வைத்துக் கொண்டு கதைக்காமல்'

'நான் அந்தாளை விட்டுப் பிரிந்து போகப்போறன். அநியாயமாக நடக்கிற மனிதர்களோடு நான் சீவிக்கத் தயாரில்லை'

'இப்ப எங்க அவர் ?'

'இன்றைக்குக் காலையில் எழும்பி பலாங்கொடைக்கு போய்விட்டார். நான் ஆத்திரத்தை அடக்கமுடியாமல் இங்க வந்தனான்'

அப்பொழுது அக்கா வந்து 'குஞ்சியம்மா, தம்பி உள்ளே வாங்க' என்றாள்.

'நீ விடு. நான் வேலைக்குப் போக வேண்ணும்' என்றா அம்மா, அக்காவிடம்.

'அதைத் தாத்தா பார்த்துக் கொள்வார்' என என் கையை இழுத்தபடி சொன்னாள் அக்கா.

அப்பொழுது தெருவில் பெரிய மாமி, சின்னமாமி இருவரும் வந்தனர். அவர்கள் அப்புவை வளர்த்தவர்கள். நயினாதீவு போன்ற ஊரில் ஒருவர்

பாலத்தில் இறங்கியதும் அவர்களைப்பற்றிய செய்தி அக்கால அரச தூதுவர்கள் செய்தி கொண்டு செல்வதுபோல் பரவிவிடும்.

'இந்தா வாணரின் மகள்மார்— உன்ர மச்சாள்மார் வருகினம். அவர்களிடம் கேள் 'என்றார் சோமு வாத்தியார்.

'எடி, என்ன? எப்ப வந்தனி? எங்கட வீடு தெரியவில்லையா' என்றார் சிரிப்பைத் தூவியபடி சின்னமாமி.

'உங்களது சகவாசமே எனக்குத் தேவையில்லை என்று அத்தானுக்குச் சொல்ல வந்தேன்' அம்மாவின் முகம் சிவந்து கடுகடுப்பு அதிகமாகியது. காயமடைந்த பட்டம்பூச்சியின் இறகுகளாகக் கண்கள் துடித்தது. மோதுவதற்கு எதிரிகளைத் தேடும் மல்யுத்த வீரனாக அம்மாவின் உடல்மொழி இருந்தது.

'சரி சரி, என்ன நடந்தது?' மீண்டும் சின்னமாமி உன்னோடு சண்டையிட நாங்கள் வரவில்லை என்பதுபோல் குரலை குறைத்துச் சொன்னா.

'உங்களது தம்பியின் வண்டவாளத்தை நான் எப்படி என் வாயால் சொல்லுவது?'

'நீ தானே சொல்லவேணும்'

'அக்கா சங்கிலியைத் தா. அதை வைத்து மகனைப்பாடசாலையில் சேர்க்க வேணும் எனக்கேட்ட போது கொடுத்தன். இந்த மனுசன் வரமுதல் அவர்கள் அதை மீட்க என நினைத்தார்கள். ஆனால் முடியவில்லை. அதுக்கு என்னோடு சண்டை பிடித்தது. கையால் அடித்துவிட்டது மிருகம். அப்பு என்னைநோக்கி ஒரு வார்த்தை வாழ்க்கையில் உரத்துப் பேசியிருக்கமாட்டார். அப்படி வளர்ந்தேன். இன்று இந்த முரடனிடம் அடி வாங்குகிறேன் 'அம்மா முகத்தைச் சேலையால் மூடிக் குலுங்கினார்.

'அவனொரு முரடன் அதோடு இராணுவத்திலிருந்து வந்தவன். ஆனால் நல்லவன் '

'நீங்கள் உங்கள் தம்பி என வக்காலத்து வாங்குவீங்க. அது எனக்குத் தெரியும். எனக்கேன் இந்த வேதனை? நானும் என்ரை வேலையென இருந்தன். இனியும் என்பாட்டிலே பிள்ளைகளை வளர்ப்பன். இதுவரையும் எட்டு வருடங்கள் நான்தானே பிள்ளைகளது நோய், பிணி. படிப்பு என எல்லாம் பார்க்கிறன். அதை என்னால் தொடர்ந்து செய்யமுடியும். எப்ப அடிப்பான் என்ற பயத்தோடு ஒருவனோடு படுக்கமுடியுமா? சீவிக்க முடியுமா? குடும்பம் நடத்த முடியுமா? இப்படியான மிருகத்தோடு என்னால் குடும்பம் நடத்தமுடியாது.

நோயல் நடேசன் | 165

பிள்ளைகள் பார்க்கும்போது தாயை அடிப்பவன் மனிதனா?' அழுகை குமுறலாக வந்தது.

அம்மாவின் வார்த்தைகள் ஒவ்வொன்றும் சிறுவயதில் அவர்களுக்குப் பாடசாலையில் விழுந்த பிரப்பம்பழங்களாக இருந்திருக்க வேண்டும். சோமு வாத்தியாரும் எதுவும் பேசவில்லை. அந்த தெருவில் நின்றவர்களிடையே கனத்த மவுனத் திரை விழுந்திருந்தது.

அம்மாபோல் பல பெண்களுக்கு ஆண்கள் அடிப்பார்களா? இதை இவர்கள் சாதாரண விடயமாக நினைக்கிறார்களா? அம்மா சொல்வது சரிதானே. எனக்கு அப்பு மீது ஆத்திரமாக வந்தது. அப்புவுக்கு என்ன அதிகாரமிருக்கு? இதைத் தாத்தா கண்டித்திருக்கவேண்டும். ஏன் பேசாது விட்டார்?

அம்மாவின் முகத்தைப் பார்த்து விட்டு சின்னமாமி 'நீ இங்க வாடா' என என்னை அழைத்து இறுக்கமாகக் கட்டிப் பிடித்தார். அம்மாவுக்குப் பதில் சொல்லமுடியாத ஏலாமை அவர்கள் முகங்களில் மட்டுமல்ல அணைப்பிலும் தெரிந்தது.

வீட்டுக்குள் சென்றதும் அம்மாவினது அழுகை, கோடையில் எதிர்பாராது இடியுடன் பெய்த கனமழையாக ஓய்ந்துவிட்டது. இதுவரை பிரளயமாக நுரைத்து, கரையை உடைத்து ஓடிய கோப வெள்ளம் வழிந்தோடி மீண்டும் தரையில் புற்கள் இலைகள் தெரிந்தது. தலையை நிமிர்ந்து மற்றவர்களைப் பார்த்தபோது அம்மாவின் முகம் கூட்டாம்புழுவாக இருந்து தற்போது உருமாறிய பட்டாம்பூச்சிகள் கண்களில் பறந்தன. முகத்திலிருந்த சிவப்பு கைவிரல்கள் மறைந்து விட்டன.

அம்மாவுக்கு என்ன நடந்தது? வலி சோகம் ஆற்றாமை அங்கலாய்ப்பு எப்படி இவ்வளவு சீக்கிரமாகப் போகும்?

சிறிது நேரத்தில் எனக்கு, அம்மா அவர்களிடம் எந்த தீர்வும் தேடி வரவில்லை என்பது புரிந்தது. ஆனால் தனது பக்க நியாயத்தை எடுத்துரைப்பதில் வெற்றி பெற்றது இங்கே முக்கியம். இரண்டு மாமிமாரும் தம்பியின் செயல் கண்டு வாயடைத்துப் போனதுடன் அவனுக்கு இது பற்றி கடிதமெழுதுவதாகவும் அதற்கு மேலாக அந்த முரடனுக்கு நீ ஒரு தேடக்கிடையாத பொக்கிஷம். அவனுக்கு இப்போது பொக்கிஷத்தின் அருமை தெரியவில்லை எனவும் சொன்னார்கள்.

பெரிய மாமியின் வீட்டில் உணவுண்டு விட்டு, வீடு திரும்பியபோது இதுவரையில் அம்மாவும் அப்புவும் பிரிந்து விடுவார்கள்; நாங்கள் என்ன செய்வது? என நினைத்துப் பயந்து கொண்டிருந்த எனக்கு அம்மாவின்

மாற்றம் நிம்மதியைக் கொடுத்தது. மீண்டும் லோஞ்சில் வந்தபோது கடற்காற்றில் இரவில் வராத நித்திரை இறுக்கமாகத் தழுவியதால் கடைசியாகச் சமரசம் ஊருக்குள் வந்த நாய்களைப் பற்றிய கனவை நினைத்தபடி அம்மாவின் மடியில் தலை வைத்துத் தூங்கிவிட்டேன்.

2

ஊருக்குள் வந்த ஐந்து நாய்களும் என்ன செய்யும்?

தாத்தா விதானை மூலம் பொலிசிடம் சொல்லியபோது அவர்கள், இந்தியாவிலிருந்து நாய்கள் இங்கு வந்ததால் இது அயல் நாட்டு விவகாரம். இவை பொலிசுக்கு அப்பாற்பட்டது. உள்ளூர் பிரச்சனைகளில் தலையிட மட்டுமே எங்களுக்கு அதிகாரம் எனச் சொல்லியபின் இந்த விவகாரத்தைக் கடற்படையினருக்கு அறிவித்துவிட்டார்கள். எந்தத் தாமதமுமற்று கடற்படையைச் சேர்ந்தவர்கள் மூவரைத் எழுவைதீவுக்கு அனுப்பியிருந்தார்கள். அத்துடன் இரண்டு கப்பல்கள் இந்தியாவுக்கும் எழுவைதீவு மேற்கு கடற்கரைக்கும் இடையில் நிறுத்தப்பட்டது. தீவுப்பகுதி தீவிரமான பாதுகாப்பு வலயமாகக் கடற்படையினரால் பிரகடனப்படுத்தப்பட்டது. கடற்படையைச் சேர்ந்தவர்கள் எழுவைதீவு பாலத்தினருகே உள்ள அரசமரத்தின் கீழ் கூடாரம் போட்டு அதைச் சிறிய கடற்படை முகாமாக்கியிருந்தார்கள். இதுவரை பொலிஸ் இல்லாத ஊரில் கடற்படை முகாம் வந்து ஊரில் புதிய புயலை மையங்கொள்ள வைத்தது.

உணவிற்காக அந்த நாய்கள், கடற்கரையில் மீன்களைத் துப்பரவாக்குமிடத்திற்கு போவதால் அந்தப் பகுதியில் கடற்படையினரது முகாமிருப்பது ஊருக்குப் பாதுகாப்பு என்பதுடன் விரைவில் அந்த நாய்களைச் சுட்டுவிடுவார்கள் என்று தாத்தா நினைத்தார். இந்த விடயத்தில் ஊரின் வடக்கே இருப்பவர்களுக்கு மகிழ்ச்சியில்லை. ஆங்காங்கு ஐதாக அவர்கள் இருப்பதால் தங்களுக்குப் பாதுகாப்பு இல்லை எனக் கவலைப்பட்டார்கள்.

ஊரின் மத்தியில் கடற்படை முகாமிருந்தாலே எல்லோருக்கும் பாதுகாப்பு கிடைக்கும் என்ற கோரிக்கையை உறவினரான அருணாசலம் முன்வைத்தார். முகாமிற்காகத் தனது நிலத்தை இலவசமாகக் கொடுக்கவும் தயார் என அறிவித்தார்.இந்த விடயத்தால் ஊர் இரண்டாகப் பிளந்தது.

ஊருக்கு வந்த ஐந்து நாய்கள் ஊரை இரண்டாகப் பிரித்துவிட்டது எனத் தாத்தா வேதனையடைந்தார்.

மீன் பிடிப்பவர்களுக்கு ஆதரவாகக் குரல் கொடுக்க கத்தோலிக்க கோயிலுக்கு ஞாயிற்றுக்கிழமைகளில் கரம்பனிலிருந்து வந்து பூசை செய்யும் பேதுரு சுவாமிகள் தலைமை தாங்கினார். கடற்படை முகாம் உருவாகிய முதல் நாள், அவர் காலையில் வந்து கோவிலில் பூஜை செய்துவிட்டு, கடிதங்களைக் கையில் எடுத்தபடி ரப்பர் செருப்புகளால் நிலத்தில் மெதுவான ஒலியைக் முகாமிற்கு வந்து ஜெபம் செய்ததோடு, அந்த முகாமெங்கும் ஆசீர்வதிக்கப்பட்ட தண்ணீரைத் தெளித்து முகாமை புனிதப்படுத்தினார். அப்போது அங்கு வந்தவர்கள் பிதா, சுதன், பரிசுத்த ஆவி எனச் சொல்லி நெஞ்சில் தொட்டுக் கொண்டார்கள். வந்தவர்களையும் கடற்படையினரையும் அவர்களது ஆயுதங்களையும் ஆண்டவனின் கிருபை ரட்சிக்கும். அமைதி உங்களுக்கு உண்டாகுக என பேதுரு சுவாமிகள் ஆசீர்வதித்தார். அதில் நீர்கொழும்பைச் சேர்ந்த கடற்படை வீரன் குனிந்து பாதரின் புறங்கையை முத்தமிட்டு தோத்திரம் சொன்னான்.

விசர் நாய்களுக்கெதிராக பாதிரியாரால் ஆசீர்வதிக்கப்பட்ட கடற்படையினரோடு கடவுளின் கிருபையும் சேர்ந்து கொண்ட இந்த இந்த முக்கியமான நாளில் தாத்தா கலந்து கொள்ளாமல் இருக்கமுடியாது. தாத்தாவின் வாலாக ஆச்சி தடுத்தபோதும் நான் சென்றேன்.

வடபகுதியாளர் இந்தத் தொடக்க நாளை பகிஷ்கரித்ததுடன் கோவிலில் அர்ச்சகரைப் போகாது தடுத்துவிட்டனர். பேதுரு சுவாமிகளது பேச்சை மீனவ சமூகம் தட்டிக்கழிக்காது. அவருக்கு இணையாக சைவக்காரருக்கு எவருமில்லை. சைவக்காரர் மத்தியில் அதிகாரம் எதிர்த் திசையில் ஓடுகிறது. சைவக்காரரது பேச்சையே முருகன் கோவில் அர்ச்சகர் கேட்கவேண்டும். அவர்களது அதிகாரம் உள்ளூர் முருகனிலும் அதிகமானது. அவர்களால் கோவிலை இழுத்து மூடிவிடமுடியும். அவர் இணுவிலிருந்து குடும்பத்தை விட்டுப் பிழைப்பைத்தேடி வந்த வயதானவர். அவரைப் பொறுத்தவரைப் பூசை செய்துவிட்டு கோவிலைப் பூட்டிவிட்டால் பிரச்சனை முடிந்தது. அத்துடன் நாய்கள் பிரச்சனையாக இருக்கும் என்று நம்பவில்லை. புலால் உணவைத் தேடும் நாய்கள். கோயில் பக்கம் சிறுநீர் கழிக்க கூட வருவதற்குகே விரும்பாது. கோயில் பக்கம் தனக்கு பாதுகாப்பு என்பதில் அவர் உறுதியாக நம்பினார்.

எவர் விரும்பினார்களோ, இல்லையோ எனக் கவலைப்படாது வந்த கடற்படையினர் தங்களது ரோந்து நடவடிக்கைகளில் ஈடுபட்டனர்.

ஒருவர் முகாமிலும் இருவர் ஆரம்பத்தில் கடற்கரை பகுதி யி ல் துப்பாக்கியுடன் பாதுகாப்புப் பணிக்குச் சென்றனர் .இரவு எட்டு மணிக்குப் பின்பு எவரையும் வெளியே செல்லவேண்டாமென்ற உத்தரவு அறிக்கைகள், கோவில் பாடசாலைகள் மட்டுமல்ல பனை தென்னை மரங்களிலும் ஒட்டப்பட்டது. அவர்களது பாதுகாப்பு நடவடிக்கை ஊர் முழுவதற்குமாக இருந்ததை அறிந்ததும் வடபகுதியாளர் ஆறுதலடைந்தார்கள்.

அந்த நாட்களில் ஒரு துன்பியல் சம்பவம் நடந்தது. அது எங்கள் ஊரில் உள்ள பேரம்பலம் என்பவரது மரணம். அதுவும் கடற்படையினரால் நடந்தது. மலேசியாவிலிருந்து இரண்டாம் உலக மகா யுத்தத்தில் ஜப்பானியர் குண்டுகள் போட்ட யுத்த காலத்தில் இலங்கைக்கு அகதியாகக் கப்பலில் வந்தவர். கடற்கரையோரத்தில் சிறிய கொட்டிலைப் போட்டு வசித்து வந்தவர். அவரை விசர்ப்பேரம்பலம் என்பார்கள். அவரால் எதுவித பிரச்சனையும் ஊராருக்கு இருந்ததில்லை. எல்லோருடைய வீட்டிலும் போய் உணவுண்பார். பிள்ளைகளோடிருப்பார். ஆனால் உறங்குவதற்காகக் கடற்கரையில் தனது குடிசைக்கு வருவார். காற்றின் வேகத்தையும் திசையையும் பொறுத்து கச்சான் கொண்டல் என மாறி அடிக்கும்போது எதிர்த்திசையில் கொட்டிலை அமைப்பார். மலேசியாவில் ரயில் பாதைகளை அமைத்த காலத்தில் அங்குக் கிராமங்கள் காடுகள் தோட்டங்கள் எங்கும் முகாங்கள் அமைத்து வேலை செய்ததால் ஏற்பட்ட பழக்கம் எனத் தாத்தா சொல்வார். இரண்டுமுறை பாடசாலைக்குப் போகும் வழியில் எதிரே வந்தபோது அவரை சந்தித்துள்ளேன். அவரைப் பார்த்துவிட்டு ஒதுங்கி வழிவிடுவேன். என்னிடம் நட்பாகச் சிரித்தபடி செல்வார். காக்கி அரைக்கால் சட்டையும் அதே காக்கியில் மேல்சட்டையும் அணிந்தவர். ஒருகாலத்தில் அவரது சீருடையாக இருந்திருக்கலாம். அவர் எப்பொழுதும் தேவாரத்தை முணுமுணுத்தபடி செல்வார். அவரது நடையில் எப்பொழுதும் வேகமிராது.வானத்தை அடிக்கடி பார்த்து விண்வெளி ஆய்வுகளைச் செய்தபடி நடப்பார்.

கடற்படை பாதுகாப்பிற்கு வந்த இரண்டாவது இரவு நடு நிசியின் பின்பு குண்டு வெடித்த சத்தம் கேட்டது. இரவு நேரம் துப்பாக்கியுடன் கடற்படை திரிவதால் எவரும் வீட்டைவிட்டு வெளியேறவில்லை. ஆனால் ஊரோ எழுந்து படுத்த பனம் பாய்களில் அமர்ந்தபடி நான்கு நாய்களில் ஒன்றாவது இறந்துவிட்டது என்ற நற்செய்திக்காக ஆவலோடு காத்திருந்தது.

காலையில் ராமலிங்கம் என்னிடம் வந்து சொன்னான் 'யாரோ ஒருவரைச் சுட்டுவிட்டார்களாம். தாத்தாவை வரச்சொல்லி அவர் போய்விட்டார்' என்றான்.

தாத்தா மீண்டும் வந்து 'அப்பாவி பேரம்பலம் இரவில் ஓடித் திரியக் கடற்படையினர் சுட்டுவிட்டார்கள். பாவம் அந்த மனிதன். அவனது உடலைத் தர மறுத்துவிட்டார்கள். கண்களையோ இல்லை காதுகளையோ தரலாம். அல்லாது ஒருநாள் பொறுத்தால் உடலை எரித்த சாம்பலை மட்டும் தருவதாகக் கூறினார்கள்' என்றபோது எனக்கு அழுகை வந்தது நாயைச் சுடவந்தவர்கள் மனிதனைச் சுட்டுவிட்டார்களே? எனத் தேம்பி அழுதேன்.

அம்மா 'கனவு கண்டதுபோதும்' என்று என்னைத் தட்டி எழுப்பியதும் எழுவைதீவுப் பாலத்திற்கு அருகில் லோஞ்சி அணைவதற்குத் தயாராகியது. லோஞ்சிக்காரர் நீண்ட கயிற்று வடத்தை எடுத்து கரையில் நிற்குமொருவரிடம் வீசுவதற்குத் தயாராக இருந்தார்.

வீடு சென்றபோது மதியம் இரண்டு மணியைக் கடந்துவிட்டது. நாங்கள் நடந்து கடந்த பாதையெங்கும் நெருப்பெரிந்தது. வீட்டின் கேட்டைத் திறந்ததும் ராமலிங்கம் ஒரு கடிதத்தை வைத்துக் கொண்டு பலாமரத்தின் நிழலின் கீழ் இருப்பது தெரிந்தது. வழமைபோல் வெறும் மேலுடன் அமர்ந்திருந்தான். அவனது முதுகிலிருந்து வேர்வை ஆறாகப் பெருகி ஓடியது. மதிய உணவின் பின் ஆற்று நீரால் கழுவிய கருங்கல் விக்கிரகம் போலிருப்பான். அம்மா கூட அப்போது பலமுறை "மேலைத் துடை" என்று சொல்லியது உண்டு. இரண்டு மணியிலிருந்து நான்கு மணிவரையும் அப்படி இருந்துவிட்டு மீண்டும் உடல் கழுவியபின் மரம் ஏறப்போவான்.

'என்ன ராமலிங்கம் சோகமாக இருக்கிறாய்?' என்றபடி அவனருகே சென்றேன்.

'இந்தா' எனக் கடிதத்தை முகத்துக்கு நீட்டினான்.

அந்தக் கடிதத்தைப் படிக்காது 'பிறர் கடிதத்தை நான் படிக்கக்கூடாது. நீ சொல்.'

'அது பெரியகதை'

'பரவாயில்லை நான் கதை கேட்கிறேன்'.

நோயல் நடேசன் | 171

3

மீனாட்சியைப் பலவந்தப்படுத்திய சுந்தரத்தை நோக்கி நான் எறிந்த வேல்கம்பு குறி தவறியிருந்தால் எனது இன்றைய நிலை வேறாக இருந்திருக்கும். பன்றிக்கும் முயலுக்கும் வேட்டையின்போது எறிந்த குறி எத்தனை தடவை தவறியிருக்கு? எனது கெட்ட காலம், வேல் கம்பும் வலது கையில் வசதியாக இருந்தது.

ஊருக்குள் வந்து, பக்கத்து வீட்டுப் பெண்ணுக்கு இப்படியான பாதகத்தைச் செய்யத் துணிந்தவனை எப்படித் தாக்காமல் விடுவது? ஆனாலும் எனக்கும் அவன் பெரிய வீட்டுச் சுந்தரம் என்று அந்த இருளில் எப்படித் தெரியும்? அவன் பெரிய மாளிகையில் வசிப்பவன். ஏன் ஊருக்குள் வந்தான்? அதுவும் அந்த நேரத்தில்? அவன் பொறுக்கிப் பயல்தான். அது அவனது பிரச்சனை. அவனுக்குப் பெண்ணா கிடைக்காது? அவனுக்கு என்ன வசதியில்லை? அவனுக்குப் பெண் தேவையென்றால் எங்கெல்லாம் போகலாம்? எனது பக்கத்து வீட்டிற்கு ஏன் வரவேண்டும்? அன்றைக்கு மகளை விட்டு மீனாட்சியின் பெற்றோர் ஏன் திருவிழாவிற்கு போகவேண்டும்? அந்த நேரம் பார்த்து நான் ஏன் வரவேண்டும்? வேட்டையின்போது பன்றியோ முயலோ கிடைத்திருந்தால் அவற்றை வெட்டி பிரித்து நண்பர்களோடு பங்குபோட்டு வீட்டுக்கு வரக் காலையாகிவிடும். அன்று மட்டும் வேட்டைக்கு எதுவும் கிடைக்காமல் மனத்தில் எரிச்சலும் தோளில் தினவும் இருந்தது. ஏதோ இப்படி நடக்கவேண்டும் என்றது எனது தலையில் அழுத்தமாக ஆணியால் எழுதியிருக்கிறது.

அம்மா தம்பி எப்படியிருக்கிறார்களோ? என்னை நினைத்துக் கவலைப்படுவார்கள். ஐயா பாவம், அவர் தனியே என்ன செய்வது? கள்ளேறி ஐந்து பேருக்குப் பாதி வயிறு நனையாது. அம்மா என்ன செய்யும்? வெறும் கஞ்சிச் சட்டியைக் கழுவிக் குடித்தபடி உயிர் வாழுகிறதே! அன்று நடந்ததில் ஒரே நல்ல விடயம் வேல் கம்பு அவனது முதுகில் பாய்ந்து மேல் நோக்கி இடது தோளுக்குள் செருகி

வேல்கம்பின் முனை அவனது தோளில் துருத்தியபடி நின்றதுதான். அவன் குனிந்தபடி ஓடியதால் வேல் கம்பு அப்படிப் பாய்ந்திருக்கு. நிமிர்ந்து நடந்திருந்தால் நேராக இதயத்தில் இறங்கியிருக்கும். அவன் பிணமாகியிருப்பான். நான் கயிற்றில் தொங்கியிருப்பேன். அல்லது அரசாங்கத்திற்குச் செலவு வைக்காமல் சுந்தரம் வீட்டாரே அதைச் செய்திருப்பார்கள். அவர்களுக்குத்தான் பெரிய மாந்தோப்பு உள்ளதே!

நான் நினைக்காத பல விடயங்கள் எல்லாம் யாரோ திட்டமிட்டபடி வரிசையாக நடந்தது.

அன்று ராமலிங்கம் கொஞ்சம் உணர்ச்சி வசப்படாது, சில நிமிடங்கள் தாமதித்து நிதானமாக விடயத்தை அணுகியிருந்தால் நாடு விட்டு நாடு ஓடி வந்திருக்கத் தேவையில்லை. காட்டில் வேட்டைக்கு அவனோடு வந்த நண்பனின் நாயொன்று, கறுப்பியைக் கழுத்தில் கடித்து விட்டது. இரவு முழுவதும் முள்புதர்கள், சரளைக்கல்கள் மீதும் நடந்ததுதான் மிச்சம். அன்று இரவு வீணாகக் கரைந்தது. வேட்டையில் பன்றி எதுவும் கண்ணில் படவில்லை. வீடு திரும்பும் வழியில் குழிமுயல் கூட ஓடவில்லை. வேட்டையில் வீட்டுக்குக் கொண்டு வந்தது பூச்சியம். நடு ராத்திரியில் நித்திரை விழித்தது, வேட்டைக்குப்போனது வீணாகி விட்டது என்ற கடுப்பில் டார்ச் லைட்டுடன் வந்தான். வேட்டையில் ஏதாவது சிக்கியிருந்தால் வீட்டில் வயிறார தின்னலாம் என்ற அவனது எதிர்பார்ப்புகள் எல்லாம் ஏமாற்றமாகி மூளையிற்குள் குடிபுகுந்து முட்டையிட்டு பல்கிப் பெருகி புழுவாக வெளியே வர எத்தனித்தன.

பல நாட்களாக வீட்டில் இரண்டு வேளை மட்டும் கஞ்சி குடித்த வயிறு, சாம்பல் பூத்த கொல்லனது உலையாகக் கணகணத்தது. அந்த நெருப்பை அணைக்க ஏதாவது கவிச்சியாக வயிற்றுக்குள் தள்ள வேண்டும். அவனுக்கு மட்டுமல்ல வீட்டில் எல்லோருக்கும் அதேநிலை. அன்று இரவு எட்டு மணியளவில் எழுபது வயது அப்பத்தா ‘டேய் ராமலிங்கம் ஏண்டா வேட்டைக்குப் போனால் உனக்கும் வயிறு காயாது. உனது நாய்களுக்கும் ஏதாவது கிடைக்கும்’ என இரவில் கஞ்சி குடிக்கும்போது உசுப்பிவிட்டது. அப்பத்தா அவனுக்காகவும் நாய்களுக்காகவும் மட்டும் சொல்லவில்லை. தனக்காகவும் சொல்லியது புரிந்தது.

‘கிழவி, உனக்கு இந்த வயதில் கவிச்சி கேட்குதா? ‘என அம்மா அடக்கினாள்.

‘நீ ஏன் அப்பத்தாவைத் திட்டினாய் ? மனத்தில் வைக்காமல் அது சொல்லுது. நாங்கள் சொல்லவில்லை. அதுதான் வித்தியாசம் ‘மண் கலயத்தை திண்ணையிலிருந்து வாயருகே வைத்து உறிஞ்சி உச் உச் என்ற சத்தமாகக் குடித்தவன், அதைக் கழுவாது திண்ணையில் வைத்தான்.

அவனுக்குத் தெரியும், அந்தக் கலயத்தை உள்ளே அம்மா கொண்டு செல்லும். அங்கே அதில் உள்ளே விட்ட பருக்கைகளோடு கொஞ்சம் கஞ்சியும் கூட தண்ணீரையும் விட்டு அம்மா அதில் குடிப்பதால் அவன் கலயத்தை கழுவதில்லை.

கஞ்சியைக் குடித்தவன் கீழ் உதட்டில் தங்கி இருந்த பருக்கைச் சோற்றை, விரலால் வாய்க்குள் தள்ளி, நாக்கால் உதட்டைச் சுத்தம் பண்ணிவிட்டு, கனன்று கொண்டிருக்கும் வயிற்றை வலது கைகளால் சிலமுறை தடவினான். அவனது வயிற்றில் கால்வாசியைக்கூடக் கஞ்சி நிரப்பவில்லை. முற்றத்தில் மெதுவாக நடந்து வீட்டைப் பார்த்தான். பனை ஓலையால் வேயப்பட்ட பெரிய குடிசை வீ டு. சிறிய குடிசையைச் சமையலுக்குப் பாவிப்பார்கள். இரண்டும் சிறிய பாதையால் பிரிக்கப்பட்டுள்ளது. வீட்டோடு இணைந்த மண்ணாலான திண்ணை. அப்பத்தாவோடு முழுக்குடும்பத்தையும் மழை வெயிலிலிருந்து பாதுகாக்கிறது.

வீட்டின் எதிரே குவித்திருந்த வைக்கோல் போரருகே கிடந்த கயிற்றுக்கட்டிலில் அமர்ந்து கிழக்கே பார்த்தான். தூரத்தே கடல். அடிவானம் தெரியாத தூரமென்றாலும் அவனது மனக்கண்ணில் அலையாகக் கரையில் மோதியது. அவனது ஊரிலிருந்து சிலர் கடல் தாண்டி சிலோன் போய் பணத்தோடு வந்தார்கள். பணம் மட்டுமா? சிங்கப்பூர் செண்டுகள், குடைகள், சோப்புகள், நைலக்ஸ் சாரிகள் எனக் கொண்டு வந்தார்கள். அம்மாவிடம் இதைக் கேட்டபோது அவர்கள் வேறு சாதிகாரங்கள். வியாபாரம் செய்பவர்கள் என அடிக்க வந்தது அவனுக்கு நினைவுக்கு வந்தது.

‘எவ்வளவு காலம் இப்படி இருப்பது ‘என முணுமுணுத்துவிட்டு கொடியிலிருந்து உருவிய அம்மாவின் நீல நிற பழைய சேலையை இழுத்து கட்டிலில் போட்டு விட்டு அதன் மேல் விழுந்தான். படுத்தவன் அண்ணாந்து வானத்தைப் பார்த்தபடி கிடந்தான். சிறிது தூரத்தில் நின்ற பொன்னி மாட்டின் மூத்திரம் சாணி வைக்கோல் மணமும் கலந்து அவனை வந்து சேர்ந்தது. அது பழகிவிட்டது. பாடசாலையில் படிக்கும் காலத்தில் திண்ணையில் படுத்தவன். அதை அப்பத்தாவுக்குக் கொடுத்துவிட்டான்.

வானத்தைப் பார்த்தபடி படுப்பது அவனுக்குப் பிடித்தது. பல எரி நட்சத்திரங்கள் விழுவதைக் கண்டிருக்கிறான். இன்று அமாவாசைக்குப்பின் நாலாம் நாள். தங்கத்தை உருக்கித் தட்டி வளைத்துக் கதிரறுக்க கத்தி செய்ததுபோல் சிறிய பிறைச் சந்திரன், உயர்ந்த பனைமரங்கள் மேலாக எட்டிப்பார்த்தான். அடிவானம்

கறுத்திருந்தது. அதிக நட்சத்திரங்களில்லாத புகையான மேகங்கள் கொண்ட இரவு, கரும் சீலையாக ஊரைப் போர்த்திருந்தது. பிறையின் வயிற்றில் ஒரு நட்சத்திரம் மட்டும் பிடிவாதமாகக் கண் சிமிட்டியது. அந்த இரவில் உச்சி வானத்தில் தெரிந்த புகை மேகங்கள் ஓடாது வானில் களைப்பாறின. காற்று வீசாது வேலை நிறுத்தம் செய்தது.

மழை வருமோ?

ஊர் அடங்கிவிட்டது. ஆனாலும் நிலத்தின் வெப்பம் இன்னமும் ஆறவில்லை அவனது வெற்றுடம்பில் ஈரம் கசகசத்தது. தூக்கம் ஒளித்து விளையாடியது .சரிந்தான். குப்பறப்படுத்தான். புரண்டு படுத்தான். எதுவும் தூக்கத்திற்கு உதவவில்லை. எண்ணங்கள் கூரிய வாளாகத் தூக்கத்தை துண்டு துண்டாக அறுத்தபடியிருந்தன. அதிலிருந்து இயலாமை தொடர்ந்து ஊனமாக வடிந்தது. ஏமாற்றம் எறும்பாக மொய்த்தது.

பனை ஏறத் தெரிந்தாலும் அம்மா தடுத்துவிட்டாள்.

'உங்கப்பன் பனை ஏறுவது காணும். அதுவே எனக்கு வயிற்றில் புளியைக் கரைக்கிறது. நீயாவது வேற வேலை செய்.'

'வேறு என்னம்மா தெரியும்.?'

'வயலுக்குப்போ. இல்லை கூலி வேலை பார். இல்லை, ரவுனுக்கு போய் நாடார் கடைகளில் தோசைக்கு மாவாட்டு.பல நாடர்கள் மல்லிகை வியாபாரம் செய்கிறார்கள். அப்பனிடம் சொல்லி அவர்களோடு சேரப்பார். பனை மரமேறவேண்டாம். உங்கப்பனோட இந்த மரமேறும் தொழில் நடத்தும் குடும்பத்திலிருந்து ஒழிந்து போகட்டும்'

'அதுவரையும் ?'

'நான் கஞ்சியோ கூழோ ஊத்திறன். நீதான் வேட்டைக்கு போறாய். அதைச்செய். 'என்றாள்.

அம்மாவுக்கு பனையேறுவது பிடிக்கவில்லை. கொஞ்சக்காலம்கூட பனை ஏற வேண்டாமென்று ஒத்தைக்காலில் நிக்கிது. நீயும் உங்கம்மாவும் நீயும் பட்டபாடு என்று ஐயாவும் சொல்லிவிட்டுது. .

சில வருடத்தின் முன்பாக அம்மாவின் ஊரில் உறவுக்காரர் ஒருவர் பனைமரத்தில் கள்ளெடுக்கும்போது இடி தாக்கியதால் நிலத்தில் விழுந்தார். அவரது உடலைக் கோணிப் பையில் கூட்டியள்ளி வீட்டுக்குக் கொண்டு வந்ததாக அம்மா அறிந்ததால் அம்மாவுக்கு ஐயா கள்ளேறுவது பிடிக்காது. 'பரம்பரையாக அப்பன், தாத்தன் எனச் செய்கிற தொழில்.

அதை உனக்காக விடமுடியாது 'என அவர் மறுத்துவிட்டார். அம்மா பிள்ளைகளை பனையேறாது பார்த்துக் கொள்கிறாள். கள்ளேறினால் நஞ்சு குடித்து உயிரை மாய்ப்பேன் எனத் சொல்லியதால் அந்த நினைப்பை விட்டுவிட்டேன்.

அவனது சிந்தனையின் சிலந்தி வலையை அடுத்த வீட்டிலிருந்து வந்த வெளிச்சம் கலைத்தது. விளக்கிலிருந்து வந்த வெளிச்சம் பூப்போட்ட சிவப்பு பாவாடை பூந்தோட்டமாக ஒளிரச் சுத்தியிருந்த வெள்ளைத் தாவணி இரண்டாகப் பிரித்து பெண்ணின் இடுப்புக்குக் கீழே தொங்கியபடி அவளது இடுப்பின் அசைவுக்கேற்ப சென்றது. அவளது பாதத்தில் அணிந்த சிவப்பு ரப்பர் செருப்பு, பாவாடையின் கீழ் மண்தரையை தேய்த்து ஓசையிட்டபடி நகர்ந்தது.

அந்த வெளிச்சத்தைக் காவியது மீனாட்சி எனக் கண்டுபிடிப்பது ராமலிங்கத்திற்கு கஸ்டமில்லை. பதினைந்து வருடமாக அறிமுகமானவள். மூக்கைச் சிந்தியபடி மேல் சட்டையில்லாது ஓடி விளையாடிய காலத்திலிருந்து பின் தாவணி போட்டதுவரை அவன் பார்த்து வளர்ந்தவள். லட்சம் பெண்கள் மத்தியில் அவளது நிழலைப் பார்த்து அடையாளம் கண்டுகொள்வான். துரத்து உறவு. ஆறாம் வகுப்புவரை அவனோடு படித்தவள். ஆளானபின் பாடசாலைக்குப் போகாது நின்று விட்டாள். இவன் ஏழாவதோடு நின்று விட்டான். தாவணி போட்ட பெரிய பெண்ணானதால் வலியப் போய் கதைப்பதில்லை. ஆனால் மீனாட்சிக்குத் தயக்கமில்லை. அவள் கடந்த வருடம், பக்கத்து ஊரில் முனியாண்டிக்கு பொங்கல் வைத்த நாளில் டேய் ராமலிங்கமெனச் சந்தையிலும் கூச்சலிட்டு அவனை அழைத்து விட்டு அந்த சிவப்புத் ரப்பர் செருப்பை வாங்கினாள். சிறிது நேரத்தில் அந்த செருப்பு காலில் கடிப்பதாகச் சொல்லியபோது அவனே அதைக் காவிக் கொண்டு வந்தான். வீடு வரும் வழியில் நண்பனொருவன் 'என்ன பொம்பிளைப் பிள்ளையின் செருப்பை இப்பவே காவுகிறாய்? 'என்று கேலி செய்தபோது சிரித்தபடி கடந்தான்.

சிம்மினி விளக்கோடு மாட்டுக்கு வைக்கோல் போட்டு விட்டுத் திரும்பிய மீனாட்சி நேரே அவனருகே வந்து நின்று விளக்கை அவனது முகத்தருகே உயர்த்தியபோது, அவளது வெள்ளைக்கல் மூக்குத்தி கண் சிமிட்டியது. அதுவே அவள் அணிந்திருந்த ஒரே ஆபரணம். காதிலோ கழுத்திலோ எதுவுமில்லை. ஆனால் அவளது உதடுகள் பிரிந்தபோது பற்கள் மூக்குத்தியோடு பந்தயம் கட்டி ஓடத் துவங்கின.

இந்த சிறு பனை ஓலைக் குடிசை இவளைத் தாங்குமா? தேவைக்குமேல் பதினைந்து வயதிலே தாய்ப்பால் குடித்து வளர்ந்த கன்றுக்குட்டியாக

உடலெங்கும் மினுங்குகிறாள். யாராவது ஒரு நல்லவன் இவளுக்காகப் பிறந்திருப்பான் ? என நினைத்தபடி அவளையே பார்த்தபடி அவளது வார்த்தைக்கு முகத்தைப் பார்த்தபடி காத்திருந்தான். ‘எலே ராமலிங்கம் இண்டைக்குச் சீக்கிரம் படுத்திட்ட ? இரவில் ஏதாவது திட்டமிருக்கா ? ‘எகத்தாளமாகக் கேட்டாள் மீனாட்சி.

அதைப்பொருட்படுத்தாது ‘இல்லை, மீனாட்சி. வேலையில்லை. வேறு என்ன செய்கிறது ? அதான் ...”வார்த்தைகளைத் திருவிழா சவ்வு மிட்டாயாக இழுத்தான்.

‘ஏன் சலிச்சுக்கிறாய் ? இப்ப வேட்டைக்குப் போவதில்லையா ? நீதான் இந்த ஊரிலே பெரிய வேட்டைக்காரனாச்சே ? ‘என தூக்கிய விளக்கை கீழ்நோக்கி இறக்கினாள்.

‘கூட்டாளிகள் எல்லாம் பிசி. திருவிழா அது இது என்று போட்டாங்க. தனிய போறது சுத்த போர். ஆமா நீ ஏன் கேட்கிறாய் ? ஆமா ஏன் தனிய இன்று ‘

‘இல்லை. நான் வெளிக்கு. அதை விடு. நீ போனா நாங்களும் கவிச்சி தின்னலாம் என்ட ஆசைதான் ‘எனக் கலகலத்தாள்

‘சரி நாவூறாத. நான் போனா உனக்கு தாறன். செத்த தூங்கபோறன் ‘என்று திரும்பி குப்பறப்படுத்தான். அவனுக்கு உடல் சூடேறியது. அவளது சிமினி லாந்தர், அவனது மார்புக்கும் அவளது பாவாடைக்கும் இடையில் தொங்கியபோது அந்த இடத்தையே சிவப்பாக்கியது.

அவள் விலகிச் சென்றாலும் தலையைத் திரும்பிப் படுத்தவனுக்கு மீனாட்சி கவிச்சி கேட்டது காதிலும் அவள் விட்டு சென்ற அவளது வாடை நாசியிலும் ஏற்படுத்திய நினைவுகள் இன்னமும் மனத்திலிருந்து அகலவில்லை. சில மணி நேரம் அப்படியே படுத்துக் கிடந்தவனுக்குத் தூக்கம் அவனுடன் ஓடிப்பிடித்து விளையாடியது. அரவம் கேட்டுத் திரும்பியபோது ஊர் சுற்றிவிட்டு அவனது கட்டிலருகே தரையில் கறுப்பி, சப்பாணி, வெள்ளச்சி என்ற மூன்று நாய்களும் ஒன்றாக வந்து படுத்துக் கிடந்தன.

வாயல்லாத சீவன்களுக்கு நல்ல உணவு கொடுக்கவேண்டும். பட்டினிபோட முடியாது. நல்ல வேளையாக நண்பன் சலீமின் வாப்பா காதர் பாய் அவரது கடையின் மிகுதிகளைத் தருவார்.

நள்ளிரவாகி இருக்கும் என்று ஆகாயத்தைப் பார்த்தபோது வானத்தில் கருமையிருந்த மேகங்கள் விலகி இப்பொழுது துவைத்து வைத்த அழுக்கற்ற துணியாகத் தொங்கியதால், விதைத்த வயலாக

வெள்ளிகள் பிறைச்சந்திரனைச் சுற்றி முளைத்து சிறிது வெளிச்சம் தெரிந்தது.படுத்தாலும் நித்திரையில்லை. வீணாகப் படுக்கையில் உருளாமல் ஏதாவது செய்லாம் என எழுந்தான்.

பன்றி ஓடுவதைப் பார்த்து வேல் கம்பு எறிய அவனுக்கு வெளிச்சம் தேவையில்லை. நாய்கள் துரத்தியதும் அவைகள் ஓடதொடங்கினால் அவைகளின் குளம்பொலியைக் குறிவைத்து எறிவான். பத்துக்கு எட்டாவது குறி தவறாது இருக்கும். அவனது நண்பர்கள் அவனைப் பெரிய வேட்டைக்காரனாக நினைப்பார்கள். பன்றியைத் தூக்கி மரத்தில் கட்டித் தொங்கவிட்டு மயிரை தீயால் கருக்கி அங்கே அதனது வயிற்றைப் கிளந்து குடலை உருவி நாய்களுக்குப் போட்டுவிட்டு அங்கேயே வெட்டி பங்கு போட்டுக்கொண்டு வருவார்கள்.

இன்று ஏதோ என் மீதிருந்த நம்பிக்கையில் மீனாட்சி வாய் விட்டு சின்னப்பிள்ளைபோல் கேட்டிருக்கிறாள். ‘அவளுக்காகவாவது போகவேண்டும் “என வாய் விட்டுச் சொல்லியபடி எழுந்து வேல் கம்பை அவனெடுக்க, நாய்கள் வாலாகத் தொடர்ந்தன.

ஊரின் உள்ளே நடந்து, சிறிது தூரத்தில் உள்ள வீட்டின் மாமரத்தின் கீழ் கிடந்த கூட்டாளி பார்த்திபனைத் தட்டி எழுப்பினான்.

‘டேய் வேல் கம்பை எடுத்து வாடா. வேட்டைக்குப் போவம்.’

அவன் கண்களைக் கசக்கியபடி கட்டிலிலிருந்து எழாமல்.’டேய் என் நாய்க்குச் சீக்குபோல இருக்கிறது. அது சும்மா ஒரு இடத்தில் படுக்கல்ல. சுத்தி திரியுது. வாயிலிருந்து வீணிவடியுது. நான் வரல்ல ‘

‘கூட்டிக்கொண்டு வா. அது சும்மா வரட்டும். என் நாய்கள் நல்லா பன்றியை விரட்டும். ‘

பார்த்திபனும் வேல்கம்பை எடுத்துக்கொண்டு கண்களைப் பாதி மூடியும் மூடாமலும் சாரத்தை உயர்த்தி இடுப்பில் சொருகியபடி கால்களில் ஒரு ரப்பர் செருப்புகளை கொழுவியபடி தள்ளாட அவனது நாயும் தொங்கிய நாக்கிலிருந்து எச்சில் வடித்தபடி அவன் பின்னால் கால்கள் பின்ன இழுபட்டது.

நடு நிசி கடந்த நேரத்தில் இருவரும் வாழைத் தோப்புகள், வயற்காடுகள் கடந்து பத்தைக் காட்டுக்குள் சென்றார்கள். கால் கடுக்க நான்கு மணி நேரமாக நடந்து கொண்டிருந்தார்கள். நொய் என்று திடீரென ஒரு சத்தம் கேட்டது. டார்ச்சை அடித்துப் பார்த்தபோது கறுப்பியின் கழுத்தில் பார்த்திபனது நாய் கடித்துவிட்டது.

சோப்பு நூரை வாயில் வடிந்துகொண்டிருந்த பார்த்திபனது நாயை நோக்கி வேல் கம்பை தூக்கிய பார்த்திபனைத் தடுத்த ராமலிங்கம் 'டேய் விடுடா. நாய்கள் கடிபடுவது சாதாரணம்.அது சீக்கிரம் குணமாகிவிடும்' என்றான் .

வெறும் கையோடு திரும்பும்போது ஒரு முயல் கூட ஓடவில்லை.

நான் மீனாட்சிக்குக் கவிச்சி தருவதாகச் சொல்லியிருந்தேன். அப்பத்தா பல்லில்லாதபோதும் ஊதாத பலூனாக ஒட்டிய வாயால் நாய் எலும்பைக் கடிப்பதுபோல் கவிச்சித்துண்டை சச் சச் என்று அதிக நேரம் கடித்தபடியிருக்கும். 'ஏன் அப்பத்தா 'என்றால் 'உன்னைப்போல் பல்லிருக்கா. 'என்று சிரிக்கும். அந்த சிரிப்பு இன்றிருக்கப் போவதில்லை. இன்றைக்கு எல்லாருக்கும் ஏமாற்றம் மட்டுமே அறுவடையாக இருக்கும் .பாவம், பார்த்திபன். என்னால் அவனுக்கும் தூக்கமில்லை. போதாதற்கு கழுத்தில், கறுப்பிக்குக் காயம் தோல் பிரிந்து ஆழமாக இருந்தது. மாலையில் கொண்டுபோய் கடல் தண்ணீரில் கழுவவேண்டும் எனச் சிந்தித்தபடி வீடு வந்தபோது நிலம் வெளுக்கவில்லை. ஆனால் சாம்பல் பூத்த அதிகாலைத் தென்றல் முகத்தில் ஈரக் கைளால் தடவியது. அது களைத்த உடலுக்கு ஒத்தடமாக இருந்தாலும் மனத்தில் வேட்டையில் எதுவுமற்ற ஏமாற்றம் கொடியாகப் படர்ந்து காய்த்துக் குலை குலையாகத் தொங்கியது.

கயிற்றால் இடுப்பில் கட்டியபடியிருந்த கோணிப்பையை, கயிற்றுக் கட்டிலில் எறிந்ததைவிட்டு நிமிர்ந்தபோது, அவனுடன் வந்த நாய்கள் மூன்றும் பக்கத்து மீனாட்சி வீட்டு வைக்கோல் புதரை நோக்கிக் அவசரமாக உறுமியும் குலைத்தபடி ஓடின.

பெருச்சாளிகளை கண்டிருக்கவேண்டும் என எண்ணியபடி நாய்களை பின் தொடர்ந்து சென்று புதருக்குள் டார்ச்சை அடித்தபோது அந்தக்காட்சி மின்சாரமாக அவனைத் தாக்கியது.

மீனாட்சி ஆடையற்று, வைக்கோல் புதரருகே தலைமயிர் அலங்கோலமாக சிதறியபடி, கைகளால் மானத்தை மேலும் கீழும் மறைத்தபடி தணலில் வதக்கிய இறாலாக வளைந்து கிடந்தாள். இப்பொழுது நாய்கள் வைக்கோல் போரின் மறுபகுதிக்குச் சென்று குலைத்தன. அந்த பக்கம் தலையைத் திருப்பியபோது டக் டக் எனக் கனமான செருப்பின் ஓசை அவசரமாக ஓடியது. இப்பொழுது நாய்கள் செருப்பின் ஓசையைத் தொடர்ந்து ஓடின.

யாரோ ஒருவன் மீனாட்சியைப் பலவந்தப்படுத்த முயன்று விட்டு தன்னைக் கண்டதும் தப்பி ஓடுகிறான் என்ற எண்ணம் ராமலிங்கத்திற்கு

ஏற்பட்டதும் உடலிலிருந்த சோர்வு தினவாக மாறி அவனது உடல் தசைகளை உரமேற்றி கற்சிலையாக இறுக்கியது. புஜங்கள் புடைத்து தோள்களில் தினவெடுத்தது.வலது கையில் தரையில் தொட்டபடி இதுவரை இழுபட்ட வேல்கம்பு கைகளில் இறுக, அதன் கூர் முனை நிலத்திலிருந்து ஆகாயத்தை நோக்கி நிமிர்ந்தது. அவனது வலது தோள் உடலிலிருந்து பின் வாங்கியதும் அவனது முன் கை முஷ்டி இரண்டும் முதுகோரமாக பின்னோக்கிப் பயணித்து கணை கோர்த்து இழுத்த விசை நாணாக உடல் மாறியது. வலது கை உடலின் முழு சக்தியையும் தனதாக்கி மீண்டும் வேகமாக நெஞ்சருகே வந்ததும் வேல்கம்பிலிருந்த அவனது விரல்கள் விரிந்து தளர்ந்தன. கையிலிருந்து விடுபட்ட வேல்கம்பு இருளையும் காற்றையும் துளைத்து சர் என ஓசை த் தொடர்ந்து பறந்து சென்றது.

ராமலிங்கத்தின் கட்டுப்பாட்டை மீறிய ஒரு சக்தி அவனது கையைப் பிடித்து வேல்கம்பை அந்த திசையில் செலுத்திய சில கணத்தில் சிம்ம அவதாரமாக மாறியவன், வேல் கம்பு கையை விட்டுச் சென்றதும் வேறு ஒரு புதிய நிலைக்கு உருமாறினான். முதுகெலும்புகள் மற்றும் கை, கால் எலும்புகள் எல்லாம் யாராலோ உருவியெடுத்தபின் வெறும் தசைகளை மட்டும் கொண்ட பிண்டமாக உடல் தளர்ந்து, குனிந்து மீனாட்சியின் அம்மணத்தை மறைக்க அருகில் கிடந்த வெள்ளைத் தாவணியை எடுத்துக் கொடுத்தான். இருட்டை மட்டும் உடையாகத் தரித்திருந்தவள், அந்தத் தாவணியை ஒரு கையால் வாங்கி அவசரமாகத் தன்னை சுற்றிப் படர வைத்துவிட்டு ஒற்றை சிறகொடிந்த கிளியாக வீட்டுக்குள் தத்தினாள் .

அவள் வீட்டுக்குள் சென்ற பின்பே, இருட்டில் வேல் கம்பு வீசியதும் அந்த திசையில் ஒருவன்'அம்மா'என முனகியதும் ராமலிங்கத்தின் நினைவில் உறைத்தது. நடந்த சம்பவங்கள் அனைத்தும் கனவாகத் தோன்ற தூக்கத்தில் எழுந்து நடப்பவனாக நாய்கள் நின்ற இடத்தை அடைந்தான்.டார்ச் லைட்டின் வெளிச்சத்தில் அது ஒரு குடிசை வீட்டின் பின் பகுதியாகத் தெரிந்தது. அங்கிருந்து ஒற்றையடிப்பாதை செல்லும் இடத்தில், நீரில் நீந்துபவனாக கைகளையும் கால்களையும் அசைத்தபடி வாட்டசாட்டமான ஒருவன் வெள்ளை முண்டா பெனியனுடன் தோல் செருப்பணிந்து நீல கோடுகள் போட்ட வெள்ளை அண்டவெயருடன் நிலத்தில் குப்புறக் கிடந்தான். அவனது தோளில் ஏறிய வேலின் சிவந்த முனை நிலத்தை முத்தமிட்டு அந்த இடத்தை சிவப்பாக்கியிருந்தது. அவனது முதுகில் உள்நுளைந்த வேலைச்சுற்றி வெள்ளை பெனியனில் குருதி வளையமிருந்தது. அதிக இரத்தம் வடியவில்லை. அவனிடமிருந்து இரண்டடி தூரத்தில் மூன்று வேட்டை

நாய்கள் இரைக்காகப் பொறுமையாகக் காத்திருப்பதுபோல் அவனைச் சுற்றி உறுமியபடி நின்றன .

டார்ச் லைட் வெளிச்சத்தை அவனது முகத்தருகே அடித்தபோது ஏற்கனவே அதிர்ச்சியிலிருந்தவனுக்கு மேலும் தலையில் இடியாக அந்த முகமிருந்தது.

அவன் ஊர் பண்ணையாரது மகன் சுந்தரம்.

'அடப்பாவி இவனா ? வேட்டி கூட இல்லையே ? 'என அவனிடம் நெருங்கியபோது ஊரவர் பலர் அந்த இடத்தில் கூடிவிட்டனர். ஒவ்வொருவரின் கையிலும் சிமினி விளக்கு, தீப்பந்தம், டாச்லைட் என ஏதோ ஒன்று இருந்தது. ஆண்கள் முன்பாக பெண்கள் பின்பாக இடையில் குழந்தைகள் என பெரும் வளையமாக ஊர் கூடிவிட்டது.

எல்லோரும் ராமலிங்கத்திடம் என்ன நடந்தது எனக் கேட்டபோது மீனாட்சியின் விடயத்தை சொல்லுவதா இல்லையா என்ற நினைப்பு மனதில் மின்னலாக ஓடி மறைந்தது. ராமலிங்கத்தின் ஐயாவும் அந்தக் கூட்டத்திலிருந்தார். அவரது கண்களைப் பார்த்தான். அந்தக் கண்களில் கேள்விகள் கூரான அம்பாக அவனையடைந்தது.

உண்மையை மறைக்க முடியாது .மறைத்தால்தான் தன்னுடைய உயிர் இன்றோ நாளையோ போய்விடும் என்பது உறுதியாகப் புரிந்தது ராமலிங்கம் நடந்ததை மெதுவாக ஆனால் உறுதியாகச் சொன்னான். அமைதியாகக் கேட்டவர்கள் எல்லோரும் சேர்ந்து பண்ணையார் மகனை ஒரு கட்டிலில் வைத்து அவனது வீட்டுக்குத் தூக்கிக் கொண்டு சென்றார்கள். அங்கிருந்து அவன் ரவுன் வைத்தியசாலைக்குக் கொண்டு செல்லப்பட்டான்.

இரண்டு நாட்களில் அவன் வீடு வந்த போதிலும் அவன் குணமாகியபின் ராமலிங்கத்தைக் கொலை செய்யப் போவதாகச் சொல்லியிருந்த செய்தி காற்றில் வந்தது.

அந்த இரு நாட்கள் மீனாட்சி மட்டுமல்ல அவளது பெற்றோரும் வெளியே வரவில்லை. ராமலிங்கம் நாய்களுடன் பக்கத்துக் கிராமங்கள் வயற்கரைகள் கடற்கரையெனச் சுற்றி வந்தான் .அடுத்து என்ன செய்வது எனத் தெரியவில்லை. ஐயா எதுவும் பேசவில்லை. வேலைக்குப் போய்வந்ததால் அவர் என்ன நினைத்தாரோ ? ஆனால் ஆத்தா நாள் முழுவதும் திண்ணையில் குந்தியிருந்து கண்ணீர் விட்டது.

ராமலிங்கம் அதிர்ச்சியிலிருந்தான். ஒரு பெண்ணுருவத்தை வெறுமையாக பார்த்தது அதுவே முதல் தடவை. அதுவும்

வேட்டையின்போது. பொந்துக்குள் ஓடித் தப்ப முயலும் குழிமுயல்போல் அந்த வைக்கோல் போருக்குள் மறைந்து கிடந்த பெண்ணுருவம் அவனது மனத்தில் காட்சியாகத் தொடர்ந்து ஓடியபடியிருந்தது.

மீனாட்சியைச் சுந்தரம் பலாத்காரம் செய்ய முயன்றது பொலிஸ் கேசாகவில்லை. ஏன் அது சாதாரண விடயமாக்கக்கூட ஊரார் மத்தியில் பெரிதாகப் பேசப்படுவதில்லை. பண்ணையார் மகன்மீது வேலறிந்தது கூட காற்றில் கலந்து பக்கத்து ஊர்களில் பேசினாலும் ஊரில் பேசுபொருளாக இருந்த விடயம் ராமலிங்கத்தைச் சுந்தரம் கொலை செய்யத் திட்டம் போடுவதும் அதற்கு அவனது தந்தை விநாயகம் சம்மதித்ததிருப்பதுமே ஒவ்வொரு வீட்டிலும் உணவுக்கு முன்னும் பின்னும் பேசப்பட்டது. வயற்கரைகள், உள்ளூர் பாடசாலை எங்கும் பேசப்பட்டது. ராமலிங்கம் கதாநாயகனாகப் பல இடத்திலும் வில்லனாக சில இடத்திலும் பேசப்பட்டான்.

அவனே ஏதோ குற்றம் செய்தவனாக நினைத்தான். அவன் கொலை செய்யப்படுவான். ஊருக்கு வெளியே உள்ள விநாயகத்தின் மாந்தோப்பில் ஏதோ ஒரு மரக்கிளையில் தொங்குவான் என ஊர் நம்பியது. அவனது குடும்பத்தினரும் நம்பினர். எவரும் அவனுக்கு ஆறுதலோ புத்திமதியோ சொல்லவில்லை.

ராமலிங்கம் ஏதாவது புதிய வழியைக் கண்டுபிடிப்பதற்கான முயற்சிக்கு தள்ளப்பட்டான். வடக்கே ரயில் ஏறுவோம் எனச் சிந்தித்தால் கையில் எதுவுமில்லை. திருட்டு ரயில் ஏறுவது அல்லது லாரியொன்றில் ஏறிக்கொள்வதற்கான முடிவை எடுத்து விட்டு இருந்த நாட்களில் கறுப்பியின் காயத்தைக் கடல் தண்ணீரில் ஒவ்வொரு நாளும் கொண்டு சென்று கழுவியபோதே கடற்கரையில் சிலோன்காரரை சந்தித்தான். இதுவரையும் சொர்க்கபுரியாக அவன் கேள்விப்பட்ட சிலோனுக்கு அவர்கள் கொண்டு செல்வதாகப் படகுகளைக் காட்டி ஏறச் சொன்னதும் யோசிக்க ராமலிங்கத்திற்கு அவகாசமோ தேவையோ இல்லை.

4

வாசலால் வந்த அம்மாவின் கண்களின் கீழ் ஈரம் தெரிந்தது. முகம் இருண்டு எதையோ பார்த்துப் பயந்தது போன்று இருந்தது.

எதிர்பாராதது ஏதோ நடந்திருக்குமா? என்ன நடந்திருக்கும் ? வழக்கமான அம்மாவின் சிரித்த முகமல்ல. யாரோ வேறு ஒருவரது முகம் அம்மாவின் தோளில் வந்தமர்ந்தது போலிருந்தது.

விறைத்தபடி தன்னை மறந்து பார்த்துக்கொண்டிருந்தான் நட்சத்திரன்.

ஐந்து மணியிருக்கும். மாலை வெயிலின் பொன்னிறத்தில் ஊர் வண்ணம் பூசியிருந்தது. மெதுவான கடற்காற்று வீசியது. அம்மா மகிழ்வாகக் குடத்தை எடுத்தபடி கோவில் கிணற்றிலிருந்து குடிப்பதற்கு தண்ணீர் எடுத்து வரச் சென்றார். வாசல் கதவைத் திறந்தபடி அம்மா வெளியே போனதைப் பார்த்துக்கொண்டிருந்தவன், மீண்டும் சில நிமிடத்தில் அவசரமாகக் வாசல் கதவை அவசரமாகத் திறந்துவிட்டு நாயொன்றால் திரத்தபட்ட கோழிபோல் அம்மா உள்ளே கால்கள் நிலத்தில் பாவாது வந்ததைப் பார்த்தான்.

அவனுக்கு எதுவும் புரியவில்லை.

அம்மா வீட்டு வாசலைக் கடந்து உள்ளே தபால் கந்தோரைத் தாண்டி முற்றத்தில் வந்ததும் இடுப்பிலிருந்த பித்தளைக் குடம் முற்றத்தில் விழுந்தது. ணங் என்ற சத்தம், வீடு தபால் கந்தோர், சமையலறை என எதிரொலித்து. குடத்தைப் போட்டுவிட்டு முற்றத்தில் சிலையாக மாறியிருந்தார். தோட்டத்தில் உயர வளர்ந்திருந்த மிளகாய் செடிகளின் அடியில் குந்தியிருந்தபடி களைகளை எடுத்துக்கொண்டிருந்த தாத்தா எழுந்து வீட்டுப்பக்கம் பார்த்தார். வீட்டின் பின்பகுதியில் உள்ள கள்ளுக் கொட்டிலின் அருகே இருந்த சீனியப்புவுக்கும் அந்தச் சத்தம் கேட்டிருக்கும். சமையலறை அருகில் படுத்திருந்த டார்சான் வவ் என்று கத்திவிட்டு அந்த இடத்தை விட்டு கண்ணில் பயம் தெரிய வாலைச் சுருட்டியபடி சுவரில் எறிந்த பந்தாக மாமரத்தை நோக்கி

ஓடிவிட்டு அங்கிருந்து திரும்பிப் பார்த்தது. ராமலிங்கம் மாட்டுக் கொட்டகையிலிருந்து ஓடிவந்து மாமரத்தின் கீழ் நின்று ‘அக்கே ‘என்று சொல்லிவிட்டுப் பார்த்துக்கொண்டு நின்றான். ஆச்சி சமையலறையிலும் சீனியம்மா வீட்டறையிலுமிருந்தும் வெளியே வந்து ‘என்னடி நடந்தது? என ஒருமித்த குரலில் கேட்டனர்.

விழுந்த குடத்தில் நீரில்லை; வெறுங்குடம். அந்தப் பித்தளை சருவக்குடம் நிலத்தில் விழுந்து, கிழக்கே தபால் கந்தோரது தாழ்வாரத்தில் உருண்டு சுவரில் முட்டியபடி அனாதரவாக அம்மாவைப் பார்த்தது. அம்மாவின் இடுப்பிலிருந்த குடத்தின் இடை சிறிது நெளிந்து சிரித்தபடி உள்வாங்கிவிட்டது.

“ஏண்டி வெறும் குடத்தைப் போட்டாய்? என்ன நடந்தது?” என ஆச்சி மீண்டும் கேட்டது.

அம்மா அழுத கண்களைக் கசக்கியபடி அந்த இடத்திலிருந்து விலகி பின்புறமாகப் பாதங்களை அடியளந்து திண்ணையில் அமர்ந்து முகத்தைச் சீலைத் தலைப்பால் முகத்தைத் துடைத்தார் .உடலில் நடுக்கம். முகத்தில் வேர்வை. கண்ணில் கோபம் கொதித்தது.

‘என்னத்தை என்று சொன்னால்தானே தெரியும்? ‘மீண்டும் ஆச்சி.

இந்த நேரத்தில் நானும் தங்கையும் அம்மாவின் அருகே சென்றோம்.

சீனியம்மா அம்மாவிற்கு அருகே சென்று தோளில் ஆதரவாகத் தொட்டபடி ‘என்னடி நடந்தது ? ‘என்று கேட்டா.

‘எல்லாம் இந்த மனிதனைச் சொல்லவேண்டும். மற்ற ஆம்பிளையள் மாதிரி ஊரிலிருந்தால் இது நடக்குமா ? அவனுக்குத் துணிவு வருமா? வருடத்துக்கு மூன்று தரம் வந்து பிள்ளையைத் தந்து விட்டு கதிர்காமம் போற பரதேசியாகத் தொலைந்து போனால் நான் இப்படி அவமானப்படவேண்டும். அரைக்காசு பெறாத பயல்களுக்கும் துணிவு வந்துவிட்டது ‘என்று மூக்கை சீறியபடி அழுதார்.

‘யாரைச் சொல்கிறாய் ? என்ன நடந்தது? ‘

‘இவன், சிறிதரன் நாய். நான் தம்பியாக நினைத்துப் பழகியவன். தண்ணியள்ள கிணற்றருகே வந்து, ஆச்சி இரவில் எங்கே படுக்கிறவை என்று கேட்கிறான். அவனுக்கு என்ன துணிவு, அக்கா? இப்படியும் ஒரு நாய் இருக்குமா?’

‘எடி நீ என்ன செய்தனி ? குடத்தால் மூஞ்சையில் அடித்துப் போட்டு வருவதை விட்டு இஞ்ச வந்து அழுகிறாய்? உன்ர வீரமெல்லாம்

சின்னதுரை வாத்தியாரிட்டைத்தான் போலிருக்கு! நானா இருக்கவேணும் அவன்ரை மறை கழண்டிருக்கும் .?'

அம்மாவின் முகம் சிவந்தது. கண்ணீர் ஊற்றாக இரண்டு கன்னத்திலும் ஒழுகி தாடையை நனைத்தது.

சீனியம்மாவின் வார்த்தைகள் அம்மாவின் இயலாமையை மேலும் வெளிப்படுத்தியது.

'இவனிடமிருந்து இப்படியான வார்த்தைகளை நான் எதிர்பார்க்காதது. மூன்று பிள்ளைப் பெத்த என்னைப் பார்த்து இப்படிக் கேட்பதற்கு எவ்வளவு தைரியம் வேணும்? ஆரம்பத்தில் என்ன சொல்கிறான் எனப் புரியவில்லை. ஏதோ விடயமாகக் கேட்கிறான் என நினைத்து நின்றன். கொஞ்ச நேரத்தில் புரிந்தபிறகு மிகவும் அவமானமாக இருந்தது. உடம்பு நடுங்கியது. என்ன செய்வது என்று தெரியாது அழுதபடியே ஓடிவந்தன் '

'சரி சரி அழுகிறதை நிப்பாட்டு. நீ ஒன்றும் பிழை செய்யவில்லை. சீனியப்பு வரட்டும். அலவாய்பட்ட நாய. அவனுக்குக் கொடுக்கிற உதையில் இனிமேல் பொம்பிளையேளோடு எப்படி புழங்குவது என்பது தெரியும் 'எனத் தோளில் தட்டி ஆறுதலாக சீனியம்மா தனது சீலைத் தலைப்பால் அம்மாவின் கண்ணீரைத் துடைத்தார்.

அப்பொழுது சீனியப்பு வீட்டின் பின்புறமிருந்து வந்தார். அவரது பாதங்கள் ஒன்றுடன் ஒன்று பின்னாது இருக்க அவசரப்பட்டு நிலத்தில் பதிந்தன. பிரயத்தனப்பட்டு புவி ஈர்ப்பை எதிர்த்து நடந்தார். கள்ளுச் சீவலில்லாத காலம். அவரின் கண்கள் சிவந்திருந்தது. மொட்டைத்தலை வேர்த்திருந்தது. கள்ளுக்கு அதிகம் கண் சிவக்காது. இது சாராயமாக இருக்கவேண்டும்.

'என்ன என்ன விடயம்? ஏன் ராணி அழுகிறாய் 'கையால் தலை வேர்வையைத் துடைத்தபடி கேட்டபோது அவரது குரல் குழைந்தது.

'இவன் சிறிதரன் தேவையில்லாது தகாத முறையில் ராணியோடு பேசியிருக்கிறான்" என்றார் சீனியம்மா, கையும் காலும் படபடக்க கண்கள் சிவந்தபடி.

மாமரத்தடியிலிருந்து பார்த்துக்கொண்டிருந்த ராமலிங்கத்தைப் பார்த்து சீனியப்பு 'டேய் ராமலிங்கம் கத்தியை எடு. நான் இன்றைக்கு இரண்டிலொன்று பார்த்துவிடுகிறன் 'என்றபடி கூறினாலும் ராமலிங்கத்திற்கு காத்திராது, குசினியின் தாழ்வாரத்தில் சொருகப்பட்டிருந்த தேங்காய் உடைக்கும் கத்தியை இழுத்து எடுத்தபடி வெளியேற முயற்சித்தபோது, தாத்தா தோட்டத்தை

விட்டு வேலிக்குப்பால் வீட்டை நோக்கி வந்தார். தாத்தாவிற்கு நடந்த விடயங்கள் தோட்டத்தில் நின்றபோது கேட்டிருக்கவேண்டும். தோட்டத்திலிருந்து வரச் சிறிது நேரமெடுத்திருக்கிறது. அங்கு நின்ற ராமலிங்கத்தைக் காணவில்லை.

வீட்டில் தென்னோலை, பனை ஓலை மற்றும் காட்டுத்தடிகள் வெட்டப் பல கூரான கத்திகள் வித்தியாசமான வடிவில் உள்ளன. அவைகளைத் தேடி எடுக்க சீனியப்புக்கு பொறுமையில்லை. நிதானமும் இல்லை.

தாத்தா சிறிது நிதானித்து எல்லோரையும் பார்த்தார். திண்ணைத் தூணருகே அம்மா கண்ணீர் வடித்தபடி சோகமே உருவாக இருந்தார். கத்தியை வலது கையில் வைத்தபடி சீனியப்பு கால்களை விரித்து நெஞ்சை முன்தள்ளியபடி முரட்டுக்காளையாக மேல்சட்டை போடாத ருத்திர தாண்டவமாடும் ஆயுதம் தரிக்காத பெண் தெய்வமாக நின்றார். அதிர்ச்சியில் உறைந்தபடி சமையல் கட்டு வாசலில் நின்றா ஆச்சி. அம்மாவருகே நானும் தங்கையும் நின்று கொண்டிருந்தோம்.

தாத்தா தொண்டையைக் காறியபடி சீனியப்புவை நோக்கி 'கொஞ்சம் அமைதியாக இருங்கோ. ஆத்திரத்தில உடனே சண்டைக்குப் போகவேண்டாம். இதை ஆறுதலாக நாளைக்கு விசாரிப்பம். அவனைப்போல் ஒருவனுடன் நீங்கள் சண்டைக்குப் போவது நல்லதல்ல. நாளைக்கு நாங்கள் போய் அவன்ரை தாயிடம் பேசுவம்' என்றார்.

'இல்லை , இந்த விடயத்தை இப்படி விட்டால் சின்னத்துரை வாத்தியாருக்கு என்ன பதில் சொல்லிறது? இவங்களைச் சும்மா விடக்கூடாது 'என்ற படி முன்னுக்குக் காலை வைத்தார் சீனியப்பு .

'நான் இதை சும்மா விடச் சொல்லவில்லை. நாளை இதை விசாரிப்பம். நீங்கள் இருக்கும் நிலையில் போனால் பிரச்சனை மேலும் மேலும் புதுப்பிக்கப்பட்டு பல முடிச்சுகளாகும். பின்பு அவிழ்ப்பது சுலபமாகாது. காலை விடிந்தவுடன் நானும் வாறன். அவன் வேலையில்லாத வெறும் பயல். இருபது வயதுகூட ஆகவில்லை. அவனோடு நீங்கள் போய்ப பேசி விடயத்தை முடிக்க முடியாது. இந்த பிரச்சனையைப் பெரிதாக்கி விட்டுத் தீர்க்க முடியாது. மகள் சம்பந்தப்பட்ட விடயம். தயவு செய்து விடுங்கள்.' என்று அழுத்தமாக சொல்லிவிட்டு 'மகள், இவரைக் கூட்டிக் கொண்டு போய் சாப்பாடு போடு' என்றார். சீனியம்மாவைப் பார்த்து தாத்தா அதிகாரமாகச் சொன்னதும் சீனிப்புவை கையில் பிடித்தபடி அழைத்துச் சென்றார் சீனியம்மா.

ஆச்சியும் அம்மாவும் தாத்தாவைப் பார்த்துக் கொண்டிருந்தனர்.

எதுவும் திருப்பி பேசவில்லை. தாத்தா சொல்லியதில் அர்த்தமிருக்கும் என நினைத்து மவுனித்திருக்கலாம் அல்லது அவர்களிடம் மாற்று வழியிருக்காததும் கரணமாக இருக்கலாம்.

அம்மாவுக்கு அந்த இரவு தூங்காத இரவு. அப்பு அடித்த அந்த இரவு தூங்காத போதிலும் கோபமாக தனக்குள்ளும் வெளியேயும் பேசியபடி இருந்தார். ஆனால் இன்று என்னிடம் கூடப் பேசவில்லை. பெரும்பாலான நேரம் அந்த வராந்தாவின் தூணருகே இருந்தபடி வானத்தையும் இரவையும் வெறித்துப் பார்த்தபடி இருந்தார். சில நிமிடங்கள் அருகே போய் நின்று அம்மா, என்னோடு பேசினாலோ கையால் அணைத்தாலோ நல்லது என நின்றபோதும் எதுவும் நடக்கவில்லை.

ஆச்சி எனக்கு உணவு தந்துவிட்டு உள்ளே போய் படு என்றது. நான் வெளியே கொட்டகைப்பக்கம் போய்ப் பார்த்தேன். வழக்கத்திற்கு மாறாக சீனியப்புவின் குறட்டைச் சத்தம் அன்று கொட்டகையிலிருந்து கேட்டது. சீக்கிரமாக தூங்கிவிட்டதுடன் அவரது அறைக்குச் செல்லாது கொட்டகையில் உள்ள ராமலிங்கத்தின் வாங்கிலை அவர் போதையில் ஆக்கிரமித்துக்கொண்டார். அப்போது அவரது தலையின் கீழ் சீனியம்மா தலையணை ஒன்றை வைத்து விட்டு 'பயலே படடா 'என எனக்குச் சொல்லிச் சென்றார். தாத்தாவின் அறையில் கதவு மூடியிருந்தது. அன்று மாலை வழக்கம்போல் தாத்தா குடிக்கவுமில்லை. மாமரத்தின் கீழ் நின்று சுருட்டுப் புகைக்கவில்லை. பல காலத்தின் பின்பாக தாத்தாவின் அந்த புகையிலை எரியும் மணத்தைச் சுவாசிக்கத் தவறியதால் ஏதோ ஒன்றை இழந்ததாக நினைத்தேன். ராமலிங்கத்தைத் தேடினேன். ஆனால் எனக்கு ராமலிங்கம் கண்ணுக்குத் தெரியவில்லை. ஆனால் ராமலிங்கம் தரையில் அன்று படுத்திருக்க வேண்டும். நான் அறைக்குச் சென்று தங்கச்சி மற்றும் தம்பி அருகே அம்மா உள்ளே வருவார் எனக்காத்திருந்தபடி தூங்கி விட்டேன்.

சிறிதரன் தூரத்து உறவினன். அவர்கள் வீட்டில் தலைப்பிள்ளை. அவரது குடும்பத்தினர் சிங்கப்பூரிலிருந்து போரின் பின்பாக இடம் பெயர்ந்து வந்தவர்கள். யாழ்ப்பாணத்தில் பத்தாவது தரம் வரையும் படிக்க அனுப்பிய போதிலும் கல்வியைத் தொடராது இடையில் ஊர் திரும்பி அரைவாசி நாட்களை ஊரிலும் மற்றைய நாட்களில் யாழ்ப்பாணத்தில் உறவினர் வீட்டிலுமாக அலைவது பலருக்குத் தெரியும். எங்கள் வீட்டில் வானொலி வந்த நாட்களிலிருந்து அடிக்கடி வீட்டுக்கு வந்து பாடல்கள் கேட்பான். தபால் வந்தால் கந்தோருக்குள்ளே வந்து அவனே வானொலியைப் போடுவதற்கான சுதந்திரம் கொடுக்கப்பட்டிருந்தது. அந்த நம்பிக்கையைச் சிதறவைக்கும் விதமாக இந்த விடயம் நடந்தது.

அடுத்தநாள் காலையில் தாத்தா இந்த விடயத்தைப் பேசுவதற்காக அவர்கள் வீட்டுக்குத் தனிமையாகச் சென்று வந்தார். எந்த வீட்டிற்கும் இதுவரை அவர் போனதை நான் காணவில்லை. காலை ஒன்பது மணியளவில் புதிதான வெள்ளை வேட்டியைக் கட்டி அதன் மேல் வெள்ளை மேற்சட்டையை போட்டுக்கொண்டு செருப்புடன் ஒரு பக்கம் வளைந்த கைத்தடியை எடுத்துக்கொண்டு போனதை எல்லோரும் பார்த்தபடியே இருந்தனர்.எவரும் அவரிடம் எதுவும் கேட்கவில்லை.

அரை மணிநேரத்தில் மீண்டும் வந்து 'அங்கு சிறிதரன் ஊரிலில்லை. காலையிலே யாழ்ப்பாணம் போய்விட்டதாகவும் அவனது தாய்க்கு இந்த விடயம் பற்றி அவன் எதுவும் சொல்லவில்லை. அவன் இந்த ஊருக்கு வந்தால் வீண் பிரச்சனை ஏற்படும். அதுவும் சின்னத்துரை வாத்தியாரது கண்ணில் பட்டால் பல பிரச்சனைகள் ஏற்படும்' என அவனது தாயிடம் சொல்லியதாகத் தாத்தா கூறிவிட்டு அறைக்குள் சென்றபோது ராமலிங்கம் 'இங்கே வா' என்றார் .

பாடசாலையாசிரியரை பின்தொடர்ந்த மாணவனாகத் தலையைக் கீழே போட்டபடி ராமலிங்கம் சென்றான்.

'டேய், என்ன நடந்தது ? '

'ஒன்றுமில்லை அய்யா ?'

'உண்மையைச் சொல். நேற்று நீ இங்கில்லை. சின்னாச்சி நீ வந்து சிறிதரனை கடற்கரையோரம் அழைத்து சென்றதாகச் சொன்னாள். வீட்டில் அவனில்லை '

'நான் ஒன்று செய்யவில்லை. இந்த ஊரில் நீ இருந்தால் உனது தலையை இந்தக் கத்தியால் சீவிவிடுவேன். இது சத்தியம் என்று அவனது கழுத்தில் கத்தியை வைத்துச் சொன்னேன். அவன் காலையில் ஊரை விட்டுப் போவதாகக் காலில் விழுந்தான் '

'நீ ஏன் இப்படிச் செய்தாய் ?'

'அக்காவை இப்படி கேட்டவனை ஏன் உயிரோடு விட்டேனென நான் கவலைப்படுகிறன்'

'சரி போ. வேறு எவருக்கும் இதைச் சொல்லாதே. 'எனத் தாத்தா வெளியே அனுப்பியபோது இரவில் வீட்டிலிருந்து வெளியேறும் பூனையாக மெதுவாக வருவதை நான் பார்த்தேன்.

இந்த விடயம் நடந்த நாளிலிருந்து நத்தையாகத் தன்னை உள்ளிழுத்துக் கொண்ட அம்மா கூடுவிட்டு வெளிவருவதற்குப் பல நாட்களாகியது.

அப்பு அம்மாவை அடித்தபோது அம்மாவிடம் பொங்கி எழுந்த கோபம் பாற்பொங்கலில் அரிசி போட்டதுபோல நயினாதீவில் அடங்கிவிட்டது. அம்மாவின் முகத்தில் அப்புவின் விரல் பட்ட தடிப்பு மாறுமுன்பே அம்மா சகசமான நிலைக்கு வந்துவிட்டார். ஆனால் இந்த விடயம் அப்படியில்லை. அம்மா எவரிடமும் முகம் கொடுத்துப் பேசவில்லை. சீனியம்மா மட்டுமே சில வேளைகளில் அம்மாவுடன் பேசுவது உண்டு. இந்த விடயம் ஊரில் பலருக்கு தெரிந்ததால் அம்மாவுக்கு அனுதாபத்துடன் பலர் பேசினர். பலர் அந்த தறுதலையை நம்பி வீட்டுக்குள் விட்டது தவறு. பாத்திரம் அறிந்திருக்கவேண்டும். ஊருக்குள் மீண்டும் வருவதற்கு அனுமதிக்கக்கூடாது என்றும் பலர் பேசினார்கள். அவன் என் கண்களில் பட்டால் தப்பமாட்டான் எனக் கூறியவர்களில் முக்கியமானவராக தபால்காரர் செல்வரத்தினமிருந்தார். இந்த விடயத்தை அம்மா, அப்புவுக்கு எந்தக் கடிதத்திலும் எழுதவில்லை. அவர் அடித்துவிட்டு போனது ஒரு காரணமாக இருக்கலாம். அதே நேரத்தில் இப்படியான விடயத்தால் விடயம் மீண்டும் பெரிதாகுமென நினைத்திருக்கலாம். ஆனால் அப்பு இல்லாது தனிமைப்பட்டு இருப்பதாலேயோ அல்லது அவர் சண்டைபோட்டுப் போனதாலோ சிறிதரனுக்கு இப்படியான எண்ணம் ஏற்பட்டிருக்கலாம் எனப் பல விடயங்கள் அம்மாவினது மனத்தைக் குழப்பின. மொத்தத்தில் அம்மா பழைய நிலைக்கு வருவதற்கு சில கிழமைகள் எடுத்தன.

சம்பவம் நடந்து சில நாட்களில் தபால்க்காரர் செல்வரத்தினம் தபாலை எல்லாம் உடைத்து அவற்றை வினியோகிப்பதற்கு முன்பாக எங்களது குசினியை நோக்கிப் போனார். அவர் போனதை நான் பார்த்துக்கொண்டிருந்தேன். காலை பத்து மணியிருக்கும். அங்கு உலையில் சோறு கொதித்துக் கொண்டிருந்தது. உள்ளே சென்றபோது நான் உலையைப் பார்த்தேன். அப்பொழுது ஒரு நீளமான கடிதத்தில் நெருப்பு எரிந்து கொண்டிருந்தது. கிட்டத்தட்ட அந்த நீளமான கவர் அரைப்பகுதி எரிந்து கொண்டிருந்தபோது அதை எடுத்து தனது பீடியைப் பற்றவைத்து விட்டு மிகுதி காகிதத்தை மீண்டும் கொண்டுபோய் அடுப்பில் போட்டார். இந்த விடயத்தை எவரும் கவனிக்கவில்லை. நான் மட்டுமே பார்த்தேன். அவன் 'வடுவாவுக்கு பாடம் படிப்பிக்கிறேன்' 'என்ற சொல்லிவிட்டு தனது மிகுதியான கிளப்பியபடி வடக்கு நோக்கி கடிதங்களைப் பட்டுவாடா செய்யச் சென்றார்.

நோயல் நடேசன் | 189

5

சிறிதரனை ஊரில் உள்ளவர்களுக்கு நன்றாகத் தெரியும். அவன்மீது ஒவ்வொருவருக்கும் தனியான வர்ணங்கள் கொண்ட பார்வைகள் இருந்தன. வயதானவர்களுக்கு ஒரு பார்வை. மத்திம வயதானவர்களுக்கு வித்தியாசமான கோணம். அவனையொத்த இளம் வயதானவர்களுக்கு மறுபார்வை எனப் பார்வையின் கோணங்கள் மாறுபட்டு சுருதி பேதங்கள் தெரிந்தபோதிலும் எதுவும் அவன்மீது உயர்வான அபிப்பிராயமில்லை. அதற்கு காரணம் அவனல்ல. அவனது தாய்மேல் இருந்த அனுதாபம் அவர்களை அப்படி நினைக்க வைத்தது.

சின்னாச்சி வாயை வயிற்றைக்கட்டி, குருவி சேமித்ததுபோல் வைத்திருந்த பணத்தைச் செலவழித்து அவனைப் படிக்க அனுப்பியபோது, அதுவும் யாழ்ப்பாண நகரத்தில் அமைந்த ஒரு சிறந்த கல்லூரியில், படிப்பை இடைநிறுத்திவிட்டு ஊர் வந்து, தனக்கும் உதவாது, வீட்டுக்கும் உதவாது கோவில் மாடாக ஊர் சுற்றியபடி இருப்பதே ஊராரது பார்வைக்குக் காரணம். இதைப் பலர் வாய் திறந்து நேரடியாகச் சொல்லுவார்கள். அவர்களைக் குறை சொல்லமுடியாது. எழுவைதீவிலிருந்து விரல் விட்டு எண்ணக்கூடியவர்களுக்கே யாழ்ப்பாணத்தில் இப்படிக் கற்க வாய்ப்புக் கிடைத்தது.

சிறிதரன், தனக்குக் கிடைத்த அருமையான சந்தர்ப்பத்தை வார் அறுந்த பழைய செருப்பாகத் தூக்கியெறிந்ததைச் சாதாரணமான நிகழ்வாக ஊரவர்கள் எண்ணிப் புறந்தள்ளத் தயாரில்லை. அவர்களுக்கு நல்ல உள்நோக்கமிருந்தது. சிறிதரனைத் திட்டுவதன்மூலம் தங்கள் குழந்தைகள், பேரப்பிள்ளைகளை இப்படி நடக்காது பாதுகாக்க விரும்பினார்கள். சுயநலம் கலந்த கூற்று என்றாலும் அதில் வெள்ளிப்பனி மலையாக உண்மை தெளிவானது.

ஊரவர் எண்ணங்கள், பேச்சுக்கள் எல்லாம் சிறிதரன் தந்தையற்ற குடும்பத்தில் மூத்தவனாகப் படித்து, குடும்பத்திற்கு உதவி செய்யக்

கிடைத்த சந்தர்ப்பத்தைத் தவறவிட்டவன் என்ற புறச்சூழலை நினைவில் வைத்து முகிழ்ந்தவை. அவை வெளிப்படையானவை. மேலெழுந்தமானவையென நாம் நினைக்கமுடியும். அவை நியாயமானதா இல்லையா என்பதைப் புரிந்துகொள்ள சிறிதரனுக்கு நடந்தவைகளைப் பார்க்கவேண்டும். அவனது அகச்சூழலைத் தெரிந்துகொள்ளவேண்டும். எமது தீர்ப்பில் இரண்டு பக்க நியாயங்களும் ஆராயப்படவேண்டுமல்லவா?

யாழ்ப்பாணத்தில் அக்காலத்தில் பெரிய கல்லூரியான யாழ் மத்திய கல்லூரியில் சேர்த்து சிறிதரன் படித்தபோது, சில வருடத்தில் படிப்பை நிறுத்தியவன், ஒரு விசர்ப்பொடியன் என்ற எண்ணம் கொண்டவர்களில் அவனுக்கு நடந்த விடயங்கள் தெரிந்தவர்கள் சிலர் இருந்தார்கள். அவர்களில் இவனுக்குப் படிக்கிற நேரத்தில் என்ன காதல் என்பவர்களும் படித்த படிப்போடு இவன் ஏதாவது வேலை செய்தால்தான் மற்ற பிள்ளைகளுக்கு வழிகாட்டியாக இருந்து, அவர்களைக் கரை சேர்க்க முடியும் என்ற எண்ணமில்லாது, தறுதலையாகத் திரிகிறான் என்றும் ஊரில் வந்து சலவை செய்த சேட்டும் முகப்பவுடரும் போட்டபடி மாப்பிள்ளைபோல் திரிகிறான், ஆனால் தாய் கஸ்ப்படுகிறது என்று ஏளனமும் இரக்கமும் குழைத்து கலவையாகச் சிரித்தவர்களெனப் பலர் இருந்தார்கள்.

சிறிதரன் எட்டுப் பிள்ளைகளின் வரிசையில் முதலாவதாகப் பிறந்த தலைமகன். அவனது தாய் சின்னாச்சி, மலேசியாவில் குடும்பமாக ஆகோ, ஓகோ என வாழாதபோதிலும் கையும் கணக்குமாக வாழ்ந்தார். ரப்பர் தோட்டத்தில் கணக்கராக இருந்த கணவர் கந்தையா, இரண்டாம் உலக யுத்தத்தில் ஜப்பானியரால் பிடிக்கப்பட்டு அங்கிருந்து தாய்லாந்து கொண்டு சென்று பர்மா எல்லையில் பாலம் போடும்போது இறந்த ஆயிரக்கணக்கான தமிழரில் ஒருவராக இறந்தாரா இல்லை உயிர் தப்பினாரா என்ற செய்தி வராத நிலையில் இருந்தார். ஆனால் சின்னாச்சி, செய்திக்காகக் காத்திருந்து கண்கள் பூத்து கண்ணீரும் காய்ந்ததுதான் மிச்சம். குஞ்சும் குருமானாக உள்ள குழந்தைகளுடன் போர்க்காலத்தில் சின்னாச்சியால் அங்கிருந்து சமாளிக்க முடிக்கவில்லை. போர் முடிவதற்கு முன்பாக கழுத்திலும் கையிலும் உள்ள சொற்ப நகைகளை விற்றுப் பணமாக்கி ஒன்பது உயிர்களைப் பணயம் வைத்து சிங்கப்பூர் வழியாகவே சமுத்திரத்தைக் கப்பலில் கடந்து கொழும்பு வந்து சேர்ந்தார். குட்டி போட்டதால் வீட்டிலிருந்து துரத்தப்பட்ட பெட்டை நாயெனத் தகப்பனற்ற குழந்தைகளுடன் இலங்கை வந்தால் இங்கும் வரவேற்பில்லை. நிலையான போக்கிடமில்லை.

கன்னியாக கந்தையரை கலியாணம் கட்டியபோது சீதனமாக எழுவைதீவில் கிடைத்த சிறிய பாரம்பரைக் காணித்துண்டு நினைவுக்குவர இங்கு வந்தார். கிடுகு கொட்டிலாக வீட்டைக் கட்டிக்கொண்டு தலைப்பிள்ளையையாவது படிப்பிப்போமென்ற ஆவலில் சிறிதரனுக்கு பதினாலு வயதில் யாழ்ப்பாணம் அனுப்பினார். மற்றப் பிள்ளைகள் ஊரில் படித்தபோது சிறிதரனை யாழ்ப்பாணம் மத்திய கல்லுரியில் படிக்கவிட்டது விரலுக்கு மீறிய வீக்கம் என்பது சின்னாச்சிக்குத் தெரியும்.ஆனால் அவனை ஒரு துடுப்பாகப் பாவித்து மற்றவர்களைக் கரையேற்றமுடியும் என்ற நியாயமான ஆசை சின்னாச்சிக்கும் இருந்தது. அது தவறில்லையே?

சிறிதரனுக்கு மலேசியா ரப்பர்த் தோட்டத்தில் அங்குள்ள தொழிலாளர் குழந்தைகளுடன் வளர்ந்த கட்டுப்பாடற்ற வாழ்வும் மத்திய கல்லூரியில் அதுவும் ஹாஸ்டலில் நடைமுறைப்படுத்திய ஒழுக்கமான நடைமுறையும் ஒத்துவராமல் பல்வேறு திசைகளில் கிளைவிட்ட எண்ணங்ளுடன் தெனன்னந்தோப்பில் வளர்ந்த வேற்றின தனி மரமாகி நின்றான். ஹாஸ்டலில் உள்ள மாணவர்களுடன் ஒரு வருடத்திற்கு மேல் தாக்குப்பிடிக்க முடியவில்லை.

ஹாஸ்டலில் சேர்ந்த மறுநாளே சிறிதரனது உயரமற்ற தன்மையைப் பார்த்து கட்டையனென நாமகரணம் செய்தார்கள். சிறிதரன் என்ற பெயர் ஆற்றில் ஊற்றிய ஒரு குடம் நீராக மாணவர்கள் மத்தியிலிருந்து மறைந்துவிடக் கட்டையன் என்பதே அவனது பெயராக ஒட்டிக் கொண்டது. ஆனால் அந்தப் பட்டப் பெயரைக் கேட்ட ஒவ்வொருமுறையும் அவனுக்குள் ஏற்படும் கோபம் செவிக்குள் துளைத்து புழுவாகி வயிற்றுக்குள் சென்று பல்கிப் பெருகி உடலெங்கும் ஊர்வதுபோல் இருந்தது. அவர்கள்மேல் கொண்ட கோபம், அவன்மேல் சுயவெறுப்பாகி, செய்வதறியாது இரண்டு கண்களையும் அகட்டி முழிகளை உருட்டியபடி திருதிருவென அவர்களைப் பார்த்தபோது அவனைக் கட்டையனென அழைத்தவர்கள்,இப்பொழுது முழியன் என்ற மறு பெயரையும் அவனுக்கு இரண்டாவது பெயராகச் சூட்டினார்கள். வேலணையில் இருந்து வந்த மயூரன் என்பவன் இவனது வகுப்பில் எட்டாம் வகுப்பில் இரண்டாவது தடவையாகப் படித்துக்கொண்டு இருப்பவன். அவனே சிறிதரனை அதிகம் தனி எலியை ஓடவிட்டு சித்திரவதை செய்யும் பூனை போன்றவன். அதற்காக அவனே சிறிதரனால் தினத்திற்கு பல தடவை மனத்தில் சித்திரவதை செய்து கழு ஏற்றப்படுபவன்.

இருவரும் ஒருவிதத்தில் முற்பிறப்பில் தொடர்புள்ளவர்கள் என மற்றைய மாணவர்கள் பேசுவதற்கு ஏற்ப இரட்டையர் போன்ற

தோற்றமுடையவர்கள். இருவருக்கும் வட்டமான முகங்கள். பெரிய கண்கள். ஆனால் உயரத்தில் மட்டும் மயூரன் சிறிதரனைவிட ஒரு அங்குலம் மாத்திரம் உயரமாக இருப்பவன். ஆனால் மெலிந்திருப்பதால் அவனது உருவம் சிறிதரனைவிட உயரமாகத் தெரியும். மயூரன் வகுப்பின் கடைசி வாங்கிலில் இருந்தபடி கட்டையா கட்டையா என அடங்கிய குரலில் கொடுப்புக்குள் நக்கலாக சிரித்துக் கொண்டே வாய் திறக்காமல் அழைப்பான். சிறிதரன் அவனைச் சட்டை செய்யாது திரும்பிப் பார்க்க மறுத்தால் பொறுத்துக் கொள்ளமாட்டான். பொறுமையற்று கடுதாசி, பென்சில், சிறு கல்லுலென கையில் கிடைத்ததைக்கொண்டு எறிவான். அப்படி எதுவும் கிடைக்காதபோது அவனே சொந்தமாக ஒருவகைக் குண்டு தயாரிப்பான். அதில் அவன் விற்பன்னன். வகுப்பில் மயூரன் மட்டுமே உபயோகப்படுத்தும் இறுதிப் போர் அஸ்திரமாக அவனது இருக்கும். அதற்கு அவன் தவம் செய்ய வேண்டியதில்லை. அந்த அஸ்திரத்திற்கு எவரும் அடிபணிந்து சரணாகதி அடைந்துவிடுவார்கள். அதைத் தயாரிக்க அவனுக்கு அதிக நேரம் அல்லது மூலப்பொருளோ தேவையில்லை. பாதி உடைந்த சவர பிளேட்டே போதும். பெரும்பாலும் பென்சில் சீவ அக்காலத்தில் மாணவர்கள் வைத்திருந்தார்கள். உடைந்த பிளேட்டால் அவசரம் அவசரமாக அவன் அமர்ந்திருக்கும் அழுக்கான மேசையைச் சுரண்டி அதிலிருந்துவரும் அழுக்கு மரத்தூள்களை மேசையில் குவித்து, அதில் தனது பேனாவிலிருந்து மைத்துளியை விட்டு, உருண்டையாக்கி கையில் எடுத்து எறிகுண்டுபோல் பின்னால் இருந்து சிறிதரனது முதுகிற்குக் குறி பார்த்து எறிவான். அந்த மைக்குண்டு சிறிதரனது வெள்ளை சேட்டில் பட்டுச் சிதறி முதுகு முழுவதும் உலகப் படம் மைக்கறையாகத் தெரியும். ஒரு சில நாட்களில் மைக்குண்டு தவறினால் அன்று சிறிதரனது அதிஸ்டநாள். தவறி வேறொருவனது முதுகில் பட்டிருந்தாலும் இது சிறிதரனை நோக்கி எறிந்தது என அடி வாங்கியவன் பேசாது இருந்து விடுவான். மைக்குண்டெறிதலை மயூரன் செய்யும்போது பக்கத்திலிருப்பவன் ஆசிரியருக்குத் தெரியாது சத்தமற்ற சிரிப்பை வாய்வழியே வழிய விடுவான். அது கிணற்றில் போட்ட கல்லாக அலையை உருவாக்கி வகுப்பறையில் உள்ள எல்லோருக்கும் பரவும். அவனை ஆசிரியரிடம் காட்டிக் கொடுக்கமாட்டார்கள். அவர்களுக்குத் தெரியும், காட்டிக்கொடுத்தால் தங்களுக்கும் மயூரன் இதைச் செய்வான் என்பதால் மவுனத்தைக் கவசமாக்கித் தப்பித்து விடுவார்கள்.

மயூரன் தினம் வேலணையிலிருந்து ஒவ்வொரு நாளும் பஸ்சில் வரும் மாணவனென்பதால் கல்லூரி வகுப்பில் சாதாரண பாடநேரங்கள் சிறிதரனுக்கு சோதனை நேரங்களாக மாறியிருந்தன. அவனது மனத்தில்

எப்படி ஒவ்வொரு பாட நேரத்தையும் ஊன்றித் முன் தள்ளுவது என்ற சிந்தனை ஓடியபடியிருக்கும்போது ஆசிரியர்கள், கற்பிப்பதெதுவும் மூளையில் பதிவதற்குப் பதிலாக, ஒரு காதில் புகுந்து மறுகாதால் வெளிச் சென்றுவிடும். ஒவ்வொரு நாளும் சுபமாகக் கழியவேண்டுமென எழுவைதீவு முருகக் கடவுளை நேர்ந்தபடியிருந்தான். பல வேளைகளில் மயூரன் வகுப்புக்கு வரக்கூடாது. அவனுக்கு ஏதாவது நோய் நொடி விபத்து வந்து வீட்டில் இருக்கவேண்டும் என மனத்தில் நேர்த்தி வைத்தான். திங்கட் கிழமைகளில் மயூரன் வேலணையில் இருந்து வருவதால் அவனது பஸ்சுக்கு ஏதாவது விபத்து நடந்து விடவேண்டும் எனக் கடவுளிடம் வேண்டியிருக்கிறான். தனக்காகக் கடவுளிடம் வேண்டியதை விடப் பல மடங்கு மயூரனுக்கு தீங்கு நடக்கவேண்டும் என முருகனிடம் மனுக்கள் போட்டிருக்கிறான். சூரனை அழிக்க தேவர்கள் போட்ட மனுக்களிலும் அதிகமாக இருந்தாலும் இறுதிவரையும் அவனது மனுக்கள் முருகக் கடவுளால் நிராகரிக்கப்பட்டது.

இப்படியாக பாடநேரங்கள் துன்ப சாகரத்தில் கழிந்தது என்றால் அதைவிடக் கொடுமையானது மாணவர்கள் அதிகமாக விளையாடும் மதிய நேரங்கள், பாடநேர இடைவேளைகள், ஆசிரியர் வராத பாடங்கள் எல்லாம் சிறிதரனுக்கு வெறும் காலுடன் நெருஞ்சி புதர்மீது நடக்கும் காலங்கள் சொல்லி மாளாது. பாடநேரத்தில் அமைதியாக இருக்கும் மாணவர்கள் பாடம் முடிந்ததும் கட்டையா எனக் கூச்சலிடுவதும் அவனைக் கீழே தள்ளுவதுமான விளையாட்டுகளில் ஈடுபடும்போது மற்றைய மாணவர்களால் புறக்கணிக்கப்படுவதாக அவன் உணர்ந்தான். அவனால் அவர்களைப்போல் கலகலப்பாக விளையாடுவதோ பேசுவதோ முடியவில்லை என்பதே முக்கிய விடயமாக இருந்தது. அழுவதைக்கூடத் தனியாகச் செய்தான். நெருங்கிய நண்பர்களாக எவரும் அவனால் உணரப்படவில்லை. அந்தப் பெரிய கல்லூரியில் தனிமையாக இருப்பதாக அவனது நெஞ்சம் விம்மியது.

மலேசியாவில் இருந்து வந்ததால் கிரிக்கட் விளையாட்டைப்பற்றி எதுவும் சிறிதரனுக்கு அதிகம் தெரியாது. மதியத்தில் உணவுக்குப்பின் இருந்த அரைமணி நேரத்தில் மாணவர்கள் மைதானத்தில் விளையாடுவார்கள். பெயரளவில் மட்டுமே அவனுக்குத் தெரிந்திருந்த அந்த விளையாட்டு, அந்தக் கல்லூரியின் முக்கிய விளையாட்டு. அதைப் புரிந்து கொள்ளாதது முக்கிய குறைபாடாக இருந்தது. அந்தக்கல்லூரி ரீமில் விளையாடுபவர்களது பெயரையோ, அவர்களது சாதனைகளையோ தெரிந்திருக்கவில்லை. கஷ்டப்பட்டுத் தெரிந்தாலும் அதைப்பற்றிப் பேச பெயர்கள் நாக்கில் தவழ மறுப்பது தடையாக இருந்ததால் விளையாட்டைப்பற்றிப் பேசும்போது பேச்சில் கலந்துகொள்ள

முடியாது. அதனால் விளையாட்டில் புறக்கணிக்கப்பட்டான். சில வேளைகளில் அடிக்கும் பந்தைப் பிடித்துக் கொண்டுவரும் பந்து பொறுக்கும் வேலையை அவனுக்குக் கொடுத்தார்கள். உதைப்பந்தாட்ட நேரங்கள் சிறிது ஆறுதலானவை. ஆனால் எப்பொழும் அவனை கோல் கீப்பராக்கி விடுவார்கள். அத்துடன் அவனை மீறி பந்துகள் செல்லும்போது கட்டையா பிடியடா என முழு மைதானமும் கேட்க சத்தமிடுவார்கள்.

புறக்கணிப்புகள், அவமானங்கள், தனிமைகள் கல்லூரியில் மட்டுமல்ல ஹாஸ்டலிலும் தொடர்ந்தன. போதாததற்கு அங்கு உணவுப்பிரச்சனை ஏற்பட்டது. மாட்டிறைச்சியை அவனால் உண்ண முடியவில்லை. மரக்கறி அத்துடன் இடைக்கிடையே வரும் மீன் மட்டுமே அவனது உணவு. இதைவிட வேறு ஒரு விடயமும் இருந்தது. அதைச் சிறிதரனால் மற்றவர்களுக்கு வெளிச் சொல்லமுடியாது மென்றுவிழுங்கி தனக்குள் ஆழமாகப் புதைத்துக்கொண்டான். அந்த ஹாஸ்டலில் இருந்த மூத்த மாணவர்களால் அவர்களது காம உணர்விற்கு வடிகாலாகத் அவனைத் துணை போவதற்கு வற்புறுத்தப்பட்டான். அவர்கள் தங்கள் ஆண்குறிகளை அவனிடம் திணிக்க முயற்சித்தனர். உயரம் குறைவாகவும் குழந்தைத்தனமான முகச்சாயல், தசைப்பிடிப்புடன் குனிந்தபடி நடக்கும் அவன், மூத்த மாணவர்களுக்குக் கண்ணாடி ஷோக்கேசில் காட்சிக்கு வைத்த சொக்கிலட் கேக்காகத் தெரிந்திருக்கவேண்டும்.

கடைசியாகப் பரீட்சை காலத்தில் நடந்த விடயம் அவனை ஹாஸ்டலில் இருக்க முடியாது என்ற நிலைக்குத் தள்ளியது. இதுவரையும் அவனிடம் அனுதாபமாகக் கதைத்துப் பேசியவன் சிவபாலன். அங்கிருந்தவர்களில் அவனே வீபூதி பூசி சைவப்பழமாக இரவில் படுக்கும்போது தேவாரம் திருவாசகம் பாடுபவன். அவனது இந்த பழக்கத்தால் மற்றவர்கள் அவனைப் பண்டாரி என்பார்கள். சிறிதரனுக்கு இரண்டு கட்டில் தள்ளியது அவனது கட்டில். அவன் ஒரே வகுப்பில் படித்தாலும் வயதுக்கு மூத்தவன்.இதுவரையில் அவனை மட்டுமே தனது நண்பன் என நினைத்திருந்த சிறிதரனுக்கு நடு இரவில் அவன் அருகில் வந்தமர்ந்ததுடன் சிறிதரனது ஆண்குறியை பிடிக்க முயன்றதோடு தனது சூடான ஆண்குறியை சிறிதரனது கைகளில் திணித்தபோது திடுக்கிட்டு எழுந்து அழத்தொடங்கினான். சிவபாலன் இருளில் தண்ணீரெடுக்க வந்தவனாகப் பூனைபோல் சத்தமற்று தனது கட்டிலுக்குச் சென்றுவிட்டான். அதன்பின் இருவரும் பேசவில்லை. இதுவரை இவன் ஒருவனே நண்பனாக இருந்தான். அவனையும் இழந்துவிட்டேன் என்ற நினைப்பும் அவன்கூட தன்னை இப்படியா என்ற வெறுப்பும் கலந்தது. அமைதியை சிறிதரன் இழந்துவிட்டான்.

இப்படியான துன்புறுத்தல்களைத் தவிர்க்க வார விடுமுறைகளில் கொழும்புத்துறையில் திருமணமாகி வசிக்கும் ஒன்றுவிட்ட சகோதரியின் வீடு செல்வது அவனுக்கு ஆறுதலாக இருந்தது. எட்டாம் வகுப்பில் நடந்த பரீட்சை முடிந்ததும் தாயிடம் அனுமதி கேட்டுப் பெற்று அக்கா வீட்டிலிருந்து சைக்கிளில் கல்லூரிக்குப் போய்வரத் தொடங்கினான். அவனுக்கு அந்த இரண்டு வருடங்கள் மட்டும் மகிழ்ச்சியான கனாக் காலமாக இருந்தது.

6

அவனது போதாக்காலம், அந்தக் கனாக்காலம் அதிகம் நீடிக்கவில்லை. பத்தாவது பரீட்சை பாஸ் பண்ணியிருந்த காலத்தில் காதல் வைரஸ் சிறிதரனைக் கடுமையாகத் தாக்கியது. அதன் தாக்கத்திலிருந்து அவனால் மீளமுடியவில்லை. அதுவே அவனுடைய படிப்புக்கு உலைவைத்து பாதியில் கல்லூரியை விட்டு ஊருக்கு வரக் காரணமாக இருந்தது.

கொழும்புத்துறையிலுள்ள அக்கா வீட்டிலிருந்த காலத்தில் பஸ்சிற்காக காத்திருந்த மீனாவென்ற பெண்ணைக் கண்டதும் காதல் உண்டாகி, அது கண்களால் பாய்ந்து, இதயத்தில் இறங்கி அவனது உள்ளத்தை அன்றே உழுத வயலாகச் சேறாக்கியது. மீனாவும் அந்தக் காதல் சுழலில் சிக்குண்டபோதும் அதில் மூழ்காது, அவளது மூன்று அண்ணன்களும் அவளைக் காப்பாற்ற உறுதியெடுத்தார்கள். அப்படியே செய்தார்கள்.

யாழ்ப்பாணம் வேம்படி பெண்கள் பாடசாலையில் படித்த மீனா அடிக்கடி சிறிதரனைச் சந்திப்பதாக அவர்களுக்குத் தகவல் சென்றது. அந்தத் தகவலைக் கொடுத்தது அவர்களது வீட்டிற்கு முன்பாகவுள்ள விறகு காலையில் வேலை செய்யும் தம்பிராசா என்ற வயதானவர். ஆரம்பத்தில் அவர்கூட தனது வெள்ளெளுத்துக் கண்களை நம்பவில்லை. பலமுறை கச்சேரி முன்னால் அடிக்கடி இருவரும் தங்கள் சைக்கிள்களைத் தள்ளியபடி செல்வதைக் கண்டு, மீனாவின் மூத்த தமயனிடம் காதில் போட்டு வைத்தார் தம்பிராசா. மீனாவின் மூத்த தமையன் அக்வுண்டன் ஆக வருவதற்கு கொழும்பில் படிப்பவர். அவர் விடுமுறைக்கு வரும்வரை காத்திருந்து, தந்தையற்ற குடும்பத்தில் அவரே பெரியவர் பொறுப்பானவர் என்ற நல்லெண்ணத்தில் தம்பிராசா அவரிடம் சொன்னார். இதைச் சொல்லி விட்டு, 'தம்பி இது தங்கச்சியின்ரை விசயம். பொறுப்பாக விசாரி 'என்றார். மற்றைய இரு தமயன்களும் சண்டியன்களாக ஊர் சுற்றுபவர்கள் என்பது தம்பிராசாவுக்கும் தெரியும்.

மூத்த தமயன் இதைப்பற்றி தம்பிமாரிடம் பேசியபோது, இருவரையும் ஒன்றாக வைத்து கையும் களவுமாகப் பிடித்து சிறிதரனுக்கு அடிக்கவேண்டுமெனப் பொங்கினர். ஆனால் மூத்த தமையன் அதைத் தடுத்துவிட்டுத் தங்கையிடம் பேசினார்.

'மீனா, உன்னை அடிக்கடி தெருவில் ஒரு மாணவனோடு கண்டதாக தம்பிராசா அண்ணை கூறினார். அதில் ஏதாவது உண்மையுண்டா ?'

அண்ணனின் வார்த்தையை நம்பி, அப்பாவியாக மீனா உண்மையைக் கொட்டியதும் 'அவனை அழைத்துக் கொண்டு வா. நாங்களும் அவனைப் பார்க்கவேண்டும். பேச வேண்டும். அவன் நல்ல குடும்பத்துப் பையனா எனத் தெரியவேண்டும்.'என்று ஆதரவான குரலில் மீனாவை அணைத்தபடி சொன்னான் அண்ணன்.

மீனா, தமயனது வார்த்தையை நம்பியதுபோல் மீனாவின் வார்த்தையை சிறிதரன் நம்பிவிட்டான்.

அது ஒரு மார்கழி மாதத்து ஞாயிற்றுக்கிழமை: ஐந்து மணியிருக்கும்: தெருவில் அதிக வாகனங்களில்லை. மக்கள் நடமாட்டம் குறைவு. மாலைச் சூரியனது ஒளி நேரடியாக அந்த வீட்டின் மதிலிலும் பழைய துருப்பிடித்த இரும்புக் கதவிலும் விழுந்தது. நீளமான கதவின் நிழல் உள்பக்கமாக நீண்டிருந்தது. மதிலின் உள்பகுதியில் ஒரு தனி செவ்விளனித் தென்னமரம் உள்நோக்கிச் சாய்ந்து நின்றது. தெருவிலிருந்து வீடு அதிக தூரமில்லை. மணல் சொரிந்த சிறிய முற்றம். அதைச்சுற்றி வேலியோரத்தில் செவ்வரத்தைகள். இரு பக்கமும் சில குரோட்டன் செடிகளும் நின்றன.

வீட்டின் முன்பாக அமைதியான இறுக்கமான சூழல் உருவாகியிருந்தது. சாதாரணமான காலமாக இருந்தால் அந்த அமைதி அங்கு செல்பவனை தயங்கி உள்ளே செல்ல வைத்திருக்கும். குறைந்த பட்சம் இரும்புக் கதவு முன்பாக குரலைக் கொடுக்க வைத்திருக்கும். அந்த இறுக்கமான நிலையைப் பொருட்படுத்தும் நிலையில் சிறீதரன் அன்று இல்லை. அவனது நெஞ்சில் பட்டாம்பூச்சிகள் பறந்தன. இதயம் வேகமாக அடித்தபடி அவனது சட்டையை விட்டு வெளியே வரத் துடித்தது. கண்கள் புதிய இரு குமிழ்விளக்காக ஒளிர்ந்தன. ஆனந்தப் பரவசம் என்ற நிலை அவனை ஆகாயத்தில் மேகங்களின்மேல் உலாக் காணவைத்திருந்தது. அது காதல் கொண்டவர்களுக்கு ஏற்படுவதுதான்.

சிறிதரன் மட்டும் விதிவிலக்காக இருக்கமுடியுமா ?

நீலக்கோட்டு சட்டையுடன் முகத்திற்கு பவுடர் போட்டு தலையைக் கவனமாக சீவியிருந்தான். அதற்குப் பொருத்தமான வெள்ளை பாண்ட்,

காலில் கறுப்பு சப்பாத்து என்று மாப்பிள்ளைக் கோலத்தில் சைக்கிளில் வரும்போது அடிக்கடி கையைத் தலைமேல் வைத்து காற்றிற்குத் தலை குழம்பாது கவனமாக இருந்தான். வழக்கத்திற்கு மாறாகத் தன்னைக் கவனித்து அலங்கரித்திருந்தான் என்பது உயர்வு நவிற்சியல்ல.

சிறிதரன், மீனா வீட்டின் இரும்புக் கதவைத் திறந்தபடி உள்ளே நுழைந்தபோது. கதவின் கிறீச் என்ற ஒலி அமைதியைக் குத்திக் கிழித்தது. அப்பொழுது முன்கதவைத் திறந்தபடி, ஆறடி உயரமான பச்சைச் சரத்தைத் தூக்கி கட்டியபடி பெரிய தொங்கு மீசையும் உடல் எங்கும் உரோமத்துடன் வந்த மூத்த தமயன் 'நீ உள்ளே போ 'எனச் பின்னால் தொடர்ந்த தங்கையிடம் சொன்னான். எதற்கும் பதில் சொல்லாது மீனா உள்ளே சென்றதும் மீனாவை உள்ளே வைத்து வைத்து அறைக்கதவைப் பூட்டிவிட்டான் மூத்த தமயன்.

அப்பாவியாக முற்றத்திற்கு வந்த சிறிதரன், திடிரென எதிரே தோன்றிய இரண்டாவது தமயனிடம் மீனாவை விசாரித்தபோது, கடைசித் தமயன் வீட்டின் பின்புறத்தால் வந்து எந்த கேள்வியும் இல்லாது 'முளைத்து மூன்றிலை விடவில்லை. பொம்பிளை கேட்கிறதா' எனக் காதைப் பொத்தி அடித்தான். அந்த அடியில் சிறிதரனுக்கு பூமி சுழன்றது. அரை வட்டமாக சுழண்டுவிட்டு குனிந்தான். உள்ளே இருந்த வந்த மூத்த தமயன் அவனைத் தடுத்தபோது இரண்டாவது தமயன் அடித்தான். அவன் நிறுத்தவில்லை.தொடர்ச்சியான அவனது அடிகள் கன்னத்தில் விழுந்தன. முகத்தை இரு கைகளால் சிறிதரன் மறைத்தபோது தோளிலும் முதுகிலும் அடிகள் விழுந்தன. தன்னைப் பாதுகாக்க நிலத்தில் குப்புற விழுந்தபோது வாய், முற்றத்து மண்ணைக் கவ்வியதால் மண் கரித்தது. அப்படியே கிடக்க நினைத்தவனை இரண்டு இளைய தமையன்கள் கழுத்துச் சட்டையைப் பிடித்துத் தூக்கி நிறுத்தி மீண்டும் முதுகிலும் கன்னத்திலும் அடித்தனர். அப்பொழுது 'டேய் அவனை அடித்துக் கொன்று விடாதீர்கள்' என்று நடுவே சென்ற மூத்த தமயன் தடுத்தான். ஆனால் அவர்களில் ஒருவன் வீட்டின் பின்பக்கம் ஓடிச்சென்று கயிற்றுடன் வந்தான். இருவரும் குனிந்தபடி நின்ற சிறிதரனை இழுத்துக் கொண்டு சென்று கேற்றின் அருகே நின்ற தென்னையில் கயிற்றால் கட்டினார்கள்.கையில் ஒரு கயிற்றின் ஒரு முனையை வைத்து கொண்டு நின்றான் கடைசி அண்ணன்.

தென்னை மரத்தில்கட்டியிருந்த சிறிதரனது தலை மயிர் பல திசையில் கலைந்து முகத்தில் கண்ணீர் ஓடையாக ஓடியது. சேட் தோளிலும் முன்பகுதியிலும் கிழிந்து உடல் வெளித் தெரிந்தது. கன்னத்திலும் முதுகிலும் இரத்தம் வராதபோதும் காயங்கள் சிவந்து அவனை வரிக்குதிரையாக்கின.

இந்தக் காட்சியைப் பார்க்க முடியாதபோதிலும் அறையின் உள்ளிருந்து மீனாவால் கேட்க முடிந்தது. சிறிதரனுக்கு அண்ணன்கள் அடிப்பதைக் கேட்டபோது 'தயவு செய்து அடிக்கவேண்டாம். அவரில் பிழையில்லை. என்னில்தான் பிழை. பெரியண்ணா அவரை விடுங்கோ. உங்களை நம்பித்தானே அவரை வரச்சொன்னேன்' எனப் பூட்டிய வீட்டிலிருந்து கதறினாள்.

அந்தநேரத்தில் வெளியே சென்றிருந்த மீனாவின் அம்மா பார்வதி, கையில் ஒரு சீலைப் பையுடன் உள்ளே நுழைந்தார். அப்போது தென்னைமரத்தில் கட்டப்பட்டிருந்த சிறிதரனையும் கையில் கயிற்றுடன் நின்றிருந்த கடைசி மகனையும் பார்த்து —

'என்ன செய்கிறியள் துலைவாரே ?' எனக் கேட்டு பதற்றமாகக் கையிலிருந்த காய்கறிப் பையை நிலத்தில் போட்டார்.

'இல்லை இவன்தான் மீனாவுக்கு பின்னால் திரிந்தவன்' என்றான் இளையவன். அவனே அதிகம் அடித்தவன்.

'அவள் விரும்பாமலா இவன் திரிந்தான்? அவுட்டு விடுங்கடா முட்டாள் பயல்களே 'என்று சொல்லிக் கொண்டு அவர்களை எதிர்பாராது 'தம்பி இவன்கள் முரட்டுப் பயல்கள். உன்னைக் கொன்று விடுவாங்கள். இந்தப் பக்கம் வாராது போய்ப் படி. உங்கம்மா நீ நல்லாப் படிக்கவேணும் எண்டு உன்னில எவ்வளவு நம்பிக்கை வைத்திருப்பா. அந்த நம்பிக்கையைக் கெடுக்காதே 'என்று அவனுக்கு ஆதரவாகச் சொன்னா. அவனது சேட்டுக் கிழிந்து வெளித்தெரிந்த முதுகில் கையை வைத்து ஆறுதலாகத் தடவி விட்டா.

கால்களை இழுத்து நொண்டியபடி, தலை குனிந்தபடி கிழிந்த சட்டையுடன் வாயில் அப்பிய மண்ணைத் துடைத்துக்கொண்டு நடந்தான் சிறிதரன். கண்ணீர் சிந்தியபடி சிவந்த முகத்துடன் சிறிதரன் கதவைத் திறந்து போய், வெளி மதிலில் சாத்தியிருந்த சைக்கிளில் ஏறும்வரை காத்திருந்துவிட்டு உள்ளே வந்து கேட்டை மீண்டும் சாத்திய மீனாவின் தாய் 'எங்கேடா மீனா, அவளை என்ன செய்தீர்கள்? என்றபோது அறையின் உள்ளிருந்து 'அம்மா' என்ற தீனமான அழுகுரல் கேட்டது.

மூத்தமகனுக்கு முதுகில் அடித்து, 'அந்த இரண்டும் முட்டாள் பயல்கள். நீ படித்தனி. உனக்குக்கூடப் புரியவில்லையா? தவறு இரண்டு பக்கமும் இருக்கும்போது ஒருவரைத் தண்டிப்பது நியாயமா? இவள் விரும்பாமலா அவன் பின்னால் திரிந்தான்?" என்று மீனாவினது அறையைத் திறந்தார்.

‘அம்மா’ எனக் காலடியில் விழுந்தாள் மீனா.

o0o

அன்றிலிருந்து உடைந்து சிதறிய இதயத்துடன் மீண்டும் கல்லூரிக்கு சிறிதரன் போகவில்லை. அவனது மூன்று வருடங்களான யாழ் மத்திய கல்லூரிப் படிப்பு முடிவுக்கு வந்தது. காதல், கல்லுரிப்படிப்பு இரண்டிலும் தோல்வியை முதுகில் சுமந்தபடி சில நாட்களில் எழுவைதீவுக்கு வந்து சேர்ந்தான்.

மனத்தில் சாந்தியில்லை. மனத்தில் தொடர்ச்சியான எரிமலையின் கொந்தளிப்பு. அங்கு மத்தியில் கோறைபோன்று வெறுமையிருந்தது. அங்கு ஆத்திரம், அவமானம், வக்கிரம் எனப் பல வகையான உணர்வுகள் கலந்து நிறைந்திருந்தது. அவனது இளவயதில் அரும்பிய முதற்காதல் பூக்க நினைத்தபோது கருக்கப்பட்டது. அதனது விளைவுகள் அவனை கசப்பான இளைஞனாக்கியது.

மீனாவின் சகோதரர்களால் அந்த ஞாயிறு அந்தி நேரத்தில் தலையிலும் தோளிலும் பலமாகத் தாக்கப்பட்டுக் கேற்றுக்கருகே நின்ற தென்னைமரத்தில் கட்டி வைத்த அவமானம் வேறு எவருக்கும் தெரிய வாய்ப்பில்லை. உயரமான மதில்கள். அத்துடன் அந்த நேரத்தில் எவரும் வீதியால் போகவில்லை. ஞாயிற்றுக்கிழமை விடுமுறைநாள் என்பதால் விறகுகாலை மூடியிருந்தது. சேட்டுப் பல இடங்களில் கிழிந்து சட்டையின் பொத்தான்கள் அறுந்து முகத்திலும் முதுகிலும் ஏற்பட்ட கண்டலான காயங்கள் சைக்கிளிலிருந்து விழுந்ததால் ஏற்பட்டது என கொழும்புத்துறை அக்கா வீட்டில் சொல்லியபோது குரல் கம்மியது. அழுகையை அடக்கியபோதும் கண்ணீரையும் கோபத்தையும் மறைக்க முடியவில்லை. அடிபட்டபாம்பாக அவன் நின்றபோது அத்தான், சைக்கிளில் விழுந்தது ஒரு விபத்துத்தானே? அது எவருக்கும் எப்பொழுதும் ஏற்படலாம். அதற்கு ஏன் ஆத்திரப்படுகிறாய் எனச் சாதாரணமாக கேட்டார். “நானாக விழவில்லை. எதிரில் வந்தவர்களால் தள்ளப்பட்டே விழுந்தேன். அவர்கள் அந்தப்பகுதி சண்டியர்கள். நான் என்ன செய்யமுடியும்” என்ற அத்தானிடம் பாதி பொய்யும் பாதி மெய்யுமாகச் சொன்னபோது அத்தான் அதை நம்பிவிட்டார்.

‘கவலைப்படாதே அவர்களும் விழுவார்கள் ஒரு நாள். அப்பொழுது நீ சிரிப்பாய் ‘எனத் தத்துவமாகச் சொல்லிவிட்டு மீண்டும் ‘அக்கா மருந்து போட்டு விடுவார்’ என்றார்.

அதன் பின் அக்கா அரைத்த மஞ்சளைச் சூடான நல்லெண்ணெய்யில் கலந்து மயிலிறகால் தடவியபோது பொய்சொல்லி அக்கா அத்தானை

ஏமாற்றுகிறேன் என்ற குற்ற உணர்வு அவனை சவுக்காலடித்தது. உண்மையில் உணவு, வசிப்பிடம் என ஆதரவு தந்து கவனித்த அக்காவையும் அத்தானையும் ஏமாற்றுகிறேன் என்றபோது தனது தவற்றிற்குப் பழுக்க காச்சிய இரும்பால் அக்கா சூடுபோட்டாலும் தாங்கமுடியும் என்ற நினைவே அவனுக்கு மனத்திலிருந்தது. பொய்யால் ஏற்பட்ட அவமானத்தை மற்றவர்களிடமிருந்து மறைத்தாலும் அவனை நிழலாகத் தொடர்ந்த அந்த அவமானத்தை அவனால் துடைத்தெறிய முடியவில்லை. வெளிக்காயங்கள் இரண்டு கிழமைகளில் ஆறிவிட்டன. அதற்காகக் காத்திருந்து, அதன் பின்னரே எழுவைதீவுக்கு வந்தான் ஆறாதவை மனத்தில் ஏற்பட்ட காயங்கள். அவைதான் உண்மையில் மற்றவர்கள் அறியாத ஊமைக்காயங்கள். அவை ஆழமானவை. அவை இலகுவாக ஆறாது.

எழுவைதீவு போன்ற சிறிய ஊரில் எங்கு தேடி அலைந்தாலும் மதுவோ நண்பர்களோ இலகுவில் கிடைக்காது. எவரிடமும் சொல்லி வேதனைகளைப் பகிர்ந்து கொள்ளமுடியாது. அப்படியாக மற்றவர்களோடு பகிரும் தன்மையும் சிறிதரனுக்கு இல்லை. தனது ஊமைக்காயத்தை நக்கி நக்கி மேலும் ரணமாக்கும் அந்த வேதனையில் அழுந்துவதற்கான காலநேரங்கள் சிறிதரனுக்கு எழுவைதீவில் அதிகமுள்ளது. அவனால் கண்ணாடிக் குவியத்தூடாக பல்வேறு கோணங்களில் வர்ணங்களில் அவனது தோல்வியைப் பார்க்க முடிந்தது. அப்போது அவனது தோல்வி பூதாகரமாகி எரிவாயு ஏற்றிய பலூனாக வானத்தில் மிதந்தது. அவனால் யதார்த்தமாக தன்னினைவுகளைப் புவிக்குக் கொண்டுவர முடியவில்லை. தனது நிலைக்கு யாரையாவது பொறுப்பாக்க வேண்டும். பாரத்தை யார் மேலாவது சுமத்தவேண்டும். பலியாடு தேடவேண்டும்.

இளம் வயதில் பெற்றோரை விட்டால் யார் இலகுவில் கிடைப்பார்கள்?

ரப்பர் தோட்டத்தில், தொழிலாளர் பிள்ளைகளோடு உலகத்தை அறியாது தான்தோன்றியாக, நகரத்தின் கலாச்சார வாசனைகூட நுகராத சிறிய உலகத்துள் என்னை பெற்றோர்கள் சிறையில் வைத்து வளர்த்து விட்டார்கள். தனக்குப் பின்பு ஏழு பிள்ளைகளைப் பெற்றது மூலம் தாயும் தந்தையும் ஏற்கனவே பெற்ற பிள்ளைகளது அடிப்படைத் தேவைகளான உணவு, உடை, கல்வி எல்லாவற்றையும் புறக்கணித்து எந்த பொறுப்புணர்வுமற்று நடந்துகொண்டார்கள் என்ற இளக்காரம் ஏற்பட்டது. அவர்களது உடல் இன்பத்திற்காக இப்படி வரிசையாகப் பெற்றுத் தள்ளியிருக்கிறாரகள். குறைந்த பட்சம் அவர்கள் நகரத்தில் குடியேறி இருக்கலாம். அல்லது கொஞ்சம் அறிவைப் பயன்படுத்தி

யப்பான்காரன் வரமுதலே வெளிக்கிட்டிருக்கலாம். அதைச் செய்யாது இறுதி வரையும் மலேசியாவிலிருந்தது முட்டாள்தனம். யப்பான்காரரிடம் தந்தை பிடிபட்டது அவனுக்கு பரிதாபமாக தெரியவில்லை. முட்டாள்தனமான நடந்து கொண்டார்கள் என நினைக்க வைத்தது. இடையிடையே சகோதரர்களுக்குப் பயந்து மீனா தன்னைக்காட்டிக் கொடுத்துவிட்டாளா என்ற சந்தேகமும் அடிக்கடி வந்தபோது அந்த நினைவு மேலும் மனத்தைக் கொத்தி காயத்தை மேலும் ஆழமாக்கியது .

இவற்றைத் தவிர, யாழ்ப்பாணத்தில் படிப்பை அரைவாசியில் விட்டு வந்தபின் வேலைக்குப் போவதற்கு இன்னமும் அவன் மனம் தயாராகவில்லை. அதற்கு உதவுவதற்கு எவரும் இல்லை. 10 ம் வகுப்பு படித்த சான்றிதழ் இருந்தாலே எந்த வேலைக்காவது விண்ணப்பிக்கலாம் என்ற நிலையிருந்தது.

இந்தநேரத்திலே போஸ்ட் ஆபிஸ் வரும்போது புதிதாக வந்த பிலிப் வானொலியிலிருந்துவரும் வர்த்தக ஒலிபரப்பின் சினிமாப் பாடல்கள் அவனுக்கு இதமாக இருந்தது. தொலைந்த காதல் நினைவுகளை மீண்டும் ஊஞ்சலாட வைத்தது. ஆரம்பக்காலங்களில் வானொலி போட்டால் வெளியே இருந்து ரசித்தவன் பலதடவைகள் மாமரத்தின் கீழும் நின்று ரசித்தான்.

இளம் பையனாக சினிமாப் பாடலைக் கேட்பதில் அவனுக்கிருந்த ஆர்வத்தை வாத்தியார் வீட்டில் எவரும் தவறாக நினைக்கவில்லை. அத்துடன் தேசம் விட்டு குழந்தைகளுடன் வந்து குடியிருக்கும் அவனது தாய் சின்னாச்சியின் மேல் சிவசாமி வாத்தியாருக்கும் அனுதாப உணர்வே இருந்தது.

பெரும்பாலாக நாட்களில் வாத்தியார் வீட்டில் தொடர்ச்சியாக வானொலி பாடும். சிலநாட்களில் வேலைப் பளுவில் வானொலி போடாதபோது சிறிதரன் வந்து போடுவதை அனுமதிக்கப்பட்டான்.

பாகம் நான்கு

1

மாமா இறந்துவிட்டார்.

இரண்டு கிழமைகள் ஊரில் நின்றபோது, ராமலிங்கம் களவாகத் தனிப்பனைக் கள்ளும் நான் ஆச்சியிடமிருந்து பொரித்த மீனுமாக மாமாவுக்குக் கொடுத்து வந்தோம். மாமா வந்து சில நாட்களில் எங்கள் மனத்தில் ஒரு கதாநாயகனாகிவிட்டார். அவரை எமக்கு நினைவில் பதிய வைத்த ஒரு சம்பவம், அது வேறு கதை.

ஏற்கனவே உடல் நோயுற்ற மாமாவின் நிலைமை மோசமடைந்தது. வீட்டில் உள்ளவர்களுக்கு மருத்துவ வசதி இல்லாத ஊரில் ஏதாவது நடந்தால் எதுவும் செய்ய முடியாது போய்விடும் என்ற பயம் அரவமாக எல்லோர் மனங்களிலும் ஊரத் தொடங்கியது. அத்துடன் மரணத்தின் இறுதிக் காலத்தில் மனைவி குழந்தைகளுடன் இருக்கவேண்டுமென்ற நினைவுகளால் மாமாவை மன்னாருக்கு அனுப்பவேண்டும். ஆனால் தனியே அனுப்ப முடியாது. யாருடன் அனுப்ப முடியும்? என்ற கேள்வி இருந்தது.

இந்த நேரத்தில் ராமலிங்கம் போவதாக முன்வந்தபோது தாத்தா கவலைப்பட்டார். போகும்போதோ வரும்போதோ பொலிசில் பிடிபடாமல் இருக்கவேண்டும். ஏற்கனவே கள்ளத்தோணியாக வந்தது. போதாதற்கு சிறிதரனை கத்தியைக் கழுத்தில் வைத்து வெருட்டியது எல்லாம் அவரது மனத்தில் எச்சரிகையாக இருக்கவேண்டுமென நினைக்க வைத்தது. ஆனால் ராமலிங்கத்திற்கு அந்தப் பயமில்லை. நாட்டை விட்டு புதிய தேசத்திற்கு கடலில் வந்தவனுக்கு இது பெரிய விடயமாக இருக்கவில்லை. ஓரிரு தடவை தாத்தாவுடன் ஊர்காவற்றுறை மட்டும் போய் வந்தாலும் இதுவரை யாழ்ப்பாணம் போகவில்லை. ஆனால் இறுதியில் தாத்தா சம்மதித்தார்.

ராமலிங்கம் மாமாவோடு மன்னார் போய் அங்கு அவரை விட்டுவிட்டு, மீண்டும் ஊர் திரும்பியது தாத்தாவுக்கு உயிர் வந்தது போலிருந்தது.

மாமிக்குக் குழந்தை பிறந்த நாளில் மாமா இறந்தார் என்ற செய்தியால் சில மாதங்களில் முழுக் குடும்பமும் மன்னாருக்குப் போகவேண்டிய கட்டாயம் வந்தது. தாத்தா ஆச்சி இருவரும் மிகவும் பாதிக்கப்பட்டு மீண்டும் பழைய நிலைக்கு வர சில காலமெடுத்தது. மாமா எங்களுடன் நின்ற காலம் எனக்கு மறக்கமுடியாதது .

o0o

சிறிதரனால் உருவாக்கப்பட்ட புயல், கரை கடந்து செல்ல ஒவ்வொருவருக்கும் வெவ்வேறு காலங்கள் எடுத்தது. மற்றவர்களுக்கு ஒரு சம்பவமாக சில நாட்களில் பழகியநிலைக்கு எல்லோரும் வந்துவிட்டார்கள். அம்மாவுக்குக் கணை தைத்த ஆழமான காயமாக ஆறிக் குணமாக நாட்கள் எடுத்தது. காலில் மிதிபட்ட மலத்தை கவனமெடுத்து கழுவு துடைப்பதுபோல் இந்த சம்பவம் கிழமைஇ பத்து நாட்கள் எடுத்தது.

தம்பி நடக்கத் தொடங்கிய காலமானதால் அவனைக் கண்காணிப்பது, உணவளிப்பது, கழுவித் துடைப்பது போன்ற விடயங்கள் தபால் கந்தோர் வேலையோடு அம்மாவை எந்த இடத்திலும் ஆற அமர விடவில்லை. குந்தியிருந்து நடந்தவற்றை வெற்றிலை பாக்கோடு மென்று அசை போடுவதற்கு அனுமதிக்கவில்லை. இது பெண்களுக்கே பொதுவானது. அவர்களுக்கு ஆண்கள்போல் ஒன்றை நினைத்துக்கொண்டு பழி வாங்கவோ அசை போடவோ மதுவைக் குடித்து மீண்டும் நினைவுகூரவோ குடும்பமோ சமூகமோ அனுமதிக்காது. அவகாசம் கொடுக்காது. அந்தந்த இடத்தில் விடயத்தை, நினைத்ததைப் பேசிவிட்டுப் போய்விடவேண்டும். அவர்கள் அதிகம் பேசுவதும் இதனாலேயோ தெரியவில்லை. பேசி முடிந்ததும் மனத்தின் அழுத்தத்தை , வலியை, சுமையை இறக்கிவிடுவார்கள். பேச்சு அவர்களுக்கு ஒரு சர்வ நிவாரணியாகிவிட்டதோ ?

அம்மாவின் இயக்கம் பழைய யந்திரப்படகாக மெதுவாக ஆரம்பித்து பின்பு வேகமாகியது. ஒரு ஞாயிற்றுக்கிழமை சீனியம்மாவை இழுத்துக் கொண்டு கடலுக்குப் போனார். இம்முறை கட்டாயமாக என்னை வரவேண்டாம் என்றார். எனக்கும் வாசிக்க கல்கி வார இதழ் வந்திருந்தது.

சனிக்கிழமை மன்னாரிலிருந்து மாமா ஊருக்கு வந்திருந்தார். இது விடுமுறைக்கானதோ அல்லது பெற்றாரைக் காண்பதற்காகவோ

வரவில்லை. இறுதி வரவாக இருந்தது. மாமா வந்தது வீட்டில் எவருக்கும் மகிழ்வைக் கொடுக்கவில்லை. ஏற்கனவே சாராயம் குடித்து அவரது ஈரல் கருகிவிட்டதாகப் பேசினார்கள். அவரது வாழ்வு சில காலம் என்ற கவலை ஆச்சி தாத்தா எல்லோரையும் மழைக்கால இருளாக மூடியிருந்தது. அக்காலத்தில் மாமிக்குக் குழந்தை வயிற்றிலிருந்ததால் கொஞ்ச நாட்களாவது எழுவைதீவில், தந்தையோடு இருந்தால் குடிப்பது குறையும். அப்படிக் குடித்தாலும் கள், சாராயத்துடன் ஒப்பீட்டில் பாதகமில்லை என்ற எண்ணத்தில் அனுப்பியிருந்தார்.

மாமா, தாத்தாவின் இரண்டாவது மகன். ஆறடி உயரமான அழகான மனிதர். ஆரம்பத்தில் விவசாய உத்தியோகஸ்தராகப் பதவியேற்று மன்னார் சென்றவர், அங்கு காதல் திருமணம் முடித்துவிட்டார். அங்கு விவசாய உத்தியோகஸ்தர் வேலையைக் கைவிட்டு மன்னார் நகரில் விதானை வேலையை எடுத்தார். பொலிசார் குறைந்த காலங்களில் விதானை வேலை என்பது ஊரில் அதிகாரமான உத்தியோகம். ஊரில் எதற்கும் விதானையின் கடிதம் கொண்டுவா என்பார்கள். கிராமங்களில் அவர்களே மக்களை அரசுடன் இணைக்கும் சங்கிலியின் இறுதிக் கண்ணியாகும். மன்னார் இந்தியாவிலிருந்து 22 மைல் தூரமானதால் அக்காலத்தில் தென்னிந்தியர்கள் வந்து இறங்குமிடம். வந்தவர்கள், இலங்கையின் பல பக்கங்களிற்கும் பின்பு செல்வார்கள். அக்காலத்தில் அடையாள அட்டைகள் இல்லை. அதற்குப் பதிலாக அறிமுக கடிதங்கள் ஊரில் விதானையிடமிருந்தே கொண்டுவர வரவேண்டும். காணி உறுதிகள், பிறப்பு இறப்பு பத்திரங்கள் பெறுவதற்கு மட்டுமல்ல கச்சேரியிலோ மற்றைய அரச கந்தோர்களிலோ எந்த வேலை நடக்கவும் விதானையார் வேண்டும். அக்காலத்தில் லஞ்சம் வெகுமதி எனப் பணம் பெருமளவில் முளை விடாத காலம். அதனால் விதானையாருக்கு சந்தோசம் செய்வதற்கு எல்லாரும் சாராயப் போத்தல்களை அன்பளிப்பு செய்தார்கள்.

ஆரம்பத்தில் சந்தோசத்துக்காக மட்டும் குடித்த குடி, பிற்காலத்தில் குடிக்காத நாள், வாழாத நாளாகிவிட்டது. மாமாவின் உடல் நோய் கண்டது, ஒரு நாளிலோ வருடத்திலோ இல்லை. மாமாவின் கல்லீரல் தன்னால் முடிந்தவரை ஓவட்டைம் செய்து பார்த்தது. கடைசியில் அதுவும் இனிமேல் எதுவும் செய்ய முடியாது என்று தற்கொலை செய்தது. அது நீரில் மூழ்கியதால் வயிறு வீங்கியது. கல்லீரல் கருகியதால் வயிற்றில் நீர் பிடித்துவிட்டது என்றார்கள். மாமாவின் வயிறு கர்ப்பமாக ஊதியது. இந்தக் கடைசிக் காலத்தில்தான் மாமா எழுவைதீவுக்கு வந்தார்.

அவரை பாராமரிப்தற்கு ஆச்சி கவனமெடுத்து பத்தியமாக அரைத்துச் சமைத்ததுடன், நாங்களிருக்கும் போது நீ போகப் போகிறாயே!

நாங்கள் பெற்ற பிள்ளைக்குக் கடன் செய்ய ஏதோ முற்பிறப்பில் பாவம் செய்திருக்கிறோம் எனத் தொடர்ச்சியாகக் கண்ணீர் விட்டதை நான் கண்டேன். அக்காலத்தில் ஆச்சி பேரப்பிள்ளைகளை மறந்துவிட்டது. தாத்தாவை மறந்துவிட்டது. மாமாவுக்கு உணவை வாயில் தீத்தாத குறையாகக் கொண்டு வந்து மாமா போதும் எனத் தடுத்தபோதும் உணவைக் கொடுக்கும். நாற்பத்தைந்து வயதான மாமாவை, செங்கமாரி காலத்தில் என்னை பராமரித்ததுபோல் கொழுப்பு, உறைப்பு, உப்பு, இல்லாது தனியாக உணவு சமைத்துக் கொடுத்தது. ஆச்சரியத்தில் அந்த வயதில் தாய் மகன் உறவைப் பார்த்தேன். அந்தக் காலத்தில் அம்மா எங்களைப் பராமரிக்கும் நிலைக்குத் தள்ளப்பட்டார்.

சாறனை வயிற்றில் தளைய கட்டியபடி, மாமா அக்காலத்தில் கோயிலுக்கு நேர்த்தி வைத்து தலையில் குடம் வைத்து அடியளக்கும் பெண்ணாக பாதங்களை வைத்து நடப்பார். உடலில் தசைகள் மறைந்து எலும்பைத் தோல் மூடியிருந்தது. தோள்கள், மார்புகள் வயிற்றோரமாகக் கீழிறங்கியிருந்தது. அவரது உடல்— உயிர் இரண்டும் வேண்டா வெறுப்பான தம்பதிகள் விவாகரத்துக்குமுன் அதிக ஒட்டு உறவற்று இருப்பதுபோல் தெரிந்தது. அவரது உப்பிய வயிற்றிலிருந்து சாறம் அடிக்கடி கீழ் நழுவ, மீண்டும் மீண்டும் கையால் பிடித்து மெதுவாகக் கட்டுவார். வீட்டிலிருக்கும்போது சேட்டோ பெனியனோ போடுவதில்லை. நெடிய அவரது உருவம் அப்படியே நிமிர்ந்திருந்தது. முகத்தில் எதுவித சோகமும் இல்லை. ஒளியற்ற மங்கிய கண்களுடன் சிரித்தபடியே மாமா தவம் செய்யும் முனிவராகத் தனது இறப்பை எதிர்பார்த்துக் காத்திருந்தார். ஆச்சி மட்டும் அவன் சாகப் போறான் சாகப்போகிறான் என அழுது தீர்த்தது. வீட்டிலுள்ள மற்றவர்கள் தேதி குறிக்கப்பட்ட ஒரு விடயம் நடக்க இருக்கிறது என்று பேசியோ சொல்லியோ கவலைப்பட்டு எதுவித பிரயோசனமில்லை என நினைத்தபடி எங்கள் குடும்பத்தில் மரணத்தை எதிர்பார்த்துக் காத்திருந்தனர்.

மாமா வந்த அடுத்த நாள் ஞாயிற்றுக்கிழமை. காலை நேரம் அம்மா கடலுக்கு மட்டி எடுக்கப் போயிருந்தார். ஒவ்வொருவரும் தங்கள் வேலைகளிலிருந்தனர். காலை வெயில் சுரீரென வீட்டின் இரும்புக் கதவில் அடித்து அதிலுள்ள இரும்புக் கம்பிகளின் உட்பகுதியால் பச்சைநிற சீமந்து நிலத்தில் கட்டித்தங்கமாக விழுந்திருந்தது. அந்த வெயிலின் ஒளிக் கற்றைகளில் மஞ்சள் துகள்கள் கண்ணுக்குப் புகையாகத் தெரிந்தது. அப்படித் தெரிந்த வெயிலில் ஒரு நிழல் விழுந்து அந்த காட்சியை மறைத்தபோது நான் மாமரத்தின் கீழ் நின்று நிமிர்ந்து பார்த்தேன். என்னருகே டார்சான் நின்று குலைத்தது. வந்த

உருவம் சில அடிகள் பின்வாங்கியது. நான் 'ஏய் டார்சன்' என்றதும் குரைப்பை நிறுத்தி வாலையாட்டியது. வாசலுக்கு மாமா சென்று கேட்டைத் திறந்தபோது ஒருவர் உள்ளே வந்தார். வெள்ளை வேட்டி வெள்ளை சேட்டு போட்டிருந்தார். உள்ளே உள்ள பெனியன் தெரிய முதல் பொத்தானைப்போடாது விட்டிருந்தார். கழுத்தில் ஒரு சங்கிலி போட்டிருந்தார். நாற்பது வயதிருக்கும். அந்த பொதுநிறமான மனிதரது முகம் முற்றாகச் சவரம் செய்யப்பட்டிருந்தது. அவரது சேட் பக்கெட்டுள் ஒரு கருப்பு வெள்ளை கோடுகள் கொண்ட லேஞ்சியும் எட்டிப் பார்த்தபடி இருந்தது. இப்படி அழகாக உடுத்தியவர்கள் அதிகம் எழுவைதீவுக்கு வருவதில்லை. அப்படி உடுத்தினாலும் வெயிலும் அதனால் ஏற்படும் வேர்வையும் அந்தக் கோலத்தை அழித்துவிடும்

உள்ளே வந்தவரை எதிர்கொண்ட மாமா 'என்ன வேணும்?' என்றபோது அந்த மனிதர் தனது பொக்கட்டிலிருந்து லேஞ்சியை கையால் எடுத்து முகத்திலுள்ள வேர்வையைத் துடைத்துக்கொண்டு 'உங்களிடம் கருவாடு வாங்கலாமா?' என்று சிரிப்பற்று கழுத்தை நெளித்தபடி அலட்சியமாகக் கேட்டார்.

அப்பொழுது மாமாவின் சிரித்த முகம் திடீரென காலையில் பெய்த மழையில் கரைந்த வாசல்கோலமாக மாறியது. கண்கள் சிவந்தது. ஒரு காலை பின்னால் வைத்து தன்னை ஸ்தரப்படுத்திவிட்டு வயிற்றில் கட்டிய சறத்தை அவிழாது ஒரு கையால் பிடித்தபடி வலது காலால் எட்டி அந்த மனிதனது வயிற்றில் உதைத்தார். அந்த உதை சரியாக எறிந்த பந்துபோல் மனிதனது அடி வயிற்றில் விழுந்தது. எதிர்பாராத அந்த உதையால் ஆரம்பத்தில் கால்கள் தடுமாறி பின் உடல் சுழன்று வீட்டின் இடதுபுறம் தள்ளாடியபடி தடம் புரண்ட அந்தப் புதிய மனிதரது செருப்புகள் கால்களை விட்டு விலகியதும் அந்த நேரத்தில் அங்கிருந்து சீமந்து தரை முடிந்துவிட வெட்டிய மரமாக வாழை புதரில் தொப்பென சத்தத்துடன் விழுந்தார் அவர். அந்த இடத்தில் பெரியவாழை அசைந்து நிமிர்ந்தது. ஆனால் அருகிலிருந்த இரண்டு வாழைக்குட்டிகள் மவுனமாக முறிந்து நிலத்தில் நசுக்கின. விழுந்த இடத்திலிருந்து எழாது உயிர் தப்பிய குழிமுயலாக பரிதாபமான முகத்துடன் மாமாவைப் பார்த்தார் அவர். அவரது பார்வையில் ஆத்திரமோ குரோதமோ இல்லை. மேலும் அடிவிழுமா என்ற கேள்வி மட்டும் தொக்கியிருந்தது.

மாமா அவரை நெருங்கி கையை சுட்டியபடி மறுகையால் சாறத்தை உயர்த்தி கட்டியபடி 'யாரிட்ட என்ன கேட்கிறாய்? அதுவும் எங்களது வீட்டிலேறி!' என்றபோது பதிலொன்றும் பேசாது மெதுவாகச் சமாளித்துக்கொண்டு எழுந்து. தனது உடையில் உள்ள அழுக்கையும்

இலைகளையும் தட்டினார். அவரது முகத்தில் ஏன் தனக்கு இப்படி உதை விழுந்தது என்ற அறியாமையும் அப்பாவித்தனமும் மழைக்கால அருவியாக வழிந்தது.

விழுந்தபோது எழுந்த ஓசையைக் கேட்டு தாத்தா வந்தபோது. விழுந்து எழுந்த மனிதரைக் கண்டார்.

'ஏன் தம்பி அடித்தாய்? அவர் என்ன பாவம் செய்தார்? 'பதட்டத்துடன் அவரை நோக்கிச் சென்றார் தாத்தா.

'அப்பு, அவன் எங்களிடம் கருவாடு இருக்கா என நக்கலாகக் கேட்கிறான்"

தாத்தா அந்த விளக்கத்தைப் பொருட்படுத்தாது அந்த மனிதன் அருகே நெருங்க அவர் மெதுவாக முன்னோக்கி நடந்து வந்தார்.

'தம்பிக்கு எந்த இடம்? '

'கொழும்பு '

'என்ன விடயம் ? எதற்காக இங்கு வந்தாய்?

'இல்லை, நான் கருவாட்டு வியாபாரம் செய்கிறேன். எழுவைதீவில் நல்ல பாரைக் கருவாடு கிடைக்கும் என்பதால் வந்தேன். பாலத்தில் நின்ற ரண்டு இளைஞர்கள், இந்த ஊரில் வாசலில் இரண்டு யானைகள் இருக்கும் ஒரு வீட்டில்தான் கருவாடு மொத்த வியாபாரம் செய்கிறார்கள். அவர்களிடம் தான் மற்றவர்கள் கருவாடு கொடுப்பது. எனவே அங்கு போய் கேட்கச் சொல்லி அனுப்பினார்கள் 'என்றான்.

தாத்தாவுக்குப் புரிந்துவிட்டது, யாரோ வம்பாகச் சொல்லியிருக்கிறார்கள் என்று.

'தம்பி, யாரோ வேண்டுமெனப் பிழையான தகவலை இவருக்குக் கொடுத்து அனுப்பி இருக்கிறாங்கள். இந்த மனுசன் பாவம். நீ ஏன் அடித்தனி? 'எனச் சொல்லி கொட்டகை வாசலில் கிடந்த வாங்கிலில் அவரை இருக்கச் சொன்னார். வந்தவர், வாங்கின் ஓரத்திலிருந்தபடி மாமாவைப் பயத்துடன் பார்த்தார்.

அவரது முகத்திலிருந்த பயம் போகவில்லை. அவர் இப்படியான விடயங்களுக்கு பழக்கப்படாதவர் என்பது தெரிந்தது.

'ராமலிங்கம், ஆச்சியிடம் தேநீர் வாங்கிவா' எனச் சொல்லிவிட்டு 'தம்பி எங்களில் ஆத்திரமுள்ளவர்கள் யாரோ உனக்கு தவறாகத் தகவல் சொல்லியிருக்கிறார்கள்.தெற்காலே மீன் பிடிக்கும் தொழில் செய்பவர்கள் இருக்கிறார்கள். அவர்களே கருவாடு போட்டு ஊர்காவற்துறைக்கு

ஏற்றுவார்கள். இதுவரையும் இந்த ஊரில் ஒருவரும் வியாபாரியாக இல்லை. மீன் பிடிக்கிறவர்களிடம் கேட்டால் அவர்கள் சரியான பதில் சொல்வார்கள்.

ராமலிங்கம் அந்த மனிதனிடம் தேநீர் கொடுத்தபோது 'நீர் தெற்கால் போய் பறுநாந்து கடையுள்ளது. அங்கு அவரிடம் வாத்தியார் சொன்னது என்று சொல்லிக் கேள் 'என்றார்.

'மன்னிக்கவும், நான் விடயம் தெரியாது செய்து விட்டேன். இரண்டு இளைஞர்கள் இதை எனக்குச் சொன்னவர்கள். கறுப்பாகவும் உயரமாகவும் சகோதரர்கள்போல் இருந்தார்கள். அவர்கள் சொன்ன விதத்தில் உண்மையாக இருக்குமென நானும் நினைத்தேன். '.

'அது பரவாயில்லை'என்றார் தாத்தா.

'தம்பி, என்னை மன்னியுங்கோ 'என மாமாவிடம் சொன்னார்.

'இல்லை நான்தான் உங்களிடம் மன்னிப்பு கேட்டாக வேணும். ஒருவரை ஆற அமர விசாரிக்காது அடித்தது தவறு. என்னை மன்னியுங்கோ 'என்று மாமாவும் கேட்டார். மாமாவின் முகத்தில் தேவையில்லாமல் அப்பாவியை அடித்துவிட்டேனே என்ன அந்தரமான உணர்வு அப்பட்டமாகத் தெரிந்தது.

பதினைந்து நிமிடங்கள் ஓடிய குறும்படமாக அந்தக் காட்சியை நானும் ராமலிங்கமும் அசையாது பார்த்துக் கொண்டிருந்தோம். ஒரு கிழமை அல்லது மாதத்தில் மரணத்தை எதிர்பார்த்திருப்பவர் என நினைத்த எங்களுக்கு மாமாவுக்கு இவ்வளவு கோபம் வருமென்பதோ அல்லது வந்த மனிதரை உதைக்கும் உடல் பலம் இருக்குமென்பதோ நம்ப முடியாது இருந்தது. அந்த வியப்பை மீறியபடி இந்த மனிதருக்கு எங்கள் வீட்டில் கருவாடு கிடைக்கும் எனப் பொய் சொன்ன இருவர் யார்? ஏன் அவர்களுக்கு எங்கள் மீது வன்மம்? அவர்களது வன்மத்திற்கு இந்த மனிதர் எப்படிக் கிடைத்தார் ? என்ற கேள்விகள் இப்பொழுது என் தலைக்குள் புழுக்களாக அரித்தன.

'ராமலிங்கம், இவரை பறுநாந்து கடைக்குக் கொண்டு போய் விடு. வயிற்றுக்காக ஒவ்வொரு மனிதனும் பல வகையாகப் பாடுபடுகிறான். இவர் தனது பிழைப்புத்தேடி வந்தார். இவரைத் தவறாக வழி நடத்தியவர்கள் நமதூர்க்காரர். அதற்கும் நாமே பொறுப்பு. நாமும் அவரை கஷ்டப்பட வைத்துவிட்டோம் 'எனத் தாத்தா அந்த மனிதரைக் கேற் வரையும் வந்து ராமலிங்கத்துடன் வழியனுப்பினார்.

2

யார் இந்தப் புதிய பெண்? இதுவரையும் நான் ஊரில் காணவில்லையே!

உச்சி வெயில் நேரம். கறுப்பான உடல், களைத்த வட்டமான முகம், நரை கலந்த தலைமயிர், மெலிந்த தோற்றம் கொண்ட மத்திய வயதான பெண், புள்ளி போட்ட வெள்ளைச் சீலை அணிந்து வெள்ளை மேற்சட்டை போட்டிருந்தார். முன்னும் பின்னும் கழுத்தைத் திருப்பி தயங்கியபடி எங்கள் வாசலை இழுத்துத் திறந்தபோது வழக்கமாகக் கேட்கும் கறள் பிடித்த பிணைச்சல்களின் அழுகுரல் கேட்கவில்லை.

கதவுக்கு வலிக்காது மெதுவாகத் திறக்கிறாரே! எனக்கு அறிமுகமில்லாத புதுமுகமாக உச்சி வெயில் நேரம் உள்ளே வந்தார்.

சூரியன், நெருப்பை நிலத்தில் பெரும்போக வயலாகத் தாராளமாக விதைத்துக்கொண்டிருந்தது. காற்றும் ஊரில் அதிக கடன்பட்டவராக வெளியூரில் புகலிடம் தேடிப் போயிருந்தது. தோட்டத்துக் கத்தரி மிளகாய் எல்லாம் நிமிர்ந்து பார்க்கத் தைரியமற்று வாடித் தலை குனிந்திருந்தன. வேலிக் கரையோரத்தில் படர்ந்திருந்த பூசணிக்கொடிகள் இலைகளைச் சுருக்கி வைத்த குடைகளாக்கி தங்களை வெப்பத்திலிருந்து பாதுகாத்தன.

அடித்த வெயிலைத் தடுக்க அந்தப்பெண் சீலையின் தலைப்பை மொட்டாக்காகத் தலையில் போட்டிருந்தார். உள்ளே வந்ததும் தலையைப் போர்த்திருந்த சேலையின் தலைப்பை கையால் எடுத்து தன் முகத்தைத் துடைத்தார். கழுத்தில் நகை எதுவுமில்லை. மூக்கிலும் காதுகளிரண்டிலும் சிறிய கற்கள் பதித்த மூக்குத்தியும் தோடும் அணிந்திருந்தார். வேர்வையில் அவரது சட்டை ஈரமாக உடலெங்கும் ஒட்டியிருந்தது. இடுப்பின் தசை மடிப்பில் வேர்வை மினுமினுத்தது.

திங்கள் கிழமை என்பதால் தபால் கந்தோரில் அம்மாவும் ராமலிங்கமும் வேலை செய்தார்கள். இன்னமும் இரு மணிநேரத்தில் தபால் பைகளுடன் செல்வரத்தினண்ணை பாலத்தை நோக்கி

புறப்பட்டுவிடுவார். நான் அன்று பாடசாலைக்குப் போகவில்லை. ராமலிங்கமும் தாத்தாவும் தோட்டத்திலிருந்தார்கள். மாமா வாங்கில் இருந்து தெற்கே இருந்த தோட்டத்தை வெறித்துப் பார்த்துக் கொண்டிருந்தார். மாமா தானாக அதிகம் பேசுவதில்லை. கேட்டால் பதில் சொல்வார். ஐந்துமணியின் பின்பு இறங்கி சிறிது நேரம் தெருவிற்கு நோகாது நடப்பார்.

கேற்றைத் திறந்து உள்ளே வந்த பெண், சுற்று முற்றும் பார்த்தபடி மெதுவாக அடிவைத்து தயக்கத்துடன் மாமாவைக் கடந்து தபால் கந்தோரின் யன்னலருகே சென்று ஒரு கையால் கம்பியொன்றைப் பிடித்தபடி உள்ளே பார்த்து 'தங்கச்சி 'என்றார்.

கந்தோரின் உள்ளிருந்த அம்மா திரும்பி யன்னலூடாக பார்த்துவிட்டு 'சின்னாச்சியக்கா' என்றபோது இவரே சிறிதரனது தாய் என எனக்குப் புரிந்தது. கடந்த ஒரு மாத காலமாக எங்கள் வீட்டில் காதில் அடிபட்டு நெஞ்சில் ஆழமாகப் பதிந்திருந்த பெயர். ஆனால் நான் இதுவரை சந்திக்கவில்லை.

என்ன நடக்கிறது என்ற எண்ணத்துடன் சென்று கந்தோரின் அருகே பூனையாக நடந்து யன்னலின் வெளிப்பகுதியில் அருகிலிருந்த தபால் பெட்டியில் ஏறி அமர்ந்தேன். அருகே போவது கண்டால் அம்மா ஏன் விடுப்புக் கேட்கிறாய் எனப் பேசுவதற்கு வாய்ப்புள்ளது. தபால் பெட்டி யன்னலுக்கு விலகிக் கண்படாத தூரத்திலிருந்தாலும் எந்தக்கதையும் கேட்கும் தூரம் என்பது எனக்குத் தெரியும்.

அம்மாவே 'என்ன வேணும்? 'என்று சின்னாச்சியைக் கேட்டார்.

'இல்லை. ஒரு கடிதம் வந்ததா என்று விசாரித்துப்போக வந்தேன்' வார்த்தைகள் வெட்டிய பாக்குத் துண்டுகளாக வெளியே விழுந்தன.

'கடிதம் வந்தால் செல்வரத்தினம் தந்திருப்பாரே!' என்று ஆச்சரியமாக சொல்லிவிட்டு செல்வரத்தினண்ணை, சின்னாச்சி அக்காவுக்கு ஏதாவது கடிதம் சமீபத்தில் வந்ததா? 'என்று கேட்டார்.

'சமீபத்தில் வந்ததாக ஞாபகமில்லையே!' என உள்ளிருந்தபடியே சொன்னார் செல்வரத்தினம்.

மீண்டும் "எனக்கில்லை எனது மகன் சிறிதரனுக்கு ——————' என்ற போது அப்பொழுது அந்த வார்த்தை செல்வரத்தினத்திற்கு கேட்டிருக்கவேண்டும். அவர் உடன் வெளியே வந்து 'அந்த மாப்பிள்ளைக்குக் காதல் கடிதம் வந்தால் கொண்டு வருகிறேன் 'என்றார், முகத்தில் நக்கலான புன்னகையைத் தழுவவிட்டபடி.

அதைக்கேட்டதும் அம்மா 'ஏன் அப்படி கதைக்கிறீர்கள் அண்ணை? 'என்றபடி உள்ளிருந்து அவசரமாக வெளியே வந்தார்.

'வேற எப்படிக் கதைக்கிறது. அந்த மைனர் செய்த வேலைக்கு? 'என்றார் கோபத்துடன்.

'மகனது நடத்தைகளுக்கு எப்படித் தாய் பொறுப்பாக இருக்கமுடியும்?'

'பெத்ததும் வளர்த்ததும் தாய்தானே'

அப்பொழுது சின்னாச்சி சில அடிகள் என்னைக் கடந்துவந்து 'தங்கச்சி என்னை மன்னிக்கவேணும். அவன் செய்த பாதகத்திற்கு நான் வாத்தியாரிடம் மன்னிப்பு கேட்டன். அவன் அந்த மொட்டை விதானையின் பிள்ளைகள் ரண்டு பேரோடயும் சேர்ந்துதான் இப்படி மாறிவிட்டான். அவங்கள்தான் வாத்தியாரின்மேல் இருந்த கோபத்தில் அவனைத் தூண்டிவிட்டார்கள். எனக்கு உன்ரை முகத்தைப் பார்க்கத் தைரியமில்லாததால்தான் இதுவரையும் வரவில்லை. நானே அவனை வீட்டுக்கு வரவேண்டாம் எண்டு சொல்லிப் போட்டன். நான் வேற என்ன செய்யமுடியும்? பெற்ற பிள்ளையாச்சே. நீயும் ஒரு தாயாக அவனை மன்னிச்சிவிடு 'கண்களில் நீர் வடிய அம்மாவின் இரண்டு கையை பிடித்தார் சின்னாச்சி.

'அதை விடுங்க, அக்கா. என்ரை மனத்திலிருந்து அந்த நினைவுகளைக் கெட்ட கனவாக அகற்றிவிட்டன். ஆனாலும் அவர் வந்தால் இந்த விடயம் தெரியாமல் இருக்கவேணும் எண்டதுதான் என்ரை கவலை.

'அவன்ரை பத்தாம் வகுப்பு சேட்டிபிக்கட்டை அனுப்பச் சொல்லியிருந்தான். அது வந்தால் எங்காவது வேலை எடுத்துக்கொள்வான். அவன் ஊருக்கு வராமல் பார்த்துக் கொள்கிறேன். தாயாகச் வயிற்றில் சுமந்தேன்; இப்பொழுது அவனால் பழிகளையும் சுமக்கிறேன். எனக்கு ஊரெங்கும் நிமிர்ந்து பார்க்க முடியாது. ஒரு விதத்தில் எனக்கு கடவுளின் தண்டனையாக ஏற்றுக்கொள்கிறேன். அதை விட நான் என்ன செய்யமுடியும்?'

அதைச் சிறிது நேரம் பார்த்த செல்வரத்தினம் 'சரி சரி கடிதம் வந்தால் நான் கொண்டு வந்து தாறன் 'என்றபடி தலையைக் குனிந்தபடி காக்கி காற்சட்டைக்குள் கைவிட்டு எடுத்த ஒரு பீடிக்கு நெருப்பு வைத்துவிட்டு கந்தோரின் பின்புறமாக மாமரத்தின் பின் போய் நின்றார். அம்மா உள்ளே சென்றுவிட்டார். சின்னாச்சி தலை குனிந்தபடி மெதுவாக வெளியே சென்றார்.

செல்வரத்தினத்தை நான் பின் தொடர்ந்தேன். அவரது உதட்டில் பீடியுடன் ஒரு சிரிப்பு தவழ்ந்தது. அந்த சிரிப்பு பழையதை எனக்கு

நினைவுக்குக் கொண்டு வந்தது. சண்டை நடந்து சில நாட்களில் இதே மாதிரி பீடியை வாயில் வைத்துக்கொண்டு நீளக்கவரோடு அடுப்படிக்குக் கொண்டுபோனதும் பின்பு வரும்போது அந்தக் கடிதம் கையில் இல்லை 'அவன் வடுவாவுக்கு பாடம் படிப்பிக்கிறேன்' என சொல்லியபடி பீடி குடித்ததும் ஞாபகத்திற்கு வந்தது. அந்த சேட்டிபிக்கட்தான் அடுப்பில் எரிக்கப்பட்டது என்பது எனது நினைப்பு.

சின்னாச்சி அம்மாவைப் பார்த்தபடி திரும்பி சென்றதைப் பார்க்க எனக்குள் ஒரு குற்ற உணர்வு, கசப்பு மருந்தாக வாயில் கைத்தது. மகனது நடத்தை, தாயை எவ்வளவு கீழ்நிலைக்குத் தள்ளியுள்ளது என்பது எனக்குப் புரியத் தொடங்கியது. என்னையறியாது ஏற்பட்ட உணர்வில் தபால் கந்தோரின் உள்ளே சென்று அம்மாவிடம் 'அம்மா, செல்வரத்னண்ணை அன்றொரு நாள் அந்த சேட்டிபிகட்டை அடுப்பில் போட்டு எரித்துவிட்டார் 'என்றேன்.

"உண்மையா ?'

'ஏதோ எரித்ததை நான் கண்டேன் '

'நீ எதுவும் பேசாதே. வீட்டுள் போ. நான் விசாரிக்கிறன் '

நான் சிறிது தூரத்தில் நின்று கேட்டேன்.

'செல்வரத்தினண்ணை இங்க வாங்கோ 'என்றபோது அரைவாசி எரிந்த பீடியின் நுனியை மாமரத்தில் உராய்ந்து நெருப்பை அணைத்து, எறிந்துவிட்டு காக்கி காற்சட்டையில் கையை துடைத்தார்.

'அண்ணேய் அந்த சேட்டிபிக்கட் வந்ததா? உண்மையைச் சொல்லுங்கோ?'

சிரித்தபடி 'ஒரு நீளமான கடிதம், சம்பவம் நடந்த சில நாட்களின் பின்பாக அவன்ரை பெயருக்கு வந்தது. எனக்கிருந்த ஆத்திரத்தில் அதை எரித்துவிட்டன்'

'அண்ணே அது பிழை. நடந்தது தனிப்பட்ட விசயம். நீங்கள் செய்தது உத்தியோகத்தில் தவறான விடயம். ஏன் செய்தனீங்கள்? 'என்றா அம்மா பதற்றத்துடன்.

'தங்கச்சி நான்கூட அவனை நம்பித்தான் இந்த ஒவ்வீசுக்குள் விட்டேன். அவனது துரோகத்திற்கு இது காணாது. நேரில் கண்டால் அவனது மண்டையை உடைப்பன் 'அவரது குரல் எந்தக் குற்ற உணர்வுமற்று, சவால் விடுவதுபோன்ற தொனியுடன் இருந்தது.

‘என்னணை இதெல்லாம் எதற்கு ? நான் அந்த முரட்டு மனிதன் வந்தா என்ன செய்வாரெண்ட பயத்தில் பகலில் நடுங்கியும் இரவில் ஒழுங்காக நித்திரை கொள்ள முடியாதும் தவிக்கிறன். இதுக்கு மேல நீங்கள் ஒரு பக்கம். என்னத்தைச் செய்ய....?’

‘சரி கவலைப்படாதே. இது சேட்டிபிக்கட்தானே! புதுக்கொப்பிக்கு அவன் விண்ணப்பிக்கலாம்.‘

‘அண்ணை, இந்த விடயம் எங்களுக்குள் இருக்கட்டும். நீங்கள் எரித்ததைப் பயல் கண்டிருக்கிறான். அவனை வாய் திறக்காதே என்றிருக்கிறன்.’

‘எனக்கு எதிரே அவன் வந்தான். ஆனால் நான், அவன் கவனிக்கவில்லை என நினைத்தன். பெரிய சிரிப்போடு ‘டேய் கள்ளப்பயலே ‘என என்னைத் திரும்பிப் பார்த்துவிட்டு கந்தோரின் உள்ளே சென்றார்.

அம்மாவின் முகத்தில் சிரிப்பில்லை. மாறாக முகம் நீண்டிருந்தது. அம்மாவால் செல்வரத்தினம் அண்ணையை இதற்குமேல் கண்டிக்க முடியாது. கிட்டதட்ட எட்டு வருடங்களாக வேலை செய்வதுடன் சகோதரனாக பாவிப்பதும் அவரே சில நேரத்தில் அம்மாவிடம் காசு வாங்குவதும் நான் பார்த்திருக்கிறேன். அவை குடிக்கென தெரிந்தும் அம்மா அவருக்கு கொடுப்பார்.

3

ராமலிங்கம் வளர்ந்து விட்டான்.

எங்கள் வீட்டிற்கு வந்து இரு வருடங்களுக்கு மேலாக இருக்கலாம். உயர்ந்து பருத்து வளர்ந்துவிட்டான். வாத்தியார் வீட்டுச்சோறு நல்லாத்தான் இருக்கிறது எனப் பலர் எனது காது கேட்கச் சொல்வார்கள். அதேபோல் இங்கே பார் இந்தப் பொடியனும் அதே சாப்பாட்டைச் சாப்பிடுகிறான். சாப்பாடு இவனது உடலில் ஒட்டவில்லை என்று என்னைக் கேலி செய்வார்கள். அது ஒருவிதத்தில் உண்மை. விரிந்த நெஞ்சும் உறுதியான கால்களும் உணவால் மட்டுமல்ல ராமலிங்கத்தின் உடல் உழைப்பும் காரணம். காலையில் கள்ளுக்குத் தென்னை பனை ஏறுவதும் பின்பு மாட்டுக்கு உணவுக்குப் பனை ஏறிவிட்டு மீண்டும் அதே வேலையை மாலையில் செய்வதுடன் தோட்ட வேலை, வேலியடைப்பு என பல வேலைகளை உடலால் செய்யும்போது உடம்பு உரமாகியது ஆச்சரியமில்லை. என்னை வெளிச்சம், காற்று, மழைபடாது வளர்த்தார்கள். ராமலிங்கத்தை நம்பி என்னைப் பல இடங்களுக்கு அம்மா அனுப்புவார்கள்.

மாமாவின் மரணத்தின் சில நாட்களின் பின்பாக நடந்த விடயம் ராமலிங்கம் வளர்ந்துவிட்டான் என்ற எண்ணத்தை எல்லோரிடமும் உருவாக்கியது. அதுவரையும் அவனை வளர்ந்த சிறுவனாக நினைத்துக் கொண்டிருந்தவர்களுக்கு, முகத்தில் குளிர் நீரால் அறைந்தது உண்மையைச் சொல்லியதாக இருந்தது.

எங்கள் ஊரில் வருடத்திற்கு ஒரு முறை கோவிலில் திருவிழா நடக்கும்போது வெளி ஊரில் வேலை பார்ப்பவர்கள், நகரில் படிப்பவர்கள் எல்லாம் வந்துவிடுவார்கள். அக்காலத்தில் எழுவைதீவை விட்டுப் போனவர்கள் எல்லாம் இரை தேடப்போன பறவைகளாகக் கூடு நோக்கி வருவார்கள். அந்தக் காலத்தில் அவர்களுக்கு ஊர் நினைவு வருவதால் பலரை மீண்டும் சந்திக்கும் சந்தர்ப்பமாக அமையும்.

ராமலிங்கத்துடன் முருகன் கோவிலில் வெள்ளிக்கிழமை நடந்த திருவிழாவிற்கு நானும் சமரசமும் அடுத்த வீட்டுக் கண்ணனும் போயிருந்தோம். அன்று கோவிலுக்கு விசேடமாக நாதஸ்வரம் தவில் எல்லாம் வந்திருந்தது. அன்றைய திருவிழா முக்கியமானதாகக் கருதி ஏராளமானவர்கள் வந்திருந்தனர். கோவில் வெளிவீதி மக்களால் நிரம்பியிருந்தது. மிகவும் குறைந்தவர்கள் வெளியே நின்றார்கள். உள்ளே பல பெட்ரோமாக்ஸ் விளக்குகள் இருந்தாலும் வெளியே வாசலில் ஒன்று மட்டும் தூங்கியது. அதனால் வாகை மரத்தின்கீழ் உள்ள நிழலை விரட்ட முடியவில்லை.

எங்களைப் போன்ற வயதுச் சிறுவர்களுக்கு தவில், நாதஸ்வரம் என எதுவும் கவரவில்லை. எனது பாடசாலை நண்பர்களுடன் கள்ளன் - பொலிஸ் விளையாட்டுக்காகக் கோவிலைச் சுற்றியும் உள்ளேயும் ஓடி கண்ணனுடன் விளையாடிக்கொண்டிருந்தேன். மயில் வாகனம், கோயில் மதில்கள் மட்டுமல்ல வெளியே இருந்த அர்ச்சகரது வீடும் எங்களது மைதானமாக இருந்தது. ஓரிரு தடவைகள் சிலர் எங்களைத் தடுக்க முயன்றாலும் எங்கள் விளையாட்டுத் தடையின்றித் தொடர்ந்தது. என்னோடு ஆரம்பத்திலிருந்த சமரசம் இடையில் பிரிந்துவிட்டான். அவன் கோவிலுக்குள் போகாது முன்பாக நின்ற வாகை மரத்தின் கீழ் நின்று அங்கு வருவோர் போவோர்களை ராமலிங்கத்துடன் வேடிக்கை பார்த்துக்கொண்டிருந்தான்.

முருகன் வீதிவலம் வந்து, பிரசாதம் வினியோகித்து இறுதியில் திருவிழா முடிவதற்கு நடு இரவாகிவிட்டது. கடலை, புக்கை, மோதகமென என் வயிறு நிறைந்துவிட்டது. உருண்டு பிரண்டு, சேட்டு கால்சட்டை அழுக்காகிவிட்டது. நாளை அதையிட்டு அம்மாவுடன் கைகலகலப்போ அல்லது சிறிய போரோ நடக்கலாம். போனவுடன் கழட்டிப்போட்டு மறைத்துவிட்டால் சில நாட்களின் பின்பு தெரிய வரும்போது பிரச்சனை சிறிதாக இருக்கும் என்ற சிந்தனையில் வெளியே வந்தேன். கண்ணன் பிரிந்து தாயுடன் வீடு சென்று விட்டான். என்னை மீண்டும் வீட்டுக்குக் கூட்டிச் செல்லும் பொறுப்பு ராமலிங்கத்தினது என்பதால் எனக்காக இறுதி வரையும் ராமலிங்கம் காத்திருப்பான். நான் அங்கு வருவதற்கு முன்பே முன்பே சமரசம் அவனுடன் அங்கிருந்தான்.

எல்லாரும் கோவிலிலிருந்து கலைந்து போக நானும் வர எனக்காக வாகை மரத்தின் கீழ் காத்திருந்த ராமலிங்கம் எனது கையைப் பிடித்துக் கொண்டான். ஒளியாக இருந்த இடங்களைத்தாண்டி கோயிலின் பின்பாக நடந்து இருளடைந்த கிணற்றருகே வந்தோம் . எனது கையை ராமலிங்கம் திடீரென உதறிவிட்டு அந்த இடத்தில் நின்று 'இன்னைக்கு நான் வந்திருக்கக்கூடாது' என்றான் .இருளில் அவனது

முகம் தெரியவில்லை. வார்த்தைகள் நிலத்தில் விழுந்த கண்ணாடியாக அதிர்ந்து சிதறியது. இவனுக்கு என்ன நடந்தது. யாராவது ஏதாவது சொன்னார்களா? சமரசம் பின்னால் வந்தான்.

'ஏன் உனக்குத் திருவிழா பிடிக்கவில்லையா?' காரணம் எதுவும் தெரியாத போதிலும் கேட்டுவைத்தேன்.

'இது என்ன திருவிழா? நான் எத்தனையோ பெரிய திருவிழாக்களை ஊரில் பார்த்திருக்கிறேன்.. ஆனால் ஒரு குண்டுப் பெண்ணென்று எனக்குத் திருநீறு தந்துவிட்டு நெற்றியில் பொட்டு வைத்தாள். சரி பொட்டு தானே வைக்கப்போகிறது என்று பார்த்தால் பொட்டை வைத்துவிட்டு வாகை மரத்தின் கீழ் என்னைக் கட்டிப்பிடித்தது. நான் பட்டென உதறிவிட்டபோது அது விழுந்துவிட்டது. நான் கை கொடுத்து தூக்கியபோது என்னைக் கன்னத்தில் அடித்துவிட்டு அழுது கொண்டு கோவிலுக்குள் சென்றது.'

'யார் தெரியுமா?' என்றேன். ஆனால் அதில் அக்கறை காட்டவில்லை.

கட்டிப்பிடிக்கிறது எனக்குப் பெரிதாகத் தெரியவில்லை அம்மா, ஆச்சி, வேலம்மா எல்லோரும் என்னைக் கட்டிப்பிடிக்கிறார்கள். அதை ஏன் ராமலிங்கம் பெரிதாக்கிறான் என்ற கேள்வி எழுந்தாலும் கேட்கவில்லை.

'இந்த ஊர்தான். கண்டிருக்கிறேன், வெளியே எங்கோ வேலை பார்க்கிறது. திருவிழாவிற்கு வந்திருக்கலாம்.'

'அதைப்பற்றி ஏன் கவலைப்படுகிறாய்? நாம் வீடு போவோம்" என்றேன்.

'இல்லை, அந்தப் பெண் அழுதுகொண்டு கோவில் உள்ளே போனது. யாரிடம் என்ன சொல்லிச்சோ? தேவையில்லாத பிரச்சனைதானே '

நான் பெரியவனாக 'அதைப்பற்றிக் கவலைப்படாதே 'என்றேன். ராமலிங்கத்திடம் இதுவரையும் பொய் களவு எதுவுமில்லை. தாத்தா தேவைக்குக் காசு கொடுத்தால் மிகுதியைப் பத்திரமாகக் கொடுப்பதைப் பார்த்திருக்கிறேன். இறுதியாக மாமாவை மன்னாருக்குக் கொண்டுகொண்டுபோய் விட்டு வந்தபோது தாத்தாவுக்குப் புகையிலை வாங்கி வந்தான். அதன் பின்பாக மிகுதி பணத்தைக் கொடுப்பதைப் பார்த்தேன்.

என்னைப் பொறுத்தவரை ராமலிங்கம் சொன்ன விடயம் உண்மை. எந்த சந்தேகமும் இல்லை. ஆனால் இது பெரிய விடயமாகத் தெரியவில்லை.கோவிலுக்குள் விளையாடியதால் எவரையும் கவனிக்கவில்லை. ஆனாலும் யார் அந்த குண்டுப் பெண் என்ற கேள்வி

எழுந்தது. ஊரில் எத்தனை குண்டுப் பெண்கள் இருக்கிறார்கள் என விரல்களில் எண்ணத் தொடங்கினேன். அதில் யார் உள்ளூர் எனக் கழித்துவிட்டு எவர் வெளியூரிலிருந்து வந்திக்கலாம் எனச் சிந்தித்தேன்.

வாசல் கதவைத் திறந்து உட்செல்லும் வரையும் ராமலிங்கம் எனது கையைத் தொடவில்லை. எனக்கும் யார் எனப் புரியவில்லை.

இரகசியமாகச் சென்று உடையை மாற்றிவிட்டு ஊரிலுள்ள குண்டுப் பெண்களை நினைத்தபடி அன்று படுத்தேன்.

அடுத்த நாள் நடுப்பகலான நேரம். கண்ணனின் அம்மா அடுத்த வீட்டிலிருந்து வேலியருகே வந்தார்.

எதற்காக வருவார் ?

மதியம் சமைத்த முடித்தபின் அலுப்புத்தீர இரண்டு வார்த்தைகள் பேச விரும்பியிருக்கலாம். சில வேளைகளில் புது செய்திகள் வரலாம். பழைய செய்திகளை புதிய கோணத்தில் பார்க்க விரும்பலாம். அம்மாவே இதற்குத் தோதானவர். ஆனால் இன்று முருங்கையருகே வந்து அடுப்பில் அரிசியைப் போட்டுவிட்டு கோழிகளுக்கு அரிசிக் குறுணிகளைத் தூவியபடி, காகங்களை ஒரு வேப்பம் சுள்ளியால் விரட்டியபடியிருந்த சீனியம்மாவிடம் 'கொஞ்சம் ராமலிங்கத்தைக் கண்டித்து வையுங்கள்' என்றார் கண்ணனின் அம்மா. தலையை நிமிர்த்தாமல் 'அவன் என்ன செய்தவன் ? தானும் தன்பாடுமாக வேலை செய்கிறவன்' கா, கா' எனக் குச்சியால் காகங்களை விரட்டியபடி நிமிர்ந்து பார்க்காது கேட்டார் அம்மா.

'நேற்று கோவில் திருவிழாவில் வவுனியாவில் நேர்ஸ்சாக வேலை செய்யும் காந்திமதி அவனுக்கு விபூதி கொடுத்தபோது தன்னைக் கட்டிப் பிடித்ததாக அழுதுகொண்டு நின்றாள் '

'உண்மையாகவா ? 'கையிலிருந்த எல்லா அரிசிக் குறுணிகளையும் நிலத்தில் மொத்தமாக ஒரு இடத்தில் போட்டுவிட்டு கண்களை விரித்து வியப்புடன் கேட்ட அம்மா.

'நான் ஏன் அக்கா பொய் சொல்கிறன். அவள் கண்ணைக் கசக்கியபடி கோயிலில் வெளியே இருந்து எனக்கு எதிரில வந்தாள். அப்பொழுது என்னடி அழுகிறாய் எனக் கேட்டபோது வாத்தியார் வீட்டில் இருக்கும் ராமலிங்கம் வீபூதி கொடுக்கப்போனபோது கட்டிப்பிடித்தானென்றாள். நான் கூட உடனே நம்பவில்லை. ஆனாலும் பெண்பிள்ளை சொல்லும்போது அதில் ஏதாவது உண்மை இருக்கோ என்றுதான் சொன்னன் '

கள்ளிறக்கி வைத்துவிட்டு ராமலிங்கம் உடலெங்கும் வியர்வை, அவனது உடலில் சிற்றோடைகளாகக் கீழ் நோக்கி ஓட, தலை மயிர் கலைந்தபடி களைப்போடு கிணற்றில் குளிக்கத் தோளில் டவலுடன் கிணற்றை நோக்கி வந்தபோது 'இங்கே வா டேய் ஏன் இப்படிச் செய்தாய்?" எனக் கையிலிருந்த வேப்ப மரக்குச்சியால் அவனது முதுகில் ஓங்கி அடித்தார் அம்மா.

'அக்கே ஏன் அடிக்கிறாய்?" எனக் கேட்டு விட்டு முகத்தில் புன்னகைமாறாது அந்த இடத்தை விட்டு நகராது நின்றான்.

'உனக்குத் தெரியாதா நீ செய்தது? அதை நான் எல்லோருக்கும் முன்பாக சொல்லவேண்டும் என எதிர்பார்க்கிறாயா?" எனக் கண்களில் ஆத்திரம் பொறி தெறிக்கக் குரலை உயர்த்தினார் அம்மா.

ராமலிங்கம் பதட்டப்படாது திரும்பி 'என்ன எனச் சொல்லாவிடில் எனக்கு எப்படித் தெரியும்? 'அக்கா என்றான். உயர்த்திய வேப்பம் குச்சு அப்படியே இருந்தது ; சீனியம்மா தயங்கினார். எல்லோரும் அங்கு வந்துவிட்டனர்.

அப்பொழுது எதிரே வந்த தாத்தா 'ஏன் அவனுக்கு அடிக்கிறாய் ?' என்று கேட்டார்.

'இல்லை அப்பு, இவன் ...... கோவிலில் காந்திமதியைக் கட்டிப்பிடித்தான்'என்று..... பாக்கியம் சொல்கிறாள் 'தயங்கியபடி சொன்னா சீனியம்மா.

அப்பொழுது எங்கிருந்தோ வேட்டைக்காகப் பாய்ந்த நாய்போன்று வந்த சமரசம் 'அம்மா அடிக்காதே. நான் பார்த்தேன். காந்திதான் ராமலிங்கத்தைக் கட்டிப் பிடித்தது. ராமலிங்கம் உதறியபோது காந்தி கீழே விழுந்தது. ராமலிங்கம் கையை கொடுத்துத் தூக்கிவிட்டது 'என்று சொல்லியபடி தாயைத் தள்ளி குச்சியைப் பறித்தான். நான் இதுவரை மவுனமாக இருந்தேன். எனது மவுனத்தைக் கலைக்க இதுவே நேரம் என நினைத்து 'சீனியம்மா, அப்பொழுது நான் பார்க்கவில்லை. ஆனால் வீட்டுக்கு வரும்போது ராமலிங்கம் நடந்ததைச் சொன்னதும் நான் கவலைப்படவேண்டாம் 'என்றேன்.'

அப்பொழுது அம்மா எனது தலையில் கையால் அடித்துவிட்டு 'அதை ஏன் தாத்தாவிடம் சொல்லவில்லை, முட்டாள் பயல்களே 'என்றார்.

'ஏன் சொல்லவேண்டும்? இது சின்ன விடயம். ஆளுக்காள் கட்டிப்பிடிக்கிறது பெரிய விடயமா? கவலைப்படவேண்டாம் என ராமலிங்கத்திடம் சொன்னேன்.'

'டேய் இது சின்ன விடயமாடா அவள் சிறிதரனது சித்தி. இந்த விடயம் பெரியதாகி குடும்ப சண்டையாகி விடுமே!'

சீனியம்மா முதுகில் சிவந்த கீறான காயத்துடன் அசையாது நின்ற ராமலிங்கத்திடம் நான் அவசரப்பட்டிட்டேன். அவள் வேசை. தானே செய்துபோட்டு மற்றவர்கள்மீது பழிபோடுகிறாள். காணட்டும் அவளது வாயைக் கிழிக்கிறேன்' எனச் சொல்லிவிட்டு இதுவரையும் பார்த்துக் கொண்டிருந்த பாக்கியத்திடம் ஆத்திரமாக 'இங்க பார் பொடியள் இரண்டும் சொல்லுதுகள். அவள் பொய் சொல்கிறாள். 'என்றார் சீனியம்மா.

'நான் கேட்டுவை என்றே சொன்னேன். நீ ஏன் அதுக்கு அவனை அடித்தாய்?'

பாக்கியம் அக்கா தான் தப்பவேண்டியதால் சீனியம்மாவிடம் எதிர்க்கேள்வி கேட்டபோது அவரது முகம் தாழ்த்திருந்தது.

'நான் சாப்பாடு கொடுத்து பிள்ளைபோல வளர்கிறேன். அவன் பிழை செய்தான் என்றால் எனக்குக் கோபம் வராதா? என்றபடி பெரியம்மா ராமலிங்கத்தினது முதுகில் கை வைத்தார்.

'அதுக்கு இப்படியா அடிக்கிறது? அவனது முதுகில்ல காயம் 'என்றா மீண்டும் பாக்கியம்.

எனது மனத்தில் கேள்வி அரித்தது. சமரசம் இல்லாதபோது இந்த விடயம் பெரிதாக இருந்திருக்கும். நான் சொல்லியது எடுபட்டிருக்குமா? நம்புவார்களா? சமரசத்தை மற்றவர்கள் லூசன், படிக்காதவன் என்றபோதும் சரியான நேரத்தில் விடயத்தைச் சொன்னான். நேற்று இரவு எதுவும் பேசவில்லை என்பதால் அவனுக்கு எதுவும் தெரியாது என நினைத்தேன். ஒரு புறத்தில் பார்த்தால் உண்மையைப் பேசுவதற்கு அதிக புத்திசாலியாக இருக்கவேண்டியதில்லை. பொய் சொல்லவே அதிக திறமைவேண்டும்.

இதுவரையும் மவுனமாக இருந்த ராமலிங்கம் 'அது பரவாயில்லை. அம்மா அடித்தது என நினைத்துக்கொள்கிறேன். அக்காவிற்கு என்னை அடிக்கும் உரிமை இருக்கிறது 'எனச் சொல்லிவிட்டு கிணற்றடிக்குச் சென்றான்.

அம்மாவின் முகத்தில் பிரகாசமில்லை.

நிட்சயமாக காந்திமதி இதை எல்லோருக்கும் சொல்லுவாள். ஏற்கனவே எரிந்து கொண்டிருக்கும் நெருப்பில் இந்த விடயம் எண்ணெயாக ஊற்றப்படும்.

4

தாத்தாவை ஓய்வூதியம் பெறுவதற்கு முன்போல் ஊர்காவற்துறைக்குத் தனியாக அனுப்புவதில்லை. ராமலிங்கம் அவருடன் செல்கிறான்.

கடந்த பத்து வருடங்களாக மாதமொருமுறை செல்லும் அந்தப் பயணத்தை ஒரு துணையுடன் செய்கிறார். அதனால் அவருக்கு தனியாகச் செல்ல இயலாது என்ற அர்த்தமில்லை. எழுபது வயதாகப் போகிறது என அறிந்தேன். உண்மையில் அவரது வயதிற்கு அவர் நான் பார்த்த பலரைவிட ஆரோக்கியமாக இருந்தார். வைத்தியசாலையையோ வைத்தியரையோ பார்த்ததாக எனக்கு நினைவில்லை. அவரது முக்கிய பிரச்சனையாக இருப்பது நாரிப்பிடிப்பு. என்னிடம் ராமலிங்கத்திடம் முதுகுக்குத் தைலம் போடச் சொல்வார். பல முறை நான் பணத்திற்காக செய்திருக்கிறேன். எனது சேமிப்பில் உள்ள பணம் தாத்தாவிற்கு வாசிப்பதாலோ, நாரி உருவதாலோ கிடைத்த பணம்தான்.

வழக்கம்போல் எந்தப் பிரச்சனையுமற்று வீட்டுக்குள், தோட்டத்தில், வளவுக்குள் நடமாடுவார் தாத்தா. அப்படியாக நடப்பதற்குக் கைத்தடி கூட தேவையில்லை. ஊர்காவற்துறை செல்லும்போது மட்டும் கைத்தடி தேவைப்பட்டது. சமீப காலமாக ஒரு கிலோமீட்டர் நடந்து பின்பு லோஞ்சுகள் ஏறி இறங்கும்போது போது விழுந்து விடாதிருக்க யாராவது பிடிப்பதற்குத் தேவை என்பதால் ராமலிங்கமும் போவான். ராமலிங்கம் போகும்போது வீட்டிற்கு அரிசி மூடையாகவும் மற்றைய சமையல் சாமான்கள் அதிகளவிலும் வாங்கி வருவான். பல விடயங்களுக்கு ராமலிங்கம் தாத்தாவோடு போவது உதவியாக இருந்தது. அவனது பயண நாட்களில் அதிகாலையிலே கள்ளை இறக்கிவிடுவான். மீண்டும் எழுவைதீவு வரும்போது சீனியப்புவிற்கு சாராயமும் வாங்கிவருவான்.

இப்படியான ஒரு நாள் மாலை ஐந்து மணியிருக்கும். புழுக்கமான கோடை நாள். மாலைச் சூரியன் மேற்குத் திசையில் இறங்கிவிட்டது.

மாமரத்தின் கீழ் சில ஒளிக்கீற்றுகள் மேற்கேயிருந்து வந்து விழுந்தன. கிழக்கு வாசலில் சல்லடைத்துணியூடாக வருவதுபோல் மங்கலான வெளிச்சம் தெரிந்தது. டார்சான் வாசலுக்கு வாலையாட்டியபடி ஓடியது. திரும்பிப் பார்த்தால், கதியால் வேலிகளூடாக ராமலிங்கம் வருவது தெரிந்தது. வழக்கத்தை விட மாறாக இருந்தது அவனது நடை. சாறத்தை உயர்த்திக் கட்டி அவனது நீலக் காற்சட்டை வெளித்தெரிய, விரைவாக கால்களை வைத்தபடி தலையில் சுமையோடு அவனது செருப்புகள் டக் டக்கென அடித்து புழுதியைக் கிளப்ப மூச்சு வாங்க நடந்து வந்தான். அவன் இப்படி நடப்பவனல்ல.

என்ன நடந்தது ?

அவனுக்குப் பின்பாக வெள்ளை வேட்டி மேற்சட்டையுடன் தலையைக் குனிந்தபடி சிறிது தொலைவில் அவனுக்கு எதிர்மாறாக இடது கையில் ஒரு மஞ்சள் துணி பையும், வலது கையில் தனது கைத்தடியோடு தாத்தா பாதங்களைப் பார்த்து நிலத்தைக் காலால் அளப்பதுபோல் அமைதியாக வந்தார். முதுகுப்பிடிப்புக் காலத்திலும் நிமிர்ந்தபடி நடக்கும் தாத்தாவுக்கு என்ன இன்று ?

கேற்றைத் திறந்து வேகமாக உள்ளே வந்த ராமலிங்கம்? தலையிலிருந்த அரிசி மூடையை எப்போதுமில்லாது தொப்பென தலையிலிருந்து நிலத்தில் சரித்தான். மூடை விழுந்த சந்தம் கேட்டு எல்லோரும் அங்கு வந்தனர். கையிலிருந்த காய்கறிச் சாக்கை வாங்கிலில் எறிவதுபோல் வைத்துவிட அதனது கயிறு கட்டிய வாய் ஆவென திறந்து? ஆரம்பத்தில் பூசணிக்காய் ஒன்றை வெளித்தள்ள, அது வாங்கிலில் உருண்டு நிலத்தில் கீழே விழுந்து ஒரு பக்கம் வெடிப்பு ஏற்பட்டது. கத்திரிக்காய்கள் தக்காளிப்பழங்கள் பல திசையில் வாங்கிலில் உருண்டோடின. இறுதியாகச் சாக்கிலிருந்து பழைய பத்திரிகையில் கட்டப்பட்ட பொட்டலங்கள் நல்லவேளை அவிழாது வாங்கிலில் சிதறின.

தலையிலிருந்த தலைப்பாவை எடுத்து முகத்தை வேகமாக அழுத்தி துடைத்தான்.

அவனது முகம் கண் நடத்தையில் தெரிந்த பதற்றம் எல்லோரையும் ஆச்சரியப்படுத்தியது வழக்கத்திற்கு மாறானது. பொதுவாக ராமலிங்கம் அமைதியாகவும் வார்த்தைகளை தெளிவாகவும் பேசுபவன் என்பது எல்லோருக்கும் தெரியும். பொதுவாகக் கோபம், கவலை போன்ற உணர்வுகளை இலகுவில் வெளிக்காட்டுபவனில்லை'என்னடா நடந்தது?" என அம்மாவே அங்கு வந்தவர்களில் முதலில் கேட்டது.

'தாத்தாவின் தலையில் பூட்சை இருவர் வைத்துவிட்டார்கள் 'அதே பதட்டத்துடன் கையை தலையில் வைத்துக் காட்டினான்.

'என்ன? அப்ப நீ எங்கே? யார் செய்தது?...." அம்மா பல வினாக்களை தொடர் கணைகளாக அவனை நோக்கி எய்தார்.

'அக்கே, நானும் தாத்தாவும் அரிசி காய்கறி எல்லாம் வாங்கிவிட்டு அவரை துறைமுகத்து மண்டபத்தில் சாமான் சாக்குகளோடிருத்தி விட்டு நான் சண்முகம் கடையில் புகையிலை கட்டு எடுத்துவரப் போயிருந்தேன். அங்கிருந்து வந்து பார்த்தபோது தாத்தாவைச் சுற்றி சிலர் கூடியிருந்தார்கள். தாத்தாவைக் கேட்டபோது எதுவும் சொல்லவில்லை. கூடியிருந்தவர்கள் சிலரைக் கேட்டபோது, இரண்டு இளைஞர்களில் ஒருவர் தனது பூட்சிலொன்றைக் காலிலிருந்து கழற்றி, தாத்தாவின் உச்சந்தலையில் சிறிதுநேரம் வைத்திருந்தார் என்றார்கள்...'.

ராமலிங்கம் சொல்லி முடிக்க, புகையிலை வைத்த மஞ்சள் பையுடன் தாத்தாவும் கேற்றைத் திறந்தபடி வந்தார்.

'அப்பு என்ன நடந்தது? 'சீனியம்மா, உடல் நடுங்கி தாத்தாவின் அருகே சென்று அவரது தலையை கூர்ந்து பார்த்தார்

'அது ஒன்றுமில்லை விடுங்கோ' எனச் சொல்லிவிட்டு கையிலிருந்த மஞ்சள் பையைக் கீழே வைத்துவிட்டு கைத்தடியுடன் தனது சாய்வு நாற்காலியில் அமர்ந்து நிமிர்ந்து எல்லோரையும் பார்த்தார். அவரது நெற்றியில் பல புழுக்களாகச் சுருக்கங்கள் ஓடின. அவை வேர்வையில் மினுமினுத்தன.

'தம்பி துவாயை எடுத்து வா 'என்றார் என்னைப் பார்த்து.

'யார் என்ன நடந்தது? மீண்டும் சீனியம்மா அருகில் சென்று கேட்டா.

'அது பெரிய விடயமில்லை. இரண்டு காவாலிப் பயல்கள் செய்தது.'

'யார் அவங்கள்? 'மீண்டும் சீனியம்மா.

'அதுதான் பொட்டு விதானையின்ற ரண்டு பொடியள். என்ரை தலையில் தங்களது ஒரு சப்பாத்தை வைத்து படிப்பித்த வாத்தியார் என்பதால் இது மட்டும் செய்கிறேன் என்று வைத்துவிட்டு ஓடிப்போனாங்கள்.'

'அப்போது எவரும் அங்கில்லையா? 'இப்பொழுது அம்மா.

'இருந்தார்கள், ஆனால் சப்பாத்தை வைத்ததுடன் உடனே ஓடிப் போய்விட்டார்கள். அவங்களை என்ன செய்யமுடியும்? 'தாத்தா தலையை நிமிர்த்தி அம்மாவை நோக்கியபடி கேட்டார்.

'அவங்கள் ஏதாவது சொன்னாங்களா? 'அம்மா மீண்டும் துருவியபடி கேட்டார்.

‘தகப்பனுக்கு விதானை வேலை போனதற்கும் அவர்கள் குடும்பம் ஊரை விட்டு போனதற்கும் நான் காரணமென நினைகிறார்கள். ‘என எனது கையிலிருந்த துவாயை வாங்கி முகத்தைத் துடைத்தபடி சொன்னார்.

‘அப்ப இவர்கள்தான் அந்த கருவாட்டு வியாபாரியிடம் எங்கள் வீட்டில் கருவாட்டைக் கேட்கும்படி அனுப்பியது ‘. என்றேன் நான் என் பங்கிற்கு.

‘இருக்கலாம் ‘எனத் தாத்தா மேலும் கீழும் தலையாட்டினார்.

‘இவங்களது கதைகளைக் கேட்டுத்தான் சிறிதரன் கெட்டுப்போனதாக சின்னாச்சி அக்கா சொன்னார். ‘என்றார் அம்மா மீண்டும்.

‘சரி கழுதைகள் இப்ப ஊரில் இல்லை. அவங்களோடு சமனாக நாம் மல்லுக்கட்டமுடியாது. எந்தப் பிரயோசனமுமில்லை ‘என்றார்— இந்த விடயத்திற்கு முற்றுப்புள்ளி வைக்கும் முகமாக.

இதுவரை அமைதியாகக் கேட்டுக்கொண்டிருந்த சீனியப்பு ‘எங்கோ கிளிநொச்சியில் இப்பொழுது இருக்கிறார்களாம். விசாரித்து இடத்தை தெரிந்தால் பொலிசில் வழக்குப் போடலாம். இவங்களை விடமுடியாது.’

‘அதெல்லாம் தேவையில்லாத வேலை. எங்களது பணம் நேரத்தையும் அந்த காவாலிகளுக்காக நாம் ஏன் விரயமாக்க வேண்டும்? நீங்கள் போய் வேலையைப் பாருங்கள் ‘என்றார் தாத்தா.

‘நல்லவேளை நான் பக்கத்தில்லை ‘என்றான் ராமலிங்கம்.

‘டேய் டேய் நீ எதுவும் பேசாதே. வீணாகக் கோட்டு கேசென வாழ்வு போய்விடும் ‘என்றார் தாத்தா .

நல்லவேளை அப்பு இல்லை. இருந்தால் எப்படியும் பெரிய சண்டை ஏற்பட்டிருக்கும். சீனியப்பு உடனே ஆவேசமாகப் பேசினாலும் பின்பு மறந்துவிடுவார். நினைவு வைத்து எவரிடமும் சண்டைக்குப் போகமாட்டார். பல விடயங்களில் தாத்தாவின் வார்த்தையைக் கேட்பார்.

‘நான் அந்த இடத்தில் இல்லை— இதை எனக்குக் கடலை விற்கும் ஒரு பாட்டி சொல்லியது. ‘தலை மயிரை ஒட்ட வெட்டிய இரண்டு கறுப்பு நிற இளந்தாரிகள், காக்கி பாண்டும் வெள்ளை சட்டையும் போட்டிருந்தவர்கள். மதியத்தின் பின் சில மணி நேரமாகத் துறைமுகத்தருகே காத்திருந்தார்கள். தாத்தா துறைமுகத்திலுள்ள சீமெந்து இருக்கையில், கைத்தடியை அருகில் வைத்தபடி இருந்தபோது

அவர்கள் வந்து, அதிலொருவன் தாத்தாவின் தலையில் மெதுவாக அவனது இடது கால் பூட்சை வைத்துவிட்டு மீண்டும் எடுத்து தாத்தாவின் முகத்தருகே போய் 'வாத்தி நீ எங்களுக்குப் படிப்பித்தபடியால் சும்மா விடுகிறோம். தப்பிப் பிழைத்துக்கொள் 'என்றான். அப்பொழுது அங்கிருந்த மற்றவர்கள் அந்த இடம் நோக்கி ஏய் என்ன செய்கிறீர்கள் என அவர்களை நோக்கிச் செல்ல அவர்கள் கையில் அந்த ஒரு பூட்சை காவியபடி கெந்தி கெந்தி ஒருவனை மற்றவன் இழுத்தபடி ஓடினார்கள். அந்த நேரத்தில் யாழ்ப்பாணம் போகும் வான் ஒன்று வர அதில் ஏறிவிட்டார்கள். தாத்தா அந்த இடத்தில் சிலையாக உட்கார்ந்திருந்தார். மற்றவர்கள் பொலிசில் முறைப்பாடு கொடுக்கும்படி கேட்டபோது 'அவர்கள் என்னிடம் படித்தவர்கள். அவர்கள் நடத்தை சரியில்லை என்றால் வாத்தியாராக நானும் பொறுப்பு. நீங்கள் பேசாது விடுங்கள்" என்றார். அதன் பின்புதான் நான் அந்த இடத்திற்குச் சென்றேன். லோஞ்சில் உள்ளவர்கள் இன்று பல மணிநேரமாக பென்சன் நாள் தாத்தா வருவார் என மதியத்திலிருந்து அந்த கொட்டகையில் அவர்கள் காத்திருந்ததாகவும் பேசிக்கொண்டார்கள். '

பல காலமாக வன்மம் வைத்து இந்த விடயத்தில் செயல்பட்டிருக்கிறார்கள். அவர்களுக்கேற்ப ராமலிங்கமோ மற்றவர்களோ பக்கத்தில் இருக்காதது வசதியாகிவிட்டது.

தாத்தா அன்று வழக்கத்துக்கு மாறாக இரண்டு கிளாஸ் சாராயம் குடித்தார். அதன்பின்பு உணவுண்ணாது தனது சாய்வு நாற்காலியிலிருந்தார். ஆச்சி கேட்டபோது பசிக்கவில்லை என்று சொல்லியபடி எழுந்து போய் சுருட்டை மாமரத்தின் கீழ் நின்று குடித்தார். அன்று எவரும் தாத்தாவுடன் பேசவில்லை. நான்கூட தாத்தா சுருட்டுக் குடிப்பதை வழமைபோல் வராந்தாவில் குந்தியிருந்து பார்க்கவில்லை. அதை விட முக்கியமான வேலை எனக்கிருந்தது.

ராமலிங்கம் தாத்தாவுக்கு நடந்ததைத் தனது கவனக் குறைவாக எடுத்து அதைப்பற்றியே தொடர்ந்து பேசியபடியிருந்தான். அவன் பேசிய விடயங்கள் அவனது ஆத்திரத்தையும் குற்றவுணர்வையும் காட்டியது. 'அவர்கள் ஊரிலிருந்தால் நான் வேல் கம்பால் அவர்களைக் கொல்வேன். பெரிய வீட்டு சுந்தரத்திற்கு அன்று நடந்தது இங்கும் நடந்திருக்கும். அந்த இடத்தில் நான் இல்லாதது அவர்களது அதிஸ்டம். எங்களூரில் இப்படி நடந்தால் நான்கு கொலை விழுந்திருக்கும். பொலிஸ் கோடு வழக்கு எதுவுமிராது' என்று சொன்னான்.

'தாத்தா பல விடயங்களை நிதானித்துத்தான் செய்வார். தனது கோபம் கவலை என்ற உணர்வுகளிலும் பார்க்க ஒன்றைச் செய்தால்

மற்றவர்களுக்கு என்ன நடக்கும். ஊருக்கு என்ன நடக்கும். எதிர்விளைவுகள் எப்படி என்று யோசிப்பவர். அவரது ஒவ்வொரு செயலும் அர்த்தமானவை என்பதை நான் அறிவேன். நீ போய் படு 'என்று சொல்லிவிட்டு நான் வந்தேன். ஆனால் அவன் கவலையுடன் வழக்கம்போல் கொட்டகையிலுள்ள வாங்கிலில் படுக்காது மாமரத்தின் கீழ் ஒரு பாயை விரித்துப் படுத்தான். அவனருகே டார்சானும் படுத்தது.

'தாத்தா டேய் உள்ளே போய் படு' 'என்றதையும் அவன் புறக்கணித்தான்.

அவனைப் பொறுத்தவரை அன்றிரவு தாத்தாவுக்கு ஏதாவது நடந்தால் நான் பாதுகாப்பாக இருக்கவேண்டும் என்ற காவல் உணர்வு என நினைத்தேன்.

5

இரவு நான் ராமலிங்கத்திடம் என்ன நடந்தது எனக்கேட்டேன்.

அம்மா பெயரில் ராணி மட்டுமல்ல செய்கையிலும் ராணி என்று நிரூபிக்கும் நாள் அவ்வளவு விரைவாக வருமென நான் நினைக்கவில்லை. மற்றவர்கள் கூட எதிர்பார்க்கவில்லை.

பெரும்பாலான ஆண் குழந்தைகள் தாய்மாரின் செயல் திறமையையோ புத்திக் கூர்மையையோ புரிந்து கொள்வதில்லை. அது அவர்கள் தவறல்ல. அன்னையர்கள் தங்கள் பாசத்தை மட்டும் நிரூபிக்க முனைவதால் மற்றவைகள் இரண்டாம் பட்சமாகிவிடுகின்றன. அக்காலத்தில் அரச குலத்திலோ அல்லது இக்காலத்தில் அரசியலில் இருக்கும் பெண்களுக்கு மட்டும் திறமையைக் காட்டச் சந்தர்ப்பம் கிடைக்கிறது. பெரும்பாலான தந்தைமார் உழைப்பாளிகளாகவும் குடும்பத்தை காப்பாற்றுவர்களாககவும் சமூகமும் காட்டவிரும்புகிறது. ஒரு விதத்தில் அடுத்த சந்ததியைத் தொடர்ந்து பாதுகாக்கும் பொறுப்பு அவர்கள்மேல் நிரந்தர சுமையாகியபோதிலும் சாதாரண குடும்பப் பெண்கள் சில சந்தர்ப்பங்கள் வரும்போது தங்களை வெளிக்காட்டுவார்கள். அப்படியான ஒரு சந்தர்ப்பம் அம்மாவுக்கும் கிடைத்தபோது மற்றவர்கள் மூக்கில் விரலை வைத்தார்கள்.

அப்பு விடுமுறையில் வீடு வந்தபோது அம்மா மீண்டும் கலகலப்பாக இருந்தார். பழைய விடயங்களை எல்லோரும் மறந்துவிட்டார்கள்போலத் தெரிந்தது. என்னைப் பொறுத்தவரை போனதடவை அப்பு நடந்து கொண்ட விதம் எவ்வளவு தோய்த்தாலும் துணியில் மறையாத ஒரு கறைபோல் என் நெஞ்சிலிருந்தது. அப்புவை எப்பொழுதும் சங்கடத்துடனே பார்த்தேன். ஆனால் அப்புவுக்கு தங்கச்சி தம்பி என்பவர்களே முக்கியமாகிவிட்டார்கள். எனக்கும் எவரும் தேவையில்லை. தேவையானவற்றை நானாகச் செய்வேன்.

நான் ஒழுங்காகப் பாடசாலை போய் வந்துகொண்டிருந்தேன். மாலையில் டார்சனுடன், நண்பர்களுடன் விளையாட்டு. புத்தக வாசிப்பு

என்று என்று எனக்காக ஒரு உலகத்தை உருவாக்கியிருந்தேன். அந்த வயதும் வந்துகொண்டிருந்தது. அது எனக்குப் போதுமாக இருந்தது.

அப்பு வந்தவுடன் எப்படியோ சிறிதரனது விடயம், தாத்தாவுக்குத் தலையில் பூட்ஸ் வைத்தது என்பன தெரிய வந்தது. ஒரு நாள் அப்பு 'அவன் சிறிதரனை நானும் காணவேண்டும்' என்று சொன்னதும் 'அது நடந்துபோன விடயம் விட்டுத் தள்ளிவிட்டுப் போகலாம் 'என அம்மா சொன்னதும் எனக்கு மனதில் பதிந்தது.

அது ஒரு ஞாயிற்றுக்கிழமை மாலை நேரம். நான்கு மணியளவில் வீட்டின் கொட்டகைத் தரையில் நான், ராமலிங்கம் எல்லோரும் குந்தியிருந்து கிடுகு பின்னியபடியிருந்தோம். தாத்தா வழமைபோல் சாய்வு நாற்காலியிருந்தார். அவரால் குனிந்து நிமிர்ந்து கிடுகு வேலைகள் இப்பொழுது செய்ய முடியாது. தோட்டவேலைகளிலும் எளிதான வேலைகள் மட்டுமே செய்வார் என்பதால் ராமலிங்கமே பொறுப்பாக இருந்தான். எங்களது கிடுகுகளை ஊருண்டிக்கு ஏற்றிச் செல்லும் வள்ளத்துக்குச் சொந்தக்காரரான பொன்னுத்துரை மாமாவும் அன்று வீட்டிலிருந்தார். அப்பு வாங்கிலில் அமர்ந்து சுருட்டு பிடித்தபடி அவருடன் பேசிக்கொண்டிருந்தார். எனக்கும் கிடுகு பின்னத் தெரியும் என்பதால் நானும் குனிந்து பின்னியபடியிருந்தேன். திடீரென தலை நிமிர்ந்து வாசலின் கம்பிகளூமாக பார்த்தபோது சிறிதரன் வெளிர்நீலமான சட்டையும் அதே நிறத்தில் சாரமும் அணிந்தபடி பாதையில் வடக்கிலிருந்து தெற்கு நோக்கி எங்கள் வீட்டுப்பக்கம் திரும்பாது அவசரமாகப் போய்க் கொண்டிருந்தான். சிறிதரன் ஊரைவிட்டுப் போய்விட்டான் என தாய் சொன்ன விடயம் எனக்கு நினைவுக்கு வந்தது. அதைப் பார்த்ததும் 'அப்பு இந்தா சிறிதரன் போகிறான் 'என்றேன்.

அப்பொழுது எல்லோரும் வெளியே பார்த்தார்கள். வாங்கிலில் இருந்த அப்பு சுருட்டை வெளியே எறிந்து விட்டு தென்னோலைகளை ஈரமாக்க நிலத்தில் குத்தி வைத்திருந்த ஒரு மீட்டர் நீளமான தடியை எடுத்து தனது முதுகின் பின்புறம் சாரத்தில் மறைத்துச் சொருகியபடி அவசரமாகக் இரும்புக் கதவைத் தள்ளியபடி வெளியே பாய்ந்தபோது கதவு அரைவட்டமாகச் சென்று மதிலில் அடித்து மீண்டும் வருவதன் முன்பு அவருக்குப் பின்னால் பொன்னுத்துரை மாமாவும் எய்த அம்பாகச் சென்றார். நான் எழுந்து வாசலருகே நின்று பார்த்தேன்.

அப்பு ஓடிச் சென்று சிறிதரனை, சில மீட்டர் தூரத்தில் மறித்தார். ஏதோ ஓரிரு வார்த்தைகள் பேசியது போலத் தெரிந்தது. எனக்கு எதுவும் கேட்கவில்லை. அவரது வலது கையின் முழங்கை பின்னால் வளைத்து

கை முதுகுக்குப் பின்பாக இருந்த தடியை இழுத்தெடுத்து ஓங்கி சிறிதரனது தலையில் அடிக்க ஓங்கியபோது அருகில் நின்ற பொன்னுத்துரை மாமா தனது வலது கையை உயர்த்தியதால் அந்த தடி அவரது கையில் பட்டு திசைமாறி அவனது பின் கழுத்தில் தோள் பகுதியில் தடியின் கூரான பகுதி விழுந்தது. அதற்கு மேல் அடிவிழாது பொன்னுத்துரை மாமா அப்புவின் இரண்டு கைகளையும் உடலோடு கட்டிப் பிடித்துவிட்டார். சிறிதரன் திரும்பி வந்த வழியே வேட்டைக்காரனிடமிருந்து தப்பியோடும் முயலாகப் பாய்ந்து ஏற்கனவே பிரிந்திருந்த முட்கிழுவை வேலியை கைகளால் விலக்கியபடி கிழக்குத் திசையில் அவனது வீட்டுக்கு ஓடினான். அவனது முதுகில் கழுத்தின் காயத்தால் வடிந்த இரத்தம் அவனது வெளிர்நீல சேட்டைச் சிவப்பாக்கியது. வலுக்கட்டாயமாக பொன்னுத்துரை மாமா அப்புவைக் கைகளால் இழுத்தபடி வீட்டுக்குள் கொண்டு வந்தார். அதைப் பார்த்துக்கொண்டிருந்த அம்மா எனது முதுகில் அடித்து 'எல்லாம் உன்னாலேதான் 'என்று சொல்லி தம்பியைத் தூக்கியபடி உள்ளே சென்றார்.

சில மணிநேர அமைதிக்குப்பின் 'தாத்தா இது பொலிஸ் கேசாகும். அதற்குத் தயாராகுங்கள்' என்றபோது பலரும் விழித்தார்கள்.

அன்று வீட்டில் சீனியப்பு, தாத்தா எனப் பலர் கூடினார்கள். சிறிதரனுக்கு அடித்தது பொலிஸ் கேசாகி விடும். அப்பொழுது ஏன் அடித்தது எனக் கூறினால் அம்மா கோட்டுப் படியேறி சாட்சியம் சொல்லவேண்டும். அம்மா கோட்டில் ஏறுவது எவருக்கும் ஏற்புடையதல்ல. அல்லாவிடில் அப்புக்கு தண்டனை கிடைத்தால் சிறைத்தண்டனையுடன் வேலை இல்லாது போகும் என்ற விடயம் பேசப்பட்டது. பொன்னுத்துரை மாமா எங்களுக்கெதிராக எதுவும் சொல்லமாட்டார். அதை விட அடித்தபின் ஓடியபோது எங்களது வீட்டிற்கு இரண்டாவது வீட்டில் உள்ள இராசமணி மாமி கண்டுள்ளார். அவர் கோட்டில் கேட்கும்போது உண்மை சொல்லலாம் என்பதும் பேசப்பட்டது. அக்காலத்தில் யாழ்ப்பாணத்தில் புகழ்பெற்ற வழக்கறிஞரான சாம் சபாபதியை நியமிப்பது என முடிவாகியது.

இராசமணி மாமியிடம் நேரடியாகப் பேசுவதிலும் பார்க்க அவரது அண்ணனான அனலைதீவிலுள்ள சீனியப்புவின் உறவினரான கார்திகேசிடம் வள்ளத்தில் அனலைதீவுக்கு செல்வது என முடிவெடுக்கப்பட்டது. அன்று இரவே அனலைதீவிற்கு சென்று கார்திகேசுவை கொண்டு வந்து இராசமணி மாமியிடம் வழக்கிற்கு அழைத்தாலும் நீங்கள் தெரியாது என்று சொல்லவேண்டும் எனப் பேசப்பட்டது. அன்று முழுவதும் வீடு பரபரப்பாக இருந்தது. பலர் வந்து விசாரித்தார்கள். ஊரில் அப்பு வந்தால் இப்படி ஒரு விடயம்

நடக்குமென்று எதிர்பார்த்தாலும் இப்படி நடக்குமென்பது பரப்பைக் கொடுத்தது. எழுவைதீவில் அதிக குற்றச்செயல்கள் நடப்பது குறைவு. ஏதாவது ஒன்று நடந்தால் பரபரப்பாகும். அதற்குமேல் சம்பவம் நடந்தது வாத்தியார் வீடு என்பது முக்கியத்துவமானது.

அடுத்த நாள் காலையில் நாடக கொட்டகையில் பிரபலமான நாடகம் தொடங்கு முன்பாக இருக்கும் ஒரு வகை எதிர்பார்ப்பான அமைதி நிலவியது. ஒருவரை ஒருவர் பார்த்துப் பேசுவது குறைந்து கண்களால் சைகை செய்தபடி எதையோ யாரையோ எதிர்பார்த்துக் காத்திருப்பது என்ற தடிப்பான கரும் திரைச்சீலைபோன்ற தோன்றிய அந்த அமைதி மாலையில் சர் எனக் கிழிந்தது.

மாலையில் கண்ணாடி விதானையுடன் இரண்டு காக்கி சீருடை அணிந்த பொலிஸ்காரர் இருவர் ஊர்காவற்துறை பொலிஸ் நிலயத்திலிருந்து வருவதாகவும் அப்புவை கைது செய்து விசாரிக்கவேண்டும் எனவும் எங்கள் வீட்டுக்கு வந்தார்கள். ஆனாலும் விடயம் தெரிந்தபடியால் அப்பு வீட்டில் காணப்படவில்லை. அவர்கள் தாத்தாவை புறக்கணித்து தபால் கந்தோர் முன்பாக வந்தபோது அம்மாவே முன்னால் வந்து 'என்ன விடயம்? 'என்றபோது' இப்படி வாத்தியார்மேல் வழக்கிருப்பதால் இவர்கள் பிடித்து விசாரிக்க வந்திருக்கிறார்கள் 'என விதானை ஒருவித மன்னிப்புடன் தனக்கும் இதற்கும் தொடர்பில்லை என்ற தொனியில் கூறினார்.

அம்மா தாத்தாவைப் பார்த்தார். தாத்தா எதுவும் பேசவில்லை. ஒருவிதத்தில் இதை தான் எதிர்பார்த்தேன் என்ற நினைப்போ?

நான் அம்மா அருகே சென்றேன்.

'இங்கு அவரில்லை' என அம்மா உறுதியாகச் சொன்னார்.

'நாங்கள் வீட்டுக்குள் செக் பண்ணிப் பார்க்க வேண்டும் 'என்று கறுப்பாக உயர்ந்திருந்த பொலிஸ்கார் தலையிலிருந்த தொப்பியைக் கழட்டியபடி அம்மாவை நோக்கி வந்தார்.

அவரது வாயிலிருந்து சாராயவாடை வந்தது.

அம்மா சில காலடிகள் பின்வாங்கி 'கொஞ்சம் பொறுங்கள் 'என்றார்.

அம்மாவின் கந்தோரின் முன்பு தொங்கும் பழைய ரோமன் இலக்கமுள்ள பெரிய சுவர்க் கடிகாரம் அப்பொழுது ஆறுதரம் அடித்தது ஓய்ந்தது .

அந்த உயரமான பொலிஸ் அசையவில்லை .

‘உங்களிடம் பிடி விறாந்து இருக்கிறதா? ஆறு மணியாவிவிட்டது. இப்பொழுது நீங்கள் வீட்டுக்குள் செல்வதானால் நீதவானின் பிடி விறாந்து தேவை. இல்லையா விதானையார் ? ‘என்றார்.

அப்போது விதானை ‘போஸ்மாஸ்டர் சொல்வது சரி ‘என்று தலையாட்டினார்.

‘விதானையார், சின்னத்தம்பி வாத்தியார் தனது லோயரோடு நாளை கோட்டுக்கு வருவார். அதற்கு நான் பொறுப்பு ‘என்றபோது விதானையார் முன் செல்ல பொலிகாரரர் இருவரும் மெதுவாக ஆடியபடி ஒருவரை ஒருவர் கைகளால் பிடித்தபடி சென்றனர்.

அம்மா இப்படிப் பேசுவார் என எவரும் எதிர்பார்க்கவில்லை. எனக்கு வியப்பளித்தது. அப்பு வெளியே சென்று விட்டார் என நான் நினைத்ததற்கு மாறாக, அப்பு அறையிலிருந்து வெட்கம் கலந்த சிரிப்புடன் வெளியே வந்தார்.

‘பொலிகாரருக்கு சாராயம் பணம் கொடுத்து அனுப்பியிருக்கிறார்கள் போல். இன்று பிடித்தால் வாத்தியாரை ஒரு கை பார்க்கலாம் என்று நினைத்து வந்திருக்கிறார்கள் ராணியால் வாத்தியார் தப்பிவிட்டார்’ என்று சீனியப்பு சொன்னார்.

அப்பொழுது அப்பு அதைக் கேட்டுவிட்டு தலை குனிந்தபடி நின்றார் .

‘அம்மா, உனக்கு எப்படி இந்த சட்டம் எல்லாம் தெரியும் ‘என்றேன் ஆவலை அடக்க முடியாதபடி.

அம்மாவால் இப்படிப் பேசமுடியும். பதில் சொல்லமுடியும் என்பது எனக்கு மட்டுமல்ல, எவருக்கும் தெரியாது. இதுவரையும் யாருக்காவது உதவிகள் செய்வதோ அல்லது ஊர்க்கதைகளைப் பேசுவது மட்டுமே அம்மாவிடம் நான் கண்டவை. மற்றவர்களுடன் பேசும்போது தனக்கு அதிகம் தெரியும் என்ற தொனி அம்மாவிடம் இருந்ததில்லை.

வீட்டில் தாத்தாவின் வார்த்தைகள் முக்கியமாக இருந்தாலும் சீனியம்மா மட்டும் உரத்துப் பேசுவதையும் பிள்ளைகளை வெருட்டுவதையும் கண்டிருக்கிறேன். நான்கூட ஏதாவது அம்மாவிடம் கேட்பதற்கு சீனியம்மாவின் சிபார்சைக் கேட்டிருக்கிறேன். எல்லாவற்றையும் விட எனக்கு அதிசயமாக இருந்தது அம்மா அந்தக் கடிகாரம் ஆறுமுறை அடித்தோயும்வரை மவுனமாக நின்று அவர்களைப் பேசவிடாது வைத்திருந்து விட்டு பின்பாக சொன்ன விதமே.

‘டேய், பேப்பர் புத்தகம் எல்லாம் எதற்காகப் படிக்கிறோம் ? என எதிர்க்கேள்வியைக் கேட்டு விட்டுச் சாதாரணமாகச் சென்றார்.

அம்மா அன்று ஒரு நாட்டின் பட்டத்து ராணியாக எனக்குத் தெரிந்தார்.

வழக்கு சில தவணைகள் சென்று நடந்தபோது சாட்சிகள் இல்லாததால் தள்ளப்பட்டதாக அம்மா சொன்னார்.

6

ஒருநாள் காலையில் தாத்தா குளித்துவிட்டு வந்து சாய்வு நாற்காலியில் அமர்ந்தபோது மீனாட்சியிடமிருந்து வந்த கடிதம் என ராமலிங்கம் தாத்தாவிடம் காட்டினான்.

வெளிர் நீல நிறத்தில் சின்னப்பிள்ளைகளின் எழுத்துகளில் முகவரி எழுதப்பட்டிருந்து. எங்கள் ஊருக்கு வந்தபோது ஊரிலிருந்து வந்த முதல் கடிதத்தைப் பற்றி ராமலிங்கம் என்னிடம் சொன்னான். அப்பொழுதே அவனது முழுக்கதையும் எனக்குத் தெரியவந்தது. அதன் பின்பாக அவனது வீட்டிலிருந்து கடிதங்கள் வரும்போது தாத்தாவிடமிருந்து பணம் வாங்கி தாத்தாவுக்குத் தெரிந்த சண்முகம் கடையில் கொடுத்தால் அந்தப்பணம் ஏதோ விதமாக இந்தியா சென்றுவிடும். ராமலிங்கத்திற்கு மீனாட்சியிடம் ஒரு ஈர்ப்பு இருப்பது தெரியும். அது காதலா எனத் தெரியாது. ஆனால் இம்முறை மீனாட்சியின் கடிதத்தைத் தாத்தாவிடம் கொடுப்பதன் காரணம் என்ன ?

தாத்தா 'நீ அதைப்படி' என்றபோது அந்த கடிதத்தைப் படித்தான் .

அன்புள்ள ராமலிங்கம் அறிவது எனத்தொடங்கி அதில் எனக்குத் திருமணம் பேசுகிறார்கள். ஆனால் பல இடங்களில் இருந்து சம்பந்தம் வந்தாலும் எதுவும் சரிவரவில்லை. காரணம் அன்று நடந்த சம்பவத்தால் பலர் பல விதமாகப் பேசுவதாகும். விடயம் எப்படியோ அவர்களது காதுக்கு எட்டிவிடுகிறது. என்னில் உனக்கோ உனக்கு என்னிலோ அப்படியான நினைவுகள் ஆரம்பத்திலிருந்ததில்லை. ஆனால் இந்த பேச்சுகள் எனக்கு உன்னை நினைக்கவைக்கிறது. ஆனால் நீ உன் விருப்பம்போல் நட .எந்த கட்டாயமும் இல்லை.

பெரிய வீட்டுச் சுந்தரம் இப்பொழுது கல்யாணம் செய்து ஒரு குழந்தை சில மாதங்கள் முன்பாக பிறந்தது. அவன் திருந்தி நல்லவனாகி விட்டான் என ஊரெல்லாம் பேசிக்கொள்கிறார்கள். உன்னால் முடிந்தால் ஊருக்கு வந்து போ. அதன்பின்பு என்ன செய்வாய் என்பது உனது

முடிவு. உனது அம்மா ஐயா சகோதரர்கள் சுகமாக இருக்கிறார்கள் 'என்ற மாதிரி முடிந்தது.

அதைக் கேட்டதும் தாத்தா என்ன செய்யப்போகிறாய் ? ஊருக்குப்போக விரும்புகிறாயா? வந்து மூன்று வருடங்கள் ஆகிவிட்டது. 'என்றார்.

'எப்படிப் போவது என்பது தான் பிரச்சனை. நான் பாஸ்போட்டில்லாது எப்படிப் போகலாம்?'

தாத்தா நெற்றியில் கோடுகள் நெளிந்தன. புருவங்கள் உயர்ந்து தாழ்ந்தன.

இறுதியாக எழுந்து 'வா பறுநாந்துவை பார்க்கப்போவோம்" என்று நடந்தார்.

'நானும் வரட்டா தாத்தா?' எனப் பதிலை எதிர்பாராது அவர்களோடு சேர்ந்து மூவருமாக பறுநாந்துவின் கடைக்குச் சென்றோம்.

பறுநாந்து அந்த சிறிய கடையில் குனிந்தபடி எதையோ அடுக்கியபடி நின்றவர் நிமிர்ந்ததும் 'வாத்தியார் என்ன இந்தப்பக்கம்?' என்ற இழுத்தார்.

'இல்லை ஒரு விடயம் கேட்கவேணும். கச்சத்தீவு அந்தோனியார் திருவிழா எப்ப? '

'அடுத்த கிழமை தான். ஏன் கேட்கிறிங்க? '

'காரணம் இருக்கிது. இந்த ஊரிலிருந்து யார் போகிறிங்க? '

'குருசுமுத்துவும் இரண்டு பொடியளும் போவதாகப் பேசிக் கொண்டாங்கள். '

'ராமலிங்கத்தையும் அவர்களோடு அனுப்பமுடியுமா?'

'அதுக்கென்ன பாசையூரில் இருந்து தான் வள்ளங்கள் போகுது. நான் அதற்கு ஒழுங்கு பண்ணுகிறன். '

'பெரிய உபகாரம். ஊரில் குடும்பப் பிரச்சனை போகவேண்டுமென விரும்புகிறான். அவனுக்குக் கல்யாணம் காட்சி என ஏதாவது நடக்கவேணும் 'எனச் சொல்லியபடி திரும்பினார் தாத்தா.

ராமலிங்கம் ஊருக்குப் போவதென்ற முடிவு வீட்டில் என்னால் எல்லோருக்கும் தெரிந்ததும் வீட்டில் துக்கம் அனுஷ்டிக்கப்பட்டது. அம்மா சீனியம்மா ஆச்சி அவனை ஒரு மகனாக வளர்த்தார்கள். அவனுக்கு வயது வந்துவிட்டது. அவனுக்கு குடும்பம் வாழ்க்கை என அமையவேண்டும் என்று தங்களைத் தேற்றினார்கள்

நோயல் நடேசன் | 235

எல்லோரையும் விட சீனியப்பு கவலைப்பட்டார். பின்பு அவர்கூட இப்பதான் பங்குனி மாதம் தென்னை பனை மரங்களில் பிஞ்சு பிடிக்கத் தொடங்கியுள்ளது. சரி வேலாயுதத்தை வைத்து முட்டி கட்டிக்கொள்ளலாம் என ஆறுதலடைந்தார்.

'நான் எல்லாம் சரி என்றால் திரும்பிவருவேன் 'என ராமலிங்கம் உறுதியளித்தான் .

o0o

சமரசம் கண்ட கனவைச் சொன்னபோது எதையும் பேசாது கேட்டுக் கொண்டிருந்த ராமலிங்கம் ஏதோ ஒன்று நடக்கப்போகிறது என்று சொன்னான். துண்டு துண்டாக அவனது கனவை நான் நெசவாக்கி விரித்தபோது அது முந்தைய அவனது கனவின் தொடர்ச்சியானது.

'எழுவைதீவில் உள்ள சாம்பல் நிற கன்வஸ் துணியால் அமைக்கப்பட்ட கடற்படை முகாம் பாலத்தருகே உள்ள ஆலமரத்திற்குக் கீழ் இருப்பது தெரிந்தது. இலைகள் எதுவுமற்று சுத்தமான இடம். நிலத்தில் கடல் மணல் வெள்ளை வெளிரெனத் தெரிந்தது. கிழக்கு பக்கமாகக் கறுப்பு பிளாஸ்ரிக் பைகளில் மணல் அடைத்துக் கட்டப்பட்டு மண் மூடைகள் அங்கு அடுக்கப்பட்டிருந்தது.

அது இரவு: அந்தகாரமான உடலில் அப்பிக்கொள்ளும் இருள்: நிலவோ நட்சத்திரங்களோ எதுவும் இல்லாத இரவது. கடல் கரும்பாயாக விரிந்திருந்தாலும் அலைகள் பாலத்தின் கற்களில் மோதும் சத்தம் மட்டும் அமைதியைக் குலைத்தது. கடல்த் தாழைகள் அழுகிய மணம் உப்புடன் கலந்து வீசியது.

அந்த அலைகளின் ஓசையை வெட்டி சிதைத்தபடி திடீரென நான்கு திசைகளில் நாய்கள் குலைத்தன. அதைக் கேட்டு கூடாரத்துள் படுத்திருந்த மூன்று சிப்பாய்கள் அரக்கப்பரக்க எழுந்து தங்களது இரவு உடுப்போடு கூடாரத்தை விலக்கி வெளியே பார்க்கின்றனர். இருளில் எதுவும் தெரியவில்லை. தங்களிடமிருந்த லைட்டை நான்கு பக்கமும் அடித்துப் பார்த்தார்கள். அப்பொழுதும் எதுவும் தெரியவில்லை. ஆனால் கூடாரத்தை விட்டு வெளியே வரவோ சுடவோ முனையவில்லைதங்கள் ரவைகளைப் பாதுகாக்க விரும்பினார்களோ அல்லது கடந்த முறை ஒருவரைச் சுட்டதுபோன்று இன்றும் ஏற்படாது இருக்க விருப்பினாரகளோ தெரியவில்லை. எந்த பக்கம் சுடுவது எனத் திகைத்தபடி நிலத்தில் படுத்தபடி பார்த்தார்கள். அவர்களுக்கு எதுவும் தெரியவில்லை. கூடாரத்துள் இருப்பது பாதுகாப்பு என நினைத்திருக்கலாம். அவர்கள் உயிர் தப்பி இருந்தால் நாளை பார்ப்போம் என நினைத்திருக்கலாம்.

தொடர்ந்து கண்ணிமைக்காது இருளைத் துளைத்தபடி துப்பாக்கியை ஆயுத்தமாக வைத்தபடி அந்த இரவின் விடியலுக்குக் காத்திருந்தனர்.

காலையில் வெளிச்சம் வந்தபோது எழுந்த பார்த்தவர்களுக்கு தங்களது கண்களை நம்ப முடியவில்லை. மூன்று நாய்களும் நாக்கைத் தொங்கவிட்டபடி கடற்படைக்கு முகாமருகே வந்து படுத்தன. ஏற்கனவே காயங்கள் தெரிந்தன. பாதி உயிர் போயிருந்தது அந்த மூன்று நாய்களையும் பக்கத்தில் சென்று துப்பாக்கி முனைகளை அவற்றின் காதோரத்தில் அழுத்தமாக வைத்து வெடிவைத்துக் கொன்ற பின்னர் கடற்படையினர் இழுத்துச் சென்று ஆழமாக அருகிலுள்ள பனங்கூடலுக்குள் ஒன்றாகப் புதைத்தனர்.

மிஞ்சிய ஒரு நாய் எப்பொழுது சுடலாம் என்பதற்கு மீண்டும் ஊரடங்கு போட்டு பத்து நாட்கள் திரிந்தார்கள். இறுதியில் வடக்குத் திசையில் ஊர் சுடலைக்கு அருகே, தலை தரையிலும் பின்கால்கள் தண்ணீரிலும் வயிறு ஊதியபடி அந்த நாயின் சடலத்தைக் கண்டெடுத்தனர். அதனது சடலத்தில் தலையில் பெரிய காயமிருந்தது. மற்றைய நாய்களால் அதுவும் கடிக்கப்பட்டிருக்கலாம். அந்த நாயின் சடலத்தைப் புதைத்துவிட்டு ஊரவர்களுக்கு இனிமேல் பயமில்லை என்று சொல்லி விட்டு தங்களது கூடாரங்களைக் கழட்டிவிட்டு காரைநகர் கடற்படைத்தளத்திற்கு சென்றார்கள்.

கடற்படைக்கும் நாய்களுக்கும் பயந்து ஊரில் அரைவாசிக்கு மேற்பட்டவர்கள் ஏற்கனவே ஊரைக் காலி செய்திருந்தார்கள். பல வீடுகள் வெறுமையாகியிருந்தன. வெளியே சென்றவர்கள் தங்கள் விடுமுறைக் காலங்களில் கோவிலுக்கும் சேர்ச்சுக்கும் வந்து அவற்றைத் திருத்தி புதிகாக வர்ண்ணமடித்து தங்கள் நன்றிக்கடனைச் செலுத்தினார்கள்.'

o0o

ராமலிங்கம் எங்கள் வீட்டை விட்டு இந்தியா சென்ற சில நாட்களில் சமரசத்திற்கு காச்சல் எனப்படுத்துக் கிடந்தான். எப்பொழுதும் காரணமின்றி எங்கும் ஓடித்திரிபவன் பாயில் சுருண்டு படுத்திருப்பதைப் பார்க்கப் பாவமாக இருந்தது. அடுத்த நாள் அவன் இறந்துவிட்டான் என முற்றத்தில் வாங்கிலில் கிடத்தியபோது எதிர்பாராதபடி உயரமாக வளர்ந்திருந்தான். அவனது வளர்ச்சி கடந்த சில மாதங்களில் நடந்தது எப்படியென எனக்குப் புரியவில்லை. நான்கூட நோயாக இரண்டு கிழமைகள் வைத்தியசாலையிலிருந்து தப்பிப் பிழைத்தேன். ஆனால் இப்படி இவன் திடீரென இறந்து விட்டானே என்ற கவலையுடன் அவனது இறப்பை எனக்குப் பார்க்க வைத்தது. அம்மா அவனுக்கு மூளை காச்சல் என்றார். இளம் வயதான படியால் அவனைப் புதைத்தார்கள்.

சமரசத்தின் பேச்சுகள் எப்பொழுதும் சுருக்கமான சில வார்த்தைகளாகவே இருக்கும். அவன் எந்த நிகழ்விலும் விளையாட்டிலும் கலந்துகொள்வதில்லை. அப்படி வலிய இழுத்துச் சென்றாலும் இடையில் சென்று விடுவான். பாடசாலை அவன் போனது எனக்குத் தெரியாது. முதல் வருடங்களில் போயிருக்கலாம் ஆனால் அது நினைவில்லை எப்பொழுதும் வீட்டில் நிற்பான் தமயனது பழைய காற்சட்டை போட்டிருந்தால் அது வழுவியபடி கீழே விழும். அதை கையால் பிடித்தபடி ஓடுவான். அவன் அழுததோ சிரித்தோ அதிகமில்லை. எவரையும் தள்ளிவிட்டோ அடித்ததோ கிடையாது ஆனால் தேவையான விடயத்தில் ஓரிரு வசனம் பேசுவான் அவனது கனவுகள் அர்த்தமானவை. நாய்கள் வருமெனக் கனவு கண்டான். ஊருக்குள் மரணம் நடக்கும் எனக் கனவு கண்டான். அதேபோல் சீசரை எச்சரித்தான். அவன் கண்ட கனவுகள் உண்மையாகின. ஊருக்குள் ஐந்து நாய்கள் வரும். அவற்றைச் சுடக் கடற்படை வரும் என்பதெதுவும் நடக்கவில்லை. இது பொய்யா ? பிற்காலத்தில் நடக்கலாமா? யார் கண்டது? அவனது துண்டு துண்டான கனவுகளை என்னிடம் தந்துவிட்டு அவன் சென்றுவிட்டான். அதை மற்றவர்களுக்கு புரிய வைக்கவேண்டுமென்பதன் அந்த விடயத்தைச் எனக்குச் சொன்னானா? அவனது கனவுகளை எனது வாழ்நாள் முழுவதும் சுமக்க வைத்துவிட்டான்.

காந்திமதி ராமலிங்கத்தைக் கட்டிப்பிடித்தபோது அவனது வார்த்தையே ராமலிங்கத்தைக் காப்பாற்றியதுபோல மொத்தத்தில் சில காலங்கள் மட்டும் பூமியில் சீவித்தாலும் அவனை மற்றவர்கள் நினைவுகளில் தொடர்ந்து வாழ்ந்து கொண்டிருப்பான். ஏற்கனவே சமரசத்திற்கு இரண்டு தங்கைகளும் இருந்தார்கள். சீனியம்மாவுக்கு அவர்களை வளர்க்கும் வேலையும் தொடர்ந்தது. ஒவ்வொரு தாய்க்கும் பிள்ளையின் இறப்பை அமைதியாக ஆறுதலாக கவலைப்பட முடியாது என்றாலும் நினைவுகள் நிழலாகத் தொடரும்.

பாகம் ஐந்து

1

இதுவரை எழுவைதீவில் எனக்கும் அம்மாவுக்கும் வில்லனாகத் தரிசனம் தந்த அப்பு, நான் நயினாதீவில் படிக்கச் சென்றபோது அங்கு ஒரு கதாநாயகனாக எல்லோராலும் மதிக்கப்படுவதை அறிந்தேன்.

ஒருவரைப் பார்ப்பது ஊருக்கு ஊர் ஆளுக்கு ஆள் வேறுபடுமா? பார்வைக் கோணங்கள் வித்தியாசமானவைதான்.

வீட்டில் தங்கையும் தம்பிகளும் பிறந்து வளர்ந்த காலங்களில் அப்பு தொடர்ந்து மலைநாட்டில் வேலை செய்கிறார். எழுவைதீவில் ஐந்தாம் வகுப்புக்கு மேல் இல்லை என்பதால் நான் ஆறாம் வகுப்பு படிப்பதற்கு நயினாதீவுக்கு அனுப்பப்பட்டேன்.

அம்மாவிடமிருந்து பிரிந்து தனியாகச் சென்று எனது விடயங்களைச் செய்வேன் என்ற நம்பிக்கை வீட்டில் எல்லோருக்கும் இருந்திருக்கும். சிறகு முளைத்தாலும் பறக்க நெஞ்சுரமற்ற இளம் குஞ்சொன்றை கூட்டிலிருந்து வெளியே தன் அலகுகளால் தாய் பறவை நெம்பித் தள்ளுவதுபோல் நான் கடல் கடந்துபோகத் தள்ளப்பட்டேன். ஆனால் பலரைப்போல் யாழ்ப்பாண கல்லூரி விடுதிகளில் விடாமல் என்னை நயினாதீவு மாமி வீட்டிற்கு அனுப்பியது படிமானமான வளர்ச்சி ஏற்பட வழிவகுத்தது எனத் தோன்றுகிறது.

உள்ளூரில் உழாத மாடு வெளியூரில் உழுமா என்ற வாக்கியத்திற்கு எதிராக உள்ளூரில் பிரச்சனையானவர்கள் வெளியூரில் மதிக்கப்படுவது அறிந்திருக்கிறேன். அம்மாவால் அப்பு மீது வைக்கப்படும் குற்றச்சாட்டுகளான முரட்டுத்தனம் கோபம் பிடிவாதம் என்பன அவரது சொந்த ஊரில் இருந்தவர்களுக்குத் தெரியாதா? அவரது இளமைக் காலத்தில் அவரிடம் இவை இருக்காது இருக்கலாம். பிற்காலத்தில் வந்திருக்கலாம்!

திருமணமான ஆண், தனது மனைவி, குழந்தைகள் தனக்குக் சொந்தமானவர்கள். தனது சொல்லைக்கேட்டு நடக்க வேண்டியவர்கள் என்ற ஆண் ஆதிக்க மனநிலையிலிருந்து வந்ததா? எனக்குப் பல காலமாக விடை தெரியாத வினாவாக இருந்தது.

அவரது சகோதரிகள், உறவினர்கள் மட்டும் அவர்மீது பாசமாக இருந்தால் இரத்த உறவுகளின் பாசம், தொப்புள்கொடி உறவு என நினைத்திருக்க முடியும். ஆனால் மற்றவர்களும் வாத்தியாரது மகன் என்றதும் என்மீது அன்பைத் தாராளமாக ஊற்றுவதும் நான் படிக்கும் பாடசாலை ஆசிரியர்கள் மற்றைய ஊரவர்கள் என்னிடம் பாசம் காட்டுவதும் போலியானதல்ல என்பது எனக்கு அக்காலத்தில் புரிந்தது. பலர் என்னைக் கண்டதும் எனது முகச்சாயலிலிருந்து உருவத்திலிருந்து அக்காலத்திலிருந்த அப்புவை அடையாளம் கண்டு கொண்டார்கள். அவர்கள் வாத்தியாரின் மகனா என என்னிடம் கேட்டு அதை உறுதிப்படுத்துதல் மட்டுமே நடந்தது. அப்புவின் பிரதிபலிப்பாக நான் அங்கு இருப்பது சில வேளைகளில் எனக்குச் சங்கடமாக இருப்பதை உணர்ந்தேன்.

மாமி வீட்டில் மாமாவின் மகன் என்ற ஒரு அன்பான உபசரிப்புடன் பாடசாலை ஆசிரியர்கள் வாத்தியாரது மகனாக என்னை கவனமெடுத்து பார்த்தார்கள். ஆசிரியர் மகன் என்றதும் அதனது எதிர்பார்ப்புகளுக்கு ஏற்ப நான் நடப்பதற்குத் தள்ளப்பட்டேன்.

பதினொரு வயதில் காம உணர்வு இல்லாதபோதிலும் பெண்கள் ஆண்களைவிட வித்தியாசமானவர்களாகத் தெரிந்தார்கள். அவர்களது முகங்கள் முலைகள் இடுப்புகள் என உறுப்புகளின் வேறுபாடு புரிந்தது. பெண்களின் முகத்தை மட்டும் பார்த்த கண்கள் மற்ற இடங்களிலும் படர்ந்தது. அதேபோல் இதுவரையும் ஊரில் வீட்டில் கள்ளிறக்கும்போது அதை எந்த உணர்வுமின்றி வேடிக்கை பார்த்த எனக்கு நாமும் கள்ளை வாயில் வைத்துப் பார்த்தால் என்ன ? அதைக் குடித்தால் ஆண்கள் ஏன் தள்ளாடுகிறார்கள்?. ஏன் எல்லோரும் இதற்காக எல்லோரும் அலைகிறார்கள் ? பெண்கள் இதை ஏன் வெறுக்கிறார்கள்? குடிப்பவர்களை ஏன் ஒதுக்குகிறார்கள்? இதில் என்ன ரகசியம் பொதிந்துள்ளது என்பதை அறிய என்ற ஆவல் ஏற்பட்டது. இதுவரை மற்றவர்கள் புகைப்பதைப் பார்த்தேன். தாத்தா, ஆச்சி புகைக்கும்போது அதை வினோதமாகப் பார்த்தேன் ஆனால் எந்த கவர்ச்சியுமில்லை. அதிலும் குறை சுருட்டு, பாதி சிகரட்டின் மணங்கள் வயிற்றைக் குமட்டும். ஆனால் இப்பொழுது சிலர் சிகரட்டுப் புகையை வளையமாக விடும்போது நாமும் செய்து பார்த்தால் என்ன என்று எண்ணத் தோன்றியது. இவையெல்லாம் செய்யக்கூடிய சுதந்திர வலயமாக நயினாதீவு இருந்ததுடன் சந்தர்ப்பமும் கிடைத்தது.

எழுவைதீவு எனக்கு ஒரு கண்ணாடி மீன்தொட்டியாக இருந்தது. எங்கு பார்த்தாலும் என்னைப் பார்ப்பவர்களாக எப்பொழுதும் தாத்தா, அம்மா, ஆச்சி என்போரது கண்காணிப்பு காவலாக இருந்தது. ஊரில் வசிப்பவர்கள் பெரியவர்கள், குழந்தைகள் எல்லோரும் தாத்தாவின் அல்லது அம்மாவின் உளவாளிகளாகத் தெரிந்தார்கள். ஆனால் நயினாதீவு சந்துகள், பொந்துகள், நீர்த்தாவரங்கள் வளர்ந்து இருள் கொண்ட பெரிய ஏரியாகவும் எனக்கு ஒளிந்து விளையாடக்கூடிய இடமாகத் தெரிந்தது. அம்மா தாத்தா என்ற எந்தக் கட்டுப்பாடுகளும் அங்கிருக்கவில்லை. விளையாடுவதற்குத் தோழர்கள் ஏராளம் என்றதால் எனது படிப்பின் கவனம் குறைந்தது.

அக்காலத்தில் ஆசிரியரின் மகனாக நடக்கவேண்டும் என்ற மற்றையோர் நினைப்பு தலையில் வைக்கப்பட்ட முட்கிரீடமாகவோ தோளில் சுமக்கும் சிலுவையாகவோ தெரிந்தது. நான் செய்ய நினைத்தவற்றைச் செய்வதற்கு வாத்தியாரின் மகன் என்ற நினைப்பை அகற்றியோ தள்ளியோ வைத்துவிட்டே இவற்றைச் செய்யவேண்டும் என்ற கட்டாயம் இருந்தது.

காலையில் ஒரு கிலோமீட்டர் நடந்து பாடசாலைக்குச் சென்றால் மதியத்தில் பாடசாலைக்கு அருகிலிருக்கும் உறவினர்கள் வீட்டில் உணவு கிடைக்கும். மற்றவர்கள்போல் சாப்பாடு பாடசாலைக்குக் கொண்டுசெல்லத் தேவையில்லை. மதியம் மணியடித்ததும் பாடசாலையின் முன்பாக உள்ள பாதையைத் தண்டியதும் அவர்களது வீடு இருந்தது. வெள்ளிக்கிழமை மாலையில் எழுவைதீவுக்கு போவேன். அதேபோல் சனிக்கிழமை மாலையில் மீண்டும் நயினாதீவுக்கு வருவேன். மோட்டார் வள்ளத்தின் மேல் தட்டிலிருந்தபடி கடல்காற்றை சுவாசித்தபடி பயணம். தடுப்பதற்கு எவருமில்லாத சுதந்திரமான வாராந்தரப் அனுபவம் எனக்கு கிடைத்தது.

இந்தக்காலத்தில் மாமியின் மூத்த மகளது திருமணம் விடயம் பேசப்பட்டது. யாழ்ப்பாண வழக்கப்படி அவர்கள் அந்தக் காலத்தில் அவர்களது வீட்டை மகளுக்குச் சீதனமாகக் கொடுக்கவேண்டும். ஆனால் அந்த வீடு அப்புவிடம் அடைவு வைக்கப்பட்டிருந்ததாக அறிந்தேன். ஏதோ காரணங்களால் அந்த வீட்டை அப்புவிடம் கொடுத்து பணம் வாங்கியிருந்தார்கள். இப்படியான விடயங்கள் யாழ்ப்பாணத்தில் நடப்பது அறிவேன். தங்க நகை இல்லாதபோது வீட்டை ஈடு வைப்பது என்பார்கள். அக்காலத்தில் வங்கிகளிடம் ஈடு வைக்கமுடியாது. பெரும்பாலும் ஊரில் பணம் வைத்திருப்பவர்கள் இதைச் செய்வார்கள் உறவினர்கள் இதைச் செய்யும்போது வட்டி இல்லாது செய்வார்கள். மற்றவர்கள் அதற்கு வட்டி வாங்குவார்கள்.

யாழ்ப்பாணத்தில் மகளுக்குத் திருமணம் பேசும்போது வீடு கொடுப்பது மிகவும் குறைந்த பட்சமாக இருந்தது. அதுவும் பெற்றோர் சீவிய உருத்து வைத்துக் கொடுப்பார்கள். ஒரு சிலர் மகள் பிற்காலத்தில் எங்களைப் பார்த்துக்கொள்வாள் என்ற நம்பிக்கையில் திருமணத்தின்போதே தங்களது வீட்டை எழுதிக்கொடுப்பார்கள். ஆனால் பிற்காலத்தில் மருமகன்மாரோடு பிரச்சனை பட்டதும் அவர்கள் வாழ்விடமற்று போவது பல இடங்களில் நடக்கிறது. அப்புவிடம் மாமியின் வீடு ஈடுவைத்த இந்த விடயம் எனக்குத் தெரியாது. ஆனால் பேசும்போது தற்செயலாகக் கேட்டறிந்தேன்.

அது ஒரு கோடைக்காலத்துச் சனிக்கிழமை. மாலையில் மரமேறும் மாணிக்கம் ஏதோ காரணத்தால் தாமதமாக ஒரு தென்னை மரத்தில் இறக்கிய கள்ளை நிலத்தில் ஒரு முட்டியில் வைத்துவிட்டு அடுத்த மரத்தில் ஏற நானும் எனது மச்சான் ரங்கநாதனும் ஒரு அலுமினிய சட்டியில் கள்ளில் அரைவாசியை ஊற்றிக்கொண்டு அதை வயிற்றோடு அணைத்தபடி மங்கலான இருட்டோடு மரங்களிடையே மறைந்து மேற்கு வேலியை ஏறிப் பாய்ந்து நயினாதீவு மேற்கு கடற்கரைக்குச் சென்றோம். அங்கு பெரிய பாறைகள் நிறைந்த மறைவான இடம். இருவரும் பல நாளாகத் திட்டமிட்டு இடம் பார்த்து செயல்படுத்திய விடயம். பாறை மறைவில் சென்று சட்டியில் உள்ள கள்ளை மாறிமாறி குடித்ததுடன் ஏற்கனவே தயாராக வைத்திருந்த திறிரோசஸ் என்ற அக்கால பில்டர் அற்ற சிகரட்டையும் இழுத்து இழுத்து பாறையில் படுத்திருந்து இன்பங் கண்டோம். எங்களது கன்னி முயற்சியால் தலையைச் சுற்றியது. நாம் மறைந்திருந்த மேற்கு கடற்கரையே அந்த இருளில் கிழக்காக மாறியது. எதிரிலிருந்த நீலக்கடல் கொந்தளித்து எம்மை நோக்கி சுனாமியாக வந்தபோது நாம் படுத்திருந்த பாறைகள் அனுமான் தூக்கிச் சென்ற சஞ்சீவி மலைபோல் ஆகாயத்தில் வலம் வந்தன. அக்காலத்தில் புத்தபகவானும் ஆகாய மார்க்கமாக மணிபல்லவம் என்ற நயினாதீவுக்கு வந்தார் என்ற தொன்மைக்கதையில் உண்மை இருக்குமா என்ற நினைப்பு வந்தது.

கால்களில் உறுதி வரும்வரை ஆகாயத்தில் தெரிந்த நட்சத்திரங்களை எண்ணியபடி பாறைகளில் படுத்திருந்து விட்டு மீண்டும் வீடு நோக்கி நடந்தோம். பழக்கமான குரல் காதுகளில் வந்து விழுந்ததும் என்னைச் சுதாரித்தபடி சுவரருகே மறைந்திருந்து எட்டிப் பார்த்தபோது தெற்குப் பார்த்த மாமி வீட்டின் முன்றிலில் உள்ள மல்லிகைப் பந்தலின் கீழ் வாசற் படிகள் உள்ளன. அந்தப் படிகளில் அப்பு இருந்து வீட்டின் தாவாரத்தில் அமர்ந்திருந்த இரண்டு மாமிகளுடன் பேசியபடி இருந்தார். நல்ல வேளையாக வீட்டின் முன்பகுதியைக் கிடுகுவேலி முகமறைப்பாக

இருந்ததால், சுவரோரத்திலிருந்து நானும் எனது மச்சான் ரங்கநாதனும் விளையாடிவிட்டு வருவதாகப் பாவனை பண்ணி நேரடியாக கிணற்றடிக்குச் சென்று கை கால் முகம் கழுவிவிட்டு துணி துவைக்கும் சன்லைட் சவர்க்காரத்தால் வாய் கழுவிப் பலதடவை கொப்புளித்து கள் சிகரட் மணத்தை நீக்கிவிட்டு பின் வாசலால் வீட்டுள் பூனையாக நுழைத்தோம்.

'அவங்களுக்கு சாப்பாடு கொடு' 'என்ற மாமியின் குரலுக்கு மச்சாள் வந்து இருவருக்கும் உணவு பரிமாறினார். தட்டில் உள்ள உணவை இரண்டு தரம் கை வைத்து வாயருகே கொண்டுபோகும் நிலையிலிருந்தேன். கள்ளின் வெறியில் வாயும் கையும் ஒன்றுடன் ஒன்று ஒத்துழைக்க மறுத்து வேலை நிறுத்தம் செய்தன. மனந்தளராத விக்கிரமாதித்தனாக நீண்ட முயற்சியின் பின்பாக சாப்பாட்டை முடித்துவிட்டு அறைக்குள் புகுந்து படிப்பதாகப் பாவனையுடன் இருந்தபோது பேசிய வார்த்தைகள் காதுகளில் வந்து விழுந்தன .

அப்பொழுது கேட்டவை:

'அக்கா சீதனத்திற்கு என்ன கொடுக்கிறாய்? 'என அப்பு கேட்டதும் அதற்கு 'என்னடா என்னிட்ட இருக்கிறது? 'என மாமி சொன்னது கேட்டது. நான் வாசலுக்கு வந்து கதவின் மறைவில் ஒட்டுக் கேட்டேன்.

அப்பொழுது அப்பு, தன்னிடமிருந்த கருப்பான தோல்பையிலிருந சில பத்திரங்களை எடுத்து மாமியிடம் கொடுத்து 'இந்தா வீட்டு உறுதி 'என்றார் .

அப்பொழுது மாமி 'என்னால் உனது கடனைத்தர முடியாது 'என்றார் .

'கேட்டேனா? நீ வீட்டை அவளுக்குக் கொடு. பிற்காலத்தில் பார்ப்போம் 'என்றார்.

இரண்டு மாமிகளும் கண்ணீர் விட்டார்கள்.

அம்மா அடிக்கடி, பெற்றோர் இறந்துவிட்டார்கள், அக்காமார் வளர்த்ததால்தான் உங்கள் அப்பு இப்படி என்பது ஞாபகம் வந்தது. ஆனாலும் தன்னை வளர்த்தவர்கள் மீது அன்பு செலுத்துவது தெரிந்தது. அப்படியல்லாத தூரத்து உறவினர்களுக்கும் நயினாதீவில் அப்பு உதவி செய்த விடயம் பிற்காலத்தில் நடந்த விடயத்தை எனது உறவினர் சொன்னார் .

'மாமா பணத்தில் தான் நான் எனது வங்கி வேலைக்குப் பணம் கட்டிப் போனேன்'

நான் பதில் சொல்லாதபோது அவர் தொடர்ந்தார் -

'எனது தந்தை இறந்து சில காலத்திற்குப் பின்பாக மாமா எங்கள் வீட்டுக்கு வந்தார். அக்காலத்தில் அவர் கலியாணம் கட்டவில்லை. ஆசிரியராக எட்டியாந்தோட்டையில் வேலை செய்திருக்கவேண்டும். அம்மா கவலையில் தலையில் கை வைத்தபடி குந்தியிருந்தபோது 'என்ன பிரச்சனை ? 'எனக்கேட்டார்

பாங்கில் 'சோதனை எழுதி பாஸ் பண்ணிவிட்டான், தம்பி. ஆனால் செகுரிட்டி வைப்பாகப் பணம் கேட்கிறார்கள்" என்றதும் மாமா தனது கழுத்திலிருந்த சங்கிலியைக் கழட்டிக் கொடுத்தார்.

அந்த சங்கிலி அடைவு வைத்த பணத்தில் நான் வேலைக்குச் சேர்ந்தேன். பிற்காலத்தில் அம்மா அந்த சங்கிலியை மீண்டும் மாமாவுக்குக் கொடுத்தாலும் எங்களுக்கு மாமாவை மறக்க முடியாது 'என்றார்.

எழுவைதீவுக்கு அப்பு மாற்றலாகி வந்த பின்னர் ஆறாம் வகுப்பு ஏழாம் வகுப்புகள் அங்கு தொடங்கவிருப்பதால் எனது நயினாதீவில் நடந்த வாழ்வுப்பயணம் திடீரென ஒரு வருடத்தின் பின்பாக முடிவுக்கு வந்தது. இது நல்ல செய்தியாக அக்காலத்திலிருந்தாலும் பல விடயங்கள் அதன் பின்பு நடந்தன.

2

எழுவைதீவில் அப்புவின் ஆதிக்கத்திற்கு உட்பட்டு இருந்த அந்த ஒரு வருடம் என் வாழ்வில் கடுமையானது. சிறுவயதில் குற்றம் செய்து ஒரு சிறுவன் சீர்திருத்தப்பள்ளியில் சேர்க்கப்பட்டபோது அந்த முதல் வாரத்தில் அவனது சுதந்திரம் ஆதரவு, குழந்தைக் குறும்புகள் எல்லாம் பறிக்கப்பட்டபோது அவன் உலகத்தை, சமூகத்தை, பெற்றோர், உறவினரை வெறுப்பான். அவனால் சுமூகமாக அந்த இடத்தில் நண்பர்களைச் சேர்க்கவோ அடங்கி நடக்கவோ பலகாலம் எடுக்கும். அப்படியான ஒரு மன நிலையிலிருந்தேன்.

'ராணுவத்திலிருந்த மனுசன் வாத்தியாராகியதால் உங்கப்பன் இப்படி' என அம்மா சில தடவை சொல்வதுண்டு. ஆனால் அக்காலத்தில் ராணுவம் என்றால் என்ன எனத் தெரியாததால் அதன் அர்த்தம் எனக்குப் புரியவில்லை. வாத்தியார் வேலையின் சூக்குமம் குழந்தைகளை எப்படி கட்டுப்பாட்டில் வைத்திருப்பது என்பதே தவிர, கல்வியைப் புகட்டி அவர்களைச் சுயாதீனமாகவா சிந்திக்கப் பண்ணுவது தங்கள் கடமை எனப் பல ஆசிரியர்கள் இக்காலத்தில் கூட நினைப்பதில்லை.

எழுவைதீவின் இரண்டு ஆசிரியர்கள் கொண்ட பாடசாலையில் எனது வகுப்பு தலைமை ஆசிரியரான சுப்பிரமணியத்திடம் வந்தது. அதனால் பாடசாலையில் நேரடியான பாடம் சம்பந்தமான முரண்கள் அப்புவுடன் ஏற்படுவது தடுக்கப்பட்டன. ஆனால் வீட்டில் ஏற்படும் நெருக்கடி என்னைத் தவிர்க்கமுடியாது பாதித்தது.

ராமலிங்கம் கடந்த வருடப் பிறப்பு தினத்தில் நான் பங்கு பற்றிய எனது முதல் கிரிக்கட் விளையாட்டில் இரண்டு ரன்கள் எடுத்தபோது 'நீ நல்ல கிரிகட் வீரனாக வருவாய் என்று சொன்ன வசனம் எனது மனத்தில் மலைகளிடையே நின்று கூவியதுபோல் தொடர்ந்து எதிரொலித்தது. என்னை ஒரு கிரிக்கட் வீரனாக இரவில் கனவு காணத் தொடங்கி பைத்தியமாக இருந்தேன்.

எனக்கு அப்புவால் வாங்கித் தரப்பட்ட ஒரு கிரிக்கட் பாட் இருந்தது. பாடசாலை முடிந்ததும் அதை எடுத்துக்கொண்டு விளையாடச் சென்று விடுவேன். நல்ல பாட்டாக இருந்ததால் பலரும் அதைப் பாவிக்க விரும்பினார்கள். பெரிய தீவான நயினாதீவில் ஏற்கனவே படித்தபடியால் எனது கிரிக்கட் அறிவும் எழுவைதீவில் மற்றவர்களை விட அதிகமானது. நண்பர்கள் மத்தியில் எனக்கு ஆரம்ப ஆட்டக்காரனாகச் சலுகைகள் கிடைத்தன. பக்கத்து வீட்டுக் கண்ணனும் நானும் தோழர்கள். விளையாடப் பலர் கிடைக்காதபோது எங்கள் வீட்டின் பின்புறத்தில் உள்ள வேப்பமரத்தின் கீழ் எங்களது விளையாட்டு மைதானம் இருந்தது. நெடிய வளர்ந்த வேப்பமரமே எங்களது விக்கட்.

இப்படி ஒருநாள் மாலை கருகிய பின்னும் நாங்கள் விளையாடியபடி இருந்தோம். ஓரிரு தரம் அப்பு எங்களை விளையாட்டை விட்டுவரச் சொல்லியபோது அதை நாங்கள் கேட்கவில்லை. அவரது குரலை அலட்சியம் செய்தது அப்புவிற்கு பொறுக்கவில்லை.

நான் பாட் பண்ணிக்கொண்டு நின்றபோது எங்கிருந்தோ திடீரென ஓடிவந்து எனது பாட்டை பிடுங்கி அதைக் கோடாலியால் கொத்தியபோது நான் அதிர்ந்தாலும் அமைதியாக அந்த பாட்டை அழிக்கும் செயலைப் பார்த்தபடியிருந்தேன். என் மனதில் அப்பு மீது ஆத்திரங்கொண்ட மவுனமாக வார்த்தைகளை வெளியேற்றாது வாய்க்குள் திட்டியபடி இருந்தேன். அம்மா அதை அறையிலிருந்து ஜன்னலூடாக பார்த்துவிட்டு அதைக் கொத்தவேண்டாம் கொத்தவேண்டாம் என்ற கத்தினார். ஆனால் எதையும் அப்பு பொருட்படுத்தவில்லை. தனது அந்த கிரிகட் பாட்டை அப்பு கொத்தியபோது அது உடைய மறுத்தது. போராடியது. பல கொத்துகளை உள்வாங்கி விழுப்புண்களைச் சுமந்தபோதும் இரண்டாகப் பிரியவில்லை. அப்புவுக்கு ஆத்திரம் அதிகரித்து இறுதியில் அதனது கை பகுதியை நிலத்தின் மேலாக சிறிது தூரம் மேல் வந்து மீண்டும் மண்ணுள்ளே செல்லும் வேப்பமரத்து வேர் வைத்து கோடாலியின் பின்பகுதியால் அடித்தபோது அந்த கைப்பகுதி மட்டும் சரிர் என்ற ஓசையுடன் உடைந்தது.

நோயுற்ற சீசர் சில வருடங்களுக்கு முன்பு அந்த வேரில் கட்டப்பட்டு பின்பு தாத்தாவால் சுடப்பட்டது. அந்த சம்பவம் நினைவுக்கு வந்தது. பாவம் சீசர் எந்தப்போராட்டமும் அற்று குண்டைத் தலையில் வாங்கி இறந்தது. இந்த கிரிக்கட் பாட் எனக்காக அப்புவிடம் தனித்து இறுதிவரை போராடியது போன்று இருந்தது. பாட்டை உடைத்தபோது அந்த அந்த இடத்தில் கண்ணன் இருந்தான் அவன்கூட அதிர்ச்சியில் அப்புவின் செயலையோ பார்த்தபடியிருந்தான். அவனது கண்களிலிருந்த பயத்தைப் பார்த்தபோது அப்புவின் மீது ஆத்திரமும் அவமானமும் மேலும்

என்னிடம் சேர்ந்துகொண்டது. என்னையறியாது அக்காலத்தில் கல்கியில் நான் படித்த வியாசர் விருந்தில் வந்த அபிமன்யுவை நினைக்க வைத்தது. இரவு முழுவதும் எனக்காகப் போராடிய அந்த பாட்டை நினைத்து புரண்டபடியிருந்தேன். அம்மா பல முறை நித்திரை கொள்ளடா என்று சொல்லிவிட்டு இறுதியில் 'அந்த மனிதனிடம் சொன்னேன். பிள்ளை பதகளித்து போவான். பாட்டை உடைக்கவேண்டாம் என்று 'அதை அம்மா சொல்லியபோது வராந்தாவில் இருந்து அப்புவின் குறட்டை கேட்டது.

அதிகாலையில் எழுந்து அந்த வேப்ப மரத்து வேரருகே அனாதரவாக கிடந்த இரு துண்டுகளையும் எடுத்து எவரும் அடுப்புக்கு எரிக்கப் பாவிக்கக்கூடாது என்ற நோக்கில் அவற்றை எடுத்து, வீட்டின் பின் பகுதியிலிருந்த மாட்டுக் கொட்டிலின் கூரையின் சொருகி வைத்துப் பாதுகாத்தேன்.

அன்று எனக்கு வந்த ஆத்திரம் பல காலமாக நீடித்தது அதன்பிறகு நான் எழுவைதீவில் கிரிகட் விளையாடவில்லை. அந்த பாட் கிடைக்கும் வரையும் தென்னமட்டையில் வெட்டியதே எல்லோரிடமும் இருந்தது. எனக்குக் கிடைத்த இந்த பாட்டே எங்களது கிரிகட் போட்டிகளில் பாவிக்கப்பட்டது. பிற்காலத்தில் யாழ்ப்பாண வாழ்வில் விளையாடும்போது தானாக உடைந்து போன பாட்டுகளோடு ஒப்பிடும்போது அந்த அழிக்கப்பட்ட அந்த கிரிகட் பாட் எனக்கு நீண்ட வரலாற்றின் நினைவுகளாக இருந்தது.

எனக்குத் தெரிய அக்காலத்தில் நடந்த ஒரு விடயம் ஒன்று. அம்மாவும் அப்பும் இரு வேறு திசைகளில் பார்க்க முடிந்தது. அம்மாவின் சீதனமாக எழுவைதீவின் தென்கிழக்கு கடற்கரையோரத்தில் ஒரு காணியுண்டு. அந்த காணி தாத்தாவின் தந்தை வழியாக எங்களுக்கு வந்தது. கடற்கரையோரத்தில் இருப்பதால் அந்த காணியில் எழுவைதீவில் மீன்பிடிப்பவர்கள் கருவாட்டுக் கொட்டில் போடுவார்கள். அக்காலத்தில் மீனை இப்பொழுதுபோல் ஐஸ்போட்டு உடனடியாக அனுப்ப முடியாது என்பதால் பிடித்த மீனெல்லாம் கரையில் போடப்பட்டு வெயிலில் உலர்ந்து கருவாடாகும். அப்படியாகக் கருவாடாகிய மீன்கள் அவர்கள் வீடுகளுக்கு எடுத்துப்போக முடியாது என்பதால் கடற்கரையோரத்தில் கொட்டில் போட்டு அதில் சேமிப்பார்கள். அந்தப் பகுதியே கருவாடு மணமாக இருக்கும்.

ஆரம்பக்காலங்களில் தாத்தாவிடம் அனுமதி கேட்டு எங்கள் காணியில் கொட்டில் போட்டார்கள். பிற்காலத்தில் அனுமதி கேட்டவர்களை விடப் பலர் தாங்களாகப் போட்டார்கள் இதற்கப்பால்

கடல் பெருகும்போது நீர் ஊருக்குள் வரக் கடற்கரை சிறிதாகும். பல கொட்டில்கள் கரைகளுக்குப் பதிலாக எங்களது பனங்காணியில் அமைந்திருக்கும். இதைத் தாத்தாவோ அம்மாவோ பல காலமாகப் பொருட்படுத்துவதில்லை.

அப்பு ஊருக்கு வந்தபின்பு இந்த விடயம் பெரிதாகியது. அப்பு அப்படி போடக்கூடாதென்றபோது அவர்கள் மறுத்து அது எங்கள் உரிமை என்றார்கள். இந்த விடயம் பெரிதாகி அப்புவால் வழக்கு தொடரப்பட்டது. இந்த வழக்கு பல வருடமாக நடந்தாலும் நான் அங்கிருந்த காலத்தில் தொடங்கியது.

அப்பு அதிகாலையில் எழுந்து குளித்து வெள்ளை வேட்டி, வெள்ளை நாசனல், தோல் செருப்பு, கறுப்புக் குடை என விசேசமான உடையுடன் பாடசாலைக்கு விடுமுறை எடுத்துக்கொண்டு எட்டுமணி லோஞ்சுக்கு புறப்பட ஆயுத்தமாகும்போது ஏற்கனவே காலையில் அம்மா அப்புவின் சண்டை ஒரு அத்தியாயம் முடிந்திருக்கும் .இவர்களது சண்டையால் நாங்கள் அதிகாலையில எழுந்தாலும் படுத்தபடியே சண்டையை கேட்ட படியிருப்போம்.

அப்பு வந்து எங்களுடன் இருந்த காலத்தில் முதல் நாளே தனது வேட்டிகளைத் துவைத்து நீலம் போடும்போது எங்களுக்குத் தெரியும் நாளை வழக்கு இருக்கிறது. அதிகாலையில் அப்பு அம்மாவின் சண்டை ஒன்று இருக்கிறது என்பதும் தெரியும். ஒரே ஒரு நல்ல விடயம் அன்று தனது வேட்டியைத் துவைக்கும் நாளில் வீட்டில் உள்ள மற்ற துணிகளையும் அப்பு துவைப்பார். எனது உடுப்புகளைக்கூடக் கேட்டு வாங்கி துவைப்பார்.

அம்மா, இந்த வழக்குத் தேவையா ? அந்த காணியை இதுவரையும் பாவித்தபடி அவங்கள் பாவிக்கட்டுமே ? யாரும் காணியைத் தூக்கிக் கொண்டுபோக முடியாதே ? வீணாகக் காசு செலவு என்பார்

கொட்டில் பற்றி எங்களிடம் அவங்கள் கேட்கவில்லையே ? தங்களது உரிமை எனச் சட்டம் பேசுகிறார்கள் அவர்களது கொழுப்புதானே என்றதாக அப்புவின் பதில் இருக்கும்.

இந்த விடயத்தில் தாத்தா எதுவும் பேசுவதில்லை. ஆனால் அம்மா தொடர்ச்சியாகப் பேசுவதும் அதைக்கேட்டு தனது தன்மானம் உரிமை என்ற வார்த்தைகளால் அப்பு பதில் கொடுப்பதும் நடக்கும் .

வழக்கு தவணைகள் அனுமானது வாலாக நீண்டுகொண்டு போவதால் வழக்குப் பேசிய புறக்கிராசிகள் உழைத்தார்கள். இறுதியில்

பல வருடங்களின் பின்பு வழக்கு தள்ளுபடியானபோது நாங்கள் யாழ்ப்பாணத்தில் வசித்தோம் .

.என்னைப் பொறுத்தவரைக் காலையில் போன அப்பு மாலையில் நான்குமணி பின்பாக வருவதால் பாடசாலை இரண்டு மணிக்கு முடிந்துவிடும் மிகுதி இருமணி நேரமும் ஊரைசுத்துவது கடற்கரைக்குச் செல்வது மாமரங்களில் மாங்காய் பறிப்பது என ஆனந்தமான நாள். வெயிலில் குளித்துவிட்ட வருகிறாய் என அம்மா திட்டினாலும் அது எனக்குப் பிரச்சனையில்லை.

3

ஒரு கூட்டத்தில் ஒரு ஆண் சிங்கம் மட்டும் வாழமுடியும். மற்றைய ஆண் சிங்கங்கள் கூட்டத்திலிருந்து விரட்டப்பட்டுவிடும் என்பது வனத்தில் வாழும் மிருகங்களுக்கு மட்டுமல்ல மனிதர்களுக்கும் பொருந்தும். மனிதர்களில் பல விலங்கு இயல்புகள் பரிணாமத்தில் மறையாது தொடர்கின்றன. குடும்பம் சமூகம் தேசம் என்ற வடிவங்களில் இவை வெளிப்படையாகத் தெரியும்.

அப்பு மலையகத்தில் வாழ்ந்து வேலை செய்து விட்டுப் பல வருடங்கள் பின்பாக எழுவைதீவுக்கு வர, நான் நயினாதீவிலிருந்து எழுவைதீவில் மீண்டும் படிப்பதற்கு ஓரளவு உலகத்தைப் புரிந்தவனாக வருகிறேன். அக்காலத்தில் எங்கள் குடும்பத்தில் முரண்பாடுகள் வெள்ளாமை விதைத்த வயலில் தளைக்கும் பயிராக முளைக்கின்றன எனத் தெரிந்தது. ஆனால் அவைகள் எதுவென நானோ மற்றவரோ பிரித்துத் தெரிந்து கொள்வதற்கு முன்பாக எங்கள் குடும்பத்தில் முரண்பாடுகளால் பிரிவுகளை உருவாக்குகின்றன. தாத்தாவால் கட்டி வளர்க்கப்பட்ட ஒற்றுமை அடைமழையில் மணல் குன்றாக கரைகிறது.

எழுவைதீவு பாடசாலையில் நான் படித்த இறுதிக்காலத்தில் ராமலிங்கம் இந்தியாவுக்குத் திரும்பிப் போய்விட்டது எல்லோருக்கும் ஒரு கை உடைந்துவிட்டது போன்ற நிலையிருந்தது. குடும்பத்தில் ஒருவனாக இருந்த அவனை வீட்டில் நடந்த எந்த விடயத்திற்கும் ராமலிங்கத்தைக் கூப்பிடுங்கள் என அழைப்பது வழக்கமானது. அம்மாவுக்குப் பிள்ளைகளைத் தூக்கி வைத்திருப்பது தண்ணீர் அள்ளுவது, சீனியப்புவிற்கு கள்ளேறுவது என எல்லோரும் அவனில் தங்கியிருந்தனர். ஆனால் ராமலிங்கம் விலகியதும் சக்கரத்தின் அச்சாணியை எடுத்தவுடன் பாதையில் தொடர்ந்து ஓடும் வண்டி குடை சாய்வதுபோல் விடயங்கள் நடந்தது. அதிலும் உடலால் தளர்ந்த தாத்தா மிகவும் பாதிக்கப்பட்டார். அவனில்லாது போனதால் மனத்தாலும் தளர்ந்துவிட்டார். அவரது விவசாய வேலைகள் வேலியடைப்புகள்

கிடுகு பின்னுதல் எல்லாம் கை விடப்பட்டது. ராமலிங்கம் இருந்தபோது வெள்ளைச்சி மாடு மரணமடைந்துவிட்டது. சிவப்பி மட்டும் சீனியம்மாவால் பாரமரிக்கப்பட்டது.

ஊரில் வாத்தியார் மதிப்புக்குரியவர், அறிவானவர் என உயர்த்தி வைத்து நடத்தப்பட்டவர். கிட்டத்தட்ட ஐம்பது வருடங்கள் ஊரில் ராஜாவாக வாழ்ந்தவர். திடீரென வயோதிபராக உருமாற்றம் அடைந்தார். அந்த உருமாற்றம் அப்பு எழுவைதீவுக்கு வந்ததும் வேகமாக நடந்தது. அப்புவால் தாத்தாவின் இடத்தை ஊரில் பெறமுடியவில்லை.

தாத்தாவே இதுவரையும் வீட்டில் முக்கிய தலைவராக இருந்தார். அவரது கருத்துகள் மரியாதைக்குரியனவாக கேட்கப்பட்டன. அவற்றிற்கு மதிப்பளிக்கப்பட்டது. குடும்பத்தவர்கள் எல்லோரும் குழந்தை வளர்ப்பு அம்மாவின் உத்தியோகம் ஊர் விடயங்கள் எல்லாவற்றிலும் அவரது ஆலோசனை கேட்கப்பட்டது. சீனியப்பு தாத்தாவை நேரடியாக எதிர்த்துப் பேசியதை நான் பார்த்ததோ கேட்டதோ இல்லை. அதற்காக எல்லாம் கேட்டு நடப்பார் என்பதில்லை. சில காலத்தில் ஊரில் விதானையாக வேலை செய்தார். கள்ளுவியாபாரம் உட்பட பல தொழில்களைச் செய்த போதிலும் தொடர்ச்சியாக வேலை செய்தவராக இருக்கவில்லை. இதன் காரணமாகத் தாத்தாவின் உதவி பல விதத்தில் சீனியம்மாவுக்கு இருந்தது. சீனியம்மாவின் மகன் யாழப்பாணத்தில் படித்தபோது பண உதவி செய்வது தெரியும். அம்மாவும் அப்புவும் வேலை செய்ததால் தாத்தாவிடமிருந்து எந்த உதவியும் எங்கள் குடும்பத்திற்குத் தேவையில்லை. ஒரு வீட்டில் எல்லோரும் ஒரு கூட்டுக் குடும்பமாக இருந்தபோது இப்படியான கொடுக்கல் வாங்கல் சாதாரணமாக நடந்தது. ஒருவரை ஒருவர் தங்கி வாழ்ந்ததால் ஒற்றுமை இறுக்கமானது.

தாத்தா தனது வீட்டையும் வீடு இருந்த காணியிலும் முக்கால் பகுதியை அம்மாவுக்கும் கால் பகுதியை சீனியம்மாவுக்கும் எழுதியிருந்தார். இப்படியான பங்கு பிரிப்பு பிரச்சனைகளின் ஆரம்ப விதையாக இருந்தது. இதுவரையும் அப்பு இருக்காதபோது இவைகள் அம்மாவுக்கோ சீனியம்மாவுக்கோ இவைகளால் எந்த பிரச்சனையுமில்லை. வளவில் வரும் விவசாய உற்பத்தி தேங்காய்கள் என்பன எல்லோர் தேவைகளுக்கும் பயன்பட்டது. தாத்தாவின் வழிகாட்டலில் சகோதரிகள் பிள்ளைகள் என்ற உறவு இறுக்கமானதால் குடும்பத்தில் சீனியம்மாவின் பிள்ளைகளோடு ஒன்றாக வளர்ந்தோம்.

எப்படியான பிரச்சனைகள் என்ன விதமாக உருவாகியது என்று தெரியாது. எதுவிதமான பெரிய சண்டைகளும் நடக்கவில்லை. சீனியம்மாவுக்கு கொடுக்கப்பட்ட அம்மாவின் நகை வெளிப்படையான

காரணமாகவும் சீனியம்மா குடும்பத்திற்குத் தாத்தாவின் உதவி அதிகமிருப்பது உள்ளார்ந்த காரணமெனவும் அம்மாவிடம் அப்புவிடம் பேசியது புரிந்தது. அம்மா 'அக்காவின் குடும்பம் கஷ்டப்படுகிறதென அவர்கள் உதவுவது குற்றமா' என்ற பதிலாக இருந்தது. அம்மா முடிந்தவரை சீனியம்மா குடும்பத்தவரை விட்டுக் கொடுக்காமல் பேசியது மேலும் அப்புவின் கொதிப்பைக் கூட்டியிருக்குமே தவிர குறைத்திருக்காது. மனங்களில் இரசாயனரீதியான பிரச்சனைகள் அதிகரித்து பௌதீகமான பிளவு ஏற்பட்டது.

அந்தக் காலகட்டத்தில் வீட்டின் கால் பகுதியை சீனியம்மா குடுமபத்தினர் வாங்கிய கடனுக்குத் தந்துவிட்டு வெளியேறினர். அவர்கள் எங்கள் வீட்டிற்கு முன்பாக இருந்த ஒரு வீட்டில் வசிக்கச் சென்றார்கள். அவர்களுடன் தாத்தாவும் ஆச்சியும் சென்றார்கள். பிள்ளைகளான எங்களில் எதுவித மாற்றமும் இல்லை. நாங்கள் அவர்கள் வீடு செல்வதும் அவர்கள் எங்கள் வீட்டுக்கு வருவதும் நடந்தது. அக்காலத்திலே நான் யாழ்ப்பாணம் கற்கச் செல்வதாக இருந்ததால் தாத்தா, எங்களை விட்டு விலகியது என்னைப் பாதிக்கவில்லை. ஆனால் தாத்தா ஒன்றாக இருந்த அக்காலத்தில் எனக்கு அவரது நடத்தை உடல் மொழி என எவற்றை தரவேண்டுமோ அவற்றைக் குபேரனாக எனக்குத் தந்துவிட்டார். தாத்தாவின் பொறுமை, நேர்மை, நிதானம் என்ற குணங்கள் என்னை ஆகார்சித்தது. அவர் விலகிய காலத்தில் அவரை முதுமை ஆட்கொண்டுவிட்டது.

எனது பாலியல் பருவத்தை எட்டிப்பார்த்த நாட்கள். எதையும் அறிய விரும்பிய ஆவலால் அக்காலத்தில் நடந்த சம்பவம் என்னை வீட்டை விட்டு வெளியேறவும் என்னால் அப்புவின் அருகாமையிலிருந்து படிக்க முடியாது என்ற நிலையையும் உருவாக்கியது.

ஏழாம் வகுப்பில் படித்த காலத்தில் உறவுக்கார பெண் ஒருவர் யாழ்ப்பாணத்தில் உள்ள உயர்தர மகளிர் பாடசாலை ஒன்றில் படித்துவிட்டு மீண்டும் எழுவைதீவில் படிக்க வந்தாள். அவளுக்கு 13 வயதிருக்கும். என்னிலும் ஒரு வயது கூட. ஒரு வருடம் முன்பாக படிக்கிறாள்.

சில நாட்களின் முன்பாக அடுத்த வீட்டுக் கண்ணன், 'அவரது மாமா யாழ்ப்பாணத்தில் தகாத முறையில் நடந்து கொண்டதால் அங்கிருந்து விலகிவந்தாள்' என்ற போது எனக்குத் தகாத என்ற வார்த்தையின் அர்த்தம் புரியவில்லை. பொதுஅறிவைப் பெருக்க எனது அவசரம் அவசரப்பட்டது.

அது ஒரு வியாழக்கிழமை. பாடசாலை முடிந்ததும் எல்லாரும் ஒன்றாகப் பாடசாலை விட்டு வருவோம். மூன்று மணியிருக்கும். மதிய வெயில் தலைமேல் தகிக்க மற்றவர்கள் முன்னே செல்ல, ஏதோ ஓர் காரணத்தால் வாயில் பென்சிலைக் கடித்தபடி என்னருகே பூவரசமரத்தடியில் தனித்து வந்தாள். அவளது அக்கா மற்றவர்கள் சிறிது தூரத்தில் சென்றார்கள். நான் ஆவலை அடக்காது 'எதற்காக யாழ்ப்பாணத்தை விட்டு வந்தாய்? மாமா என்ன செய்தார்?' என இரண்டு கேள்விகளைச் செங்கட்டிகளாக அவளது தலையில் அடுக்கினேன். அவள் சிரித்துவிட்டு விலகிப் போனாள்.

அடுத்த நாள் அவளின் தாயார் அப்புவிடம் மதுரையில் நீதி கேட்ட கண்ணகியாகத் தனது சிறுகுழந்தையை இடுப்பில் வைத்துக்கொண்டு பாடசாலைக்கு வந்து, எனது வார்த்தைகள் முறையற்றது என முறையிட, அதைக் கேட்டு அத்திரமடைந்த அப்பு என்னை அடித்தபோது நான் பாடசாலை விட்டு எனது கால்கள் குண்டியில் பட வீட்டை நோக்கி ஓடினேன். இனி நான் இந்தப் பாடசாலையில் படிக்கவில்லை' என அழுதபோது ஆவேசம் கொண்ட அம்மா, அந்தப் பெண்ணின் தாயார்மீது பேசிய பேச்சுக்கள் எழுத்தில் எழுதமுடியாது. 'எனது மகன் இங்கு படிக்கத்தேவையில்லை. அவன் யாழ்ப்பாணத்தில் படிக்க வேண்டுமெனப் பருந்திடமிருந்து காப்பாற்றிய தாய்க்கோழியாக கைகளால் அணைத்துக்கொண்டு உள்ளே சென்றார். அத்துடன் எனது எழுவைதீவுப் படிப்புக்கு முற்றுப்புள்ளி வைக்கப்பட்டது..

வீட்டை விட்டு நான் விலகி யாழ்ப்பாணம் சென்ற பின்பு ஒரு நாளில் மரணச் செய்தி வந்தது. அக்காலத்தில் மரணத்தின் காரணத்தை எண்ணிப் பார்க்காது விட்டாலும் பிற்காலத்தில் உணரமுடிந்தது.

பெரிதாக கொந்தராத்துகாரர் அல்லது கட்டிட வேலைக்காரர்கள் இல்லாத 20ம் நூற்றாண்டின் ஆரம்பக்காலத்தில் மேசனை பிடித்து அவனுக்கு உதவியாக ஒருவர் வைத்து வீடு கட்டுவார்கள். அப்படியாகத் தனது வீட்டைக் கட்டும்போது தாத்தாவின் பணம் உழைப்புடன் அவரது வேர்வை உதிரம் எல்லாம் வெண் சுண்ணாம்பு சாந்துடன் கலந்து கட்டிய அந்த வீட்டிலிருந்து அவரை அன்னியராக விலக்கியது மிகவும் பாரதூரமான தண்டனை. அந்தத் தண்டனையை அவர் தனது முதிர்ந்து தளர்ந்த வயதில் அனுபவித்திருக்கிறார். மற்றவர்கள்போல் மகள்மாரை நம்பாது மற்றைய யாழ்ப்பாணத்துப் பெற்றோர்போல் தனது வாழ்நாள் சீவிய உருத்து வைத்து வீட்டை எழுதியிருந்தால் இந்த நிலை தாத்தாவுக்கு வந்திருக்காது. ஆனால் தாத்தா பிள்ளைகளை, மருமக்களை நம்பினார். அவரது நம்பிக்கை அப்புவால், விளையாட்டும் பக்கத்து வீட்டு சிறுவன் எறிந்த கல்லால் சிதறிய கண்ணாடி யன்னலாகியது.

தாத்தாவின் மரணம், சீனியம்மா வீட்டில் நடந்தது. அவரது உயிரற்ற உடல் ஒரு காலத்தில் ராமலிங்கம் படுத்த எங்கள் வீட்டு மல்கோவா மாமரத்தால் செய்யப்பட்ட வாங்கிலில் அந்த வீட்டு வராந்தாவில் அமைதியாக கிடத்தப்பட்டிருந்தது. அவரது கால் பெருவிரல்கள் வெள்ளை வேட்டியின் கறுப்புக் கரைத் துணியால் கட்டப்பட்டிருந்தன. உடலின் மிகுதி முகத்தைத் தவிர போர்த்தியபடியிருந்தது நெற்றியில் நான்கு நாக்குளிப் புழுக்களாகப் படர்ந்திருந்த சுருக்கங்கள் இன்னமும் அவர் சிந்திக்கிறார் என்பது போல் எனக்குக் காட்டியது. அவரது முகத்தைச் சுற்றி தொடர்ச்சியாக ஒரு இலையான் பிடிவாதமாக கடன் கொடுத்தவன் கடனாளியை துரத்துவதுபோல் தொடர்ச்சியாக ஓசையுடன் மொய்த்தபடியிருந்தது. பல தடவை அவரது நெற்றியிலும் மூக்கிலும் குந்தியிருந்தது. அந்த இலையானை அடிக்கடி சீனியம்மா அதைப் பனையோலை விசிறியால் விரட்டியபடியிருந்நதார்.

சீனிம்மாவைத் தவிர மற்றவர்களை அந்த இலையான் பாதிக்கவில்லை. உயிரோடு இருந்த காலமாக இருந்தால் தம்பி இந்த இலையானைச் செய்தித்தாளால் அடித்து துரத்து என அந்த வேலையை எனக்குத் தந்திருப்பார். அதற்கு எனக்குக் கூலியும் கிடைத்திருக்கும்.

அவரைச் சுற்றி தலைமயிர் நரைத்து முதிர்ந்த பெண்கள் வட்டமாகக் கூடியிருந்து சிறிது நேரம் அழுவதும் பின்பு திடீர் பிரேக்போல் சத்தத்துடன் மூக்கை சிந்தி கையால் எடுத்து அதைத் தங்கள் தாவணியில் துடைத்தபடி இருந்தார்கள். அவர்களில் வேலம்மாளின் அழுகை தனி ஆவர்த்தனமாக ஓங்கி ஒலித்தது. பலகாலம் அம்மாவின் சினேகிதியாகவும் தாத்தாவுக்குத் தொடர்ந்து பல பல வேலைகளையும் செய்தவர். அவரது அழுகையில் உண்மையான சோகம் கலந்து இருந்தது. அம்மாவும் சீனியம்மாவும் அழுது களைத்துவிட்டார்கள்.

ஆச்சி ஒரு மூலையில் குந்தியபடி இருந்து அழுதது. ஆச்சி தாத்தாவின் மறைவை நினைத்து அழுததா இல்லை தாத்தா போனபின் யாரோடு இருப்பேன் எப்படி வாழ்வேன்? எனக்கு தாத்தாபோல் திடீரென மரணம் வருமா என்று அழுததா?

இறப்பு தவிர்க்க முடியாது என்றாலும் உறவினர் மத்தியில் இறப்போமா இல்லை அனாதரவாக கவனிப்போரற்று இறப்போமா என்பது ஒவ்வொரு முதியவர்களது முக்கியமான சிந்தனையாக இருக்கும். தாத்தாவுக்கு நடந்ததை நினைத்தால் ஆச்சிக்கு மேலும் எதிர்காலம் இருளாக இருக்குமென கவலைப்படக் காரணம் உள்ளது.

நான் தாத்தாவின் உடலின் அருகே நெருங்கியபோது வேலம்மாளே முதலாவதாகப் பாய்ந்து வந்து என் கையை இழுத்து தன் உடலோடு

என்னை இறுக்கமாக அணைத்து உனது தாத்தா போய்விட்டாரே என அழுதார். பல வருடங்களின் பின்பு கட்டிப்பிடிப்பது எனக்குத் தேவையாக இருந்தது .சிறுவயதில் விலகியிருப்பேன். அதன்பின்பு சீனியம்மா என மற்றவர்கள் வந்து அணைத்தனர். சிலர் முத்தமிட்டனர்.

அம்மா அழுவதை நிறுத்திவிட்டு இறுதியாக வந்து என்னிடம் 'அப்புவை அந்த வீட்டில் வாழவிட்டிருந்தால் இன்னும் சில காலம் வாழ்த்திருப்பார்.எல்லாம் உனது அப்பனால் வந்தது.' எனச் சொல்லும்போது நான் திரும்பி பார்த்தேன் அந்த இடத்தில் அப்பு இல்லை .

தாத்தாவிடம் படித்து வெளியூரில் இருப்பவர்கள் அதிகம். பலகாலமாக ஊருக்கு வராதவர்கள் பலர் அன்று வந்திருந்தார்கள். அவர்கள் எனக்கு அறிமுகமற்றவர்கள். செம்பாட்டு மாமரத்தின் கீழ் விரிக்கப்பட்ட பனையோலைப் பாயிலிருந்தனர். சீனியப்புவால் வந்தவர்களுக்குப் புகையிலை வெற்றிலையை பாக்கு தட்டத்தில் வைத்துப் பரிமாறும் வேலை என்னிடம் தரப்பட்டது.

எனது கால்கள் அந்த மாமரத்தின் கீழ் குறுக்கும் நெடுக்கும் நடந்ததும் கைகள் வருபவர்களுக்கு வெற்றிலை புகையிலை கொண்ட தட்டத்தை நீட்டியபடி இருந்தன. வந்தவர்களில் பலர் என் படிப்பைப்பற்றி கேட்டதற்கு வாயால் பதில் சொன்னபோதிலும் எனது மனம் அம்மா அப்புவால் தாத்தா இறந்தார் என எதற்காகச் சொன்னார் என்பதை சிந்தித்தபடியிருந்தேன். மூத்தமாமா முதல் பிள்ளையாகக் கொள்ளிவைக்கவேணடும். ஆனால் அவர் பல விடயங்களில் கலந்து கொள்ளாது விட்டேற்றியாக இருந்தார்.

மாலை நான்கு மணியளவில் பிரேத ஊர்வலம் சீனியம்மா வீட்டிலிருந்து வெளியேறி வீட்டைக் கடந்தே வடக்கு நோக்கிய மயானத்திற்குத் தாத்தாவின் பிரேதம் சென்றது. யானைகள் இருந்த வீட்டுவாசலில் நின்று அம்மா அழுதபோது எனக்கு ஏதோ போலிருந்தது. தாத்தா நியாயமாக இந்த வீட்டிலிருந்தே இறந்து சுடலைக்குப் போகவேண்டியவர் என்பது எனக்குப் புரிந்தாலும் அதன் ஆழம் அப்பொழுது பரியவில்லை என்றே நினைக்கிறேன்

நானும் அவர்களைத் தொடர்ந்து சுடலை சென்றேன். இறுதியில் மாமா தாத்தாவின் சடலத்திற்கு கொள்ளிக் குடத்தை உடைத்து பின்பு கொள்ளி வைத்தார். சிறிதுநேரத்தில் எல்லோரும் வீடு திரும்பினார்கள்.

o0o

‘யாழ்ப்பாணத்திற்கு நான் வந்து மூன்று வருடங்கள் பின்பாக எழுவைதீவிலிருந்து குடும்பமாக குடி பெயர்ந்தோம். வாடகை வீடுகளில் ஆறு வருடங்கள் வாழ்ந்து நான் பல்கலைக்கழகம் சென்று படித்தபின்பு யாழ்ப்பாணத்தில் சொந்த வீடு கட்டினோம். இக்கால கட்டத்தில் எனது இரண்டாவது தம்பி வெளிநாட்டிற்குப் போவதற்காக இந்த எழுவைதீவு வீட்டை சீனியம்மாவின் மகனான அண்ணனிடம் அம்மா விற்றார். அவரே தற்போதைய இந்த இடிந்த வீட்டின் உரிமையாளர். அவர் ஜேர்மனியில் இருப்பதால் வீடு தற்போது அழிந்துள்ளது.’

‘உங்கள் அப்பு வீட்டிற்கும் காணிக்குப் போட்ட சண்டைகள் எல்லாம் வீண்தானா என்றார் ‘என் மனைவி

நாங்கள் புதிதாக யாழ்ப்பாணத்தில் ஒவ்வொரு சீமந்துக்கல்லாக வைத்துக் கட்டிய வீட்டையும் போர்க் காலத்தில் யாழ்ப்பாணத்தை விட்டு வெளியேறியபோது அப்பு அதை விடுதலைபுலிகளிடம் கையளித்தார்.

‘அப்படியா ? ‘

‘எந்த வீடுகள் காணிகள் என மற்றவர்களோடு சண்டையிட்டவை எதுவும் அப்புவிடம் தங்கவில்லை. அவரிடம் எதாவது சொத்துகள் நகைகள் இருந்ததா என்பது எனக்கோ சகோதரங்களுக்கோ தெரியாது.‘

‘இது அப்பு ஒருவரின் கதை மட்டுமா ? மற்றைய யாழ்பாணத்தவர் கதையும்தான் ? ‘

உண்மைதான்.

மீண்டும் மதியத்தில் பாலத்தை நோக்கி கடற்கரை வழியாக அப்புவிடம் சங்கிலியை அடைவு வைத்த அந்த வயதான மனிதர் என் கண்ணில் படக்கூடாது என நினைத்துக்கொண்டே நடந்தபோது அனலைதீவிலிருந்து மோட்டார் லோஞ்சு பாலத்தை நோக்கி வந்தது.

லோஞ்சில் ஏறியதும் எனது நினைவுகளை எழுவைதீவில் விட்டு விட நினைத்தேன்.

முடியுமா ?

***